‘ज्ञानसूर्याची सावली’ पुस्तकास पारितोषिक जाहीर

राधाबाई हरीभाई देशपांडे यांच्या नावे मंजुश्री गोखले यांच्या ‘ज्ञानसूर्याची सावली’ या पुस्तकाला पारितोषिक जाहीर.

❖

अश्वमेध ग्रंथालय आयोजित ‘अक्षरगौरव पुरस्कार’ २०१४

❖

महाराष्ट्र ग्रंथोत्तेजक संस्था पुरस्कार २०१६ –
किरण संजीवनी पुष्पलता रानडे पारितोषिक

निवृत्तीनाथांच्या कृपेने गुरूप्रसाद लाभला. ज्ञानेश्वरांच्या छायेत आत्मविकास साधला आणि मुक्ताईच्या सहवासात जिवंतपणीच मुक्तिस्वातंत्र्य अनुभवले, असे संतश्रेष्ठ सोपानदेव! त्यांची जीवनगाथा वेगळी काय असणार?

अशा या संतसज्जनांवर लिहिताना चौघांना एकमेकांपासून वेगळे काढता येतच नाही; परंतु हा दैवी चमत्कार मंजुश्री गोखले यांनी करून दाखविला आहे. या प्रेरणापूर्तीचे नाव आहे : 'ज्ञानसूर्याची सावली'

सूर्य दाखवता येतो; पण किरणांचे काय? कवडसे तेजस्वी असतात. सूर्यापासून ते वेगळे नसतात हेच दाखवून सोपानदेवांचे वेगळेपण अधोरेखित करण्याचा प्रयत्न केला आहे, असं मंजुश्रीताईंनी नमूद केलं आहे.

डॉ. अशोक कामत यांची अभ्यासपूर्ण प्रस्तावना या पुस्तकाला लाभली आहे.

– राम कर्णिक

(सामना - २०१४)

वडील विठ्ठलपंतांचा संन्यास, गुरूच्या आज्ञेने परत गृहस्थाश्रम स्वीकारणं, मग समाजाने केलेल्या हेटाळणीमुळे पत्नी रुक्मिणीसह केलेला देहत्याग या सगळ्यातून 'संन्याशाची पोरं' म्हणून हिणवली गेलेली ही चार मुलं – निवृत्तीनाथ, ज्ञानेश्वर, सोपानदेव आणि मुक्ताबाई. प्रत्येकाचं व्यक्तिमत्त्व वेगळं तरीही एकमेकांमध्ये विरघळलेलं आणि त्यांच्यातही ज्ञानेश्वर म्हणजे साक्षात ज्ञानसूर्य. त्यामुळेच स्वत:चं व्यक्तिमत्व असूनही इतर भावंडं या ज्ञानसूर्याची सावली ठरली. त्यातल्या एका सावलीचं म्हणजेच सोपानदेवांचं चरित्र या कादंबरीत आहे. या चारही भावंडांचं जगणं आणि ज्ञानदेवांच्या समाधीनंतर सोपानदेवांनी घेतलेली समाधी इथवरचा प्रवास कादंबरीत वाचायला मिळतो. या अलौकिक भावंडांचा लेखिकेच्या कल्पनेतून झालेला जीवनप्रवास वाचनीय आहे.

लोकप्रभा २.११.२०१८

ज्ञानसूर्याची सावली

शब्द प्रभुत्वाची साक्ष असलेल्या 'ज्ञानाच्या सोपानाची' जीवनगाथा

मंजुश्री गोखले

मेहता पब्लिशिंग हाऊस

Please contact us at **Mehta Publishing House,** Pune.
Email : production@mehtapublishinghouse.com
Website : www.mehtapublishinghouse.com

DNYANSURYACHI SAWALI by MANJUSHRI GOKHALE

ज्ञानसूर्याची सावली : मंजुश्री गोखले / कादंबरी

© मंजुश्री गोखले

Email : author@mehtapublishinghouse.com
प्रकाशक : सुनील अनिल मेहता, मेहता पब्लिशिंग हाऊस,
१९४१, सदाशिव पेठ, माडीवाले कॉलनी, पुणे - ४११०३०.
अक्षरजुळणी : स्वाती एंटरप्रायझेस, पुणे - ४११००९.

मुखपृष्ठ : फाल्गुन ग्राफिक्स
प्रकाशनकाल : जानेवारी, २०१४ / पुनर्मुद्रण : डिसेंबर, २०१६

P Book ISBN 9788184985238
E Book ISBN 9789386342331
E Books available on : play.google.com/store/books
www.amazon.in

आपल्या अलौकिक बुद्धिवैभवाने मराठी भाषेच्या आणि
मराठी मनाच्या हृदय सिंहासनावर गेली ८०० वर्षं अभिषिक्त असलेल्या
ज्ञानसूर्याला म्हणजेच (ज्ञानेश्वर माऊलीला)
सादर अर्पण

माझी भूमिका

संत श्री सोपानदेव, ज्ञानेश्वर माउलींचे धाकटे बंधू. ज्ञानेश्वर माउलींइतकेच प्रतिभाशाली, बुद्धिमान, मृदू स्वभावाचे. निवृत्तीनाथांसारखा गुरू आणि ज्ञानेश्वर माउलींसारखा मोठा भाऊ, अशा दोघांचे मार्गदर्शन सार्थकी लावणारा एक अलौलिक संत, पण ज्ञानेश्वर माउलींच्या अलौलिक बुद्धिमत्तेमुळे, अपूर्व प्रतिमेमुळे आणि हटयोगावरच्या अफाट प्रभुत्वामुळे माउली लोकांच्या गळ्यातला ताईत बनले; आजही आहेत. पण या अफाट, अलौलिक कार्यकर्तृत्वापुढे सोपाननाथांचं कार्य, त्यांची प्रतिमा, त्यांचं अलौलिकत्व तसं थोडसं झाकोळलं गेलं, हे मान्य केलंच पाहिजे.

सोपानदेवांच्या जीवनावर कादंबरी लिहिताना त्यांचं अलक्षित असणं हा एक विचार मनात होताच, पण त्याचबरोबर साहित्य-विश्वाचा धांडोळा घेतला असता, ज्ञानेश्वर माउलींच्या जीवनावर, त्यांच्या कार्यावर लाख अक्षरं लिहिली गेली; आजही लिहिली जात आहेत. पण सोपाननाथांवर अगदी स्फुट स्वरूपात लिखाण केलेलं आहे, असं दिसून आलं. डॉ. अशोक कामत सरांजवळ हा विषय काढला असता त्यांनी सांगलीच्या कोटणीस महाराजांचं नावं सुचवलं. त्यांना भेटायला सांगलीला गेले असता श्री. कोटणीस महाराजांनी त्यांनी संपादित केलेलं 'कैवल्य गीता' हे पुस्तक दिलं. त्यात श्रीमद्‌भगवदगीता, 'सोपानदेवी' वाचल्यावर सोपाननाथांच्या अलौलिक बुद्धिमत्तेची, असामान्य प्रतिमेची आणि शब्दांवर असलेल्या अफाट प्रभुत्वाची साक्ष पटली. गीतेच्या ७०० श्लोकांचं अगदी कट-टू-कट, शब्दश: भाषांतर म्हणजे 'सोपानदेवी' आहे. हे बघितलं आणि अक्षरश: थक्क झाले. संत ज्ञानेशवरांचे धाकटे बंधू, त्यांचे समकालीन असूनही सोपानदेवीची भाषा ही अत्यंत सोपी, सुलभ, नागर मराठी, अगदी कुणालाही समजणारी अशी आहे. हे पाहिलं आणि त्याही काळात इतक्या सोप्या मराठीत भगवदगीतेचं भाषांतर लिहून सोपान देवांनी किती मोठं कार्य केलंय, हे लक्षांत आलं. ज्ञानदेवांची भाषा प्राकृत मराठी. संस्कृतजवळची. अगदी अमृताशी पैजा जिंकणारी आणि अमृताइतकीच दुर्लभ, अगम्य, पण सोपानदेवीची मराठी कुठल्याही मराठी लिहता-वाचता-बोलता येणाऱ्या माणसालाही सहज समजेल अशी. हे सगळं पाहिलं आणि कुठेतरी मनात वाटून गेलं की, माउलीसारख्या वटवृक्षाच्या छायेत हे चंदनाचं रोपटं अलक्षित राहिलं. मग मात्र मनात पक्कं ठरवलं की, सोपानदेवांच्यावर कादंबरी लिहायची. हे पक्कं ठरवून डॉ. अशोक कामत सरांना भेटायला गेले. त्यांनी त्यांच्या एका विद्यार्थ्याने, सुभाष

रेणुसे यांनी सोपानदेवांवर केलेल्या एम.फिलच्या प्रोजेक्टची झेरॉक्स प्रत मला दिली.

त्याचा मला उपयोग झाला. श्री. साखरे महाराज काही वर्षांपूर्वी 'स्वस्तिश्री' मासिक काढत असत. त्यांनी १९८२ सालचा दीपावलीचा अंक हा श्री. सोपानदेव विशेषांक काढला होता. देहू येथून त्या अंकाची झेरॉक्सही मला प्राप्त झाली आणि या सर्वांतून श्री. सोपानदेवांच्या सर्व रचना मिळाल्या. त्यात देवाशी उद्‌गार, हरिपाठाचे अभंग, नमन-स्तोत्र, उपदेश आणि सोपानदेवी असे वाङ्मय मिळाले. या रचनांचा अभ्यास केला असता सोपानदेवांचे व्यक्तिमत्त्व मनात आकारू लागले आणि त्याचबरोबर कादंबरीची रूपरेखाही. कादंबरी लिहायला सुरुवात करण्यापूर्वी एक लक्षात आलं की, ज्ञानदेवांपासून सोपानदेवांना वेगळं काढणं अतिशय अवघड आहे; कठीण आहे. कारण तो साक्षात ज्ञानसूर्य होता, तर सोपानदेव त्याची सावली म्हणून कादंबरीचं नावही 'ज्ञानसूर्याची सावली'!

ज्ञानदेवांच्या अलौलिकतेचं गारूड मनावर होतंच. त्यातच प्रभातचा 'संत ज्ञानेश्वर' चित्रपट काय किंवा त्यांच्यावरचा इतर कुठलाही चित्रपट काय; त्यात "होय ना रे दादा?" इति सोपानदेव किंवा "असं काय रे सोपानदादा" इति मुक्ता याशिवाय सोपानदेवांना काही स्वतंत्र अस्तित्वच नव्हतं. संत साहित्याच्या अभ्यासातसुद्धा सगळीकडे ज्ञानेश्वरादि भावंड पैठणला शुद्धिपत्र मागायला गेली, असाच उल्लेख आहे. सा सगळ्या पार्श्वभूमीवर सोपानदेवांच्यावर कादंबरी लिहून पूर्ण केली. प्रत्येक वेळी, प्रत्येक क्षणी ज्ञानदेवांचं अलौकिक कर्तृत्व सोपानदेवांच्या जीवनाशी निगडितच राहिलं. म्हणूनच त्या ज्ञानसूर्याची सावली असणारे सोपानदेव या कादंबरीतून वाचकांपर्यंत पोचवणं थोडसं कठीण गेलं. सूर्य दाखवता येतो, पण किरणांचं अस्तित्व दाखवताना अंधारातला कवडसाच त्याची ओळख सांगतो. अर्थात तो कवडसाही तेजस्वी असतो. कारण तोही तेजाचंच रूप असतो, पण म्हणून तो कवडसा सूर्यापासून वेगळा असतो थोडाच? तो त्या सूर्याचंच रूप असतो. म्हणूनच सोपानदेवांना केंद्रस्थानी ठेवून कादंबरी लिहायची, असं कितीही ठरवलं तरी ज्ञानदेवांचं तेजस्वी अस्तित्व अवघ्या कादंबरीवर विखरून राहिलं. म्हणूनच सोपानदेवांचं अस्तित्व त्या ज्ञानसूर्याच्या सावलीसारखं झालं.

या कादंबरीमध्ये दोन गोष्टी विशेषत्वाने मी विस्तृतपणे मांडल्या. एक म्हणजे दशक्रिया विधी. सर्वसामान्य माणसाला या विधीबद्दल उत्सुकता तर असते, पण माहिती नसते आणि या विधीला उपस्थित राहण्याची वेळ अशी असते की, त्या वेळी काही माहिती करून घेणं अवघडं झालेलं असतं. म्हणून दशक्रिया विधीची माहिती या कादंबरीत मी घातली. दुसरी गोष्ट म्हणजे संजीवन समाधी. ज्ञानेश्वरीच्या सहाव्या अध्यायात या संजीवन समाधीबद्दल विस्तृत माहिती असली, तरी

अभ्यासकांव्यतिरिक्त इतर भक्ताचं ज्ञानेश्वरी वाचताना यातल्या अन्वयार्थाकडे लक्ष जातंच असं नाही. आणि संजीवन समाधी म्हणजे नक्की काय हे अभ्यासाकांव्यतिरिक्त इतरांना माहीत असतंच असं नाही. संजीवन समाधी घेणं म्हणजे नक्की काय, हे या कादंबरीत मी सांगण्याचा प्रयत्न केला आहे. अर्थात ती भाषा सगळी हटयोगाची असल्यामुळे तीच भाषा, तेच शब्द, तीच नावं लिहावी लागली. तरीही तो भाग वाचकांना समजावा असा लिहिण्याचा प्रयत्न केला आहे.

संत चरित्र, संत आणि त्यांचं जीवन यांबद्दल अभ्यासकांत अनंत मतभेद आहेत. अगदी संत ज्ञानेश्वर एक की दोन इथंपासून ते संत तुकाराम महाराजांपर्यंत. तद्वतच ही भगवद्‌गीतेची समश्लोकी टीका सोपानदेवी ही सोपानदेवांनीच लिहिली आहे की नाही, याबद्दलही मतभेद आहेत. पण सोपानदेवीच्या नवव्या अध्यायात –

ऐसें गुह्य जाण । अर्जुना प्रति सांगे श्रीकृष्ण ।
सोपान म्हणे श्रोतिया लागून । सादरे श्रवण करावे ।। अ.९ ।।

दहाव्या अध्यायात –
सोपान म्हणे ऐका तुम्ही । अर्जुनाप्रति योगीयाचा स्वामी ।
विश्वरूप दाखवलें ते मी । श्रवणा निवेदन करीन ।। अ. १० ।।

पंधराव्या अध्यायात –
ह्या संताचिया वचना । आनंद जाला सोपाना ।
पुढे ऐका सादर श्रवणा । तुम्ही संत सोवरे श्रद्धाळू ।। अ. १५ ।।

असा स्पष्ट उल्लेख आहे. अर्थात तरीही हा सोपान कुणी वेगळा असावा असे ही मतभेद आहेतच. काहीही असो. पण संत चरित्र लिहीत असताना, विशेषत: ललित स्वरूपात लिहीत असताना, संशोधकांची, शोधकाची आणि समीक्षकाची भूमिका बाजूला ठेवून मनात विभूती भाव ठेवूनच ते लिहावं असं माझं नेहमीच मत आहे. ही कादंबरी लिहिताना मीही त्याच विभूतिभावनेने लिहिली आहे. फक्त किंचित दुर्लक्षिले गेलेले सोपानदेव सर्वार्थांने सर्वांनाच समजवावे, म्हणून केलेला हा छोटासा प्रयत्न आहे. तो नीट जमला आहे की नाही, हे वाचकांनी ठरवायचं आहे. वाचकांचं प्रेम आणि पाठबळ मला नेहमीच लाभलं आहे. अगदी 'आवली'पासूनच माझं वाचकांशी नातं जोडलं गेलंय; शेकडो पत्रं आणि फोन यांतून अधिकाधिक दृढ होत गेलंय. माझ्या याही प्रयत्नाला वाचक दाद देतील आणि ज्ञानसूर्याची सावली त्यांना आनंद देईल असा विश्वास आहे.

धन्यवाद.

मंजुश्री गोखले

प्रस्तावना

ज्ञानदेवादी भावंडांची ज्ञात जीवनकथा अद्भुतरम्य आहे. तसेच त्यांच्या नावावरील काव्यरचनाही विलक्षण वाटावी अशीच आहे. या भावंडांचा काळ तेराव्या शतकाच्या अखेरच्या जेमतेम तीन दशकांचा असल्यामुळे त्या काळातील अस्सल दस्तऐवज आज उपलब्ध नाहीत. परंतु त्यांच्यासंबंधी समकालीन संत नामदेवादी सत्पुरुष आणि सत्त्वसंपन्न व्यक्तींनी लिहिलेले काव्यसाहित्य आहे. आठ शतकांची सलग आणि समर्थ परंपरा असलेल्या वारकरी संप्रदायिकांच्या मनी जतन झालेल्या कथा-कहाण्या आणि त्याहून मोठ्या श्रद्धाभावना आहेत.

या सर्वच संतांची समाधिस्थाने निश्चित आहेत. ती आजच्या काळातही नांदती राहिलेली आहेत. त्यांना कधी राजाश्रय नव्हता. आजही लोकाश्रयाच्या बळावरच त्यांचे अस्तित्व आढळते आणि तिथे गेल्यानंतर प्रज्ञा-प्रतिभावंतांना इतिहासाच्या पाऊलखुणा पाहता येतात; ललित लेखकांना त्या अनुभवता येतात; वाचकांच्या प्रत्ययाला आणून देता येतात. या कांदबरीचे वाचन केल्यावर याची सत्यता पटू शकेल.

'ज्ञानसूर्याची सावली' अशा अर्थपूर्ण शीर्षकाची ही कादंबरी लिहिणाऱ्या सौ. मंजुश्री गोखले या उच्चविद्याविभूषित अशा मराठीच्या अभ्यासक आहे. त्यांनी इतर अभ्यासकांबरोबर उपासकांशीही एक जिव्हाळ्याचे नाते निर्माण केलेले आहे. संतविषयक लेखन-संशोधन करण्यासाठी हे अत्यंत आवश्यक असते. संतसाहित्याची आजच्या कालमानपरिस्थितीत अडकलेल्या आणि निर्ढावलेल्या मंडळींनी आपल्याला वाटतील त्या निकषावर चिकित्सा करणे योग्य नाही. प्रत्येक संताचा ऐतिहासिक काळ, तत्कालीन धार्मिक-सामाजिक चौकटीच्या सीमा-मर्यादा या पुरेशा गांभीर्याने आणि प्रामाणिकपणाने समजून घेतल्याशिवाय त्याच्याविषयी काही म्हणणेही उचित ठरत नाही. सौ. गोखले यांना याचे पुरेसे भान आहे, असे त्यांच्या आजवरच्या लेखनावरून म्हणता येते.

अलीकडे काही नामवंत लेखकांनी संतविषयक ललित लेखन करण्याचा प्रयत्न केला. तो फारसा यशस्वी ठरला नाही. त्याच संतांविषयी सौ. मंजुश्री गोखले यांनी केलेले ललित लेखन त्या फारशा नामांकित नसतानाही, वाचकांना भावले. समीक्षकांनी त्यांना किती दाद दिली ठाऊक नाही, पण निदानपक्षी टीकाटिप्पणी केली नाही. असे का झाले? याचा सर्व संबंधितांनी विचार करण्यासारखा आहे.

सौ. मंजुश्री गोखले यांनी आपली 'तुकयाची आवली' ही पहिली संतविषयक

कादंबरी वारकरी संतश्रेष्ठ तुकारामांच्या पत्नीविषयी लिहिली. ती केवळ तुकाराममहाराजांची सावली नव्हती, ती अर्धांगिनी तर होतीच, पण तिचे असे स्वतंत्र व्यक्तिमत्त्वही होते. दुसरी कादंबरी 'ओंकाराची रेख' ही संत नामदेवांची दासी मानली गेलेल्या संत जनाबाईंविषयी लिहिली. इथेही जनाबाईंचं स्वत:चं एक तेजोमय व्यक्तित्व त्यांनी सुस्पष्ट केलेलं आहे. तिसरी कादंबरी 'जोहार मायबाप जोहार' ही संत चोखामेळा या संत नामदेवांच्या प्रभावळीतील संतासंबंधीची आहे. इथेही चोखा हा सर्वांना 'जोहार मायबाप' म्हणणारा विनम्र वृत्तीचा वारकरी म्हणून नव्हे, तर प्रतिष्ठितांकडून आपल्यावर होणाऱ्या अन्यायाची जाणीव असणारा आणि प्रसंगी त्यांना खडेबोल सुनावणारा 'महात्मा' म्हणून रंगविला आहे.

सौ. मंजुश्री गोखले यांचं हे सारं लेखन वाचकांना का आवडलं? चमत्कार-कथांतून जी प्रतिमा जनमानसात आहे ती पुसून टाकीत काहीतरी नवाच शोध लावणारं म्हणून? सरसकटपणे आजचे निकष लावीत जुन्या काळातील मंडळींना दोष लावीत, काही नवेच समाजचिंतन केले आहे, म्हणून?... सौ. गोखले ह्या अभ्यासक आहेत, पण त्या-त्या काळाचे भान ठेवून आणि एकूणच समाजाच्या तत्कालीन मर्यादा ध्यानी घेऊन संतुलित विचार करणाऱ्या आहेत. आपापला जीवनसंघर्ष झेलत राहून ज्यांनी काळावर मात केली, अशा महामानवांचे माणूसपण आणि त्यांनी मिळविलेले देवसान्निध्य त्या आधी पाहतात आणि त्यांना ते जसे होते, तसे वास्तव रूपात आपल्या समोर ठेवतात. त्यांचा काळही सजीव करतात. त्यावर त्यांनी केलेली मातही कशी, किती आणि कोणत्या सात्त्विक मार्गाने केली ते भेदक, पण सुलभ पद्धतीने सांगतात.

सौ. मंजुश्री गोखले या संत सोपाननाथविषयक कादंबरीच्या लेखनाकडे का वळल्या? त्यांचा भगवद्गीतेचा चांगला अभ्यास. गीता-टीका म्हणून त्यांनी श्रीज्ञानेश्वरीचेही चांगले अध्ययन केलेले. योगिराज ज्ञानदेवांच्या अलौकिक व्यक्तिमत्त्वामुळे आणि विशेषत: अपूर्व लेखनकर्तृत्वामुळे त्यांची प्रतिमा जनलोकांत विशेष मान्यता पावली. सौ. गोखल्यांच्या शब्दात सांगायचे तर 'ज्ञानेश्वर माउलींच्या अलौकिक बुद्धिमत्तेमुळे, अपूर्व प्रतिभेमुळे आणि हठयोगावरच्या अफाट प्रभुत्वामुळे माउली लोकांच्या गळ्यातला ताईत बनले; आजही आहे. या अफाट, अलौकिक कार्यकर्तृत्वापुढे सोपाननाथांचे कार्य, त्यांची प्रतिभा, त्यांचे अलौकिकत्व तसे थोडेसे झाकोळले गेले.'

सौ. गोखल्यांनी सोपाननाथांची समश्लोकी गीता 'सोपानदेवी' जेव्हा वाचली, तेव्हा त्यांना जाणवले... सोपाननाथांपाशीही अलौकिक बुद्धिमत्ता आहे. त्यांची मराठी भाषा अत्यंत सोपी, सुलभ, नागर मराठीला जवळची आणि कुणालाही सहज समजावी अशी आहे. मग सौ. गोखल्यांच्या मनाने घेतले... 'माउलींसारख्या वटवृक्षाच्या छायेत सोपाननाथांचं चंदनाचं रोपटं असूनही ते जे अलक्षित राहिलं,

आपण त्यांचे ते व्यक्तिमत्त्व कादंबरीतून उभे करावे.'

संत नामदेव अध्यासनात माझे विद्यार्थी सुभाष रेणुसे यांच्याकडून एक संशोधनपर प्रबंधिका – सोपाननाथ आणि सासवड परिसरातील प्राचीन खाणाखुणांसंबंधीची शोध-पुस्तिका तयार करून घेतली होती. त्यातून आपल्या ललित प्रतिभेने सौ. गोखले यांनी बरीच सामग्री जुळविली आणि प्रस्तुत कादंबरी त्यांनी त्यांच्या नेहमीच्या पद्धतीने चांगल्या रितीने साकार केली. श्रीज्ञानेश्वर या ज्ञानसूर्यापासून सोपाननाथांना विलग करून पाहताच येत नाही. या ज्ञानसूर्याची ती साक्षात छायाच आहे. म्हणून 'ज्ञानसूर्याची सावली' हे शीर्षक अन्वर्थक ठरते.

ज्ञानदेवांना सोडून इतर भावंडांचं वेगळं अस्तित्वच दाखविता येत नाही. सर्व भावंडं अखेरच्या क्षणापर्यंत सतत एकत्र राहिली. आळंदीतील निर्वासित स्थितीत गावाबाहेरच्या राहुटीत एकत्र राहिली. शुद्धिपत्रासाठी पैठणला गेली. एकत्रितपणे तिथून परतताना नेवाशात एकत्र राहिली. ज्ञानदेवांच्या गीता-टीकेच्या श्रवणासाठीही एके ठायी होती. पुढे आळंदीला एकत्रच परतली. तीर्थयात्रेलाही सारे एकमेकांबरोबर होते. पहिली संजीवन समाधी ज्ञानदेवांची. मग पाठोपाठ सोपाननाथांची. नंतर मुक्ताबाई. अखेर निवृत्तीनाथ... हेही सारे एका वर्षभरातच. जीवनातील प्रत्येक क्षणी सोपाननाथ ज्ञानदेवांची सावलीच राहिले. त्यामुळे ही कादंबरी जरी सोपाननाथांवर असली, तरी ती भावंडांचीही आहे. मनोगतात लेखिकेने कबूल केले आहे... 'ज्ञानसूर्याची सावली असणारे सोपानदेव या कादंबरीतून वाचकांपर्यंत पोहोचविणं थोडसं कठीण गेलं. सूर्य दाखविता येतो, पण किरणांचं अस्तित्व दाखविताना अंधारातला कवडसाच त्याची ओळख सांगतो. तो कवडसाही तेजस्वी असतो. कारण तोही तेजाचं रूपच असतो. म्हणून तो कवडसा सूर्यापासून वेगळा असतो थोडाच? तो त्या सूर्याचंच रूप असतो. म्हणूनच सोपानदेवांना केंद्रस्थानी ठेवून कादंबरी लिहायची, असं कितीही ठरवलं तरी ज्ञानदेवांचं तेजस्वी अस्तित्व अवघ्या कादंबरीवर विखरून राहिलं. म्हणूनच सोपानदेवांचं अस्तित्व त्या ज्ञानसूर्याच्या सावलीसारखं झालं.

या कादंबरीची सुरुवात श्रीज्ञानदेवांच्या संजीवन समाधीच्या गंभीर प्रसंगाने होते... ज्ञानेश्वर हा मोठा भाऊ तर होताच, पण सोपाननाथांची ती आई होती. वडीलही. सखा. गुरू. परमेश्वर... सर्व काही. तेच दिसेनासे झाले म्हटल्यावर सोपाननाथ त्या चैतन्याच्या अस्तित्वाच्या खाणाखुणा आठवत... त्यावर अश्रूंचा अभिषेक करीत इंद्रायणीकाठी कितीतरी काळ बसून राहिले.

दुसरं प्रकरण भावंडांच्या आईवडिलांवर आळंदीच्या धर्मठ कर्मठ मंडळींनी कसा जीवघेणा प्रसंग आणला, विठ्ठलपंत आणि रुक्मिणीबाईंनी तो संघर्ष कसा निमूटपणाने स्वीकारला, मुलांची विशेषतः निवृत्ती-ज्ञानदेवांच्या मनाची तयारी व्हावी म्हणून काय केले, हे सांगणारे आहे. हे सारे वाचताना अश्रू अनावर होतात. तिसऱ्या प्रकरणात तर

आईबापांच्या मनाची झालेली घालमेल सांगून शेवटी म्हटले आहे... 'आईवडिलांनी केलेल्या आत्मसमर्पणाच्या वावटळीनं त्या चौघांचीही आयुष्यं पाला-पाचोळ्यासारखी भिरभिरीत जावीत, असा डाव कदाचित नियतीनंच आखला असावा. पण तिला कुठे माहीत होतं की, चौघांच्यातली एकी, एकमेकांबद्दलचे अपार प्रेम आणि बुद्धिमानतेचे तेजस्वी वलय यांच्या साहाय्यानं ही चौघं भावंडं नियतीवर मात करणार होती, त्या अग्नीच्या तेजस्वी ज्वाळांनी त्या अंधारावर मात केली तशी!' (पृ.५४)

भावंडे कण्या खाऊन कसेबसे जगत होती. आईच्या आठवणींनी मुक्ता-सोपान विव्हळत होतेच. निवृत्ती-ज्ञानदेव कसेतरी धीर देत. सगळ्यांनाच लहानपणी मोठं व्हावं लागलं होतं. विनायकबुवा भटजींसारखे सुजन ब्राह्मणही त्यांना भेटले आहेत. (पृ. ६१) धर्ममार्तंडांचा धूर्तपणा, कावेबाज वृत्तीही त्यांना जाणवते आहे, पण त्यांनी हे सारे भयानक दैन्याचे बापुडवाणे दिवस झेलले. स्वाध्याय सोडला नाही. धैर्यही आणि स्वप्न पाहायला सुरुवात केली... 'निवृत्तीला दिसत होते की, गहिनीनाथांचा हात धरून तो अवघ्या त्रिखंडात संचार करतो आहे आणि सोपान आपण काहीतरी छान लिहिलंय आणि निवृत्ती-ज्ञानेश्वर आपली पाठ थोपटताहेत, असं बघत होता.' (पृ. ७६) असा सगळा त्या भावंडांचा लोकविलक्षण 'संसार' लेखिकेने अतिशय हृद्य रितीने काही प्रकरणांतून सजीव केलेला आहे.

आठवे प्रकरण आईवडिलांच्या दशक्रिया विधीविषयी आहे. इथे भावंडांचा विलक्षण समजूतदारपणा आणि सोपानदेवांची बुद्धिमत्ता लेखिकेने चांगल्या प्रकारे स्पष्ट केली आहे. 'संस्कृत आणि संस्कृती शिकविणाऱ्या विठ्ठलपतांनी निवृत्ति-ज्ञानेशाला शास्त्रोक्त संस्कार आणि अशास्त्रोक्त संस्कारांचीही ओळख करून दिली होती. म्हणूनच ही भावंडं आईवडिलांना अन्नोदक द्यायला सिद्ध झाली होती.' (पृ.९१) हे सांगून लेखिकेने एकूण दशक्रिया, काकस्पर्श इत्यादींविषयीचे फार चांगले निवेदन केले आहे. इथे सोपानाचे भावंडांशी झालेले संवाद लक्षणीय आहेत. त्यातून जो त्यांचा व्यासंग दिसतो, तो स्पृहणीय आहे.

भावंडांना आपुलकीचा ओलावा देणारे द्वारकामाई हे एक पात्र लेखिकेने चांगले उभे केले आहे. पुढे एरव्ही अबोल वाटणाऱ्या सोपानाची ज्ञानधारणा किती पक्की होती, याचे काही मार्मिक प्रसंग आलेले आहेत. सोपानदेव हे साक्षात ब्रह्मदेवाचे अवतार होते, ही वारकरी श्रद्धा लेखिकेने फार चांगल्या पद्धतीने स्पष्ट केली आहे. (पृ. १२५-१३०) पुढे भावंडांबरोबर भोजलिंगकाकांची आपलीही भेट घडते. त्यातच सोपानाच्या काही काळ दिसेनासे होण्याचा आणि गहिनी-निवृत्तीचा खराखुरा शिष्य होण्याचा प्रसंग येतो आणि कादंबरी सोपाननाथांचे वेगळेपण वाचकांच्या मनावर ठसवीत वेगाने पुढे जात राहते. सोपाननाथांनी सद्गुरू निवृत्तीनाथांच्या मार्गदर्शनाने वेदादि ग्रंथ आणि शास्त्रग्रंथांचे कसे सखोल अध्ययन केले त्याचे

तपशील येतात. (पृ. १४५-५१)

एका प्रकरणात मौंजीबंधनाची आवश्यकता आहे किंवा नाही, यावर भावंडांची चर्चा झाल्याचे दाखविले आहे. 'भक्तीचं अधिष्ठान मानून अज्ञानाचे उद्बोधन करावं आणि ते करण्यासाठी समाजस्वीकृती जरुरीची असेल तर तीही घ्यावी.' इथेच त्यांच्या कवित्व शक्तीची चुणूकही दाखविलेली आहे. (पृ. १५६) वेदाध्ययनातील वेगळेपणाही विशद केलेला आहे.

पैठणला धर्मसभेपुढे जाण्यासाठी झालेल्या भावंडांच्या प्रवासातील संवादातही सोपाननाथांचे बुद्धिसामर्थ्य प्रभावीपणे प्रकट झाले आहे. (पृ. १८१-८६) ज्ञानदेवांनी रेड्यामुखी वेद वदविले, पैठणच्या पंडितांनी भावंडांचे तेज पाहिले. त्यांनी शुद्धिपत्र दिले, सारे संतमंडळ आनंदून गेले, हे सारे सौ. गोखले यांनी फार छान शब्दांत वर्णिले आहे. आपण वाचताना तो काळच अनुभवतो आहोत, असे वाटल्याशिवाय राहत नाही.

श्रीज्ञानदेवांची कीर्ती पंढरीच्या अवघ्या पंचक्रोशीत पसरली आणि त्यांना पाहायला भक्तभाविकांची जत्रा लोटली. त्यानंतर पंढरपुरातील एक घटना लेखिकेने वर्णिली आहे. त्यातच सोपाननाथांच्या अनेक अभंगांचा सुरेख वापर करीत, त्यांची ओवी-अभंगांवरील पकड स्पष्ट केली आहे. तीर्थयात्रेच्या समाप्तीनंतर सोपाननाथ आत्मअध्ययनात रमले. त्यांनी एकटाक हरिपाठाचे अभंग पूर्ण केले. 'आपला धाकटा भाऊ त्याच्या निष्पाप मनासारखीच स्वच्छ, निर्मळ रचना करतो आहे, हे भावंडांच्या ध्यानात आले.' (पृ. २११) पुढे लेखिकेने सोपाननाथांची जवळजवळ सगळीच रचना निवेदनात घेऊन ती अधिक सुस्पष्ट केली आहे. (प्रकरण १८-२१) निवृत्तीनाथांच्या तोंडी लेखिकेने घातलेली काही वाक्ये अत्यंत अर्थपूर्ण आहेत. ''ज्ञानेशा! तुझी ज्ञानदेवी आणि या सोपानाची सोपानदेवी! माझ्या दोन शिष्यांच्या अलौकिक बुद्धिमत्तेचा हा साक्षात्कार आहे. माझ्या दोन्ही धाकट्या भावांच्या अभिजात प्रतिभेचा हा आविष्कार आहे. मी धन्य आहे. कृतार्थ आहे... निवृत्तीदादाला किती बोलू आणि किती नको असे होऊन गेले.'' (पृ. २५८)

कादंबरीच्या अखेरच्या तीन प्रकरणांत पुन्हा एकदा श्रीज्ञानदेवांच्या संजीवन समाधीमुळे विचार-चिंतनात हरविलेले सोपाननाथ आपल्याला भेटतात. इथे नामदेव-सोपाननाथांचं संभाषण आपल्या डोळ्यांत पाणी आणतं. ''तरीही त्यानंतर दोघांच्या चेहऱ्यांवर हसू काही उमटलं नाही. सोपान आधीच काहीसा अबोल, शांत, संयमी. आता तर तो आणखीच अबोल झाला.'' आणि मग लेखिका संजीवन समाधीविषयीचं संतचिंतन आपल्या पुढे ठेवते. त्यातून संजीवन समाधीचं शास्त्रच आपल्याला समजतं. सोपानकाकांच्या रूपाने संतमंडळींसमोर 'हस्तेपरहस्ते, मुखेपरमुखे' हे शब्द येतात... 'नाथपंथातील हठयोगातल्या संजीवन समाधीचं शास्त्र आणि रहस्य उलगडून सांगण्याचा प्रयत्न करणार आहे. ज्ञानेश्वरमाउलीनं संजीवन समाधी घेतली.

तत्पूर्वी ज्ञानदेवीच्या सहाव्या अध्यायात ही माहिती विस्तारानं आली आहे. तीच मी तुम्हाला समजावून सांगतो.' पुढे संजीवन समाधी ग्रहणासाठी स्थान कसे शुद्ध-पावन आणि देवा-संतांच्या वसतीचे असावे, शिवालय हवे, समाधीसाठी वज्रासनाची कशी जागा सिद्ध करावी, विविध बंध कसे निर्माण करावेत, हे सगळं तपशीलवार सांगत राहिले. तेव्हा जनाबाईने सहज एक अभंग म्हटला, 'सोपानदेव धरिता ध्याने। पुन्हा नाही जन्मा येणे । दासी जनी तल्लीन झाली । सोपानचरणी विनटली ।।'... मग संत चोखोबांनी आपल्याला विवेचन कळल्याची पावती दिली. निवृत्तीनाथ-मुक्ताईनंही दुजोरा दिला. काही दिवस सारे संतमंडळ संजीवन-समाधिचिंतनात मग्न होते, सोपाननाथही. आणि एके दिवशी सासवडच्या दिशेने सगळेच निघाले.

अखेरचे प्रकरण अर्थातच सोपाननाथांच्या संजीवन समाधिग्रहणाचे आहे. इथे नामदेवगाथेचा अत्यंत समर्थपणाने संदर्भ देऊन सारा इतिहास जिवंत करीत शेवटी लेखिकेने म्हटले आहे... 'एका बाजूनं नामदेव आणि दुसऱ्या बाजूनं मुक्ता निवृत्तीदादांच्या कुशीत शिरली. दादा त्यांना थोपटत राहिला. थोपटता थोपटता आपल्या डोळ्यांतून वाहणारे अश्रू पुसायचं भान त्याला राहिलं नाही. असह्य होऊन त्याने आकाशाकडे नजर टाकली. इतका वेळ निरभ्र आकाशात तळपणाऱ्या सूर्यासमोर एक चुकार काळा ढग आला होता. त्याने सूर्याला झाकोळून टाकलं होतं. अंधारून आल्यासारखं झालं होतं. आता सूर्यही नव्हता. त्यामुळे कुणाचीच सावली नव्हती. अगदी तसं! ज्ञानसूर्यही नव्हता आणि त्याची सावलीही... ज्ञानसूर्याची सावली, ज्ञानसूर्यात विलीन झाली होती... एक गोष्ट मात्र निश्चित होती. ती त्या सूर्याइतकीच सत्य होती. या जगाच्या अंतापर्यंत तो ज्ञानसूर्यही आपल्या तेजाने तळपणार होता आणि त्याचबरोबर त्या ज्ञानसूर्याची सावलीसुद्धा!'

हे शब्दसामर्थ्य आपल्या मनात अगदी कादंबरीच्या आरंभापासून रुंजी घालत राहतात. आपण कादंबरी एकहाती वाचून संपवितो आणि पुन:पुन्हा तो ज्ञानसूर्य आणि त्याची सावलीही मनातल्या मनात अनुभवत राहतो.

सौ. मंजुश्री गोखले यांची ही संत-कादंबरी सोपाननाथांच्या सासवडात होणाऱ्या मराठी साहित्य संमेलनाच्या आधीच प्रकाशित होत आहे, हा एक चांगला योग आहे. या निमित्ताने सर्वच मराठीप्रेमी वाचकांना सोपाननाथांची आगळीवेगळी ओळख घडू शकेल आणि संतविषयक कादंबरी लेखनाचेही सामर्थ्य अनेकांना ध्यानी घेता येईल.

अशोक कामत
गुरुकुल प्रतिष्ठान, पुणे
१३-१०-२०१३,
विजयादशमी

ऋणनिर्देश

'ज्ञानसूर्याची सावली' ही सोपानदेवांच्या जीवनावरील कादंबरी लिहायला घेतली आणि अनेक जण मोठ्या उत्साहाने माझ्या या कामात सामील झाले. प.पू.श्री. कोटणीस महाराज यांनी माझ्या या कामाबद्दल खूप आस्था दाखवली आणि त्यांच्या जवळ असलेली सोपानदेवांची सर्व माहिती, त्यांनी संपादित केलेली 'कैवल्य गीता' मोठ्या आनंदाने मला दिली. त्यांना मी आभारपूर्वक वंदन करते. माझ्या भाचीचे यजमान श्री. वासुदेव सोवनी यांनी 'स्वस्तिश्री' मासिकाच्या सोपानदेव विशेषांकांची झेरॉक्स-प्रत देहूला जाऊन मिळवली व मला पाठवली. त्यांची मी आभारी आहे. डॉ. अशोक कामत सर यांचं मला वेळोवेळी मार्गदर्शन लाभलं. त्यांनी दिलेल्या प्रोजेक्टच्या प्रतीच्या मला पण फायदा झाला. या कादंबरीसाठी त्यांनी प्रस्तावना लिहिली. त्यांची कशी उतराई होऊ? माझी मैत्रीण शामला देसाई, माझ्या कादंबरीची पहिली वाचक कमलाताई हर्डीकर ज्यांच्याशी चर्चा केल्यावर मला पुढचं लिखाण सुचलं. त्या दोघींची मी ऋणी आहे. या कादंबरीचे नेमके व चपखल मुखपृष्ठ चितारणाऱ्या श्री. चंद्रमोहन कुलकर्णी यांचेही मी आभार मानते. तसेच मेहता पब्लिशिंग हाऊसचे श्री. सुनील मेहता व त्यांच्या सहकारी राजश्री ज्यांनी न कंटाळता माझा त्रास सोसला, त्यांची मी आभारी आहे. या कादंबरीसाठी ज्या ज्ञात-अज्ञातांचे योगदान आहे, त्या सर्वांची मी ऋणी आहे.

धन्यवाद

मंजुश्री गोखले

१

संध्याकाळची वेळ. सूर्य निरोप घ्यायच्या वाटेवर होता. इंद्रायणीचं पाणी शांतपणे डहुळत होतं. त्या डहुळणाऱ्या पाण्यावर सूर्याची सोनेरी किरणं डोलत होती. तो सुवर्णचुरा अंगावर माखून इंद्रायणी संथ गतीनं वाहत होती. त्या सुवर्णलेपात आपलं प्रतिबिंब निरखत पाखरं एका लयीत घराकडे परतत होती. ती सुवर्णाची माया आकाशभर पसरली होती. मधूनच एखादा चुकार काळा ढग या सुवर्णवर्खाला काळी किनार लावत होता. सूर्याच्या परतीच्या वाटेवर आता थंडी पसरत चालली होती. थंडगार वाऱ्याची झुळूक अंगावर बोचरा काटा उमटवत होती; इंद्रायणीचा परिसर शांत शांत होता. काठावर, पायठ्यांवर मात्र थोडीशी वर्दळ होती. पण एरवीचे ऐकायला येणारे प्रेमळ आवाज, अदबीचे-आदराचे नमस्कार, विठ्ठलनामाचा जयघोष, या सगळ्यांना मात्र मूकपण आलं होतं. सुवर्णवर्ख लेवून मिरवणारी इंद्रायणीसुद्धा मूकपणे वाहत होती. तिचेच अश्रू तिच्याच पाण्यात मिसळत होते. आजचा मावळतीकडे झुकलेला सूर्यही उदास, खिन्न होता. आपण जणू उद्या उगवणारच नाही, अशा छिन्न मन:स्थितीत तो पृथ्वीचा निरोप घेत होता. पृथ्वीला – धरेलासुद्धा हे जाणवत असावं. तीही उदासलेलीच होती. तिची ही उदास मन:स्थिती आज परतणाऱ्या पाखरांच्यासुद्धा लक्षात आली असावी. तेही परतताना यत्किंचितही आवाज करत नव्हते. सगळ्या चराचरावर, अवकाशावर एक खिन्न, दु:खी, विमनस्कतेची छटा पसरली होती. सूर्य अस्ताचलाला जाऊन टेकला; पण क्षितिजानं त्याचं नेहमीच्या आनंदात स्वागत केलं नाही. साऱ्या सृष्टीवर, सृष्टीतल्या साऱ्या सजीवांवर, सृष्टीचक्रातल्या पंचमहातेजांवरसुद्धा एक अवकळा पसरली होती आणि इंद्रायणीच्या घाटावर विमनस्क अवस्थेत बसलेले सोपानदेव, सृष्टीच्या प्रत्येक पायरवातून ही अवकळा अनुभवत होते. सोपानदेवांचा गोरा रंग काळवंडला होता. नेहमी त्यांच्या चेहऱ्यावर दिसणारी भावूक निरागसता आज झाकोळली होती. अंगावरचं उत्तरीय उडून पाठीमागे पडलं होतं, तरी त्याचं त्यांना भानं नव्हतं. अंगावर थंडीचा काटा उभा राहत होता; पण सोपानदेवांना तो जाणवतही नव्हता. भव्य

भालप्रदेशावर रेखलेलं गंध पूर्णपणे सुकून भेगाळलं होतं. डोळ्यातलं सगळं तेज लोप पावून डोळ्यांतून अविरत वाहणाऱ्या अश्रूंची गालावरून ओघळणारी धार थांबायचं नावच घेत नव्हती.

सूर्य मावळला. अंधार पडला. सभोवतालचे पायरव शांत झाले. माणसांची चाहूल लागेनाशी झाली. सारे संजीवक श्रांत क्लांत झाले. वातावरणातली घुसमट आणखी वाढली. आता तर सूर्यानेही आपला चेहरा झाकून घेतला होता. संधिप्रकाशही कातर झाला. सृष्टीतले सगळे आवाज थांबले; मूक झाले. सारं चराचर जणू स्तब्ध झालं. त्या कातरवेळेनं सोपानदेवांची कासाविशी आणखी वाढली. आणि या जीवघेण्या नीरव शांततेनं सोपानदेवांच्या दुःखाला जणू वेदनेचा आवाज फुटला. आपले लटपटणारे पाय, थरथरणारी काया, दुःखातिरेकाने फुटू पाहणारे मस्तक, अश्रूंचा फुटलेला बांध आणि ऊर फाटणारी वेदना, या सगळ्यांना सावरण्याचा-आवरण्याचा जराही प्रयत्न न करता सोपानदेवांनी टाहो फोडला "ज्ञानादादाऽऽऽऽऽ!!!"

त्यांचा तो टाहो अवघे आकाश भरून राहिला. त्यानं अवकाश व्यापलं, अवकाशाला छेद देत तो इंद्रायणीवर कोसळला. इंद्रायणीच्या पाण्यानं थरथरत त्याला काठापर्यंत आणला. काठाला कवेत घेत तो घाटाच्या पायऱ्यांवर आदळला आणि पायऱ्यांचा वेध घेत तो ज्ञानेशाच्या समाधीच्या शिळेवर धडका देत राहिला. तो मावळलेला दिवस, कार्तिक वद्य त्रयोदशीचा होता. ज्ञानेश्वरांनी संजीवन समाधी घेतल्याला काही तासच उलटले होते. समाधिस्थानावर ती शिळा सरकवल्यानंतरचा प्रत्येक क्षण सोपानदेवांना दुःखाच्या वणव्यात लपेटून घेणारा ठरला होता. समाधी ज्ञानदेवांनी घेतली होती; पण शरीर आपलं निष्प्राण झालं आहे, आपला श्वास कोंडला जातोय, आपल्या शरीरातील प्राणशक्ती कोंडमारा झाल्यासारखी तडफडते आहे, आपल्या अंतरआत्म्याची घुसमट होऊन तो गलितगात्र झाला आहे, धमन्यांतून वाहणारं रक्त गोठून गेलं आहे, अशी काहीशी विचित्र अवस्था सोपानदेवांची झाली होती. ज्ञानदेवांनी समाधी घेतली आणि दुःख एखाद्या प्रपातासारखं सोपानदेवांवर कोसळलं. खरंतर आपण संजीवन समाधी घेणार आहोत, याचे संकेत ज्ञानेश्वरांनी सगळ्यांना कधीच दिले होते. सगळ्यांनी त्यांना या विचारापासून परावृत्त करण्याचा अथक प्रयत्नही केला होता; पण 'निश्चयाचा महामेरू' असलेल्या ज्ञानेश्वरांनी या बाबतीत कोणाचंच ऐकलं नव्हतं. गुरुस्थानी असणाऱ्या निवृत्तीनाथांचंही नाही, लाडक्या सोपानचंही नाही आणि प्राणाहून प्रिय असलेल्या मुक्ताईचंही नाही. 'आपलं जीवितकार्य संपल्याच्या समाधानात ज्ञानेश्वरांनी समाधी घेतली खरी, पण आपण समाधिस्थ झाल्यावर मागे राहणाऱ्या आपल्या प्रियजनांचं काय होईल, या विचारांचा किंचितही स्पर्श त्यांच्या मनाला झाला नसेल?' हाच प्रश्न राहून-राहून सोपानदेवांचं काळीज कुरतडत होता. काळजातली ही वेदना कशी सावरावी, कशी आवरावी,

हेच त्यांना कळत नव्हतं. आईचा पंखावरून फिरणारा हात पंखात गगनभरारीचं सामर्थ्य भरतो. त्या विश्वासावर आपण गगनाला गवसणी घालण्याची स्वप्नं बघतो. ती स्वप्नं साकारण्यासाठी आपण धडपडत असताना कुठूनशी वावटळ येते आणि सारं घरटंच उद्ध्वस्त करून जाते. आईचं अस्तित्वही छिन्न-विच्छिन्न होतं आणि गगनभरारी तर दूरच, पण निमिषार्धात आपल्या पायाखालची जमीन खचते. मग अशा वेळी अशा पायांनी कसं उभं राहावं? कोणत्या आधारावर? कोणाच्या आधारावर? कशाच्या विश्वासावर? कुणाच्या विश्वासावर? पायाखालच्या सरकलेल्या जमिनीच्या आधारावर की छिन्न झालेल्या आईच्या अस्तित्वाच्या विश्वासावर?

वासांसि जीर्णानि यथा विहाय
नवानि गृह्याति नरोणिपराणि!
तथा शरीराणि विहाय जीर्णा
न्यान्यानि संयाति नवानि देही!

हे कितीही खरं असलं, कितीही वैश्विक सत्य असलं, तरी समाधिस्थ झालेला ज्ञानादादा पुन्हा दिसणार नाहीये, हेच सत्य आहे. त्याचं ते गोमटं रूपडं दिसणार नाही, त्याचा तो वत्सल आवाज ऐकू येणार नाही, त्याचा तो आश्वासक स्पर्श पुन्हा होणार नाही. हे आणि हेच खरं आहे.

नैनं छिन्दान्ति शस्त्राणि नैनं दहति पावक:!
न चैनं क्लेदयन्त्यापो न शोषयति मारुत:!

हे सगळं खरं आहे. बुद्धीला पटतंय; पण मनाला? त्याची समजूत कोण घालणार? मृत्यूबद्दलचं, आत्म्याबद्दलचं हे सगळं ज्ञान मेंदूला पटतंय, बुद्धीला पटतंय! पण जिथे बुद्धीला छेद जातो, तिथे भावना जन्म घेते. इथेतर बुद्धीच्या आधीच भावना गुंतलीय. मग आत्म्याबद्दलचा आणि मृत्यूबद्दलचा हा कोरडा उपदेश भावनेचा ओलावा कसा पुसणार? सोपानदेवांच्या मस्तकात विचारांचं काहूर उठलं होतं.

ज्ञानेश्वर, लोकांच्या दृष्टीत संत असलेला, भक्तांच्या नजरेत माउली असलेला त्यांचा ज्ञानादादा, म्हणजे त्यांचं सर्वस्व होता. तो त्यांचा मोठा भाऊ तर होताच होता, तो तर जन्मसिद्ध होता; पण त्यांचा ज्ञानादादा त्यांची आई होता; वडील होता, सखा होता, गुरू होता आणि परमेश्वरसुद्धा होता. ज्ञानादादाची आठवण, त्याचा सहवास, त्याचं असणं, त्याचं दिसणं, त्याचं बोलणं... सोपानदेवांच्या मनाचा बांध फुटला. ते ओक्साबोक्सी रडू लागले. हुंदक्यानं सारं अंग गदगदू लागलं. डोळ्यांतून वाहणाऱ्या अश्रूंना तर सीमाच नव्हती; पण आज कोण त्यांचं सांत्वन करणार होतं? कोण त्यांच्या पाठीवरून हात फिरवणार होतं? कोण त्यांचे डोळे पुसणार होतं? हे सगळे करणारा त्यांचा ज्ञानादादा तर समाधिस्थ झाला होता. सोपानदेव पुन्हा पुन्हा

आक्रोश करत होते. ‘‘दादाऽ दादा, का रे असा निष्ठुर झालास? का असा समाधीचा निर्णय घेतलास? हा निर्णय घेताना आमची जरासुद्धा, जराशीसुद्धा चिंता तुला वाटली नाही? तुझ्या समाधिस्थ होण्यानं आमचं काय होणार, याचा विचारही तुझ्या मनाला शिवला नाही? अरे आई-बाबा गेले तेव्हा मी, मुक्ता लहान होतो. आई-बाबा म्हणजे काय, ते कळण्याचे आमचं वयही नव्हतं! पण ते गेले आणि तूच आमची आई झालास, बाबा झालास! तूच आम्हाला भरवलंस, प्रेम दिलंस, काळजी केलीस. जगायला शिकवलंस. जगण्याचा अर्थ शिकवलास आणि आता तूच निघून गेलास? ज्ञानादादा, अरे आई-बाबा गेले, तेव्हा आम्ही पोरके झालो नव्हतो रे! पण आता तू मात्र आम्हाला पोरकं करून गेलास! आज तू समाधिस्थ झालास आणि आज आम्ही खऱ्या अर्थानं पोरके झालो, अनाथ झालो.’’ सोपानदेवांना हुंदका आवरेना. ‘‘सोपानाऽ अरे सोपानाऽ’’ कुणीतरी हाक मारतंय असा अचानक त्यांना भास झाला. हा... हा ज्ञानादादाचा आवाज! त्यांनी चमकून समाधीच्या चबुतऱ्याकडे पाहिलं. छे: तिथे कुणीच नव्हतं! पण त्या हाकेच्या भासाने ते भानावर आले. मागे उडून पडलेलं आपलं उत्तरीय त्यांनी उचललं. डोळे पुसले, पुन्हा पुन्हा पुसले. तरीही ते भरून येतच होते. चेहरा पुसला. इंद्रायणीकडे नजर लावून ते तसेच तिथेच बसून राहिले. इंद्रायणीच्या संथपणाला छेद देत असंख्य तरंग त्यावर उठत होते. त्या वर्तुळाकार उठणाऱ्या तरंगांत सोपानदेवांना ज्ञानेश्वरांचा चेहरा दिसायला लागला.

कार्तिक वद्य त्रयोदशीचा दिवस उजाडला तोच दुःखाची, विरहाची तान छेडत. खरंतर अजून उजाडलंही नव्हतं! अजून शुक्राची चांदणी दिसत होती; पण आळंदीला मात्र कधीची जाग आली होती. जाग आलेली असली, तरी गाढ झोपेनंतरची प्रसन्नता त्यात नव्हती. एरवीपेक्षाही भल्या पहाटे उठून लोक कामाला लागले होते; पण आज त्यांचे हात जड झाले होते. मनांवर, हृदयांवर मणामणाचं ओझं होतं. सवयीने दैनंदिन कामं उरकली जात होती; पण तरीही कुठेतरी काहीतरी चुकत होतं. प्रसन्नता घेऊन येणारी नेहमीची पहाट नव्हती ती! आजची पहाट खिन्नता घेऊन आली होती. लोकांचे डोळे पाण्याने डबडबत होते. विठूनामाचा गजर करतानासुद्धा आवाज गहिवरत होता.

आज त्यांचा ज्ञानोबा, त्यांची ज्ञानेश्वर माउली, त्यांचा ज्ञानोबाराया समाधी घेणार होता. अज्ञानाच्या आणि अंधःकाराच्या अंधारात वर्षानुवर्षं खितपत आणि कुजत पडलेल्या बहुजन समाजाला ज्या ज्ञानसूर्यानं आपल्या तेजानं त्या अंधःकारातून बाहेर काढून ज्ञानाचा आणि भक्तीचा प्रकाश दाखवला, एखाद्या मातेनं आपल्या अजाण बालकाला हाताला धरून चालवावं, खाचखळग्याच्या, खड्ड्याच्या रस्त्यातून त्याला सुखरूप पैलतीराला न्यावं तसं ज्ञानोबारायांनी केलं आणि ज्ञानेश्वराची ‘ज्ञानेश्वर

माउली' बनली. अशा असंख्य बालकांची ही माउली आज सगळ्यांचा कायमचा निरोप घेणार होती. तिच्या विरहाचं दु:ख उरात कोंडूनच लोक दैनंदिन कामकाजास लागले होते. इंद्रनील पर्वतातील 'निरंजन गुहा' ही जागा ज्ञानेश्वरांच्या समाधीसाठी निश्चित केली होती. आळंदीच्या पंचक्रोशीतील, परिसरातील हजारो लोकांचे तांडेच्या तांडे समाधिस्थळी जमा होत होते. त्यांची माउली असणारा, साक्षात ज्ञानसूर्य असणारा, त्यांचा सखा, मार्गदर्शक असणारा, त्यांचा गुरू ज्ञानेश्वर आज संजीवन समाधी घेणार होता. इतके दिवस कीर्तनातून, प्रवचनातून, आख्यानातून ऐकून समाधी घेणं म्हणजे नश्वर जीवनाचा त्याग करणं, एवढा अर्थ सगळ्यांनाच माहीत होता, पण संजीवन समाधीचा हा सोहळा त्या सर्वांच्या साक्षीने, त्या सर्वांच्या डोळ्यांसमोर घडणार होता. एक साक्षात जिता, जागता, जिवंत माणूस, स्वत:चे पंचप्राण कोंडून या नश्वर देहाचा त्याग करतो, ही जाणीवच मनाचा आणि बुद्धीचा थरकाप उडवणारी होती. ज्ञानेश्वरांवर निरतिशय प्रेम करणारे हजारो वारकरी समाधिस्थळाकडे धाव घेत होते. त्यांची ज्ञानेश्वर माउली त्यांना आता पुन्हा भेटणार नव्हती, हा दु:खाचा डोंब हृदयात घेऊन ते सगळे इथे जमले होते. ज्ञानेश्वरांचं अखेरचं संजीवक दर्शन घेणं, एकदा त्यांना शेवटचं डोळे भरून बघणं, त्यांची तेजस्वी मूर्ती मनात, हृदयात साठवणं, त्याबरोबरच संजीवन समाधी म्हणजे नक्की काय? ती कशी घेतात? हा सगळा विषय त्या वारकऱ्यांच्या दृष्टीने अनिवार उत्सुकतेचा आणि अनावर दु:खाचा होता. ज्ञानेश्वर समाधी घेणार आहेत, म्हणजे नक्की काय करणार आहेत, असाही प्रश्न अनेकांना पडला होता. भक्तीने संपन्न असले, तरीसुद्धा आणि पारमार्थिक ज्ञानाने परिपूर्ण असले तरीसुद्धा भौतिक ज्ञानाच्या बाबतीत अज्ञानी असणाऱ्या वारकऱ्यांच्या दृष्टीनं ज्ञानेश्वरांची संजीवन समाधी, ही एक अभूतपूर्व घटना होती. त्यांच्या दृष्टीनं न भूतो न भविष्यती अशी! आणि यामुळेच इंद्रायणी काठी असलेल्या आळंदी शेजारच्या त्या समाधिस्थळाला एखाद्या तीर्थस्थळाचं रूप प्राप्त झालं होतं.

सोपानदेवांच्या नजरेसमोर हजारोंच्या गर्दीनं फुललेला तो परिसर तरळला. त्यातच ज्ञानेश्वरांचं मोठेपण असं की, या सोहळ्याला पांडुरंगासह राही-रुक्मिणी आणि समस्त देवगण परिवार जातीने हजर होता. नामदेवाची मुले नारा, विठा, म्हादा आणि गोंदा सुन्न मनाने राबत होती. सोपानदेवांना आठवलं, उद्या ज्ञानेश्वर संजीवन समाधी घेणार या विचारानं निवृत्तीदादा, सोपानदेव आणि मुक्ताई या तिघांनाही रात्रभर झोप नव्हती. पण ज्ञानेश्वर मात्र दृष्ट लागावी असे शांत निजले होते. झोपेतही त्यांचा चेहरा प्रसन्न होता. कोणालातरी दिलेल्या शब्दांची, वचनांची पूर्तता झाल्याचं समाधान त्यांच्या चेहऱ्यावर झळकत होतं. नेहमीच्या सवयीप्रमाणे चारही भावंडं भल्या पहाटेच उठली होती. आज समाधी घ्यायची होती, तरीही ज्ञानेश्वरांचा

योगाभ्यास चुकला नव्हता; पण आज धोतराच्या निऱ्या करताना निवृत्तीदादा चुकत होता. सूर्यनमस्कार घालताना सोपानदेवाला सूर्याची नावं आठवत नव्हती आणि रांगोळी रेखाटताना मुक्ताईचे ठिपके चुकत होते. चारही भावंडांची आन्हिकं उरकली, तेव्हा त्यांच्या दारासमोर गर्दीचा महासागर पसरला होता. विठ्ठलाच्या नावाचा आणि ज्ञानेश्वर माउलीचा गजर करत वारकऱ्यांनी रिंगण मांडलं होतं. मधूनच टाळ-मृदंगाच्या सोबतीनं ज्ञानेश्वरांचे अभंग गायले जात होते. त्यांचा जयजयकार होत होता. निवृत्तीनाथ धीरगंभीर होते. ज्ञानेश्वर प्रसन्न दिसत होते. सोपानदेवाच्या आणि मुक्ताईच्या काळजाने मात्र ठाव सोडला होता. सोपानदेवाला आदले दिवशीचा रात्रीचा प्रसंग आठवला –

ज्ञानादादाचा हात हातात घेऊन मुक्ताई रडत होती. समाधी घेऊ नकोस, म्हणून त्याच्या विनवण्या करत होती. ज्ञानादादा ऐकत नव्हता. मी समाधी घेणं कसं योग्य आहे, हे तो तिला पटवून देत होता. शेवटी मुक्ताई चिडली. म्हणाली, "का? पण तू का समाधी घेतो आहेस एवढ्या लवकर? तू कुणावर रागवला आहेस का? कोणी तुला काही बोललं का? मागच्या वेळी जसं लोकांवर रागवून तू स्वत:ला कोंडून घेतलं होतंस, तसंच आता काही झालंय का? आणि म्हणून तू समाधी घेतो आहेस का?" मुक्ताईच्या या प्रश्नांवर ज्ञानेश्वर प्रसन्नपणे हसले. तिचे नाक आपल्या चिमटीत पकडून म्हणाले, "सोपाना! अरे ही चिमुरडी आता मोठी झाली. बघ ना, माझी आई बनून मला कशी प्रश्न विचारते आहे?" ज्ञानेश्वरांच्या या दिलखुलास वक्तव्यावर सोपानदेवही काही बोलले नाहीत. बोलूही शकले नाहीत. त्यांचा कंठ दाटून आला होता आणि मुक्ताईनं जणू त्यांच्या मनातला प्रश्न विचारला होता. त्या मनातल्या प्रश्नाचं प्रश्नचिन्ह सोपानदेवांच्याही चेहऱ्यावर उमटलेलं बघून ज्ञानेश्वरही काहीसे गंभीर झाले आणि मुक्ताईला म्हणाले, "मुक्ते! ऐक. मी समाधिस्थ होण्याचा निर्णय का घेतला? त्याचं कारण तुला ऐकायचं आहे ना? मग ऐक, मी जीवनाला कंटाळलो नाही किंवा कोणावर रागवलेलोही नाही. जे उद्दिष्ट डोळ्यांसमोर ठेवून ईश्वरानं मला जन्माला घातलं, ते उद्दिष्ट पूर्ण झालेलं आहे. माझं जीवितकार्य पूर्ण झालं आहे. म्हणून मी समाधी घेतो आहे. जीवितकार्य पूर्ण झाल्यानंतरही मृत्यू येत नाही म्हणून केवळ जगत राहण्यात काय अर्थ आहे?" ज्ञानेश्वरांनी दिलेले उत्तर ऐकून मुक्ताई काही क्षण स्तब्ध झाली. ज्ञानेश्वरांच्या हातातला आपला हात सोडवून घेत, त्यांच्यासमोरून बाजूला होत मुक्ताई म्हणाली, "असंच जर असेल, तर आपल्यापैकी कुणाच्याच जगण्याला यापुढे अर्थ नाही." आणि डोळे पुसत ती बाहेर गेली. ज्ञानेश्वरांच्या चेहऱ्यावर समाधान पसरलं. सोपानदेव मात्र मुक्ताई गेली त्या दाराकडे पाहत राहिले.

पद्मासनाच्या स्थितीत बसलेले ज्ञानेश्वर उठले. सोपानदेव, मुक्ताईच्या हाताला

धरून निवृत्तीदादाच्या पाठोपाठ ते गर्दीच्या महासागराला सामोरे गेले. ज्ञानेश्वरांना समोर पाहताच सावता माळी, गोरोबाकाका, नामदेव, सेना न्हावी, परिसा भागवत सच्चिदानंदबाबा, विसोबा खेचर, चोखामेळा इत्यादी मंडळींनी ज्ञानेश्वरांच्या पायावर लोळण घेतली. त्या सगळ्यांना खांद्याला धरून उठवून ज्ञानेश्वरांनी हृदयाशी धरलं. नामदेवांचा हात धरून ज्ञानेश्वरांनी विचारलं, ''नामया! तयारी कुठवर आली? इतर सगळी सिद्धता झाली का?'' नामदेवांचे डोळे पाण्याने भरले होते. नाकपुड्या थरथरत होत्या. ओठ कंप पावत होते. गळा दाटून आला होता. नामदेवांना बोलवत नव्हतं. त्यांनी होकारार्थी मान हालवून ज्ञानेश्वरांच्या प्रश्नाला उत्तर दिलं. नामदेवांची अवस्था ज्ञानेश्वरांच्या लक्षात आली. नामदेवाच्या खांद्यावर हात ठेवून ज्ञानेश्वर म्हणाले, ''नामदेवा! हे काय? तुम्हीही मला समजावून घेऊ नये? तुम्ही जर असा विलाप करू लागलात, तर या बाकीच्यांना कोण सावरणार? भागवत धर्माच्या झेंड्याखाली सारा बहुजन समाज एकत्र आणून आध्यात्मिक लोकशाहीचं, भक्तीचं राज्य उदयाला आणलं आणि वारकरी धर्म, पुनर्जीवित केला, हे माझं कार्य जर मार्गदर्शनपर असेल, तर जीवितकार्य संपल्यावर समाधिस्थ होणं, आपल्या कार्याचा वारसा दुसऱ्या कोणाच्यातरी खांद्यावर देऊन आपण निरोप घेणं, हेही माझे विचार मार्गदर्शनपर नाहीत का? आणि जर आहेत, तर तो वारसा चालवणाऱ्यांनी मनाचा तोल यत्किंचितही ढळू न देता मला निरोप द्यायला पाहिजे की नाही?'' ज्ञानेश्वरांच्या या प्रश्नावर नामदेवांनी मूकपणे मान हलवली खरी; पण डोळ्यांतून वाहणारे अश्रू ते थोपवू शकले नाहीत. त्यांच्या हाताला धरूनच ज्ञानेश्वर समुदायाच्या मध्ये आले. तिथे जमलेल्या सगळ्यांना हात जोडून, मस्तक झुकवून ज्ञानेश्वरांनी नमस्कार केला. समुदायाने पुन्हा एकदा ज्ञानेश्वरांच्या नावाचा गजर केला, जयजयकार केला. आपला हात उंचावून त्या कौतुकाचा स्वीकार करत ज्ञानेश्वरांनी सगळ्यांना शांत केलं आणि बोलायला सुरुवात केली. ''देवाहो, मायबापहो! तुम्हा सर्वांच्या आशीर्वादानं आणि विठू माउलीच्या कृपेनं ईश्वरानं मला नेमून दिलेलं कार्य पूर्ण करण्यात मी यशस्वी झालो. हे कार्यपूर्तीचं समाधान घेऊन माझं जीवित, ईश्वरचरणी अर्पण करण्याचा मी निर्धार केला आहे. हा निर्धार पूर्णत्वास जाण्यासाठी मला आजही तुमची साथ हवी आहे. त्यासाठी मला आनंदाने निरोप द्या. आज कार्तिक वद्य त्रयोदशी, चौथ्या प्रहरानंतर मी समाधिस्थ होणार आहे. तत्पूर्वी आपण सर्वांनी सहभोजन घ्यावयाचं आहे. त्यानंतर कीर्तन होईल. विठूनामाचा गजर व जप होईल. तो चालू असताना समाधिस्थळी प्रवेश करावा, अशी मला पांडुरंगाची आज्ञा आहे. माझ्या बुद्धीला झेपेल आणि मनाला भावेल, असं कार्य पांडुरंगाच्या आज्ञेनं करण्याचा मी प्रयत्न केला आहे. माझ्या हातून काही चुकलं असेल, काही वावगं घडलं असेल, तर पोटचं लेकरू समजून मला क्षमा करा.'' ज्ञानेश्वर बोलत होते आणि जमलेल्या

साऱ्या लोकांना अश्रू अनावर होत होते. डोळे पाण्याने भरले की, ज्ञानेश्वर दिसेनासे होत. मग लोक गडबडीने डोळे पुसत असत. एक क्षणभरही ज्ञानेश्वरांना डोळ्यांसमोरून हटू द्यायला ते तयार नव्हते. जितका वेळ ज्ञानेश्वर दिसतील, तितका वेळ त्यांची ती तेजस्वी गोमटी मूर्ती डोळे भरून बघावी, मन:पटलावर उतरवून घ्यावी, डोळ्यांत साठवावी, असं प्रत्येकाला वाटत होतं.

जेवणाची सिद्धता झाली. अवघा जनसमुदाय भोजनाला बसला. त्या दिवशीचं जेवण अत्यंत रुचकर होतं; पण कोणाच्याच तोंडाला चव नव्हती. एकाच वेळी जेवण गोडही लागत होतं आणि खारटही. चोखोबाला यातले गौडबंगाल कळेना. त्याने गोरोबाकाकांना विचारलं, ''गोरोबाकाका आज सगळं इपरितच घडाया लागलंय. कधी बघितल्यालं नाही, अनुभवल्यालं नाही, अशी घटना आज आपल्या नजरंसमूर घडणार आहे. आपली माउली आज आपल्या सगळ्यांचा निरोप घेणार आहे त्या पायी हे जेवण खारट लागत आसंल, कडू लागत आसंल तर एक वेळ बरूबर हाय पर मधंनच हे जेवण गोड कसं काय लागतंय?'' चोखोबाने विचारलं. गोरोबाकाकाही क्षणभर संभ्रमात पडले, पण मग एखाद कोडं सुटावं तसं त्यांचे डोळे आनंदानं लकाकले. त्यांनी चोखोबाला उत्तर दिलं, ''तुम्ही म्हणता आहात ते बरोबर आहे चोखोबा! मलाही काही क्षण असाच संभ्रम पडला होता. परंतु नीट विचार केल्यावर लक्षात आलं की, आज जेवण कडू किंवा खारट लागतंय ते आपल्या मन:स्थितीमुळे. आज ज्ञानोबा माउली आपला निरोप घेणार, म्हणून आपण सगळे खिन्न, उदास आहोत; पण अशी मन:स्थिती असूनही आपल्याला एखादा घास गोड लागतो आहे, रुचकर लागतो आहे, त्याचं कारण म्हणजे आज साक्षात ज्ञानेश्वर माउली आपल्यासोबत आपल्या पंगतीला जेवायला बसली आहे. म्हणूनच मन खिन्न असूनसुद्धा एखाद्या घासाला अमृताची गोडी आली आहे!'' गोरोबाकाकांनी दिलेलं उत्तर ऐकून समस्यापूर्ती झाल्याच्या समाधानात चोखोबानं मान डोलावली.

सगळ्या मंडळींनी जेवायला सुरुवात केली. ज्ञानेश्वरांनी चित्राहुती घातल्या. आचमन केलं आणि हात जोडून डोळे मिटून बराच वेळ ते प्रार्थना करत राहिले. शेजारी बसलेल्या सोपानाला नवल वाटलं. त्यानं विचारले, ''दादा, एवढा वेळ तू अन्नासमोर बसून कसली प्रार्थना करत होतास?'' सोपानाच्या प्रश्नाचं ज्ञानेश्वरांना कौतुक वाटलं. 'हा आपला पाठचा भाऊ, आपण समाधी घेणार म्हटल्यावर याचं किती बारीक लक्ष आहे आपल्यावर?' ज्ञानेश्वर काहीसं हसले; पण त्या हसण्यातही किंचित खिन्नता लपलेली होती. तोच सोपानदेवांनी पुन्हा प्रश्न केला, ''सांग ना दादा? पानावर बसून चित्राहुती घालून झाल्यावर तू एवढा वेळ कुणाची प्रार्थना करत होतास?'' ज्ञानेश्वरांनी क्षणभर डोळे मिटले. म्हणाले, ''सोपान, अरे या पृथ्वीतलावरच्या परब्रह्माची आणि माझी उद्यापासून गाठभेट होणार नाही. या परब्रह्माची आणि माझी

भेट घडवून आणल्याबद्दल मी त्या परमेश्वराचे आभार मानत होतो आणि त्याच बरोबर ईश्वराच्या भक्तीत रममाण झाल्यामुळे माझ्या आयुष्यात मी या पूर्णब्रह्माला न्याय देऊ शकलो नाही, त्याचा म्हणावा तसा आस्वाद घेऊ शकलो नाही, म्हणून या अन्नस्वरूप परब्रह्माची मी क्षमाही मागत होतो. तसंच या परब्रह्माची रुची घेण्याचा आजचा हा शेवटचा प्रसंग. यानंतर त्याची आणि माझी भेट पुन्हा घडणार नाही. म्हणून त्याचा निरोपही घेत होतो.'' ज्ञानादादाचे ते बोलणं ऐकलं आणि सोपानदेवांच्या अंगावर सर्रकन काटा आला. 'ज्या गोष्टीचा विचार करण्याचीही आपल्याला भीती वाटते आहे, ज्या गोष्टीचा उच्चार करायलाही आपलं मन धजावत नाही आणि जी गोष्ट मान्य करायला आपण तयारच नाही, ती गोष्ट यानं किती सहजपणे स्वीकारली आहे आणि किती सहजपणे तो ती बोलून दाखवत आहे. पाठीला पाठ लावून जन्माला आलेली आपण भावंडं; पण अजूनही कधीकधी हा ज्ञानादादा आपल्याला कळलाच नाही की काय? असं आपल्याला वाटत राहतं.' सोपानदेवांना वाटून गेलं. हे बोलून दाखवण्यासाठी सोपानदेवांनी ज्ञानेश्वरांच्याकडे मान वळवली आणि हे बोलून दाखवण्याचा आपला विचार त्यांनी रद्द केला. त्यांनी पाहिलं, ज्ञानेश्वर शांतपणे जेवत होते. त्यांच्या प्रत्येक हालचालींतून त्या अन्नब्रह्माबद्दलची कृतज्ञता आणि त्याला न्याय देण्यासाठी, त्याचा आस्वाद घेण्यासाठीची जाण प्रकट होत होती. ते बघून सोपानदेवांनी आपले शब्द आवरले आणि चित्राहुती घालून मूकपणे जेवायला सुरुवात केली.

जेवणं आटोपली. जेवताना असलेला काहीसा गप्पागोष्टींचा माहोल आता आणखी उदासीन झाला. जेवणानंतर कीर्तन होतं. सगळे जण कीर्तनासाठी जमले. विठुनामाचा गजर सुरू झाला. खरंतर एरवी हा गजर चांगलं आकाश भेदून जायचा; पण आज त्या गजरालासुद्धा एक करुणेची किनार होती. विरहाची झालर होती. दुःखाचा नाद होता. वेदनेची हाक होती. चंद्रभागेचं वाळवंट दुमदुमून टाकणारा तो गजर, आज इंद्रायणीच्या काठावर मात्र विठुरायाचा आर्त धावा करत होता. गजर झाला, मंडळी स्थानापन्न झाली. सगळीकडे करुण शांतता पसरली. लोकांचं सगळं लक्ष वडाच्या पारावर पद्मासन घालून बसलेल्या ज्ञानेश्वरांकडे होतं. सर्वसामान्य माणसांनासुद्धा आज ज्ञानेश्वरांचा चेहरा अत्यंत तेजस्वी आणि अति प्रसन्न दिसत होता, तर नामदेवादी संतांना ज्ञानेश्वरांच्या मस्तकापाठीमागे एक तेजोवलय दिसत होतं. त्या तेजाची आभा ज्ञानेश्वरांच्या गोमट्या मुखावर पसरली होती. आणि मुळातच तेजस्वी असणारा तो तेजोनिधी आज सहस्र रश्मीसारखा तेजस्वी दिसत होता. ज्ञानेश्वरांच्या मुखावरून नजर ढळतही नव्हती आणि ठरतही नव्हती. लोकांचे सगळे प्राण डोळ्यांत एकवटले होते. तोच ज्ञानेश्वरांनी पुन्हा विठुनामाचा गजर केला. एरवीचा आश्वासक आणि मार्दव असणारा त्यांचा आवाज आज मात्र

सागराच्या गाजेसारखा घनगंभीर आणि धारदार वाटत होता. त्या आवाजानं विठूच्या गाभाऱ्यालाही जाग आली. इंद्रायणीचे पाणी उसळून किनाऱ्याकडे धावायला लागलं. जणू ज्ञानेश्वरांच्या चरणांना स्पर्श करण्यासाठी ते आतुरलं होतं. ज्ञानेश्वरांचा तो टीपेचा गजर आकाशमंडळ भेदून स्वर्गापर्यंत पोहोचला असावा, कारण इतका वेळ निरभ्र असलेल्या आकाशात अचानक ढगांची दाटी झाली, आणि त्या आवाजाला प्रतिसाद म्हणून की काय स्वातीचे, चार टपोरे थेंब येऊन ज्ञानेश्वरांचे दर्शन घेऊन गेले. खरंतर त्यांनी शिंपल्यात पडायचे आणि मोती बनायचे; पण या थेंबाचं भाग्य मोत्यांपेक्षाही थोर होतं! ज्ञानेश्वरांच्या अंगावर काही क्षण रेंगाळल्यानंतर त्यांचं थेट अमृतात रूपांतर झालं. ती धन्यता अनुभवत स्वातीचे थेंब माघारी परतले. काही क्षण का होईना; पण पाऊस आला होता; पण ना लोक जागचे हलले, ना त्यांची ज्ञानेश्वरांवरील नजर ढळली. ज्ञानेश्वरांच्या स्पर्शाने स्वत:ला पावन करून घेऊन ढग निघून गेले. आकाश पुन्हा निरभ्र झालं.

तोच ज्ञानेश्वरांचा घनगंभीर आवाज पुन्हा लोकांना ऐकायला आला. "मायबापहो! तुम्हां सर्वांच्या सहभोजनाचं सद्भाग्य आणि आनंद आम्हाला लाभला, त्याबद्दल त्या ईश्वराचे आम्ही ऋणी आहोत. आज आम्ही संजीवन समाधी घेणार आहोत, आमच्या या निर्णयाला आपण सर्व जण साक्षीदार आहात, याचा आम्हाला अतिशय आनंद झाला आहे. नामदेव जसा विठ्ठलाचा सखा आहे, तसाच तो आमचाही सखा आहे. समाधिस्थ होण्यापूर्वी तुम्हा सर्वांच्या सोबतीने आणि या इंद्रायणीच्या साक्षीनं नामदेवाचं कीर्तन ऐकावं, असं आम्हाला वाटतं." असं म्हणून नामदेवाकडे वळून ज्ञानेश्वर म्हणाले, "करशील ना रे आमच्यासाठी कीर्तन!" ते विचारताना ज्ञानेश्वरांचा स्वर काहीसा मृदू आणि कातर झाला होता. तो स्वर ऐकून सोपानदेवांना गहिवरून आलं, तर नामदेव ओक्साबोक्सी रडायलाच लागले. रडता-रडताच ते ज्ञानेश्वरांच्या पायावर कोसळले. आपल्या डोळ्यांतल्या अश्रूंनी ज्ञानेश्वरांच्या चरणांवर त्यांनी जणू अभिषेकच घातला. ज्ञानेश्वरांनी नामदेवांना उठवून मिठीत घेतलं. त्यांच्या पाठीवर थोपटलं. त्यांचे खांदे धरून त्यांच्या डोळ्यांत बघत ज्ञानेश्वर म्हणाले, "नामदेवा, तू विठ्ठलाचा सखा, सर्व संतांमध्ये श्रेष्ठ, अद्वैताचं मर्म जाणून घेतलेला, तूच जर असं करायला लागलास, तर या सगळ्यांची समजूत कोण घालणार? माझं देहरूपात इथं नसणं, म्हणजेच माझं सर्वत्र असणं, हो ना! हे तर तूही जाणतोस, मग कशासाठी अश्रू ढाळतोस! तुम्ही सर्व संत, सोपानदेव, मुक्ता ही माझी भावंडं अश्रू ढाळत आहात, विलाप करता आहात; पण तुमच्या या विलापानं, अश्रू ढाळण्यानं माझं मन दोलायमान झालं, समाधीकडे जाताना माझे पाय अडखळू लागले, तर तो तुमच्या श्रद्धेचा, विश्वासाचा, भक्तीचा आणि प्रत्यक्ष विठ्ठलाचा अपमान होईल. तेव्हा आता अश्रू आवरा आणि आज असं कीर्तन करा की,

इंद्रायणीच्या वाळवंटातल्या प्रत्येक कणावर विठ्ठलाच्या भक्तीची आणि तुमच्या श्रद्धेची नाममुद्रा उमटली पाहिजे.'' ज्ञानेश्वरांचा प्रत्येक शब्द कानात पंचप्राण आणून लोक ऐकत होती. ज्ञानेश्वरांच्या या लाघवी बोलण्याने नामदेवाने स्वत:ला सावरलं. पुन्हा एकदा ज्ञानेश्वरांच्या चरणांवर माथा टेकवून तो कीर्तनाला उभा राहिला.

कीर्तन संपलं. खरंतर नामदेवाचं कीर्तन म्हणजे लोकांच्या दृष्टीने श्रवण-सुखाची मेजवानी असायची; पण आजचा प्रसंगच वेगळा होता. कीर्तन करत असताना पुन्हा पुन्हा नामदेवाचे डोळे भरून येत होते. अभंग गात असताना त्यांचा आवाज कापत होता. टाळ वाजवणारे हात थरथरत होते, त्यामुळे टाळातून एक वेगळाच किणकिणणारा नाद निघत होता. त्यांचं अवघं शरीरही थरथरत होतं. तरीही नामदेवांच्या आजच्या कीर्तनाला एक विलक्षण स्निग्धता होती. मार्दव होतं. कीर्तन संपल्यावर पुन्हा एकदा विठुनामाचा गजर घुमला आणि त्याचबरोबर ज्ञानेश्वरांच्या जयकाराने इंद्रायणीचे पात्र भरून गेलं. पाण्याच्या थेंबाथेंबावर, वाळूच्या कणाकणावर तो ज्ञानदेवांचा जयकार जाऊन आदळला आणि ते सारे कृतार्थ झाले. एखाद्या नदीने कृतार्थ होण्याचा कृष्णायनानंतरचा हा पहिलाच प्रसंग असावा. जयकार थांबला, तसे ज्ञानेश्वर उठले, उभे राहिले. अत्यंत विनयाने अपार भक्तिभावाने दोन्ही हात जोडून, मस्तक झुकवून त्यांनी समोरच्या जनसमुदायाला नमस्कार केला. 'आपल्यावर भक्ती करणाऱ्या, आपल्या भक्तांना ज्ञानादादाचा हा शेवटचा नमस्कार' सोपानदेवांच्या मनात आलं. नामदेवांचे कीर्तने ऐकताना विसर पडलेलं ज्ञानेश्वरांच्या विरहाचं दु:ख सोपानदेवांच्या मनात पुन्हा उफाळून वर आलं आणि त्यांचा कंठ दाटून आला.

दिवसाचा तिसरा प्रहर संपत आला होता. लोकांच्यासमोर मान झुकवून उभे राहिलेल्या ज्ञानेश्वरांना निवृत्तीनाथांनी भानावर आणलं. त्यांच्या खांद्याला धरून त्यांना आपल्याकडे वळवलं. निवृत्तीनाथांना समोर पाहताच ज्ञानेश्वरांचेही डोळे भरून आले.

सोपानदेव एकटक नजरेने त्या दोघांकडे पाहत होते. निवृत्तीदादा ज्ञानादादाचा मोठा बंधू तर होताच; पण गुरू, मार्गदर्शक याचबरोबर पालकही होता. निवृत्तीदादांनी ज्ञानादादाला मिठीत घेतलं आणि एक क्षणभरच ज्ञानादादाचा बांध फुटला. काही क्षण हुंदक्यांनी ज्ञानादादाचं अंग गदगदलं; पण दुसऱ्या क्षणी त्याने स्वत:ला सावरलं. निवृत्तीदादाच्या मिठीत विसावलेली, ओघळलेली त्याची काया एक दीर्घ हुंदका देऊन पुन्हा ताठ झाली, कडक झाली.

सोपानदेवांना ज्ञानदेवांच्या देहबोलीतून ते जाणवलं. निवृत्तीनाथांनी ज्ञानेश्वरांचा हात धरला आणि ते त्यांना घेऊन समाधिस्थळावर आले. त्या निरंजन गुहेजवळ नामदेवांची चारही मुलं अश्रू ढाळत उभी होती. समाधीची जागा स्वच्छ करून तिथे गुलाबाच्या पाकळ्यांची मऊ शय्या तयार करून ज्ञानदेवांच्या समाधीची जागा तयार करून ठेवली होती. गुहेच्या तोंडाशी एक शिळा उभी करून ठेवली होती. ज्ञानेश्वरांनी

आत प्रवेश केल्यानंतर गुहेच्या तोंडावर ती शिळा लावण्यात येणार होती. ज्ञानेश्वरांच्या चेहऱ्यावर प्रखर तेज विलसत होतं. डोळ्यांतले गहिरे भाव आश्वासक नजरेने जमलेल्या लोकांना दिलासा देत होते. निवृत्तीनाथांचा हात धरून चालत असताना बाया-बापड्या ज्ञानेश्वरांच्या पायावर लोळण घेत होत्या. लोकांच्या डोळ्यांतून वाहणारे अश्रू थांबायचं नाव घेत नव्हते. कित्येकांना तर शोक अनावर झाला होता. आपल्या कुडीतून कुणीतरी प्राणच घेऊन जात आहे, अशी कित्येकांची भावना झाली होती. नजरेनंच लोकांवर उदंड मायेचा वर्षाव करणाऱ्या ज्ञानेश्वरांची पावलं मात्र ठाम आणि धीरगंभीर पडत होती.

समाधिस्थळाकडे त्यांना घेऊन जाणाऱ्या निवृत्तीनाथांचा हात मात्र घामेजला होता. सोपानदेवांना आठवलं, क्षणभर दोघंही थांबले होते. सोपानदेवांनी पाहिलं, त्या छोट्या वळणावर साक्षात विठ्ठल उभा होता. पुढे होऊन त्याने ज्ञानेश्वरांचा दुसरा हात धरला. विठ्ठलाला तिथे पाहताच निवृत्तीनाथ काहीसे विसावले. आता विठ्ठल त्यांना अनंत योजने साथ देणार होता. मुक्ताईचा हात धरून सोपानदेव त्या तिघांच्या पाठीमागून चालत होते; पण पाय उचलतच नव्हते. अतीव दुःखाने निराश होऊन पाय ओढत चालणाऱ्या सोपान आणि मुक्ताईला बघून ज्ञानेश्वर म्हणाले, "सोपाना, मुक्ते, विठ्ठलाला खोळंबायला लावू नका." तशाही स्थितीत ते ज्ञानेश्वरांचे उद्‌गार ऐकून सोपानदेवांना आपल्या दादाचा विलक्षण अभिमान वाटला.

ती गुहा आली. ज्ञानेश्वर पाठी वळले. समोर पसरलेल्या अफाट भक्तिसागराला त्यांनी हात उंचावून अभिवादन केलं. आशीर्वाद दिला आणि निरोपही घेतला. पुढे होऊन त्यांनी निवृत्तीनाथांना कडकडून मिठी मारली. दोघांच्याही डोळ्यांतून अश्रू वाहत होते; पण मागे उभ्या राहिलेल्या सोपानदेवांना दोन्ही अश्रूंतला फरक समजला. निवृत्तीनाथांच्या डोळ्यांत वियोगाचे अश्रू होते, तर ज्ञानेश्वरांच्या डोळ्यांत धन्यतेचे, कृतार्थतेचे. निवृत्तीनाथांच्या मिठीतून स्वतःला सोडवून घेऊन ज्ञानेश्वर सोपान आणि मुक्ता यांच्याकडे वळले. सोपानदेवांना आठवलं, ज्ञानेश्वरांनी बाहू पसरले आणि जखमी पाखरांसारखी सोपान आणि मुक्ता त्यांना बिलगली. दोघांनाही हुंदके आवरत नव्हते. मुक्ताई तर टाहो फोडून रडत होती, तर सोपानदेवांना या क्षणी मृत्यू येईल, तर बरं; निदान दादाच्या मिठीत तरी मरता येईल, असं वाटत होतं. एक क्षणभर त्या दोघांची आई होऊन ज्ञानेश्वरांनी कुशीत स्फुंदणाऱ्या दोघांना घट्ट हृदयाशी धरलं! 'आता या क्षणी काळ इथेच थांबला तर!' सोपानदेवांच्या मनात आलं; पण तसं व्हायचं नव्हतं. काही क्षण असेच गेले. ज्ञानदेवांची मिठी सैल झाली. त्यांच्यातल्या मातृत्वावर, माउलीवर योगिराजाने मात केली. दोघांना आपल्या मिठीतून दूर करून ज्ञानदेव म्हणाले, "सोपाना, मुक्ताई आता तुम्ही मोठं व्हायला हवं. जाणतं व्हायला हवं. वाहणारा वारा, धावणारी नदी आणि मुक्त होण्यासाठी चाललेला मनुष्य, याला

कुणीही अडवू शकत नाही. तुमचे अश्रू बघून कदाचित मी थांबेनही; पण त्यानंतरचा तुमचा ज्ञानादादा एखाद्या कलेवरासारखा तुमच्याबरोबर राहील, कारण मी माझा आत्मा त्या चैतन्यतत्त्वाला कधीच दान करून टाकला आहे. मुक्ते, मग असा निष्प्राण ज्ञानादादा तुला चालेल? सोपाना तुला चालेल?'' सोपानदेवांना आठवलं, दोघांचीही मान नकारार्थी हलली होती. आपल्या उजव्या हाताने दोघांच्या मस्तकावर थोपटत दोघांच्या नकारार्थी उत्तरानं प्रसन्न झालेल्या ज्ञानेश्वरांनी पुन्हा एकवार कुशीत घेऊन दोघांच्या मस्तकाचं अवघ्राण केलं. आपल्याही डोळ्यांत उभारलेले अश्रू झटकन पुसून ज्ञानेश्वरांनी सगळ्यांकडे पाठ फिरवली आणि गुहेत पाऊल टाकलं. गुहेत केलेल्या चबुतऱ्यावर ज्ञानेश्वरांना पद्मासन स्थितीत बसवून निवृत्तीनाथ बाहेर आले. गुहेच्या मुखाशी शिळा लावली गेली आणि विठुरायाचा आणि ज्ञानेश्वरांचा गजर करत मोठ्या जड अंत:करणाने, अश्रूभरल्या डोळ्यांनी मंडळी घरी परतली. सोपानदेव मात्र तिथेच इंद्रायणीच्या घाटावर बसून राहिले. त्या चैतन्याच्या अस्तित्वाच्या खाणाखुणा आठवत, शोधत; ज्ञानेश्वरांच्या, त्यांच्या ज्ञानादादाच्या आठवणींना अश्रूंचा अभिषेक करत, अश्रूंच्याच सोबतीने.

२

लहानगा सोपान अंगणात बसला होता, तो रुसला होता. आईनं मारलेल्या हाकांना त्याने प्रतिसाद दिला नाही. खरंतर त्याला भूक लागली होती. ते ओळखून रुक्मिणीबाईंनी, त्याच्या आईनं त्याला पेज करून दिलीही होती. त्याच्याबरोबर मुक्तापण पेज खायला बसली होती. वाडग्यातून पेज पिता-पिता लहानग्या सोपानने ती अंगावर सांडली, तशी आई त्याला रागवली. ते बघून मुक्तानं टाळ्या पिटून त्याला चिडवलं. आधी त्यानं पेज सांडली म्हणून ती खुदकन हसली आणि नंतर आई रागावली म्हणून तिनं टाळ्या वाजवल्या, या गोष्टीचा त्याला राग आला आणि सोपाना रुसून अंगणात जाऊन बसला. ते बघून मुक्ताला आणखीच गंमत वाटली आणि आईच्या पदराला तोंड पुसून ती त्याच्या पाठोपाठ अंगणात आली. अंगणाच्या एका कोपऱ्यात सोपाना बसून राहिला होता. टाळ्या वाजवत, त्याच्याभोवती नाचत मुक्ता त्याला चिडवत होती, ''रुसू बाई रुसू, कोपऱ्यात बसू! तिकडून आली नवरी खुदकन हसू!'' असं गाणं म्हणून मुक्ताने त्यांच्याभोवती फेर धरला होता. मग मात्र सोपानाला आणखीच राग आला. रागारागाने डोळे मोठे करत तो उठून उभा राहिला आणि तोही मुक्ताला चिडवू लागला, ''मी नाही रुसू, तूच रुसू! पेज खाऊन कोपऱ्यात बसू!'' दोघंही एकमेकांना चिडवत राहिले आणि चिडवता-चिडवता रुसवा पळाला, भांडण मिटलं आणि एकमेकांना टाळ्या देऊन दोघंही हसायला लागले. खोपटाच्या भिंतीला टेकून काहीतरी लिहीत बसलेले विठ्ठलपंत आणि मुक्ती धावत कुठं गेली, हे बघायला तिच्या पाठोपाठ अंगणात आलेली आई, दोघंही जण या बहीण-भावंडांचं हे कवतिक डोळे भरून बघत होती. शब्दरचना करून मुक्तीचं सोपानाला चिडवणं आणि तशीच, पण थोडीशी वेगळी शब्दरचना रचून सोपानाचं मुक्तीला प्रत्युत्तर देणं, त्या दोघांच्या विलक्षण बुद्धिमत्तेचीच ती साक्ष होती. त्या दोघांचा तो खेळ बघत बसलेले विठ्ठलपंत त्यात इतके रंगून गेले की, क्षणभर आपल्यापुढे काय वाढून ठेवलं आहे, याचाही त्यांना विसर पडला.

अनावधानानं पत्नीनं दिलेली संमती गृहीत धरून विठ्ठलपंतांनी संसाराचा त्याग

करून काशीस प्रयाण केलं आणि काशीस राहणाऱ्या श्रीपादस्वामींकडून संन्यास ग्रहण केला. श्रीपादस्वामी तीर्थयात्रा करत आळंदीस आले असताना सिद्धेश्वराच्या मंदिरात त्यांची रुक्मिणीशी भेट झाली. या तेज:पुंज स्वामींना रुक्मिणीनं वंदन करताच त्यांनी 'अष्टपुत्रा सौभाग्यवती भव' असा आशीर्वाद दिला. पती संसार टाकून संन्यासी झालेला असताना असा आशीर्वाद मिळाल्यानं रुक्मिणी व्यथित झाली. आणि तिच्या तोंडून अस्पष्टसा हुंदका उमटला, त्यामुळे चकित झालेल्या श्रीपादस्वामींनी त्याचं कारण विचारताच रुक्मिणीनं सर्व हकिकत कथन केली. ती हकिकत ऐकताच आपल्याकडे येऊन संन्यासाची दीक्षा घेऊन राहिलेला चैतन्याश्रम नावाचा शिष्य, म्हणजेच या दुर्दैवी मुलीचा पती आहे, ही गोष्ट श्रीपादस्वामींच्या लक्षात आली. अनावधानानं का होईना, पण आपण एका निष्पाप स्त्रीच्या दु:खाला कारणीभूत ठरलो, याची बोच लागून यात्रेसाठी पुढे जाण्याचे रद्द करून श्रीपादस्वामी काशीस परतले आणि त्यांनी तत्काळ विठ्ठलपंताना आळंदीस परत जाऊन पत्नीचा स्वीकार करून गृहस्थाश्रम स्वीकारण्याची आज्ञा केली. गुरूची आज्ञा शिरोधार्थ मानून विठ्ठलपंत आळंदीस परतले आणि गृहस्थाश्रमी झाले; परंतु आधी संसारी गृहस्थ असून पत्नीच्या स्पष्ट आज्ञेविना संन्यासधर्माचा स्वीकार करणं, सर्व संग परित्याग करून संन्यासी होणं आणि पुन्हा गुरूच्या आज्ञेने का असेना; पण गृहस्थाश्रमी होणं, हे धर्माच्या विरोधात असणारं कृत्य विठ्ठलपंतांच्या हातून घडलं आणि कर्मठ धर्मपीठानं त्यांना वाळीत टाकलं. गावगाड्याच्या दैनंदिन कार्यक्षेत्रातून त्यांना बहिष्कृत करण्यात आलं.

दरम्यान गृहस्थाश्रम स्वीकारल्यानंतर विठ्ठलपंत आणि रुक्मिणी या जोडप्याला चार मुलं झाली. निवृत्तीनाथ, ज्ञानेश्वर, सोपानदेव अशी तीन मुलं आणि चौथं कन्यारत्न मुक्ता. या चार मुलांच्या जन्मानंतर तर विठ्ठलपंत आणि रुक्मिणीला अधिकच क्लेश आणि त्रास सहन करावा लागला. त्या अजाण आणि निरागस बालकांनासुद्धा समाजाचा तीव्र उपहास आणि अवहेलना सोसावी लागली. आयुष्य जगणं कठीण झाल्यावर विठ्ठलपंतानी आपल्या पत्नी-मुलांसह त्र्यंबकेश्वरी जाण्याचा निर्णय घेतला. त्र्यंबकेश्वरी जाताना वाटेत ब्रह्मगिरी पर्वताच्या जंगलात या सगळ्यांची चुकामूक झाली. वाघाची गर्जना ऐकून, भयभीत होऊन जीव वाचवण्यासाठी सगळे जण सैरावैरा धावले आणि एकमेकांपासून दूर गेले. या दरम्यान वाघाला घाबरून गुहेत शिरलेल्या निवृत्तीनाथांना गहिनीनाथ भेटले आणि त्यांनी तेथेच निवृत्तीनाथांना संपूर्ण हटयोगाची दीक्षा देऊन ब्रह्मज्ञानी बनवलं. त्यानंतर सैरभैर झालेले या कुटुंबातील सगळे जण एकमेकांना भेटले. त्र्यंबकेश्वरी गेल्यानंतरही आपल्याला न्याय मिळत नाही, हे पाहून विठ्ठलपंत आपल्या कुटुंबीयांसमवेत आळंदीला परतले. आळंदीच्या ब्रह्मवृंदाकडे सतत क्षमायाचनेसाठी विज्ञप्ती अर्ज करण्याचा त्यांनी

सपाटा लावला.

आजही सकाळी ते माधुकरी मागण्यासाठी गेलेले असताना माधुकरी तर मिळाली नाहीच; परंतु अपमानाचे, अवहेलनेचे आणि शिव्या-शापांचे धनी मात्र त्यांना व्हावं लागलं. विषण्ण मन:स्थितीत ते घरी परतले आणि पुनश्च एकवार आळंदीच्या ब्रह्मपीठाला विज्ञप्ती अर्ज लिहीत बसले असताना सोपान आणि मुक्ता यांचं लुटुपुटुचं भांडण बघून काही क्षण ते मनातले दु:ख विसरले. दोघा बहीण-भावंडांचे भांडण मिटलं आणि विठ्ठलपंत पुन्हा अर्ज लिहू लागले. लहानग्या सोपानाने जवळ येऊन विचारलं, ''बाबा, तुम्ही हे रोज रोज काय लिहिता? आणि कोणाला लिहिता? असं रोज रोज लिहिण्याचा तुम्हाला काही मोबदला मिळतो का?'' सोपानाचे ते प्रश्न ऐकून विठ्ठलपंत निरुत्तर झाले; पण मुक्तानं मध्येच तोंड घातलं. आपलं अपरं नाक उडवून ती म्हणाली, ''वेडाच आहे हा सोपानदादा. असं लिहिण्याचा कधी मोबदला मिळतो का? तसा मिळाला असता, तर आईनं आपल्याला रोज पेज का दिली असती? बाबा अभ्यास करतात, हे या वेड्याला कळतच नाही.'' सोपानाच्या प्रश्नानं अस्वस्थ झालेले विठ्ठलपंत, त्याच्या प्रश्नाला मुक्तेनं परस्पर उत्तर दिलेलं पाहून काहीसे विसावले. यावर आणखी ऊहापोह नको, म्हणून त्यांनी आपलं लिखाणाचं काम आवरतं घेतलं.

संध्याकाळ झाली. निवृत्ती आणि ज्ञानेश्वर दोघेही घरी परतले. हे दोघं दिवसभर कुठे जातात, याची सोपानाला फार उत्सुकता होती. निवृत्तीला गहिनीनाथांकडून हटयोगाची दीक्षा मिळून ब्रह्मज्ञान प्राप्त झाल्यानंतर निवृत्तीदादाच्या वागण्यात खूपच बदल झालेला सोपानाला जाणवत होता. खरंतर गुहेत त्या दिवशी काय घडलं, हे निवृत्तीनं जरी सगळ्यांना सांगितलं असलं, तरी त्या घटनेचं आकलन त्यालाही नीटसं झालं नव्हतं. वाघाच्या भीतीनं आपण गुहेत शिरलो, तिथे एक नाथपंथी साधू आला, त्याने आपल्या नजरेत नजर मिसळून रोखून पाहिलं आणि आपल्या मस्तकावर हात ठेवला. त्यानंतर आपल्याला काहीशी ग्लानी आली आणि पुढे काय झालं, ते आपल्याला कळलं नाही, असं निवृत्तीदादानं सगळ्यांना सांगितलं असलं, तरी त्या दिवसापासून निवृत्तीदादाच्या वागण्यात आमूलाग्र बदल झालेला होता. इतके दिवस ज्ञानेश्वर आणि सोपानाला घेऊन हमामा, हुतूतू, लगोरी, चेंडू फळी इत्यादी खेळ खेळणारा निवृत्तीदादा त्या दिवसापासून एकदम मोठा झाल्याप्रमाणे वागू लागला. प्रौढ झाल्याप्रमाणे वागू लागला. खरंतर त्याचंही वय अवघं दहा वर्षांचं असेल; पण त्या वयात निवृत्तीदादा धर्माचं, अध्यात्माचं, ब्रह्मज्ञानाचं तत्त्वज्ञान बोलत असे. सहा वर्षांच्या सोपानाला त्यातलं काही कळायचं नाही; पण ज्ञानादादा मात्र निवृत्तीदादाला असंख्य प्रश्न विचारत असे आणि त्या प्रश्नांची समाधानकारक उत्तरं मिळेपर्यंत त्या दोघांचा संवाद चालत असे. काहीच न समजल्यानं सोपान मात्र त्यातून काहीसा

बाजूला पडत असे. मग त्याला कंटाळा येई. एके दिवशी असंच कंटाळून सोपान निवृत्तीला म्हणाला, "निवृत्तीदादा, मला पण सांग की रे तुम्ही काय बोलता ते? तुम्ही दोघं जण सारखं – काहीतरी द्वैत-अद्वैत, योग-हटयोग, कुंडलिनी – सुषुम्ना असलं काहीतरी बोलत बसता. मला पण शिकव की रे!" सोपानाचं हे बोलणं ऐकून निवृत्तीदादा काहीसा हसला. म्हणाला, "सोपाना! आपण अस करू. मी ज्ञानेश्वराला सांगतो आणि तो तुला सांगेल. मग तर झालं?" निवृत्तीदादाचं ते उत्तर ऐकून सोपानाची तात्पुरती समजूत पटली खरी; पण त्यानं आता ज्ञानेश्वराकडे भुणभुण लावली.

दिवस असेच जात होते. ब्रह्मपीठाला विनवण्या, अर्जविनंत्या करून विठ्ठलपंत थकले. शेवटी एक दिवस धाडस करून त्यांनी ब्रह्मसभेत प्रवेश केला आणि ब्रह्मवृंदासमोर हात जोडून बहिष्कार काढण्याची विनंती केली. विठ्ठलपंत म्हणाले, "भूदेव हा साक्षात परमेश्वराचा दरबार आहे. या दरबारात फक्त न्यायच केला जातो. या दरबारात फक्त न्यायच होईल, असा माझा विश्वास आहे आणि एकाच्या गुन्ह्याचे पातक आणि शिक्षा दुसऱ्याला मिळावी, हा अन्याय नव्हे काय? मी आणि माझ्या पत्नीनं अधर्म केला आहे; पण त्याची शिक्षा माझ्या मुलांना मिळते आहे. मौंजीबंधनासाठी योग्य वय झालेलं असूनही त्यांच्यावर मौंजीबंधनाचं संस्कार झाले नाहीत. ते करायलाही कुणी तयार नाही. माझ्या पातकाची शिक्षा माझ्या मुलांना मिळू नये. माझ्या या पातकाबद्दल मी आणि माझी पत्नी आपण सांगाल ती शिक्षा, आपण सांगाल ते प्रायश्चित्त घ्यायला तयार आहोत. त्यानंतर या ब्रह्मपीठानं माझ्या मुलांना सामावून घ्यावं आणि त्यांना शुद्धिपत्र देऊन मौंजीबंधनाचा संस्कार करून घेण्यासाठी त्यांना पात्र ठरवावं. अशी या ब्रह्मसभेला माझी कळकळीची विनंती आहे." विठ्ठलपंताचं हे बोलणं ऐकून तो कर्मठ ब्रह्मवृंद काहीसा विचारात पडला. त्यांनी काढलेला मुद्दा खरोखर योग्यच होता. एकाच्या गुन्ह्याबद्दल दुसऱ्याला शिक्षा, ही ब्रह्मपीठाची न्यायनीती नव्हती. 'तुमच्या विनंतीबद्दल विचार करून उद्या न्याय-निवाडा केला जाईल,' असं ब्रह्मपीठाच्या प्रमुखांनी, श्रीधरपंतांनी विठ्ठलपंतांना सांगितलं. विठ्ठलपंत घरी परतले.

आपले आईबाबा कशाच्या चिंतेत आहेत, याची साधारण कल्पना निवृत्ती आणि ज्ञानेश्वर यांना होती, पण सोपानाला मात्र तेवढं काही उमजत नव्हतं. आपले आई-बाबा सतत कसल्यातरी काळजीत आहेत, बाबांचा चेहरा सतत चिंताक्रांत दिसतोय, तर आई पुन:पुन्हा डोळे पुसत असते; हे सोपानाला कळत होतं, पण त्यामागचं कारण काय असावं, हे विचार करूनही त्याला कळत नसे. मग तो मुक्तेला विचारी. मुक्ता तर त्याच्यापेक्षा लहान. सोपानानं तिला विचारलं की, ती जाऊन थेट आईला विचारत असे. "आई, सोपानदादा म्हणत होता, तू सारखी रडत असतेस? का गं

तू रडतेस सारखी? तुला बरं वाटत नाही का? तुझ्या पोटात दुखतं का?'' मुक्तेनं असं विचारलं की, रुक्मिणीबाई गडबडीत डोळे पुसत आणि किंचित हसून म्हणत, ''नाही गं मुक्ता, मी कुठं रडते? डोळ्यांत कचरा जातो ना! त्यामुळे डोळ्यांत पाणी येतं आणि त्या सोपानाला वाटतं, की मी रडते, पण मी काही रडत नाही.'' आईनं असं सांगितलं की, लहानग्या मुक्तीला ते पटत असे. मग ती येऊन सोपानाला म्हणत असे, ''सोपानदादा तू वेडाच आहेस बघ. अरे आई काही रडत नाही. तिच्या डोळ्यांत धूळ जाते आणि मग तिच्या डोळ्यांत पाणी येतं आणि मग तुला वाटतं ती रडते!'' मुक्तेचं हे बोलणं ऐकून सोपान मान हलवायचा; पण तिच्या समाधानासाठी. मनातून त्याला हे पटलेलं नसायचं.

ब्रह्मसभेतून विठ्ठलपंत घरी आले. त्या दिवशी रात्री दोघा पती-पत्नींचा डोळ्याला डोळा लागला नाही. 'उद्या काय होईल? काय निर्णय घेतला जाईल? आपलं, आपल्या मुलांचं भवितव्य ठरवणारा उद्याचा सूर्य कोणता कौल घेऊन येईल? सगळं ठीक होईल ना? की काही विपरीत घडेल? आपल्या मुलांच्या भविष्याचा विचार धर्मसभा करेल ना? आपली क्षमायाचना मान्य होईल का? निवृत्ती, ज्ञानेश्वर, सोपान यांच्यावर उपनयन संस्कार होतील का?' एक ना दोन अनेक प्रश्नांचं मोहळ त्या माता-पित्यांच्या मनात घोंगावत होतं; पण दुर्दैव असं, की नुसते प्रश्नच होते. प्रश्न-प्रश्न आणि प्रश्न? उत्तर मात्र एकाचंही नव्हतं. त्या दोघांच्या मनातल्या विचारांच्या वादळाची थोडीशी कल्पना निवृत्ती आणि ज्ञानेश्वर यांना होती.

ब्रह्मज्ञानाचा अभ्यास करण्यासाठी निवृत्ती ज्ञानेश्वराला इंद्रायणीच्या घाटावरच्या एका एकांत स्थळी घेऊन जात असे. घाटावरून येता-जाता तिथे ये-जा करणाऱ्या लोकांची बोलणी दोघांच्या कानावर पडत असत. त्यामुळे आपल्या आई-वडिलांच्या मनातल्या वादळाची त्या दोघांना काहीशी कल्पना होती; परंतु विचारांच्या आणि समस्येच्या या आवर्तापासून अनभिज्ञ असलेली सोपान आणि मुक्ता त्या रात्री शांत निजली. त्या दोघांकडे बघून विठ्ठलपंतांचे डोळे राहून राहून पाण्याने भरत होते आणि रुक्मिणीबाईंच्या दुःखाला पारावार नव्हता. उद्या काय होणार, त्यापेक्षा या मुलांचं काय होणार, याची चिंता त्या दोघांचं काळीज खात होती. निवृत्ती आणि ज्ञानेश्वर तसे काहीसे जाणते होते; परंतु सोपान आणि मुक्ता दोघं अगदीच लहान आणि अजाण होते. धर्मपीठाने उद्या आपल्याला तिथे काही शिक्षा सुनावली, तर त्या दोघांना सोडून जाणं महामुश्कील काम होतं. तरीसुद्धा आपल्या दोघांच्या जीवित राहण्याची काळी छाया या मुलांच्या आयुष्यावर पडणार असेल, तर तेही त्यांना चालणार नव्हतं. त्यापरीस आपल्या नसण्यामुळे त्यांची आयुष्य जर सुराला लागत असतील, तर आपल्या नसण्याची एवढी खंत त्यांना वाटली नसती. काय होणार होतं उद्या? काय लिहिलं असेल आपल्या आणि पोरांच्या नशिबी? विठ्ठलपंत आणि

रुक्मिणीबाई यांच्या मनाची अवस्था अतिशय विचित्र झाली होती. मनातल्या सगळ्या भावना हुंदक्यांमध्ये कोंडल्या गेल्या होत्या. एकीकडे ही रात्र कधी संपूच नये, उद्याची सकाळ उजाडूच नये, असं वाटत असताना दुसरीकडे कधी एकदा ही रात्र संपते आणि कधी एकदा सकाळ उजाडते, असंही होतं होतं. एकीकडे नकोच तो धर्मपीठाचा न्याय आणि नकोच ते मौंजीबंधन आणि नको ते शुद्धिपत्र; त्यापेक्षा आहे असेच आपण सहा जण एकत्र राहू, राबून मिळालेला भाकरीचा तुकडा वाटून खाऊ. येणारं संकट सहा जण मिळून झेलू आणि मिळणारा आनंद सहा जणांच्यात वाटून घेऊ. असं राहिलो, तर निदान आपण सगळे एकत्र तरी राहू. गावाने सामावून घेतलं नाही, तर जंगलात जाऊन राहू. एक मन त्या एकोप्याची ग्वाही देत होतं, तर दुसरं मन मात्र समाजाच्या अनुमतीचा आग्रह धरत होतं. आपण नक्की कोणता विचार करतो आहोत, कोणता विचार करावा? हेच मुळी त्या दोघांना उमगत नव्हतं. रुक्मिणीबाईंच्या डोळ्याला धार लागली होती. विठ्ठलपंत मात्र विमनस्कपणे बसून राहिले होते. 'कुठं चुकलं? काय चुकलं? कोणाचं चुकलं? आपण पत्नीची स्पष्ट अनुमती न घेता संन्यास घेतला हे चुकलं? की गुरूंच्या आज्ञेमुळे पुन्हा गृहस्थाश्रम स्वीकारला हे चुकलं? आपल्याला दीक्षा देताना आपल्या म्हणण्याची सत्यता पडताळून न पाहता आपल्याला संन्यासाश्रमाची दीक्षा दिली, हे स्वामींचं चुकलं, की आपल्या पत्नीच्या अश्रूंमुळे विरघळून जाऊन आपल्याला पुन्हा गृहस्थाश्रमी होण्याची गुरुआज्ञा केली, हे गुरूंचं चुकलं? श्रीपादस्वामी एवढे महाज्ञानी; परंतु संन्यास घेतलेल्या आपल्या शिष्याला आपण पुन्हा गृहस्थाश्रमी होण्याची जी आज्ञा देतो आहोत, हे धर्मपीठाच्या विरुद्ध आहे, धर्मसत्तेच्या दृष्टीने हा गुन्हा आहे, धर्मनीतीमध्ये हे पातक आहे, हे त्यांना उमगलं नसेल? आपल्याला लहानपणापासूनच संन्यस्तवृत्तीची ओढ होती. असे असताना आपण विवाह करायलाच नको होता. तिथंच मुळात आपलं चुकलं; पण आता काय उपयोग? व्हायचं ते सारं होऊन गेलं. आता कालचक्र तर उलटं फिरवता येत नाही. आता जे होईल ते पाहणं, जे संकट ओढवलं, त्याला सामोरं जाणं आणि जे मिळेल ते पदरात पवित्र समजून घेणं, याशिवाय आपल्या हातात दुसरं काहीच नाही.' गतजीवनाचा, झालेल्या चुकांचा आणि नकळत घडलेल्या पातकांचा आढावा विठ्ठलपंत घेत होते आणि...

उजाडलंसुद्धा. आन्हिक आटोपल्यावर विठ्ठलपंतांनी चारही मुलांना जवळ बोलावलं. नऊ वर्षांचा निवृत्ती, सात वर्षांचा ज्ञानेश्वर, पाच वर्षांचा सोपान आणि तीन वर्षांची मुक्ता. बाबांनी बोलवलं म्हटल्यावर चौघं जण पळत येऊन बाबांना बिलगली. मुक्तेला कडेवर उचलून घेऊन दुसरा हात सोपानाच्या केसातून फिरवत ते निवृत्तीला उद्देशून म्हणाले, "बाळ निवृत्ती, ज्ञाना, आता मी काय सांगतोय ते नीट ऐका. मी आता धर्मसभेत जातो आहे. तुम्हा मुलांच्या मौंजीबंधनासाठी आणि गावानं आपल्यावर

टाकलेला बहिष्कार मागं घेण्यासाठी मी धर्मपीठाला विनंती केली होती, तसा विज्ञप्ती अर्जही दाखल केला होता. आज त्या अर्जावर धर्मपीठाकडून न्याय दिला जाणार आहे. तो न्यायनिवाडा ऐकण्यासाठी मी धर्मसभेत चाललो आहे. धर्मसभा जो न्यायनिवाडा करेल, तो आपल्या सर्वांना मान्य करावाच लागेल. निवृत्ती, ज्ञानेशा, आज तुम्ही दोघं कुठंही जाऊ नका. घरीच तुमच्या दोन भावंडांजवळ व आईजवळ थांबा. मी जाऊन येतो.'' असं म्हणत विठ्ठलपंत झोपडीच्या बाहेर पडले. झोपडीच्या दारापर्यंत आलेल्या रुक्मिणीबाईंकडे त्यांनी मुक्तीला दिले आणि आपल्या पत्नीचा डबडबलेल्या डोळ्यांनी निरोप घेत पुन्हा एकदाही मागे वळून न पाहता ते झरझर चालत गेले. त्यांच्या पाठमोऱ्या आकृतीकडे बघत राहिलेल्या ज्ञानेश्वराला सोपाननं विचारलं, ''धर्मपीठ म्हणजे काय रे ज्ञानादादा? आणि न्यायनिवाडा म्हणजे तरी काय?'' आईचे भरून वाहणारे डोळे आणि विठ्ठलपंतांची म्लान झालेली मुद्रा बघून कावराबावरा झालेला ज्ञानेश्वर सोपानाच्या या प्रश्नाचं उत्तर देऊ शकला नाही. काय घडणार आहे, याचा निश्चित अंदाज नसला, तरी काहीतरी अघटित घडणार आहे, अशी दुष्ट शंका ज्ञानदेवाला आली होतीच; पण निवृत्ती मात्र अत्यंत गंभीर, पण चिंतित मुद्रेनं उभा होता. कदाचित काय घडणार आहे, याची अंधूकशी कल्पना निवृत्तीला आली असावी. काही न बोलता धाकट्या तीनही भावंडांना हाताशी धरून तो आत आला. पाठोपाठ त्यांची आईदेखील आली. निवृत्तीला काय वाटलं कोण जाणे! ज्ञानेश्वराला हाताला धरून तो आईजवळ गेला. सोपान आणि मुक्ता आईच्या मांडीवरच बसले होते. त्या दोघांच्या डोक्यावरून हात फिरवून ज्ञानेश्वराचा हात आपल्या हातात धरून आपला व त्याचा हात आईच्या चरणावर ठेवून निवृत्ती म्हणाला, ''आई! तुझ्या चरणांवर हात ठेवून आम्ही दोघं शपथ घेतो, काहीही झालं, कोणतंही संकट आलं, तरी आम्ही ते निभावून नेऊ आणि या दोघांना कधीही अंतर देणार नाही.'' निवृत्तीचं ते बोलणं ऐकून रुक्मिणीबाईंना हुंदका आवरेना. कापणाऱ्या आवाजात डोळे पुसत त्या म्हणाल्या, ''निवृत्तीबाळा, तुझं बोलणं ऐकून मी धन्य झाले. माझ्या मनावरचं मणामणाचं ओझं तुझ्या या बोलण्यामुळं हलकं झालं. आता धर्मपीठाचा न्याय कोणताही येवो, त्याला सामोर जाण्यासाठी मला हजार हत्तींचं बळ दिलंस तू बाळा. माझी गुणाची पोरं ती!'' असं म्हणत रुक्मिणीबाईंनी आपल्या चारही लेकरांना उराशी कवटाळलं.

दिवस मावळला. संध्याकाळ झाली. सकाळी धर्मसभेत गेलेले विठ्ठलपंत अजूनही आलेले नव्हते. दुपार उलटून गेल्यापासूनच रुक्मिणीबाईंच्या जिवाची घालमेल व्हायला लागली होती. त्यांच्या मनातली कासाविशी त्यांना शांत बसू देईना. आतून बाहेर, बाहेरून आत त्या येरझाऱ्या घालत होत्या. 'अजून कसे विठ्ठलपंत आले नाहीत? काय झालं असेल? तिथं काही विपरीत घडलं असेल

का? असं काहीतरी घडलं म्हणून ते परस्पर कुठंतरी गेले असतील का? धर्मसभेनं काहीतरी विचित्र न्याय दिला, म्हणून त्यांनी आपल्या जिवाचं काही बरेवाईट तर...? छे ! असं होणार नाही. ते असं करणार नाहीत. मला विचारल्याशिवाय ते कोणताही निर्णय घेणार नाहीत आणि काय न्याय व्हायचाय तो आम्हा दोघांचा व्हायचाय. त्यामुळे धर्मसभेत जो काही निर्णय होईल, तो आम्हा दोघांच्या बाबतीत होईल आणि आम्हाला दोघांना तो बंधनकारक असेल, कारण ह्यांनी संन्यासाश्रमाचा त्याग करून गृहस्थाश्रम स्वीकारला, तो केवळ माझ्यासाठी आणि माझ्यामुळे, आणि त्यांच्या या निर्णयात मी त्यांना सर्वस्वाने साथ दिली. हे जर पातक असेल, नव्हे आहेच, तर त्यात आम्ही दोघंही त्यात समसमान भागीदार आहोत. मुळातच पत्नी ही पतीची अर्धांगिनी असते. त्याच्या यशात, कीर्तीत आणि पाप-पुण्यातही तिचा अर्धा वाटा असतो. याही नात्यानं हा न्यायनिवाडा मलाही बंधनकारक ठरतो; पण हे अजून कसे आले नाहीत? विठ्ठला, निर्णय काहीही होऊ दे. तो घरापर्यंत मला येऊन सांगण्याची त्यांना बुद्धी दे.' डोळ्यांतून वाहणारे अश्रू पुसण्याचं जराही भान रुक्मिणीबाईंना नव्हतं. तशाच ओल्या डोळ्यांनी आणि ओलावलेल्या मनानं त्यांनी विठ्ठलाला हात जोडले. चारही मुलं आईची ती रडवेली अवस्था बघून कानकोंडी होऊन बसली होती.

अंधार पडला. आता मात्र रुक्मिणीबाईंना काळजी वाटायला लागली. अनेक कुशंकांनी मनात फेर धरला. 'काय करावं निवृत्तीला पाठवावं का त्यांना बघायला? तो तरी कुठं कुठं म्हणून जाईल? का आपणच जावं.' रुक्मिणीबाईंच्या डोळ्यांचं पाणी खळे ना. तोच समोरून विनायकबुवा येताना दिसले. विठ्ठल मंदिरात ते कीर्तन करत असत. त्यांना बघून रुक्मिणीबाई पुढे आल्या. पदर सावरून त्यांना लांबूनच त्रिवार नमस्कार केला. विनायकबुवा रुक्मिणीबाईंना त्यांच्या विवाहाच्या आधीपासून ओळखत होते. सिद्धोपंतांची आणि त्यांची तोंडओळख होती. या कुटुंबावर आतापर्यंत काय काय प्रसंग ओढवले आहेत, ही गोष्ट ते जाणून होते आणि आज तर त्यावर कळस चढला होता. धर्मपीठानं न्यायनिवाडा करताना माणुसकी बाजूला सारून, 'धर्म माणसासाठी असतो, माणसे धर्मासाठी नसतात,' ही गोष्ट ते न्यायाचं धर्मासन पूर्णपणे विसरलं होते. रुक्मिणीबाईंनी त्यांना वाकून नमस्कार केल्यावर त्यांना काय आशीर्वाद द्यावा, हे विनायकबुवांना समजेना. त्यांना धड खोटंही बोलवेना आणि खरं सांगण्याचं धाडस होईना. तोच रुक्मिणीबाईंनी त्यांना विचारलं, "बुवा, आपण आता मंदिरातूनच येता आहात ना? धर्मसभेत काय झालं? याची आपल्याला कल्पना असेलच. धर्मसभेचा निर्णय ऐकायला हे सकाळी गेले आहेत. ते अद्याप परतले नाहीत. मला काळजी वाटून राहिली आहे. मी आपल्याला विचारते आहे. काय घडलं असेल, ते खरं खरं मला अगदी नि:संकोचपणे सांगा."

रुक्मिणीबाईंचा तो विनवणीचा स्वर, भरून वाहणारे डोळे, थरथरणारी काया

आणि चेहऱ्यावर दाट उमटलेलं चिंतेचं सावट, हे बघून विनायकबुवांना गहिवरून आलं. उपरण्यानं आपले डोळे पुसून ते म्हणाले, ''पोरी! काय सांगू तुला? आणि कसं सांगू तुला? अगं धर्मसभेनं माणुसकी पायदळी तुडवली. अगं, आज धर्मसभेत जो न्याय झाला, तो न्याय नव्हता. पोरी तो न्याय नव्हता. न्याय या शब्दाची ती क्रूर चेष्टा होती. धर्मसभा कसली, आज ती अधर्मसभा होती.''

''पण म्हणजे नक्की धर्मसभेत काय निर्णय झाला तो सांगा ना बुवा. माझ्या जिवाची नुसती तडफड होत आहे,'' रुक्मिणीबाईंनी कापऱ्या आवाजात पुन्हा विचारलं. त्यावर विनायकबुवा काही उत्तर देणार, तोच, ''आता जास्त काळ ही तडफड तुला सोसावी लागणार नाही रुक्मिणी! आपल्या जिवाची होणारी तडफड लवकरात लवकर संपवण्याचा मार्ग धर्मसभेनं काढून दिला आहे.'' तिन्हीसांजेच्या त्या नीरव शांततेत विठ्ठलपंतांचा आवाज घुमला. त्या आवाजाला धार एवढी होती की, रुक्मिणीबाई अंतर्बाह्य थरारल्या. विठ्ठलपंत सकाळी गेले ते आता आले आहेत, दिवसभर त्यांचा पत्ता नव्हता; म्हणून आपण चिंतित होतो, हे सगळं त्या विसरल्या. विठ्ठलपंतांना समोर बघून विनायकबुबांनी त्यांना नमस्कार केल्यासारखं केलं आणि ते घाईघाईनं तिथून निघून गेले. 'हो! विठ्ठलपंताशी बोलताना कुणी पाहिलं असतं, तर नसती आफत ओढवली असती.' विनायकबुवांची पाठमोरी आकृती दिसेनाशी झाली आणि रुक्मिणीबाई भानावर आल्या. मागे वळून विठ्ठलपंतांना त्या काही विचारणार, तोच विठ्ठलपंत झोपडीच्या दाराशी पोहोचलेसुद्धा होते. पदर सावरत रुक्मिणीबाई त्यांच्या पाठोपाठ आत आल्या. त्यांनी पाहिलं विठ्ठलपंत गुडघ्यांत मान घालून बसले होते. असाहाय्य जखमी पाखरासारखे, गलितगात्र होऊन विठ्ठलपंत बसले होते. त्यांना तसं बसलेलं बघून रुक्मिणीबाईंच्या पायातली ताकदच गेली. लटपटत्या पावलांनी त्या विठ्ठलपंतांजवळ गेल्या. थरथरत्या अंगाने खाली बसल्या. कापऱ्या आवाजात म्हणाल्या, ''अहो, काय झालं? काय झालं धर्मसभेमध्ये? त्यांनी काय निवाडा दिला? तुम्ही असं का बसलात? काय झालं, सांगा तरी? आता होणार ना आपल्या लेकरांच्या मुंजी? मिळणार ना शुद्धिपत्र आपल्याला?'' कापऱ्या आवाजात कातर स्वरात रुक्मिणीबाई एका मागोमाग एक प्रश्न विचारत होत्या; पण त्यांच्या प्रश्नाला विठ्ठलपंतानी ना उत्तर दिलं; ना प्रतिसाद. गुडघ्यांत घातलेली मान त्यांनी वरसुद्धा केली नाही. मग मात्र रुक्मिणीबाईंची सहनशक्ती संपली. इतके दिवस मनाची होणारी घुसमट आवेगाने बाहेर आली. मनाचा झालेला कोंडमारा उद्रेक घेऊन बाहेर आला आणि रुक्मिणीबाई विठ्ठलपंतांच्या पायांशी कोसळल्या. त्या आवाजानं विठ्ठलपंत भानावर आले. त्यांनी गुडघ्यांत घातलेली मान वर केली आणि त्यांचा तो विदीर्ण चेहरा बघून रुक्मिणीबाईंच्या काळजाचा ठाव सुटला. एरवी धीरगंभीर, परंतु प्रेमळ दिसणारा विठ्ठलपंतांचा चेहरा भग्न मंदिरासारखा दिसत होता.

त्यांचा गौरवर्ण काळवंडला होता. बुद्धीचं तेज दर्शवणारे त्यांचे तेजस्वी डोळे आज विझू-विझू झाले होते. त्यांचं अवघं शरीर जणू आकसलं होतं. रुक्मिणीबाईंना विठ्ठलपंताकडे जास्त वेळ बघवेना. त्या काही विचारणार, तोच विठ्ठलपंत म्हणाले, "संपलं. रुक्मिणी सगळं संपलं. आपल्या चार लेकरांच्या वयाचा, निरागसपणाचा, बाल्यावस्थेचा किंचितही विचार न करता धर्ममार्तंडांनी आपल्याला शिक्षा सुनावली आहे." विठ्ठलपंतांचा तो विषण्ण स्वर रुक्मिणीबाईंना ऐकवेना. त्यातच कालचा संपूर्ण दिवस, संपूर्ण रात्र आणि आजचा दिवस काळीज पोखरणारा होता. मनाची दोलायमान अवस्था अत्यंत घातक, जिवावर लागलेली टांगती तलवार, ही नेहमीच रक्त पिणारी असते. त्यापेक्षा हे टोक किंवा ते टोक, कोणत्यातरी एका बाजूचा निर्णय, भले तो अनुकूल असो किंवा प्रतिकूल, तो एकदाचा लागला, म्हणजे जिवास निश्चिती होते. कालपासून रुक्मिणीबाईंच्या जिवाला टांगती तलवार लागली होती. विठ्ठलपंत दु:खी मनानं घरी आल्यानंतर काय निर्णय लागला, याच्या अनावर उत्सुकतेबरोबरच एकदाचा निर्णय लागला, हे सूक्ष्मसं समाधान मनाच्या कोपऱ्यात वाटत होतं, तरीही विठ्ठलपंतांचा तो विव्हल स्वर काळजाचा थरकाप उडवून गेला. थरथरणाऱ्या आवाजात त्यांनी विचारलं, "काय दिला धर्ममार्तंडांनी निर्णय?" रुक्मिणीबाईंचा प्रश्न ऐकून विठ्ठलपंताना बोलवेना. त्या सोज्ज्वळ माउलीला काय सांगावं, याचा त्यांना प्रश्न पडला; पण सांगावं तर लागणार होतंच. विठ्ठलपंतांनी मनोधैर्य एकवटलं. एक मोठा श्वास घेतला. एक अपराधीपणाचा कटाक्ष रुक्मिणीबाईंकडे टाकला आणि जड आवाजात ते उद्गारले, "रुक्मिणी आपल्या हातून घडलेल्या अधर्मासाठी धर्मभास्करांनी आपल्याला देहान्ताची शिक्षा सुनावली आहे. आपल्या हातून घडलेल्या या पातकाचं परिमार्जन देहान्त प्रायश्चित्ताशिवाय होणार नाही, असा कौल धर्मसभेनं दिला आहे आणि या शिक्षेची अंमलबजावणी ताबडतोब केली जावी, असा आदेशही धर्मपीठानं दिला आहे." विठ्ठलपंतांनी एकदाचं सांगून टाकलं; पण ते सांगत असताना, त्याचा उच्चार करत असताना त्यांच्या जिवाची किती तगमग होत होती, याची साक्ष, त्यांचे भरून आलेले डोळे, लाल झालेला चेहरा आणि कापणारा आवाज देत होते. विठ्ठलपंतांचं बोलणं ऐकलं आणि रुक्मिणीबाईंचा श्वास थांबला. आपल्या धडधडणाऱ्या हृदयावर हात ठेवून कापऱ्या आवाजात त्या म्हणाल्या, "का... य? देहान्ताची शिक्षा? या चिमण्या लेकरांना टाकून?" त्या निर्णयाचा उच्चार करतानासुद्धा रुक्मिणीबाईंचा श्वास कोंडत होता. एका अनामिक भयानं त्यांनी पाठीमागे नजर टाकली. निवृत्ती, ज्ञानेश्वर, सोपान आणि मुक्ता ही चौघंही जण भांबावलेल्या चेहऱ्यानं उभी होती. सोपान आणि मुक्ता यांच्या चेहऱ्यांवर प्रश्नचिन्ह होतं, तर निवृत्ती आणि ज्ञानेश्वर, त्यांचे चेहरे मात्र जखमी, घायाळ पाखरांप्रमाणे केविलवाणे झाले होते. रुक्मिणीबाईंना गलबलून आलं. मुलांकडे बघून

त्यांनी हात पसरले आणि ही चौघंही लेकरं धावत येऊन त्यांना बिलगली. रुक्मिणीबाईंच्या सर्वांगाला जणू मातृत्वाचे स्रोत फुटले होते. त्यांचे खरखरीत हात चारही मुलांच्या अंगा-खांद्यांवरून चेहऱ्या-माथ्यावरून वात्सल्याची मखमल घेऊन फिरत होते. जणू आपल्या चार लेकरांचे स्पर्श त्या आपल्या अवघ्या शरीरात साठवून घेत होत्या. विठ्ठलपंतही डोळे भरून ते दृश्य बघत होते. त्यांच्याही नकळत ते उठले. रुक्मिणीबाईंजवळ आले आणि चार मुलांसकट रुक्मिणीबाईंना मिठीत घेऊन ते रडू लागले. निवृत्ती, ज्ञानेश्वर दोघांना घटनेचं गांभीर्य समजलं होतं. काहीतरी विचित्र घडलंय, म्हणून आई-बाबा दोघंही रडताहेत, सोपानाला एवढंच कळलं होतं, तर मुक्ताला मात्र इथे काय चाललंय, हेच कळत नव्हतं; पण आई-बाबांना रडू यावं, असं काहीतरी घडलं आहे, एवढं मुक्ताला नक्की समजलं. पण निवृत्तीदादा, ज्ञानादादा दोघंही गप्प होते. काही बोलतही नव्हते, काही विचारतही नव्हते. एकंदरीत त्या क्षणाला सगळीच गप्प-गप्प होती. त्यामुळे एरवी बडबड करणारी, सतत प्रश्न विचारणारी मुक्ताही मग उगीच राहिली.

अंधार दाटून आला. आजचा अंधार जरा जास्तच गहिरा होता आणि त्याला प्रचंड दुःखाची, वेदनेची आणि वियोगाची काळी छायाही होती. अंधाराची ही काळी छाया विठ्ठलपंतांच्या घरावर, त्यांच्या कुटुंबावर, चार निरागस लेकरांवर अशी काही कोसळली की, दुसऱ्या दिवशीचा सकाळचा सूर्य प्रकाश घेऊन येणार की अंधार, अशी शंका यावी. रुक्मिणीबाई राहून-राहून पोरांच्या अंगांवरून हात फिरवत होत्या. त्यांचे चेहरे ओंजळीत धरून त्यांचे मुके घेत होत्या. डोळ्यांतून अश्रूंची धार लागली होती. हुंदक्याने अंग गदगदत होतं. लेकरांचे चेहरे ओंजळीत धरून त्यांना डोळे भरून बघताना, त्यांचे मुके घेताना, विशेषतः मुक्तीला कवटाळताना रुक्मिणीबाईंना जोराचा हुंदका फुटे. त्यांच्या मिठीत गुदमरत असताना तशाही स्थितीत घुसमटल्या आवाजात मुक्ता विचारत असे, "आई तू का गं रडतीस? तुझ्या पोटात दुखतंय का? तुझं डोकं दुखतंय का? तुला भूक लागली आहे का?" मुक्तीच्या या विचारण्याने रुक्मिणीबाईंना आणखीच गहिवर येत होता. या तान्ह्या निरागस पोरीला काय सांगायचं? काय उत्तर द्यायचं? आणि तिला सोडून तरी कसं जायचं, या विचाराने त्यांच्या काळजात कालवाकालव होत होती. "तुला भूक लागली आहे का?" हा मुक्तेचा निरागस प्रश्न ऐकून इतका वेळ टाहो फोडणारी वत्सलमाता जाऊन त्या ठिकाणी रुक्मिणीबाईंची कर्तव्यदक्ष माता जागरूक झाली. आपल्या सकाळपासूनच्या या जीवघेण्या गोंधळात या लेकरांच्या पोटातही सकाळपासून काही पडलं नाही, याचं त्यांना भान आलं. देहान्ताची शिक्षा जेव्हा घ्यायची आहे तेव्हा घेऊच; परंतु तोपर्यंत तरी आपलं मातेचं कर्तव्य आपण केलंच पाहिजे. अगदी शेवटचा श्वास असेपर्यंत. त्यांच्या मनानं घेतलं आणि मुक्तेच्या चेहऱ्यावरून हात

फिरवत त्या म्हणाल्या, "माझ्या सगळ्या बाळांना भूक लागली असेल. चला सकाळी मी उकड बनवली आहे. चला, तुम्हाला भरवते." असे म्हणून रुक्मिणीबाई उठल्या. त्यांनी सकाळी गाडग्यात शिजवून ठेवलेली उकड काढली. ती दोन खापऱ्यांत घेतली. काय असणार होतं त्यात? ना मीठ, ना साखर! संन्याशाचा संसार होता तो. दोन खापऱ्यांत घेतलेली उकड त्या मुक्ता आणि सोपानाला भरवू लागल्या. त्यांच्या डोळ्यांतलं पाणी त्या खापरीवर पडत होतं. मातृत्वाचं अमृत आणि वियोगाचं मीठ त्या उकडीमध्ये मिसळलं जात होतं आणि त्या उकडीला स्वर्गीय चव आली होती. सोपान आणि मुक्ता यांना उकड भरवून झाली, तसे दोघंही पेंगुळले. फाटक्या वाकळेवर जाऊन निजले. विठ्ठलपंतांनी अतीव मायेने दोघांची मस्तकं आपल्या मांडीवर घेतली आणि ते दोघांना थोपटू लागले. पोटात गेलेली उकड आणि पोटभर मिळालेले आईचे वात्सल्य, बाबांचा मस्तकावरून फिरणारा हात, यांमुळे सोपान आणि मुक्ता यांना लगेचच झोप लागली. ती दोघं झोपलेली बघून रुक्मिणीबाईंनी निवृत्ती आणि ज्ञानेश्वर यांना जवळ बोलावलं. त्या दोघांना खापरीत उकड काढून त्यांनाही भरवायला सुरुवात केली. निवृत्ती, ज्ञानेश्वर मुकाट त्यांच्या हातचे घास खात होते. रुक्मिणीबाईंच्या डोळ्याचं पाणी खळत नव्हतं. दोघांच्या पोटात चार घास गेल्यानंतर त्यांनी दोघांना जवळ घेतलं. सोपान आणि मुक्ता या दोघांची मस्तकं मांडीवर घेऊन खिन्न चेहऱ्याने त्यांना थोपटणाऱ्या विठ्ठलपंतांकडे रुक्मिणीबाईंनी एक ओझरता कटाक्ष टाकला आणि निवृत्तीचा हात धरून त्या बोलू लागल्या...

खरंतर त्यांना बोलवत नव्हतं. कंठ दाटून आला होता. आवाज कापत होता; पण बोलणंही भाग होतं. त्यांनी एकवार पदरानं डोळे पुसले सारं अवसान एकवटलं. मनाचा निग्रह केला आणि बोलायला सुरुवात केली, "निवृत्ती, ज्ञानेशा, माझं बोलणं लक्षपूर्वक ऐका. उद्यापासून हा किडूकमिडूक असेलला संसार, ही मोडकी-तोडकी झोपडी आणि सोपान-मुक्ती ही तुमची दोन्ही भावंडं, या सगळ्यांचा सांभाळ तुम्हाला करायचा आहे. मला माहीत आहे, तुमच्या इवल्याशा खांद्यावर ही फार मोठी जबाबदारी आहे; पण त्याला दुसरा इलाज नाही. उद्यापासून मी आणि तुमचे बाबा आम्ही दोघंही नसणार आहोत, त्यामुळे ही जबाबदारी तुम्हालाच पेलायची आहे." निवृत्ती काहीसा गंभीर झाला होता; पण ज्ञानदेवांनी विचारलं, "आई तू आणि बाबा उद्या कुठे गं जाणार आहात?" ज्ञानदेवांनी केविलवाण्या आवाजात विचारलेल्या त्या प्रश्नाने रुक्मिणीबाईंच्या काळजाला घरं पडली; पण उत्तर देणं भाग होतं. त्यांनी पुन्हा डोळे पुसले आणि म्हणाल्या, "ज्ञानेशा, आमच्या हातून घडलेल्या धर्मबाह्य वर्तनामुळं धर्ममार्तंड आपल्यावर कोपले आहेत, म्हणून गावातल्या लोकांनी आपल्यावर बहिष्कार टाकलेला आहे. याची दाद मागण्यासाठी आम्ही दोघं काशीला जावं

म्हणतो. काशीला जाणं आणि परत येणं म्हणजे पुनर्जन्म लाभल्यासारखं आहे. आम्ही परत येऊ न येऊ. तेव्हा आता ही जबाबदारी तुम्ही पेलायची आहे. आई-वडील असेपर्यंत प्रौढ झालेली मुलंदेखील त्यांच्या दृष्टीने लहानच असतात; पण आमच्या लहान लेकरांवर त्यांच्या बालपणीच प्रौढ करण्याचा करंटेपणा करणारे आई-वडील आम्हीच असू. बाळांनो, आता तुम्हाला मोठं व्हावं लागेल. या धाकट्या दोघांचा सांभाळ करावा लागेल; पण एवढं मोठं व्हा की, ज्या जगानं आम्हाला मान खाली घालायला लावली, त्याच जगाला माना उंच करून तुमच्याकडे पाहावं लागेल आणि तरीही तुमची बृद्धिमत्ता, तुमचं यश, तुमची कीर्ती त्यांच्या दृष्टिक्षेपात मावणार नाही. बाळांनो, साऱ्या सृष्टीचा भाग्यविधाता तो परमेश्वर तुमच्या पाठीशी राहील. नव्हे त्याला राहावंच लागेल. नाही तर एका घायाळ मातेचा, व्याकूळ मातृत्वाचा आणि अपुऱ्या वात्सल्याचा शाप त्याला भोगावा लागेल. उत्तुंग यश मिळवा. दिगंत कीर्ती मिळवा. इतकी, की संन्याशाची पोरं म्हणून हिणवणारं हे जग तुमच्या पायांवर डोकं टेकवायला मिळावं, म्हणून धडपडेल, जीव टाकेल. असं कार्य करा, की जे न भूतो न भविष्यती असं ठरेल.'' रुक्मिणीबाई बोलत होत्या. निवृत्ती आणि ज्ञानेश्वर कानात प्राण आणून त्यांचा प्रत्येक शब्द ऐकत होते. आपल्या पत्नीच्या प्रत्येक वाक्यासरशी विठ्ठलपंतांच्या डोळ्यांतून अश्रू ठिपकत होते. वत्सलमातेचं हे कठोर रूप त्यांना स्तिमित करून गेलं. मातृत्वाच्या विराट दर्शनाला त्यांनी मनोमन वंदन केलं.

मनातलं सगळं सांगून झाल्यानंतर मात्र रुक्मिणीबाईंना हुंदका आवरेना. दोन्ही लेकरांना जवळ घेऊन त्या रडायला लागल्या. त्यांचे वाहणारे डोळे पुसण्याचा निष्फळ प्रयत्न करत ज्ञानदेवाने विचारलं, ''आई-मातेला तिच्या अजाण लेकरांपासून दूर करणारा, त्यांची ताटातूट करून धर्मसंस्थापनाची टिमकी वाजवणारा हा कसला धर्म? धर्म जर माणसाला माणसासारखा वागायला शिकवतो, तर अजाण लेकरांना मातेपासून तोडण्याचं काम मानवतेत बसतं काय?'' असा घायाळ करणारा प्रश्न आईला विचारून ज्ञानेश्वर निवृत्तीला म्हणाला, ''दादा, हा प्रश्न आज ना उद्या या धर्मपंडितांना विचारण्याची वेळ येणार आहे.'' ज्ञानेश्वराचं बोलणं ऐकून आपल्या या सात वर्षांच्या लेकराच्या विलक्षण बुद्धिमत्तेची साक्ष त्या माता-पित्यांना मिळाली. काहीशा निश्चिंत मनाने रुक्मिणीबाईंनी दोघांना थोपटायला सुरुवात केली. शरीराने आणि बुद्धीने थकलेली ती दोघे जण आईच्या प्रेमळ स्पर्शात आणि उबदार कुशीत निजली; पण झोप मात्र दोघांच्याही डोळ्यांवर नव्हती. रुक्मिणीबाई मूकपणाने त्यांना थोपटत होत्या. ज्ञानदेवांने निवृत्तीच्या हातावर हात ठेवला आणि हळूच विचारलं, ''दादा, देहान्त प्रायश्चित्त घेणं, म्हणजे काशीला जाणं नक्कीच नाही. खरं ना?'' हे विचारत असताना ज्ञानेश्वरांच्या डोळ्यांत पाणी भरलं होतं. आवाज ओलावला होता,

कंठ दाटून आला होता. आपल्या डोळ्यांतून ओघळणारं पाणी तसंच वाहू देत ते पाणी पुसत निवृत्ती म्हणाला, "ज्ञानदेवा, अरे देहान्त प्रायश्चित्त घेणं म्हणजे काशीला जाणं असेल, तर कित्येक जणांच्या अमर्याद पापाचं आणि अधर्माचं परिमार्जन आणि क्षालन सहज होईल; पण आपल्या आई-बाबांना हे करणं अनिवार्य आहे. तेव्हा ज्ञानदेवा उद्यापासून मीच तुम्हा सगळ्यांची आई आणि बाबा!" बोलता-बोलता निवृत्तीलाही हुंदका फुटला. आपल्या कपाळावर विसावलेला आईचा हात त्याने घट्ट धरून ठेवला, तर ज्ञानेश्वरांनी त्याच्या कपाळावर विसावलेला आईचा हात, आपल्या हृदयावर घट्ट दाबून धरला. जणू आपण दोघांनी आईचे हात धरून ठेवले की, तिला आपल्यापासून दूर जाताच येणार नव्हतं, असं रुक्मिणीबाईंना वाटत होतं, पण ही दोघं जण मात्र आईचा तो प्रेमळ वत्सल स्पर्श आपल्या मनात बंदिस्त करून ठेवत होते. तिच्या स्पर्शातले वात्सल्य आपल्या हातात उतरवून घेण्याचा आटापिटा करत होते, कारण उद्यापासून याच हाताने तेच वात्सल्य सोपान आणि मुक्ताला द्यायचं होतं. रुक्मिणीबाई आपल्या या दु:खात इतक्या बुडाल्या होत्या की, आपल्या या दोन्ही बुद्धिमान लेकरांच्या डोळ्यांतून अश्रूंच्या धारा लागलेल्या आहेत, याचं भान त्यांना नव्हतं. दोघांच्या डोळ्यांतल्या अश्रूंनी आपलं जुनेर भिजतं आहे, याचंही त्यांना भान नव्हतं आणि ते त्यांना कळूही नये, याची दक्षता ती दोन अजाण लेकरं जाणतेपणाने घेत होती. त्या जाणतेपणाला छेद देत निद्रादेवीने त्या दोघांना आपल्या कुशीत घेतलं.

ज्ञानेश्वरांनी कुजबुजत्या स्वरात निवृत्तीला काहीतरी प्रश्न विचारला आणि निवृत्तीनेही त्याला काही उत्तर दिलं. या कुजबुजत्या संभाषणातला 'देहान्त प्रायश्चित्त' हा शब्द अस्पष्टपणे रुक्मिणीबाईंना ऐकायला आला. त्यांनी चमकून "काय" असं विचारलंदेखील; परंतु "काही नाही गं, इथून काशी किती दूर आहे? असं ज्ञानेश्वर विचारत होता," असं सांगून निवृत्तीने वेळ मारून नेली; पण ज्ञानदेवाच्या तोंडून उमटलेल्या 'देहान्त प्रायश्चित्त' या शब्दाने रुक्मिणीबाईंच्या काळजाच्या भुगा झाला. आपण कितीही भलावण करून या दोघांची समजूत घालण्याचा प्रयत्न केला असला, तरीही सत्य काय आहे, ते या दोघांना उमजलं आहे, हे रुक्मिणीबाईंना कळून चुकलं. निवृत्ती आणि ज्ञानेश्वर यांना गाढ झोप लागल्यानंतर त्यांच्या हातातून आपले हात अलगद सोडवून घेऊन त्या विठ्ठलपंतांजवळ आल्या. चारही लेकरं शांत निजली होती. अशंकित मनाने रुक्मिणीबाई विठ्ठलपंतांना म्हणाल्या, "स्वामी, आपण काय करणार आहोत, हे या दोघांना समजलं तर नसेल?" कातर स्वरात हा प्रश्न विचारणाऱ्या, हळव्या झालेल्या आपल्या पत्नीकडे विठ्ठलपंत बघतच राहिले. मगाशी निरोपाची भाषा करत नीरवा-नीरव करणारी, कठोर मातृत्वाची प्रचिती देणारी आपली पत्नी हीच का, असा त्यांना प्रश्न पडला. काही न बोलता

त्यांनी आपल्या पत्नीचे हात हातात धरले आणि हळव्या स्वरात विठ्ठलपंत बोलायला लागले. ''रुक्मिणी, मला क्षमा कर. तुझ्या या दुर्दैवी नवऱ्याला क्षमा कर. खरंतर नवऱ्यानं बायकोची काळजी घ्यायची असते. तिला सुखी ठेवायचं असतं, जपायचं असतं; पण मी यातलं काहीच केलं नाही. तुला दु:ख दिलं. तुझ्याशी खोटं बोललो. तुझा त्याग केला. संन्यासही घेतला आणि पुन्हा मागचा-पुढचा कोणताही विचार न करता गुरूने आज्ञा दिली, म्हणून गृहस्थाश्रम स्वीकारला. मला तुझी योग्यता समजली नाही. तुझ्यासारखी पत्नी मिळूनही माझ्या अपकृत्यामुळे मी करंटा ठरलो आणि माझ्यापेक्षाही दुर्दैवी ठरलीस तू. दुसरा एखादा चांगला पती तुला लाभता, तर चारचौघींसारखा तुझाही संसार सुखाचा झाला असता आणि तुझ्यापेक्षाही दुर्दैवी ठरली ही आपली चार लेकरं. रुक्मिणी, नाही मी चांगला पती होऊ शकलो, ना चांगला पिता. नाही मी पतिधर्माचं पालन केलं, नाही पितृधर्माचं. बाप म्हणून मुलांवर अन्याय करण्यात मी तुलाही ओढलं. खरं सांग रुक्मिणी, आई-वडील म्हणून या चौघांना जन्म देण्यापलीकडे आपण यांच्याबाबतचं कोणतं कर्तव्य पूर्ण करू शकलो? ना आपण त्यांना चांगलंचुंगलं खायला दिलं, ना प्यायला दिलं. आपण त्यांना पूर्णपणे ना विद्याभ्यास शिकवू शकलो, ना त्यांचं भवितव्य घडवू शकलो. उलट आपण केलेल्या पापाचं धनी त्यांना व्हावं लागलं, आपण असताना समाजाने त्यांची इतकी अवहेलना केली. आपल्या माघारी हाच समाज त्यांचे गिधाडासारखे लचके तोडेल. त्या वेळी त्यांना सावरायला, त्यांच्या जखमा पुसायला आपण असणार नाही. रुक्मिणी, माझ्यासारखा अन्यायी पती आणि करंटा बाप दुसरा कुणी असूच शकणार नाही. तुझ्या पत्नित्वाचा आणि मातृत्वाचा मी अनंत अपराधी आहे. मला क्षमा कर रुक्मिणी, मला क्षमा कर.''

विठ्ठलपंत विलाप करत होते. त्यांच्या डोळ्यांतून अश्रूंच्या धारा लागल्या होत्या. आपल्या पत्नीबाबतचा, मुलांबाबतचा अपराधीपणाचा भाव त्यांच्या चेहऱ्यावर झाकोळून आला होता. आपल्या पत्नीच्या नजरेला नजर भिडवण्याचं सामर्थ्य त्यांच्यात नव्हतं. त्यांच्या मनाला झालेली जखम रुक्मिणीबाईंच्या मनाला स्पष्ट दिसत होती. आपल्या पतीची घायाळ अवस्था त्यांना बघवेना. चार लेकरं त्यांनी शांतवून निजवली होती. आता या पाचव्या लेकराला सांत्वना द्यायची होती. स्त्री ही क्षणाची पत्नी आणि अनंतकाळाची माता असते, असं म्हटलं आहे, ते याचसाठी! रुक्मिणीबाईंनी पतीच्या हातातून हात सोडवून घेतला. दोन्ही हातांनी त्यांचा चेहरा ओंजळीत धरून त्यांनी तो वर उचलला आणि म्हणाल्या, ''नाही स्वामी, तुम्ही कुणाचाही कसलाही अपराध केला नाही. माझा तर नाहीच नाही. दागदागिने, चांगले कपडे ल्यायला मिळाले आणि चांगलंचुंगलं खायला मिळालं म्हणजेच स्त्री सुखी असते असं नाही. तिच्यावर प्रेम करणारा, तिला समजून घेणारा, तिचा सन्मान

करणारा सहचर जर असेल, तर ती अर्धपोटी राहून, वल्कलं नेसूनसुद्धा आनंदी आणि समाधानी असते. तुम्ही संन्यासी झाला तो तुमच्या मनाचा कल होता, तुम्ही पुन्हा गृहस्थाश्रमी झाला, हा तुमच्या गुरूंचा आदेश होता आणि गृहस्थाश्रमी झाल्यानंतर तुम्ही मला जे प्रेम दिलं, पत्नी म्हणून मला योग्य दर्जा दिला, तो तुमच्या मनाचा कौल होता. आपल्या या चार लेकरांना आपण बाकी काही देऊ शकलो नाही, हे जरी खरं असलं, तरी आपण त्यांच्यावर केलेले संस्कार, त्यांच्या मनात उत्पन्न केलेली ज्ञानलालसा आणि त्यांच्या पंखांत भरलेलं श्रद्धेचं बळ हेच त्यांना गगनभरारी घेण्याचं सामर्थ्य देईल. समाज गिधाड बननू त्यांचे लचके तोडण्यासाठी टपून बसलेला असला, तरी आपली ही लेकरं वैनतेय होऊन, गरुड होऊन गगनाला गवसणी घालतील. मुलांना चांगलचुंगलं खाऊ घालण्यापेक्षा चांगला माणूस म्हणून त्यांना जगायला शिकवणं, हेच चांगल्या पित्याचं लक्षण आहे. हीच चांगल्या पित्याची कसोटी आहे आणि स्वामी, आपण त्या कसोटीला पुरेपूर उतरला आहात. तेव्हा आपल्या हातून काय बिघडलंय, हे बघून शोक करण्यापेक्षा आपल्या हातून काय घडलंय, हे बघून आपण कृतार्थ होऊ या. आपल्या लेकरांच्या भवितव्यासाठी आपण देहान्त प्रायश्चित्त घेणार आहोत, आत्मसमर्पण करणार आहोत. मुलांच्या कल्याणासाठी यापेक्षा मोठा त्याग, यापेक्षा मोठी आहुती कुणा आई-बापानी दिली असेल, असं मला वाटत नाही. आपल्या या पुढचा प्रवास खडतर आहे. स्त्री म्हणून, आई म्हणून मी घाबरले, मागे फिरले, माझे पाय लटपटायला लागले, तर एक समर्थ पती म्हणून माझ्या पाठीशी उभे राहा. मला आधार द्या. आपण आपल्या चार लेकरांसाठी काही करू शकलो नाही, ही खंत मनातून काढून टाका. उलट आपली ही चार लेकरं आपल्यासाठी एवढं मोठं कार्य करून ठेवणार आहेत, की आकाशातले चंद्र-सूर्य फिके पडावेत. मुलांनी एवढं मोठं व्हावं की, आई-वडिलांना मुलांच्या नावानं ओळखावं, अशी प्रत्येक आई-बापाची इच्छा असते. आपली लेकरं आपल्या कर्तृत्वानं ते सिद्ध करतील. तेव्हा आता मनातल्या सगळ्या शंका-कुंशका पुसून टाका. उत्तररात्र संपत आली आहे. आपल्याला मार्गस्थ व्हायचं आहे. आपण स्नान करून या, तोवर मी माझ्या बाळांसाठी पेज रांधून ठेवते. आपले आई-बाबा नाहीयेत, हे समजायला त्यांना एक दिवस तरी लागेल. त्या दिवशीची तरी त्यांची व्यवस्था आपण करून जाऊ. त्यानंतर ईश्वरच त्यांचा पाठीराखा असेल.'' असे म्हणत विठ्ठलपंतांच्या हातावर थोपटून रुक्मिणीबाई उठल्या. विठ्ठलपंत अनिमिष नेत्राने पत्नित्वाचं आणि मातृत्वाचं ते अनोखं रूप बघत राहिले. आपल्या पत्नीचा त्यांना विलक्षण अभिमान वाटला. शांत निजलेल्या चारही भावंडांकडे अश्रूपूर्ण नजरेचा कटाक्ष टाकून विठ्ठलपंत झटकन उठले. रुक्मिणीबाईंनी चूल पेटवली. आपल्या उरातली सारी माया, काळजातले सारे वात्सल्य, मातृत्वाचे

सारे सामर्थ्य, हृदयातला सारा जीवनरस आणि शरीरातली सारी ऊर्जा ओतून त्यांनी पेज बनवली. अश्रूंचे मीठ आणि स्तन्यातली माधुरी त्यात मिसळली जात होतीच. आता त्या पेजेला अमृत्वाची चव येणार होती. सारं आवरलं. पती-पत्नी दोघांनी मिळून देवाला नमस्कार केला. त्या जगन्नियंत्याला साकडे घातलं. आपल्या या चारी मुलांचा भार त्याच्यावर टाकत आहोत, अशी स्पष्ट जाणीव त्याला दिली आणि दोघं मुलांजवळ आली. चौघंही भावंडं एकमेकांना बिलगून शांत झोपली होती. रुक्मिणीबाईंनी चौघांच्या मस्तकावरून हात फिरवला. मुक्तीला तर त्यांनी उचलून हृदयाशी कवटाळलं. गाढ झोपेत असूनसुद्धा मुक्तीनं आईचा स्पर्श ओळखला. 'आई! आई!' असं अस्फुटसं म्हणत तिने रुक्मिणीबाईंच्या गळ्यात हात टाकले. ते हात सोडवणं त्यांना जमेचना. त्यांनी दीनवाणेपणाने विठ्ठलपंतांकडे पाहिलं. हृदयातला दुःखाचा डोंब आणि डोळ्यांतली पाण्याची धार तशीच ठेवून विठ्ठलपंत पुढे झाले. त्यांनी मुक्तेचे हात सोडवले. तिला वाकळेवर निजवलं. रुक्मिणीबाईंच्या दंडाला धरून त्यांना ओढलं. विठ्ठलपंतांनी चौघांच्या मस्तकावर आपले थरथरणारे ओठ ठेवून त्यांच्या मस्तकाचं अवघ्राण केलं आणि उभे राहिले. रुक्मिणीबाईंचा हात धरून त्यांना चालवत ते दाराकडे निघाले. रुक्मिणीबाईंनी हुंदका बाहेर फुटू नये, म्हणून तोंडात पदराचा बोळा कोंबला होता. त्यांचं सगळं अंग हुंदक्याने गदगदत होतं. वृक्षानं वेलीला आधार द्यावा, तसा आधार देऊन विठ्ठलपंत रुक्मिणीबाईंना घेऊन निघाले. आता परतीची वाट नव्हती. आता फक्त होतं ते आत्मसमर्पण; फक्त आत्मसमर्पण.

३

थरथरत्या हातानं विठ्ठलपंतांनी खोपटाचं कवाड उघडलं. भसकन बाहेरचा गारवा आत आला. विठ्ठलपंतांच्या आधारानं रुक्मिणीबाई कशातरी लटपटत उभ्या होत्या. त्यांच्या दंडाला धरून विठ्ठलपंत त्यांना झोपडीबाहेर आणणार, तोच 'आऽऽई थंडी वाजते गं! मला जवळ घे ना!' असं झोपेतलं मुक्ताईचं पुटपुटणं रुक्मिणीबाईंच्या कानांवर पडलं आणि त्यांच्यातल्या घायाळ आईनं सहचारिणीवर मात केली. 'जन्म आणि मृत्यू यांमध्येसुद्धा साता जन्मांची सोबत करेन' असं सप्तपदी चालताना नवऱ्याला दिलेल्या वचनाला मागे टाकून तिच्यातल्या आईनं विठ्ठलपंतांच्या हाताला हिसडा दिला आणि लेकराकडे धावली. पाय पोटाशी मुडपून घेऊन मुक्ता निजली होती. तिच्या अंगावरचं पांघरूण सरकलं होतं. झोपडीच्या कवाडातून आलेल्या गार वाऱ्याचा झुळकीनं ती काकडत होती. विद्ध झालेल्या काळजानं आणि करपलेल्या मनानं रुक्मिणीबाई खाली बसल्या. त्यांनी तिच्या अंगावरचं पांघरूण सारखं केलं. त्याचाच एक कोपरा सोपानाच्या अंगावर टाकला. ते पांघरूण, ती वाकळसुद्धा जीर्ण-शीर्ण झाली होती. शंभर ठिकाणी तिला छिद्रं पडली होती, रुक्मिणीबाईंच्या काळजासारखी. त्या चौघडीला वरून टाचलेल्या त्या लुगड्याच्याही चिंध्या झाल्या होत्या, रुक्मिणीबाईंच्या मनासारख्या; पण तरीही जीर्ण-शीर्ण झालेल्या त्या गोधडीमध्ये अतोनात ऊब होती, रुक्मिणीबाईंच्या वात्सल्यासारखी. अंगावरचं पांघरूण सारखं केल्यावर चुळबुळणारी मुक्ता आणि सोपान शांत झोपले. त्यांची चुळबुळ थांबली; पण रुक्मिणीबाई तशाच तिथे बसून राहिल्या. हुंदक्यांनी त्यांचं सगळं अंग गदगदत होतं. पहाटेच्या त्या धूसर प्रकाशात दारात उभारलेल्या विठ्ठलपंतांना ते दिसत होतं. त्यांच्याही सर्वांगाला कंप सुटला होता. 'धर्मसभेने काय वाट्टेल तो न्यायनिवाडा केला असला, तरी आपण आपल्या या चार कच्च्याबच्च्यांना असं सोडून, अनाथ करून निघून जाणं कितपत योग्य आहे, याचा न्यायनिवाडा त्यांच्या मनाला करता येत नव्हता. आत्मसमर्पण करून आपण काय साधतो आहोत? जिवंतपणी चांगला पिता होण्याचं भाग्य आपल्याला

लाभलं नाही. आत्मसमर्पण करून ते भाग्य मिळवण्याचा प्रयत्न आपण करतो आहोत का? पण आपल्या मृत्यूचा पश्चात आपल्याला ते भाग्य मिळूनही त्याचा काय उपयोग? आत्मा अमर आहे, हे खरं आहे; पण देह संपला, जाणिवा संपल्या. आपल्या मृत्यूनंतर समाजाने आपल्याला चांगलं म्हटलं काय आणि वाईट म्हटलं काय? सगळं सारखंच. 'सुख दु:ख समे कृत्वा लाभा लाभौ जया जयौ' भगवद्गीतेतला तटस्थ मनाची महती सांगणारा हा श्लोक जन्ममृत्यूच्या सीमारेषेवर थांबलेल्या आपल्या मनाच्या अवस्थेलाही कसा चपखल लागू पडतो. आपल्या लेकरांच्या कल्याणासाठी आई-बाप सतत त्याग करतात, हे सर्वश्रुत सत्य आहे. वसुदेव-देवकीनेसुद्धा श्रीकृष्णाचा जीव वाचवण्यासाठी आपल्या मातृ-पितृत्वाचा त्याग करून, मनावर दगड ठेवून त्याला गोकुळात पोहोचवलं होतंच की. आपण त्याच्यापासून दूर राहण्यातच आपल्या तान्हुल्याचं कल्याण आहे, असाच विचार वसुदेव-देवकीने केला होता ना? इतिहासानं आपल्याला चांगले आई-बाप म्हणावं, असा तर त्यांचा हेतू मुळीच नव्हता. मग माझ्याच मनात अशा शंका का निर्माण होत आहेत. माझ्या या चार लेकरांचं कल्याण व्हावं, म्हणून तर आम्ही दोघं त्यांचा त्याग करून आत्मसमर्पण करतो आहोत ना? मग अशा भलत्या शंका मनात का बरं येत आहेत? द्वापारयुगाची ती गोष्ट वेगळी होती; पण या कलियुगात असं काही घडेल? आम्हा दोघांच्या आत्मसमर्पणानंतर तरी या लेकरांचं भविष्य घडेल? आम्ही दोघांनी देहान्त प्रायश्चित्त घेतल्यावर तरी या चौघांना समाज स्वीकारेल? याची खात्री काय? आणि ती कुणी द्यायची?' विठ्ठलपंत विचारात बुडून गेले होते.

अचानक टिटवीचा कर्कश आवाज आकाशभर घुमला. त्या आवाजाने विठ्ठलपंत सावध झाले. मनात उठलेल्या विचारांच्या कल्लोळातून आणि प्रश्नांच्या आवर्तातून ते बाहेर आले. रुक्मिणीबाईंना हाक मारण्यासाठी त्यांनी तोंड उघडलं. त्यांचे शब्द घशातच अडकले. सोपान आणि मुक्ताईला पाठी-पोटाशी घेऊन रुक्मिणीबाई तिथेच कलंडल्या होत्या. अजूनही त्या हुंदके देतच होत्या; पण सोपानानं त्यांच्या अंगावर हात टाकून त्यांचा पदर घट्ट धरला होता, तर मुक्ताईनं त्यांना गळामिठी घातली होती. मग मात्र विठ्ठलपंतांना दाराशी उभे राहवेना. न राहवून ते आत आले आणि रुक्मिणीबाईंच्या पायाशी बसले. रुक्मिणीबाईंना त्यांची चाहूल लागली. मुक्ताईची गळामिठी सोडवून, सोपानाचा अंगावरचा हात बाजूला करून डोळ्यांतून वाहणारे अश्रू पुसण्याचा निष्फळ प्रयत्न करत त्या म्हणाल्या, ''कठीण आहे हो सारं! आई-बापाविना कशी जगतील हो माझी लेकरं? कोण त्यांना आधार देईल? कोण त्यांना पोटाला घालील? हा दुष्ट समाज त्यांची अवहेलना, उपेक्षा करील हो! आई-वडील दोघंही नसल्यावर दोर तुटून हवेत भरकटणाऱ्या पतंगासारखी त्यांची अवस्था होईल. ती भरकटत राहतील. त्यात निवृत्ती, ज्ञाना, सोपान कसेतरी जगतील! पण

या मुक्ताईचं काय? ती मुलगी आहे. ती कशी जगेल? कोठे जगेल? कोणाच्या आधारावर जगेल? या करंट्या समाजात स्वत:ची अब्रू, स्वत:चं अस्तित्व निष्कलंक ठेवून ती जगू शकेल? कोण तिच्या विवाहाचं बघेल? कोण तिच्याशी विवाह करेल? आणि या तिघांशी तरी कोण विवाह करेल? स्वामी, धर्ममार्तंडांनी दिलेली देहान्त प्रायश्चित्ताची शिक्षा मुलांच्या कल्याणाचा आणि भवितव्याचा विचार करून आपण स्वीकारली खरी; पण आपण आपलं आई-वडिलांचं कर्तव्य अर्धवट सोडून, नव्हे तर कर्तव्याकडे पूर्ण पाठ फिरवून जातो आहोत. धर्मसभेच्या न्यायनिवाड्यामुळं आपल्याला हे करावं लागत आहे, यावर धर्मसभेकडे काय उत्तर आहे? हे धर्ममार्तंडांना चालणार आहे का?'' रुक्मिणीबाई प्रश्नांमागून प्रश्न विचारत होत्या. डोळ्यांतून वाहणाऱ्या अश्रूंची जागा आता जाब विचारणाऱ्या मातेने घेतली होती. प्रश्न विचारताना रुक्मिणीबाईंचं आतडं तुटत होतं, तर प्रश्न ऐकताना विठ्ठलपंताच्या काळजाला घरं पडत होती. काही क्षण ते खाली मान घालून तसेच बसून राहिले. रुक्मिणीबाईंच्या एकाही प्रश्नाला त्यांच्याकडे उत्तर नव्हतं. तरुण वयात प्रकांड पंडित म्हणून काशीस गणले गेलेले विठ्ठलपंत एका मातेच्या प्रश्नासमोर हतबल झाले होते. निरुत्तर झाले होते. काळजात कोंडलेला वात्सल्याचा उद्रेक प्रश्नातून बाहेर पडला आणि रुक्मिणीबाई पुन्हा हुंदके द्यायला लागल्या. विठ्ठलपंत मान खाली घालून तसेच बसून राहिले होते. त्यांच्या डोक्यात विचारांचा नुसता भुगा झालेला होता. आपल्याबरोबर आत्मसमर्पणासाठी तयार झालेल्या सहचारिणीचं रूप खरं की मुलांसाठी आकांत करणारं वत्सलमयी मातेचं रूप खरं? त्यांना काही अंदाजच करता येईना. आपल्याबरोबर आत्मसमर्पणासाठी तयार असलेली, 'नातिचरामि'ची शपथ आणि साता जन्माच्या सोबतीची वचनं पाळण्याचं अभिवचनं देणारी रुक्मिणी खरी की पोरांच्या विरहानं घायाळ झालेली, पोरांना एकटे टाकून जाण्याच्या कल्पनेनं कासावीस झालेली, मातृत्वाचा त्याग करावा लागतोय म्हणून पाऊल अडखळलेली रुक्मिणी खरी! याचा अंदाज त्यांना बांधता येत नव्हता.

स्त्रियश्च चरित्रम् पुरुष्यस भाग्यम्!
देवो न जानाति कुतो मनुष्य:!!

हेच खरं. विठ्ठलपंतांच्या मनात आलं; पण त्यांना हे कुठं ठाऊक होतं, की दोन्हीही रुक्मिणी तितक्याच खऱ्या होत्या. पतीबरोबर आत्मसमर्पणाला सिद्ध झालेली रुक्मिणीतली सहचारिणीही जितकी खरी होती, तितकीच लेकरांच्या वियोगानं घायाळ झालेली, व्याकूळ झालेली तिच्यातली आई खरी होती. रुक्मिणीबाईंचा विलाप ऐकत विठ्ठलपंत तसेच बसून होते. विचारांच्या वादळात सापडलेल्या त्यांच्या मनाला एक अंधूकसा आधार मिळाल्याचा भास झाला. ते म्हणाले, ''रुक्मिणी! खरं आहे तुझं! माता-पित्यांचा, दोघांचाही आधार नसलेली ही आपली

लेकरं खरोखरच दोरी तुटून भरकटलेल्या पंतगाप्रमाणे भरकटत जातील. तुझ्यातल्या मातेचा विलाप ऐकून माझ्या मनात एक विचार आला. रुक्मिणी, आपण असं केलं तर, संन्यास धर्माची दीक्षा घेऊन पुन्हा संसाराला लागण्याचं पाप माझ्या हातून घडलंय. याबाबतीत मीच संपूर्णतया अपराधी आहे. धर्ममार्तंडांनीसुद्धा देहान्त प्रायश्चित्ताची शिक्षा सुनावताना ती मलाच सुनवली आहे. तेव्हा प्रायश्चित्त तर घेतलं पाहिजे आणि लेकरांनांही अनाथ करायचं नाही. या दोन्ही गोष्टी एकाच वेळी सिद्ध होणं शक्य नाही. तेव्हा आपण त्यातून एक सुवर्णमध्य काढू या. आपण दोघांनीही देहान्त प्रायश्चित्त घेण्यापेक्षा मी एकटा घेतो. कारण मीच खरा अपराधी आहे. असं केल्यानं तू मागं राहशील आणि आपली लेकरं पूर्णतया अनाथ होणार नाहीत. त्यांना जगण्यासाठी आईचा आधार असेल. मी प्रायश्चित्त घेतल्यामुळं माझ्या अपराधाचं परिमार्जनं आणि पापाचं क्षालन होईल आणि समाजात राहून तू मुलांना मोठं करू शकशील. तुझी हुशारी, तुझी बुद्धिमत्ता यांवर माझा पूर्ण विश्वास आहे. तुझ्या मायेच्या पंखांत राहून मुलांच्याही पंखांत बळ येईल, सामर्थ्य येईल. आईची आणि बापाची दोघांचीही माया तू मुलांना देशील आणि त्याच बरोबर आईची आणि बापाची कर्तव्यं तू पार पाडशील. याची मला पूर्ण खात्री आहे.''

विठ्ठलपंतांनी बोलायला सुरुवात केली आणि सुरुवातीला श्वास रोखून ऐकणाऱ्या रुक्मिणीबाईंना त्यांचं पुढचं बोलणं ऐकल्यानंतर मात्र आपल्या कानांत कोणीतरी तप्त शिशाचा रस ओतत आहे, असं वाटू लागलं. सुरुवातीला विठ्ठलपंतांनी बोलताना 'एक सुवर्णमध्य काढला आहे' असं म्हटलं, तेव्हा रुक्मिणीबाईंच्या चेहरा उजळला होता. आपल्या पतीच्या बुद्धिचातुर्यावर त्यांचा गाढ विश्वास होता. या पेचप्रसंगातून ते आपल्या बुद्धिचातुर्याने नक्की काहीतरी मार्ग काढतील, याची त्यांना खात्री होती. म्हणूनच जेव्हा एक सुवर्णमध्य काढला आहे, असं विठ्ठलपंत म्हणाले, तेव्हा त्यांच्या आशा प्रज्वलित झाल्या. क्षणभरच! पण विठ्ठलपंतांचं पुढचं बोलणं ऐकून मात्र त्यांच्या मनाचा पुन्हा कोळसा झाला. 'हे काय बोलत आहेत स्वामी? छे: भलतंच काहीतरी. त्यांना एकट्यांना अपराधी ठरवून त्या अपराधासाठी धर्मसभेने दिलेली देहान्त प्रायश्चित्ताची शिक्षा त्यांना एकट्यांना भोगायला लावायची? हा कुठला न्याय! आम्ही दोघं पती-पत्नी आहोत, तेव्हा जे काही होईल ते आम्हा दोघांचं एकत्र होईल. माझी मातृत्वाची ओढ बघून स्वामींच्या मनात हा विकल्प आला आहे. त्याचं निराकारण केलं पाहिजे.' रुक्मिणीबाई मनाशी विचार करत होत्या. त्यांच्या उदासलेल्या, पण बोलक्या चेहऱ्यावर ते विचार उमटले होते. विठ्ठलपंतांनी ते वाचले. त्यांनी रुक्मिणीबाईंना प्रश्न केला. ''रुक्मिणी! कसला एवढा विचार करतेस? या पेचप्रसंगावर मी काढलेला तोडगा अत्यंत सयुक्तिक आणि उचित असाच आहे. असं केल्यानं धर्मसभेचा मान राखल्यासारखं होईल,

आणि आपली लेकरंही उघड्यावर पडणार नाहीत, तेव्हा तू आता निश्चिंत हो आणि शांत मनाने मुलांचे संगोपन कर.'' विठ्ठलपंतांचं बोलणं रुक्मिणीबाईंनी पूर्ण होऊच दिलं नाही. चटकन् त्या म्हणाल्या, ''नाही, नाही स्वामी! आपण हे भलतंच काहीतरी सुचवता आहात. हे कदापि शक्य नाही. माझ्यातल्या मातेचं मुलांबद्दलचं वात्सल्य बघून, त्यांच्यामध्ये माझा अडकलेला जीव, याचा विचार करून आपण हे सांगता आहात, हे मला समजतंय; पण तरीही हे शक्य नाही आणि उचितही नाही. सयुक्तिक तर अजिबात नाही. स्वामी, हा अपराध आपण एकट्यानं केलेला नाही. संन्यास घेतल्यानंतर श्रीपादस्वामींच्या आज्ञेवरून आपण पुन्हा गृहस्थाश्रमात प्रवेश केलात हे जरी खरं असलं, तरी आपणाला असं करायला कारणीभूत मीच ठरले. नंतरही माझ्याकडून रीतसर अनुमती घेऊन आपण पुन्हा संन्यास ग्रहण करू शकला असता; पण संसाराच्या या मोहपाशात तुम्हाला मीच अडकवून ठेवलं. म्हणजेच आपल्या हातून घडलेल्या धर्मबाह्य वर्तनाची अर्धी वाटेकरी मी आहे. नाहीतरी मी आपली अर्धांगिनी आहे आणि अर्धांगिनी फक्त सुखाची आणि पुण्याईची भागीदारी नसते, तर पतीच्या दुःखात आणि पापातही ती अर्धी वाटेकरी असते. स्वामी, याही न्यायानं तुमच्या या देहदंडाच्या शिक्षेत मी अर्धी वाटेकरी आहेच. तुमची सहचारिणी, तुमची अर्धांगिनी या दृष्टीनं माझं ते कर्तव्यच आहे. दुसरं असं, की मातृत्व ही स्त्रीच्या दृष्टीनं कितीही भाग्याची आणि काळजाशी निगडित गोष्ट असली, तरी पती आणि त्याची संगत, ही स्त्रीच्या दृष्टीने मातृत्वाच्याही आधीची गोष्ट आहे. संसार आपल्या दोघांचा आहे. संसारातलं सुख आपल्या दोघांचं आहे. तसंच संसारातलं दुःखही आपल्या दोघांचंच आहे.'' पतिपत्नीच्या समर्पित आयुष्याचं गहन तत्त्वज्ञान साध्या-सोप्या भाषेत सांगणाऱ्या आपल्या बुद्धिमान पत्नीकडे विठ्ठलपंत बघतच राहिले. तिचं बोलणं त्यांना पटत होतंही आणि नव्हतंही आणि तरीही अजून मुलांचा प्रश्न अनुत्तरीतच होता. त्या दृष्टीने विचार केला, तर विठ्ठलपंतांना आपला मुद्दा योग्य वाटत होता आणि तो तिला पटवून देण्याचा आणखी प्रयत्न केल्यास आपल्याला त्यात यश मिळेल, असं त्यांना वाटत होतं. म्हणून ते पुन्हा म्हणाले, ''तू म्हणतेस ते थोडंसं बरोबर आहे, पण तरीही देहान्त प्रायश्चित्त मी एकट्यानं घेतलं आणि मुलांकडे पाहायला तू मागे राहिलीस, तर प्राण जातानासुद्धा माझी तडफड होणार नाही. मी निश्चिंत मनानं या देहाचा त्याग करेन.'' विठ्ठलपंतांनी पुन्हा एकदा रुक्मिणीबाईंना आपला मुद्दा समजावून सांगण्याचा प्रयत्न केला; पण संन्याशाच्या संसाराची आग पदरात बांधून घेणारी, सहस्र सूर्यांचं तेज असणाऱ्या चार स्फुलिंगांना जन्म देणारी ती रुक्मिणी होती. तिनं विठ्ठलपंतांना निक्षून सांगितलं, ''नाही स्वामी, नाही! ज्यानं मुलांना या पृथ्वीतलावर पाठवलंय तो घेईल त्यांची काळजी. जो चोच देतो, तोच चाराही देतो. आपापली नशिबं बरोबर घेऊनच प्रत्येक जण जन्माला येतो.

ललाटीचा लेख कुणीही बदलू शकत नाही. अगदी आई-वडीलसुद्धा! मग त्या जगन्नियंत्यानं माझ्या लेकरांचं नशीब लिहूनच त्यांना जन्माला घातलं असेल, तर माझ्या असण्यानं किंवा नसण्यानं त्यात काहीही बदल होणार नाही, पण आपण दोघांनी मिळून केलेल्या अधर्माचा दंड तुम्हाला एकट्यानं भोगायला लागला, तर मी स्वत:ला कधीही माफ करू शकणार नाही. स्वत:च्या आणि मुलांच्याही नजरेत मी आयुष्यभर अपराधी ठरेन. तुमच्या मागं माझं जगणं, म्हणजे निष्प्राण कलेवराचं जगणं होईल. तेव्हा स्वामी, आता कोणताही युक्तिवाद करून तुम्ही माझ्या मनाचं परिवर्तन करण्याचा प्रयत्न करू नये. लेकरांच्या नशिबी जसं जगणं लिहिलं असेल, तशीच ती जगू देत. ही देहदंडाची शिक्षा आपण दोघांनी मिळूनच घ्यायची आहे. हा माझा ठाम निश्चय आहे. मला माझ्या या निर्णयापासून परावृत्त करण्याचा प्रयत्न करू नका. पूर्व क्षितिजावर शुक्राची चांदणी लुकलुकायला लागली आहे. तिचा प्रकाश तेजस्वी होऊन अवकाश उजळून टाकण्याआधी आपण निघू या. ज्यांचं कोणी नसतं, त्यांचा परमेश्वर पाठीराखा असतो. चलावं स्वामी. मुलं गाढ निद्रेत आहेत, तोवरच आपण निघू या. माझ्यातली दक्ष सहचारिणी बोलते आहे तोवर आपण निघू या. पुन्हा एखाद्या लेकराची हाक आली, तर माझ्यातली आई जागी होईल आणि मग लेकरांना सोडून जाताना तिचा पाय अडखळेल, तेव्हा चलावं स्वामी. सत्वर चलावं...'' असं म्हणत निजलेल्या आपल्या चार लेकरांवर नजर टाकत रुक्मिणीबाई उठून उभ्या राहिल्या. काय नव्हतं त्या नजरेत! आपल्या पोटच्या गोळ्यांना टाकून जावं लागतंय त्याबद्दलची व्याकूळता, त्यांचा कायमचा निरोप घ्यावा लागतोय, याबद्दलची हुरहुर, आपल्या माघारी यांचं कसं होणार, ही काळीज पोखरणारी चिंता, आता देवच त्यांचा पाठीराखा याबद्दलचा विश्वास, पत्निधर्माचे आपण कसोशीने पालन करतो आहोत, त्याबद्दलचा आनंद आणि सर्वांत महत्त्वाचं म्हणजे अश्रू भरलेल्या त्यांच्या काळ्याभोर डोळ्यांत स्रवणारं आणि निजलेल्या लेकरांच्या अंगभर पसरलेलं मातृत्वाचं कवच! हे कवच त्यांना कोणत्याही दुष्टशक्तीपासून वाचवणार होतं. कोणत्याही संकटाशी सामना करण्याचं धैर्य त्यांना देणार होतं. आपल्या तेजस्वी नजरेनं त्या अदृश्य कवचाचं पांघरूण मुलांच्या अंगावर पसरून रुक्मिणीबाईंनी देवघरातल्या विठ्ठलाच्या मूर्तीकडे बघून हात जोडले. गाडग्याच्या तळाशी असलेले एवढंसं तेल समईत घालून त्यांनी देवासमोर हात जोडले. आई होऊन आपल्या लेकरांचं रक्षण करण्याचं अभिवचन जणू त्यांनी देवाकडून घेतलं आणि ठिगळ लावलेला लुगड्याचा पदर दोन्ही खांद्यावरून घट्ट ओढून घेत त्या पुढे झाल्या आणि विठ्ठलपंतांसमोर वाकून त्यांनी त्यांना त्रिवार नमस्कार केला. मगापासून आपल्या पत्नीचं सुसंगत आणि तर्कशुद्ध बोलणं ऐकून विठ्ठलपंत दिङ्मूढ झाले होते. 'मुक्ताईच्या हाताची गळामिठी काढताना आणि सोपानाचा अंगावरचा हात

बाजूला करताना हुंदके देऊन रडणारी आपली पत्नी हीच का?' असं त्यांना वाटून गेलं. तिच्या पती परायणतेचं, दक्ष सहचारिणीचं आणि धीरगंभीर वृत्तीचं त्यांना कौतुक वाटलं. आपण आता कितीही समजूत काढली, तरी आपल्याबरोबर येण्याच्या हिच्या निश्चयापासून आता ही ढळणार नाही, याची त्यांना खात्री होती. का कोणास ठाऊक, पण मनाच्या कोपऱ्यात त्यांना कुठेतरी बरंही वाटलं. अगदी शेवटच्या श्वासापर्यंत आपल्या पत्नीची आपल्याला सोबत आहे, हे कुठल्या पुरुषाला आवडणार नाही? असे सगळे विचार मनात येत असताना पावलांना झालेल्या रुक्मिणीबाईंच्या स्पर्शाने विठ्ठलपंत भानावर आले. "काय आशीर्वाद देऊ तुला? तू तर माझ्यापेक्षा मोठी आहेस. फार फार मोठी." विठ्ठलपंतांचा आवाज गहिवरला होता. पत्नीच्या उदात्त गंभीरतेपुढे जणू ते नतमस्तक झाले. "स्वामी, तुमच्यासमवेत गंगेत प्रवेश करताना माझा पाय अडखळणार नाही. माझ्यातली माता ऐन वेळी कच खाणार नाही, असा मला आशीर्वाद द्या." रुक्मिणीबाईंनी आशीर्वाद मागितला आणि विठ्ठलपंत गहिवरले. आपल्यासमोर वाकलेल्या रुक्मिणीबाईंना त्यांनी खांद्याला धरून उभं केलं आणि हृदयाशी धरलं. तिचा चेहरा ओंजळीत धरून त्यांनी विचारलं, "कुठं शिकलीस हे सगळं? एवढं धैर्य तुझ्यात कुठून आलं?" रुक्मिणीबाई उद्गारल्या, "तुमच्यासारख्या सिंहाचं काळीज असलेल्या ज्ञानतपस्व्याबरोबर एक तप का होईना, पण मी संसार केला आहे. मग आता मृत्यूला कवटाळताना मला भीती का वाटावी?" असं म्हणत विठ्ठलपंतांच्या बाहूतून स्वत:ला सोडवत रुक्मिणीबाई दाराजवळ जाऊन थांबल्या. "निघायचं ना स्वामी?" त्यांनी पुन्हा विचारलं. विठ्ठलपंतांनी मूकपणे मान हलवली. मुलांकडे धाव घेत त्यांनी एकवार चौघांनाही डोळे भरून पाहिलं. सोपानाच्या अंगावरचं पांघरूण सारखं केलं. मुक्ताईच्या चेहऱ्यावर आलेले केस हलक्या हाताने बाजूला सारले. निवृत्ती आणि ज्ञानाच्या चेहऱ्याकडे बघत, त्यांना नजरेने कुरवाळत झपाट्याने दाराजवळ येऊन उभे राहिले. रुक्मिणीबाई निश्चल स्थितीत तिथे उभ्या होत्या. अधीरपणे त्यांनी झोपडीच्या बाहेर पाऊल टाकलं. 'खरंच ही कोणत्या मातीची बनली आहे?' त्यांच्या मनात विचार येऊन गेला; पण त्यांना कुठे माहीत होतं, मृत्यूला कवटाळायला अधीर झाली होती ती त्यांच्यातली पत्नी आणि आपण बाहेर पडताना कुणा लेकराची अस्फुटशी हाकसुद्धा आपलं वात्सल्य जागं करेल, आणि आपलं मातृत्व आपल्यातल्या पत्नीवर मात करेल, अशी भीती त्यांना वाटत होती.

दोघंही झोपडीच्या बाहेर पडले. आपल्या मागे त्यांनी झोपडीचं कवाड बंद करून घेतलं. जणू ते मोडकंतोडकं कवाड आत निजलेल्या चौघांचं रक्षणच करणार होतं. दोघंही झपझप चालू लागले. चालता-चालता नकळत रुक्मिणीबाईंनी विठ्ठलपंतांचा हात घट्ट धरला. अजून उजाडायला काही काळ अवकाश होता. अजून गाव

निजलेलं होतं. धुळीचा तो रस्ता सुनसान होता. वातावरण शांत होतं. वारा पडला होता. झाडाचं पानही हलत नव्हतं. दोन चालते, बोलते जीव आपल्या आयुष्याचा शेवट करण्यासाठी चालले आहेत, याची कुणाला जाणीवही नव्हती. तिथे खंत, खेद असण्याचे कारणही नव्हतं. नदी जवळ येत चालली, तसा हवेतला गारठा वाढायला लागला. रुक्मिणीबाईंनी आधीच लपेटून घेतलेला पदर आणखी घट्ट लपेटून घेतला. मग मात्र त्यांचं त्यांनाच हसू आलं. किती ही देहाची आसक्ती? आता काही क्षणांतच हा देह नष्ट होणार आहे. गंगार्पण केला जाणार आहे. तरीसुद्धा आता थंडी वाजली, म्हणून आपण पदर लपेटून घेतला. आपल्या या कृतीचा रुक्मिणीबाईंना विस्मय वाटला. त्यांनी हळूच एक कटाक्ष विठ्ठलपंतांकडे टाकला. ते आपल्या पत्नीकडेच बघत होते. त्यांच्या नजरेत होतं, आश्चर्य आणि ओठांवर होतं मिस्कील हास्य. मृत्यूला कवटाळायला चाललेल्या व्यक्तींनी किरकोळ थंडी-वाऱ्यापासून स्वत:चा बचाच करावा, या गोष्टीतला विरोधाभास त्यांच्या मिस्कील हास्यातून व्यक्त होत होता. 'खरंच आत्म्याने धारण केलेल्या या देहाची किती कौतुकं आणि चोचले असतात नाही? आता काही क्षणांतच हा देह नाहीसा होणार आहे; पण तरीही जोपर्यंत या आत्म्यावर देहाचं आवरण आहे, तोवर त्याचे सगळे चोचले, त्याचे सगळे लाड-कोड तो पुरवून घेणारच. खरंच आत्मा कितीही अमर असला, तर जोवर शरीर जिवंत आहे, तोवर या देहाला शरण जावंच लागतं. आपण तरी यापेक्षा वेगळं काय केलं?' विठ्ठलपंतांच्या मनात एका पाठोपाठ एक विचारांचे तरंग उठत होते.

'श्रीपादस्वामींच्या सांगण्यावरून आपण संन्यास सोडून संसारात पडलो. रुक्मिणीसारखी सहचारिणी आपल्याला लाभली आणि आपण तिथेच रमलो. संसाराची सहअनुभूती घेत, घेत या चार लेकरांचे बाप झालो. संन्यासाश्रमातून गृहस्थाश्रमात परत येण्याचा आपला निर्णय गुरूंच्या आज्ञेवरून घेतलेला असला, तरीही तो चुकीचा ठरावा? श्रीपादस्वामींना मानणाऱ्या समाजानंही हा निर्णय स्वीकारू नये? या अपराधाची शिक्षा म्हणून समाजानं आपल्याला वाळीत टाकलं. त्रास दिला. आपल्यावर बहिष्कार घातला. तो सगळा त्रास आपण सोसला. पूजा, अर्चा तर राहू देच; पण कुणी माधुकरीही नीट घातली नाही. शिव्याशाप दिले. टोमणे मारले; पण केवळ गुरूंच्या आज्ञेचं पालन करायचे म्हणून आपण हे सगळं सहन करत आलो. आपली पत्नी रुक्मिणी. ती तर याबाबतीत संपूर्ण निर्दोष होती; निष्पाप होती. पण तिच्याही नशिबात हा सगळा छळ सोसणं होतंच. तिनंही बिचारीनं तो निमूटपणे सोसला. कोंड्याचा मांडा करून तिनं आपला संसार केला. आपल्याशी विवाह करून तिला काय मिळालं? कसलं सुख मिळालं? धर्माधिष्ठित आचरण करणारं कुलकर्ण्यांचं घराणं आपलं! पण आपल्या हातून हा अनर्थ घडला. त्या संसारात

गुंतून पडण्यापेक्षा रुक्मिणीची पुन्हा रीतसर अनुमती घेऊन आपण कायमचा संन्यास घेतला असता, तर कदाचित हे भोग टळले असते; पण तसं व्हायचं नव्हतं. विधिलिखित असंच होतं. ते कसं टळणार? पण पहिल्यापासून सगळं चुकतच गेलं, हेच खरं. आपला संन्यस्त वृत्तीकडे ओढा असताना रुक्मिणीच्या वडिलांच्या बोलण्यावर विश्वास ठेवून आणि मामाच्या आग्रहाला बळी पडून आपण रुक्मिणीशी लग्न केलं, ही पहिली मोठी चूक झाली. लग्न केल्यानंतरसुद्धा चारचौघांसारखा संसार करायचा सोडून तिनं बेसावधपणे दिलेली अनुमती खरी धरून आपण संन्यास घेतला ही दुसरी चूक. संन्यास घेतला, तो तरी आपण कडेपर्यंत निभावला? नाही. गुरूंच्या सांगण्याला होकार देऊन आपण पुन्हा गृहस्थाश्रमात प्रवेश केला, ही तिसरी चूक. त्यानंतर तरी तिच्याकडे रीतसर अनुमती मागून आपण पुन्हा संन्यासी झालो असतो, तर यातलं काहीच घडते ना! पण आपण तसंही केलं नाही. हा गृहस्थाश्रम स्वीकारल्यानंतर आपली संन्यस्त वृत्ती लोप पावली आणि आपण पुरते गृहस्थाश्रमी झालो. पत्नी-मुलांच्या सहवासात रमलो. आपल्या हातून धर्मबाह्य वर्तन घडलं आहे, त्याची पदोपदी जाणीव होत असूनसुद्धा आपण या ठिकाणाहून दुसरीकडे जाण्याचा किंवा जगण्याचे इतर काही दुसरे मार्ग शोधण्याचा प्रयत्नही केला नाही. हे गाव, हा मुलूख सोडून जाण्याचा विचारही आपण करू शकत नाही. कारण इथं आपली नाळ पुरलेली आहे. हालअपेष्टा सोसत आपण इथंच राहिलो. वाटलं होत, आज ना उद्या धर्मसभा आपल्याला माफ करेल. धर्ममार्तंडांच्या मनात आपल्याबद्दल असलेलं किल्मिष नाहीसे होईल. आपल्यावरचा बहिष्कार मागं घेतला जाईल. आपल्या मुलांना शिक्षण घेता येईल. त्यांच्या मुंजी होतील. सोन्यासारखी चार लेकरं आपली, कीर्तिमान होतील. आणि त्यांचे आई-वडील म्हणून समाजाच्या आदराला पात्र होण्याचं सौभाग्य आपल्याला याचि देही याचि डोळा अनुभवता येईल; पण यातलं काहीच झालं नाही. मुलांच्या मौंजीबंधनाचा विषय घेऊन आपण धर्मसभेत जातो काय, संन्यास घेऊन पुन्हा गृहस्थाश्रम स्वीकारण्याबाबतचा आपला अपराध पुन्हा तिथं चर्चेला येतो काय, त्याबद्दल धर्मसभा आपल्याला देहान्त प्रायश्चित्त सुनावते काय आणि ते स्वीकारण्याशिवाय आपल्याला गत्यंतर नसतं काय? सगळंच अर्तक्य; पण अघटित. ''तुम्ही देहान्त प्रायश्चित्त घेतलंत, तरच तुमच्या मुलांच्या मुंजी केल्या जातील आणि त्यांना समाजधारेत सामील करून घेतलं जाईल,'' असं ब्रह्मसभेने आपल्याला सांगितलं. आपण म्हणूनच हा देहान्त प्रायश्चित्ताचा निर्णय मान्य केला. निदान आपण प्रायश्चित्त घेतल्यानंतर तरी आपल्या मुलांना सुखाचे चार क्षण यावेत. त्यांच्या सुखासाठी एकच काय, पण अनेक जन्म ओवाळून टाकावे लागले तरी चालतील.'

विचारांच्या आवर्तात सापडलेले विठ्ठलपंत रुक्मिणीबाईंचा हात धरून शांत

निश्चल मनाने पावलं टाकत चालले होते. दवाने भिजलेल्या ओल्या मातीवर त्यांच्या पावलांचे ठसे उमटत होते. मागे वळून पाहताना विठ्ठलपंतांना ते ठसे दिसले. 'आता स्पष्टपणे दिसणारे आपल्या पावलांचे हे ठसे काही क्षणांतच पुसले जातील. आपण केलेल्या या देहत्यागाची दखल इतिहास तरी घेईल का?' विठ्ठलपंतांच्या मनात आलं. हवेतला गारठा आणखी वाढला होता आणि त्याचबरोबर रुक्मिणीबाईंच्या हाताची पकडही. त्या वाढलेल्या गारठ्याने सांगितलं, नदीकाठ जवळ आला आहे. त्या गारठ्यातही रुक्मिणीबाईंच्या हाताचा घामेजला स्पर्श विठ्ठलपंतांना जाणवला आणि तो घामजेला स्पर्शही हजार शब्द बोलून गेला. त्या मूक स्पर्शातल्या प्रत्येक शब्दाचा उद्गार विठ्ठलपंतांना जाणवत होता आणि त्यांचा स्पर्श रुक्मिणीबाईंना मूक दिलासा देत होता. समोर नजर जाताच दोघांची पावलं काही क्षण थबकली. समोर इंद्रायणीचं विस्तीर्ण पात्र अंगा-खांद्यावर तरंगांच्या लहरी घेऊन पसरलं होतं. धूसर निळ्या आकाशाच्या प्रतिबिंबामुळे पाणीही धूसर निळं दिसत होतं. इंद्रायणी आपल्याला बोलावते आहे, असंच विठ्ठलपंतांना वाटलं, तर मुलांपासून कूस अशी तोडू नकोस. माघारी परत जा, असं आपल्याला ती सांगते आहे, असं रुक्मिणीबाईंना वाटलं. काहीही वाटलं, तरी इंद्रायणीत प्रवेश करायचा, हे निश्चित होतं. तेच सत्य होतं आणि तेच विधिलिखित होतं. रुक्मिणीबाईंची विठ्ठलरावांच्या हातावरची पकड आणखी घट्ट झाली. इंद्रायणीच्या वाळूचा हुळहुळणारा गार स्पर्श पायाला जाणवू लागला. हळूहळू त्या स्पर्शात ओल आली. पावलांत खेळणाऱ्या पाण्यानं अंगावर शहारा आणला. शहारा! पाण्याच्या थंडगार स्पर्शाचा, थंडगार हवेच्या झुळकीचा, आत्मसमर्पणातल्या शेवटच्या जाणिवेचा की मुलाबाळांच्या वियोगाचा? काही क्षण त्या दोघांची पावलं तिथं थबकली. दोघांनी एकमेकांकडे पाहिलं. उदास स्थितप्रज्ञतेबरोबर गहिरा ओलावा आणि अखेरचा निरोप, अशा काही विलक्षण भावना दोघांच्याही नजरेत होत्या. दोघं तसंच मागं वळले. ग्रामदैवताचा पितळी कळस पहाटेच्या धूसर प्रकाशात अंधूकसा दिसत होता. दोघांनी तिथूनच हात जोडले. लेकरांना सांभाळण्याचं साकडे त्याला घालताना रुक्मिणीबाईंच्या तोंडात, इतका वेळ उरात कोंडून ठेवलेला अर्धस्फुट हुंदका बाहेर पडण्यासाठी धडपडला; पण फाटक्या पदराचा बोळा तोंडात कोंबून रुक्मिणीबाईंनी त्याला तिथंच अडवला. आता या क्षणी असं करून चालणार नव्हतं. हुंदका बाहेर पडला असता, तर त्या दुःखाच्या वणव्याने सगळ्या मनाला आग लावली असती आणि ती आग विझवायला इंद्रायणीचं पाणीसुद्धा असमर्थ ठरलं असतं. क्षणभरच तिथं त्या दोघांची पावलं विसावली. तिथंच रेंगाळू पाहणाऱ्या पावलांना आवर घालून पुन्हा दोघे इंद्रायणीला सामोरे गेले. इंद्रायणीचे पाणी माथ्याला लावून तिला त्रिवार दंडवत घातला आणि काहीही न बोलता एकमेकांचे हात घट्ट धरून नातीचरामिची शपथ अखेरच्या श्वासापर्यंत पाळण्याचा निश्चय केलेले

ते दोन दुर्दैवी जीव इंद्रायणीला शरण गेले. खरंतर इंद्रायणीचं पाणी शांत होतं. वारा पडलेला होता. आकाश निरभ्र होतं. अजुनी चांदण्या लुकलुकत होत्या. त्या नीरव शांततेला एक करुण आवाजही होता. इंद्रायणीच्या त्या शांत पाण्यात काठावरची झाडं त्या धूसर प्रकाशातही आपलं प्रतिबिंब न्याहाळत होती. पूर्वक्षितिज उजळायला अजून काही काळ अवकाश होता, तरीही रविकराच्या स्वागतासाठी पूर्वक्षितिज सज्ज झालं होतं. या दोघांच्या दुर्दैवी पावलांनी पाण्यात प्रवेश केला आणि अचानक कुठूनसा वारा झंझावातासारखा उधळला. इंद्रायणीच्या पाण्यात घुसला. त्या स्तब्ध, शांत पाण्यालाही अचानक उधाण आलं. उंचच्या उंच लाटा उसळू लागल्या. हा इंद्रायणीचा आनंद होता की विद्रोह, काही कळत नव्हतं; पण एक उंच लाट उसळली आणि एकमेकांचा हात धरून आत्मसमर्पण करण्याच्या तयारीत असलेल्या या दोघांना दुसऱ्या क्षणाला इंद्रायणीनं आपल्या पोटात घेतलं. एकच क्षण, एकच क्षण अवघा आसंमत, अवघे वातावरण, इंद्रायणीचं पाणी उसळून निघालं आणि पुढच्या क्षणाला सारं काही शांत-शांत झालं, नि:स्तब्ध झालं. इंद्रायणीच्या पाण्यावर उठणारे तरंग थांबले. वाळवंटावर नीरव शांतता पसरली. झाडं पुन्हा स्थितप्रज्ञ झाली. सगळं इतकं पालटून गेलं की, क्षणार्धात चमत्कार घडावा, तसं सगळं वातावरण पूर्वस्थितीला आलं. जणूकाही घडलंच नाही असं! वातावरण इतकं साळसूद झालं. लेकरांच्या भविष्यासाठी, जगाच्या कल्याणासाठी आपल्यात आत्मसमर्पण केलेले हे दोन जीव म्हणजे अध्यात्माच्या इतिहासातील रुपेरी वर्खाची पानं आहेत, हे इंद्रायणीला तरी ठाऊक होतं की नाही; कुणास ठाऊक आणि ते तिला कधी कळणार होतं? या प्रश्नाचं उत्तर काळच देणार होता.

झुंजूमुंजू झालं. सूर्याचा सोनेरी प्रकाश धुक्याचं वस्त्र लेऊन उघड्या असलेल्या कवाडाच्या फटीतून आत आला आणि त्याच्या चाहुलीने निवृत्ती जागा झाला. त्यानं ज्ञानेशाला उठवलं. दोघांनाही ऋग्वेदाच्या ऋचा पाठ करायच्या होत्या. कालच त्या बाबांनी शिकवल्या होत्या. झोपडीबाहेर जाता-जाता दोघांनी आत नजर टाकली. सोपाना, मुक्ताई गाढ निजले होते. आई-बाबांचं अंथरूण रिकामं होतं. एक क्षण निवृत्तीचं काळीज चरकलं. आदल्या दिवशी ऐकलेला आई-बाबांच्यातला संवाद त्याला आठवला आणि ज्ञानेशाचा प्रश्नही. मनावर ओरखडा उमटवणारा तो प्रश्न झटकून टाकत निवृत्ती ज्ञानेशा पाठोपाठ बाहेर पडला. आता चांगलंच उजाडलं होतं. मुक्ता डोळे चोळत अंथरुणावर उठून बसली होती. डोळे चोळता-चोळता तिने इकडेतिकडे पाहिले. आई दिसली नाही. तिने भोकाड पसरलं. ''आऽई, आऽई'' असा पुकारा केला. तिच्या रडण्याच्या आवाजानं सोपान जागा झाला. अंथरुणावर उठून बसला. त्यानंही डोळे चोळत इकडेतिकडे पाहिलं. आई दिसली नाही म्हटल्यावर

तो उठून मुक्तीजवळ गेला. तिचे डोळे पुसून म्हणाला, "मुक्ते! रडू नको गं. अगं आई पाण्याला गेली असेल. येईलच इतक्यात. तू रडू नकोस हं! तू आणखी निजणार आहेस का? मग ये, माझ्या मांडीवर डोकं ठेवून निज. आई आली म्हणजे तुला उठवीन. मग ती तुला पेज देईल." सोपाना तिची समजूत घालत होता, पण तिची समजूत पटत नव्हती. उठल्याबरोबर आईच्या कडेवर बसूनच तोंड धुण्याची तिला सवय होती. कितीतरी वेळ झाला, तरी ती रडतच होती. तिची समजूत कशी घालावी, हे सोपानाला समजेना आणि पाण्याला गेलेली आई किती वेळ झाला तरी येत नव्हती. तऱ्हेतऱ्हेच्या गोष्टी सांगून, तऱ्हेतऱ्हेचे आवाज काढत सोपान मुक्तीची समजूत घालत होता. या लहानग्या जिवाला कुठे माहीत होतं की, आता आपल्या या धाकट्या बहिणीची समजूत काढण्याचं काम करताना त्याला आई आणि बाबा या दोघांची भूमिका वठवावी लागणार आहे. मुक्तीला थोपटता थोपटता सोपाना आई-बाबांची वाट बघत होता आणि दोघा मोठ्या भावांचीसुद्धा. निदान निवृत्तीदादा-ज्ञानादादा लवकर आले, तर ते मुक्ताईची समजूत नक्की घालतील. सोपाना मुक्ताईला थोपटत, थोपटत कवाडाकडे नजर लावून बसला. त्याच्या नजरेत प्रतीक्षा होती आई-बाबांची, निवृत्ती-ज्ञानेशाची आणि आणखी कशाची? याचे उत्तर काळच देणार होता आणि म्हणून प्रतीक्षा होती काळाचीसुद्धा!

४

बराच वेळ होऊन गेला. ना आई आली, ना बाबा. मुक्ती रडून-रडून थकली आणि पुन्हा झोपली. सोपानाने तिचं डोकं अलगद आपल्या मांडीवरून उचलून खाली ठेवलं. पायापाशी असलेली वाकळ तिच्या अंगावर घातली आणि तो आई-बाबांना शोधायला बाहेर पडला. घरातून बाहेर पडला, तो थेट पाणवठ्यावर आला. तिथे शालामावशी, गुंजाक्का कपडे धूत होत्या. बहिष्कार असल्यामुळे ब्राह्मण स्त्रियांच्याबरोबर पाणी भरण्याची त्याच्या आईला परवानगी नव्हती. म्हणूनच ती शालामावशी, गुंजाक्का, गोदाक्का अशा इतर स्त्रियांच्याबरोबर पाणी भरत असे. सोपानानं आधी तिकडे धाव घेतली; पण तिथे आई दिसली नाही. त्याने गुंजाक्काला विचारलं, "गुंजाक्का, आईला कुठं पाहिलंस का?" तशी गुंजाक्का म्हणाली, "नाही बाळ. कडूस पडल्यापासून आम्ही इथंच हावोत. तुझ्या आईला काय बगितल्यालं नाही." सोपाना हिरमुसला. त्यानं एवढंसं तोंड केलं. ते बघून गोदाक्का म्हणाली, "आरं लेकरा, ती गेली आसंल बाभूळवनात काटक्या गोळा करायला. तत जाऊन बघून ये." तिचं बोलणं ऐकून सोपाना बाभूळवनाकडे पळत सुटला. आई नक्की तिथं असणार! याची त्याला खात्री होती, कारण शेण गोळा करून बाभूळवनात पडलेल्या काटक्याकुटक्या जमवून आई चूल पेटवायची, हे त्याला माहीत होतं. म्हणूनच आई पाणवठ्यावर नाही म्हटल्यावर त्यानं बाभूळवनाकडे धाव घेतली. बाभूळवन समोर दिसू लागलं, तसं त्यानं, "आऽऽई, आऽऽई", असा हाका मारण्याचा सपाटा लावला. आई बाभूळवनात असेल, तर ती नक्की ओ देईल. आपला आवाज ऐकून तर ती नक्की ओ देईल, असा त्याला विश्वास होता.

निवृत्ती आणि ज्ञानेश्वर दोघंही घरी नव्हते. लहानग्या मुक्ताईला एकटीलाच निजवून सोपाना बाहेर पडला असल्याने घरी परतण्याची त्याला घाई होती. आई सापडली की, तिला हाताला धरून लगोलग घरी न्यायचं, असं मनाशी ठरवून सोपाना आईचा शोध घेत होता. त्याला घरी परतायची घाई होती, म्हणूनच पायात पडलेल्या काट्याकुट्यांची पर्वा न करता सोपान बेभानपणे इकडतिकडे धावत होता.

धावताना आपल्या पायांत बाभळीचे काटे घुसले आहेत, त्यातून रक्त येतं आहे, याचं त्याला भानच नव्हतं. अख्खे बाभूळवन धुंडाळून झालं; पण आई कुठंही नव्हती. 'कदाचित दुसऱ्या रस्त्याने घरी गेली असेल?' त्याच्या मनात आलं. तसा तो पुन्हा परत फिरला. आई घरी गेली असेल तर बरंच होईल, सोपानाच्या मनात विचार आले. तसाच रक्ताळलेल्या पायांनी तो माघारी फिरला. आपल्या पायांत बाभळीचे असंख्य काटे घुसले आहेत आणि त्यातून रक्त ठिबकतं आहे, याकडे त्याचं लक्षच नव्हतं. त्याच्या पावलातून ठिबकणाऱ्या रक्ताचे काही ठिकाणी मातीवर थेंब उभे राहिले होते; पण तिकडे लक्ष नसलेला सोपाना तसाच धावत होता. धावतच तो घरी आला. त्याला वाटलं, आई घरी आली असेल. अंगणातूनच 'आई, आई, आई' आशा हाका मारत त्यानं झोपडीत धाव घेतली. इतका वेळ तळपायातून ठिबकाणारं रक्त मातीत अदृश्य होत होतं; पण आता झोपडी जवळ आल्यावर त्या सारवलेल्या अंगणात त्याच्या रक्ताळलेल्या पायांचे ठसे जसेच्या तसे उमटले. सोपानाला त्याचंही भानं नव्हतं. धावतच तो आत गेला, तर अंथरुणावर उठून बसून मुक्ताई रडत होती आणि आईचा मात्र कुठंच पत्ता नव्हता. सोपानाला बघताच मुक्ताईनं आणखीच भोकाड पसरलं आणि "सोपानदादाऽऽ आपली आई कुठं गेली? मला खूप भूक लागली आहे. आईला बोलाव ना?" असं म्हणत मुक्ताईने आकांत मांडला. काहीच न सुचून सोपाना थिजल्यासारखा जागच्या जागी उभा राहिला. आपल्या पायांत काटे घुसले आहेत, त्यातून रक्त ठिबकतंय, आपली धाकटी बहीण मुक्ताई रडते आहे, याची कशाचीच जाणीव त्याला नव्हती.

निवृत्तीनाथ आणि ज्ञानेश्वर श्लोकांचे पठण संपवून घरी परत आले. आज दोघांनी मिळून कुंडलिनीचा अभ्यास केला होता. इडा पिंगला सुषुम्ना नाडी, नाभी चक्र, तुर्यावस्था अशा अनेक योग प्रकारांची माहिती आज निवृत्तीनं ज्ञानेशाला सांगितली होती. त्यामुळे आज दोघांना घरी परतायला उशीर झाला होता. अंगणाशी आल्यावर अंगणात उमटलेले कुणाचेतरी रक्ताळलेल्या पावलांचे ठसे पाहिल्यावर दोघांचंही काळीज चरकलं. 'हे रक्ताळलेले पाय आणि आपल्या अंगणात? नक्कीच सोपानाला काहीतरी लागलं आहे किंवा छोट्या मुक्ताईने काही कारभार केला असावा.' दोघांनी झोपडीत धाव घेतली. पाहताहेत तर अंथरुणावर बसून मुक्ताई रडत होती आणि दिङ्मूढ होऊन सोपाना तिच्याकडे बघत उभा होता. त्याच्याच पायांतून रक्त ठिबकत होतं. निवृत्तीनं मुक्ताईकडे धाव घेतली, तर ज्ञानेशानं सोपानाकडे. दादाला बघितल्यावर रडतच मुक्ताई त्याला बिलगली. निवृत्तीनं तिची समजूत काढली. ती रडायची थांबली. तोवर ज्ञानेशानं सोपानाचा हात धरून त्याला खाली बसवलं. त्याचे दोन्ही पाय उचलून आपल्या मांडीवर ठेवले. सोपानाचे दोन्ही पाय रक्ताळले होते. बाभळीचे काटे घुसून तळव्यांची चाळण झाली होती. काही

काटे खोलवर रुतून बसले होते आणि त्यातून रक्त ठिबकत होतं. ते बघून ज्ञानेशानं विचारलं, "सोपाना, काय रे हे? अरे किती लागलंय तुला? किती काटे घुसलेत पायात? आणि तेही बाभळीचे? एवढे काटे पायात घुसून पाय रक्तबंबाळ होईपर्यंत तुला कळलं कसं नाही? आणि बाभूळवनात कशाला गेला होतास? किती रे लागलंय बाळा?" सोपानाच्या पायाची अवस्था बघून ज्ञानेशाला गलबलून आलं. ज्ञानदेवानं इकडेतिकडे पाहिलं. झोपडीच्या कोपऱ्यात बाबांचं खांद्यावर घ्यायचं वस्त्र पडलं होतं. ज्ञानदेवानं ते उचलून आणलं. तोवर मुक्ताईला शांत करून निवृत्तीही तिथं आला. सोपानाच्या पायाची अवस्था बघून निवृत्तीलाही गलबलून आलं. ज्ञानदेवानं त्या वस्त्रानं सोपानाच्या पायाचं रक्त पुसलं. काही चुकार काटे अजूनही पावलात रुतून बसले होते. हलक्या हाताने ते काढले. निवृत्ती उठून झोपडीच्या परसदारी गेला. बांधाजवळ उगवलेला दगडी पाला खुडून आणून त्यानं तो तळहातावर चुरगाळला. त्यातून निघालेल्या रसाचे थेंब त्यानं सोपानाच्या पायावरच्या जखमेवर पाडले. ज्ञानदेवानं पुन्हा सोपानाला विचारलं, "अरे सोपाना, इतके काटे पायात लागायला तू बाभूळवनात गेला होतास तरी कशाला?" ज्ञानदेवाच्या या प्रश्नावर खाली मान घालून सोपाना हळूच म्हणाला, "आई! आईला शोधण्यासाठी मी बाभूळवनात गेलो होतो. मुक्ती रडत होती. आई-बाबा कुठंच दिसेनात. तुम्ही दोघंही नव्हतात. मी सांगून तिची समजूत पटेना. म्हणून मग आईला शोधायला मी बाहेर पडलो. आधी पाणवठ्यावर गेलो. आई तिथं नव्हती. गोदाक्का म्हणाली बाभूळवनात गेली असेल, म्हणून मग तिथं गेलो."

"अरे, पण पायात इतके काटे घुसले, पाय रक्तबंबाळ झाले, तरी तुला भान नाही?" निवृत्तीनं खोट्या-खोट्या रागात विचारलं. "नाही दादा, तसं नाही; पण मुक्ती रडत होती आणि आई समोर आल्याशिवाय ती थांबणार नव्हती. एवढा एकच विचार माझ्या डोक्यात होता." सोपानानं पुन्हा स्पष्टीकरण दिलं. "भले शाब्बास! पण म्हणून त्या विचारात पायात रुतलेल्या काट्यांची, झालेल्या जखमांची, ठिबकणाऱ्या रक्ताची, तुला शुद्ध नसावी? धन्य आहे रे बाबा तुझी?" असं म्हणत निवृत्तीने सोपानाच्या पाठीवर थोपटलं. हे बोलणं चालू असतानाच उठून चुलीजवळ जाऊन तिथला धांडोळा घेणारी मुक्ता अत्यानंदाने ओरडली, "दादाऽऽऽ पाहिलंस का? आईनं पेज करून ठेवली आहे." भुकेनं कळवलेल्या मुक्ताला पेज सापडल्याचा आनंद तिच्या स्वरातून, तिच्या चेहऱ्यावरून ओसंडून वाहत होता. तिघंही चुलीकडे धावले. चुलीवर मातीच्या गाडग्यात पेज करून ठेवलेली होती. पेज अजूनही कोमट होती. म्हणजे आई-बाबा इथेच कुठंतरी गेले होते. मुलांनी अंदाज बांधला आणि चौघे जण आनंदानं पेज खायला बसले.

विषय होता आई-बाबा कुठं गेले असतील याचा! मुक्ता म्हणाली, "मी सांगू,

आई-बाबा आजीकडे गेले असतील. तिथं जत्रा आहे ना? मग त्या जत्रेतून माझ्यासाठी खाऊ आणि खेळणी आणायला गेले असतील!''

''तसं असेल तर मज्जाच आहे मग; पण मला नाही वाटत आई-बाबा जत्रेला गेले असतील म्हणून? मला तर असं वाटतंय की, बाबा परवा म्हणत होते ना, आपल्याला पाठशाळेत घालायचं आहे म्हणून? आई-बाबा त्याचीच परवानगी आणायला गेले असतील.'' सोपानानं आपला तर्क लढवला. निवृत्ती, ज्ञानदेव काहीच बोलले नाहीत. ते बघून पुन्हा सोपान म्हणाला, ''दादा तुम्ही दोघं काहीच का बोलत नाहीत? कुठं गेले असतील आपले आई-बाबा?'' सोपानाचा प्रश्न ऐकूनही निवृत्ती काही बोलला नाही; पण ज्ञानदेव म्हणाला, ''हे बघ सोपाना, आपल्याला काही माहीत नसताना कोणताही तर्क करणं चुकीचं आहे. आपण आधी काही माहिती मिळतेय का ते पाहू? आता मी आणि निवृत्तीदादा त्यासाठी बाहेर जातो. तुम्ही दोघं घरात थांबा. आम्ही बाहेर जाऊ. चारचौघांना विचारू. काही कळतंय का ते पाहतो. तुम्ही दोघं घरात राहा; पण भांडू नका. आई-बाबा कदाचित घरी आले, तर विष्णूपंतकाकांकडे येऊन निरोप द्या आणि हो सोपाना, तुझ्या पायांना लागलं आहे, उड्या मारू नकोस. हुंदडू नकोस. पायाची पट्टी निघाली, तर पुन्हा रक्त येईल.''

''खरंच सोपाना, तू कसा रे इतका वेंधळा? आपल्या पायात काटे घुसलेत. त्यातून रक्त ठिबकतंय! याची तुला जाणीवच झाली नाही? आईला शोधताना इतकं कसं रे तुझं भान हरपलं?'' निवृत्तीनं विचारलं. त्याच्या स्वरात सोपानाबद्दलची माया भरून आली होती. तोच ज्ञानादादा म्हणाला, ''सोपाना, आता लहान आहेस म्हणून आईला शोधलंस. उत्कटतेनं शोधलंस, पण आई सापडली नाही; मात्र मोठा झाल्यावर याच उत्कटतेनं परमेश्वराला शोधलंस, तर तो तुला नक्की सापडेल बघ!'' असं म्हणत सोपानाच्या आणि मुक्तीच्या खांद्यांवर थोपटून ज्ञानेश्वर निवृत्तीदादाचा हात पकडून बाहेर पडला. ज्ञानादादानं सांगितलेल्या वाक्याचा आपल्या मनाशी अर्थ लावत, ती दोघं गेली त्या दिशेकडे सोपान कितीतरी वेळ बघत राहिला होता. 'असं का म्हणाला असेल ज्ञानादादा! आपण परमेश्वराला कशासाठी शोधू? आई तर म्हणते की, परमेश्वर सृष्टीतल्या प्रत्येक वस्तूत भरलेला आहे. मग त्याला शोधायचं कारणच काय? हा ज्ञानादादा, कधीकधी काय बोलतो, ते कळतच नाही.' विचारात गढलेला सोपाना मुक्ताईच्या हाकेनं भानावर आला. आपली आई जत्रेला गेली आहे आणि ती आपल्याला खाऊ आणि खेळणी आणणार आहे, याच विश्वात मुक्ताई अजूनही होती आणि ती सोपानाला सांगत होती, ''सोपानदादा, आईनं पोपट आणला, तर तो तुला, कारण आई तुला बोलका पोपट म्हणते आणि मोर आणला तर मला, कारण मी नेहमी मोरासारखी थुईथुई नाचत असते, असं आई मला नेहमी

म्हणते. म्हणून तुला पोपट आणि मला मोर. चालेल ना रे तुला?'' मुक्ती लडिवाळपणे विचारात होती; पण सोपनाचं लक्षच नव्हतं. त्याचं मन ज्ञानादादाच्या वाक्याभोवती घुटमळत होतं. 'असं का म्हणाला असेल ज्ञानादादा? काय असेल त्याच्या बोलण्याचा अर्थ? एरवी आपल्याला छान, छान गोष्टी सांगणारा, छान, छान उदाहरणं देऊन त्या गोष्टी पटवून देणारा ज्ञानादादा देवाच्या शोधाच्या संदर्भात असं का बोलला असेल?' सोपानदादा काही उत्तर देत नाही. नुसताच विचार करत बसला आहे, ते बघून तिनं त्याचा नाद सोडला आणि ठिकरी घेऊन खेळायला सुरुवात केली.

तो दिवस तसाच गेला. ना आई-बाबा परतून आले, ना निवृत्ती-ज्ञानेश्वर. दुपारच्या वेळी भूक लागल्यावर गाडग्यातली उरलेली पेज दोघांनी खाऊन घेतली आणि झोपडीच्या दाराशी बसून राहिले. सोपानाचा पाय चांगलाच ठणकत होता. सूजही आली होती थोडीशी. चुकून पायाला धक्का लागला, तर जीवघेणी कळ मस्तकात जात होती आणि ती असह्य वेदना अश्रू बनून गालांवर ओघळत होती; पण ते अश्रू पुसणार तरी कोण? त्याची समजूत तरी कोण घालणार? मुक्तीनं एक-दोनदा प्रयत्न केला. आपल्या इवल्या बोटांनी त्याचे डोळे पुसलेसुद्धा. त्याच्या तळपायावर फुंकरदेखील मारली; पण सोपानाचं तेवढ्यानं समाधान झालं नव्हतं. त्याला आई हवी होती. जवळ घेणारी. 'शहाणं माझं बाळ ते' म्हणून केसातून हात फिरवणारी. त्याची अलाबला घेणारी त्याची आई. 'आपल्या पायात इतके काटे घुसले आहेत, त्याच्या जखमा झाल्या आहेत. पाय टरारून सुजला आहे आणि आपल्याला खूप-खूप दुखतंय! हे जर तिला कळलं, तर ती लगेच धावत येईल. जिथं असेल तिथून. आई कुठे आहेस ग तू? ये ना गं लवकर!' सोपाना दाराशी बसला होता. आतल्या आत स्फुंदत होता. तोंड घट्ट मिटून घेऊन आलेला हुंदका परत पाठवत होता. आपल्या मनातला आकांत चेहऱ्यावर न दिसेल, याची खबरदारी घेत होता, कारण आता घरात तो आणि मुक्ता दोघंच होते. मुक्ता चिमुकली तीन वर्षांची. आई-बाबांच्या आठवणीनं ती आधीच व्याकूळली होती. सकाळी, सकाळीच तिनं आई दिसली नाही म्हणून भोकाड पसरलं होतं. निवृत्तीदादानं तिची कशीबशी समजूत घातली होती. सोपानालासुद्धा खूप जोरात रडावंसं वाटत होतं; पण त्याला ते शक्य नव्हतं. त्याला तसं रडताना बघून मुक्तीपण रडायला लागली असती आणि मग ज्ञानादादा म्हणाला असता, ''सोपाना, असं रे काय करतोस? आता काही तू लहान नाहीस. मुक्तीपेक्षा तू मोठा आहेस ना? तिचा दादा आहेस ना? मग तिला सांभाळून घ्यायचं. तिची समजूत काढायची, हे सोडून तूच रडायला लागलास?'' आणि मग ज्ञानादादाचं ते बोलणं ऐकून सोपानाला पुन्हा हुंदका आवरावा लागला

असता. आपलं दु:ख, आईची आठवण सगळं काही आतल्या आत दाबून ठेवावं लागलं असतं. मग ज्ञानादादानं सांगितल्यावर हे करण्यापेक्षा आधीच केलेलं काय वाईट? ओठावर दात दाबून सोपानानं दु:ख, वेदना आणि आईची आठवण सारं आतल्या आत गिळून टाकलं.

दिवस कलला. संध्याकाळ झाली. अंधार पडायला लागला तशी मुक्ता परत रडायला लागली. तिला अंधाराची भीती तर वाटत होतीच; पण त्याहीपेक्षा जास्त आई-बाबांची आठवण येत होती. सोपानाची मन:स्थितीही तिच्यापेक्षा वेगळी नव्हती. मुक्तीनं भोकाड पसरलंसुद्धा; पण त्याला तसं करून चालणारं नव्हतं. आपण तिच्यापेक्षा मोठे आहोत, हे जाणून सोपान तिची समजूत काढत होता; पण त्याचे डोळे दूरवर अंधूकशा दिसणाऱ्या अंधारातल्या पायवाटेवर खिळले होते. घराजवळून जाणाऱ्या पाऊलवाटेवर कुणाचीतरी चाहूल लागली की, तो लगेच कानोसा घेत होता; पण ना आई-बाबा येत होते, ना निवृत्ती-ज्ञानेश्वर. रडत-रडत मुक्ताई, त्याच्याजवळ आली. म्हणाली, "सोपानदादा आई-बाबा कुठं गेले रे? मला खूप भीती वाटते आहे आणि मला खूप भूकही लागली आहे. सोपानदादा, दे ना रे मला काहीतरी खायला." मुक्ताईचा तो केविलवाणा चेहरा, गालावरून ओघळणारे अश्रू, रडून-रडून लाल झालेले नाक आणि कापणारा आवाज बघून सोपानाला भडभडून आलं, दुखणारा, ठसठसणारा पाय घेऊन तो तसाच उठला. तसाच धडपडत चुलीजवळ गेला. चुलीच्या आसपास असलेली दोन-चार गाडगी, मडकी त्यानं धांडोळली. एका गाडग्यात पसाभर कण्या होत्या. दुसऱ्या गाडग्यात मूठ-दोन मूठ पोहे होते. कण्या शिजवायच्या म्हटलं तर चूल पेटवावी लागणार होती आणि सोपानाला ती येत नव्हती. त्यानं एका वाडग्यात मूठभर पोहे घातले. त्यावर थोडंसं पाणी ओतलं. चुलीपासून जरा दूर एका पुरचुंडीत सैंधव होतं. ते चिमूटभर त्यात घातलं आणि ते कालवून त्यानं मुक्तीपुढे ठेवलं. मुक्तीनं तो वाडगा आपल्या हातात घेतला. तोंडात घालण्यासाठी घास उचलला आणि सोपानाला म्हणाली, "दादा, हे घे. तू एक घास खा. मी एक घास खाते." असं म्हणून आपल्या इवल्याशा पाच बोटांनी तो उचललेला घास तिनं त्याच्या तोंडासमोर नेला. सोपनाला भरून आलं आणि नवलही वाटलं. आई आलेली नाही आणि भूक लागलेली आहे म्हणून थोड्या वेळापूर्वी भोकाड पसरून रडणारी हीच का ती मुक्ता! त्याला प्रश्न पडला. तो प्रश्न त्याच्या डोळ्यांत उमटला, आणि मुक्तीनं तो ओळखलासुद्धा. चेहऱ्यावर गांभीर्य धारण करून एखाद्या मोठ्या बाईसारखी ती म्हणाली, "अरे सोपानदादा! असा बघतोस काय नवलानं? तू मोठा झालास आणि मला खायला दिलंस ना? मग मला पण मोठं व्हायला नको का? तू माझं रडणं वाटून घेतलंस. मी तुझी भूक वाटून

घेतली. यातले दोन घास पोहे खा. घोटभर पाणी पी. म्हणजे तुला बरं वाटेल. मी दोन घास पोहे खाते. घोटभर पाणी पिते, म्हणजे मला बरं वाटेल. मग आपण दोघे जण मिळून आईची वाट बघत बसू या.'' एखाद्या मोठ्या शहाण्यासुरत्या बाईसारखं तिचं बोलणं ऐकून डोळ्यांत भरलेलं पाणी तसंच ठेवून सोपाना खुदकन हसला. हसणं ही सहानुभूतीची पहिली पायरी आहे. सोपानदादा हसला, हे बघून डोळ्यांतलं पाणी तसंच गालावर ओघळू देत मुक्तासुद्धा हसली. या दोघांच्या हसण्यानं काही क्षण का होईना, त्या झोपडीतला अंधार उजळून निघाला, क्षणभरच! हसता, हसता आपण रडायला कधी लागलो, हे त्या दोघांनाही कळलं नाही.

आई-वडिलांच्या शोधात दिवसभर वणवण हिंडून निवृत्ती-ज्ञानेश्वर घरी परतत होते. धर्मसभा बघून झाली. धर्मभास्करांच्या घरी विचारणा करून झाली. गावातली सगळी मंदिरं शोधून झाली. ब्राह्मण आळी, वैश्य आळी, अगदी गावकुसाबाहेर असलेली शूद्रातली शूद्र वस्तीदेखील पायाखाली घालून झाली; पण आई-बाबा कुठंच सापडले नाहीत. इंद्रायणीचा काठ-घाट-वाळवंट सगळं पालथं करून झालं; पण त्या दोघांचा पत्ता लागला नाही. ''खरोखरच काशीयात्रेला गेले असतील का आई-बाबा?'' निवृत्तीदादानं विचारलं. ज्ञानेश्वराचा चेहरा चिंताक्रांत दिसत होता. ''दादा, ते काशीयात्रेला गेले असते, तर त्यात न सांगता जाण्यासारखं काय होतं? काय कारण होतं? माणसं काशीयात्रेला पुण्य कमवायला जातात. देहान्त प्रायश्चित्त घ्यायला नव्हे. काशीयात्रेला जायचं असतं, तर सांगून गेले असते; पण देहान्त प्रायश्चित्त घ्यायला गेले असतील तर...?'' हा विचार ज्ञानेश्वरानं उच्चारला आणि इतका वेळ तर्कशुद्ध प्रश्नांची मांडणी करणारा ज्ञाना, हा विचार उच्चारताच एकदम भावुक झाला. त्याचा आवाज भरून आला. दुष्ट शंकेनं घेरल्यासारखा तो कावराबावरा झाला. ज्ञानेशाची ती अवस्था बघून आणि त्यानं उच्चारलेला विचार ऐकून निवृत्तीच्या मनाचा थरकाप उडाला. 'खरंच! आई-बाबांनी देहान्त प्रायश्चित्त...? नक्कीच. नाहीतर आपल्या चारही लेकरांना जरा न विसंबणारी, जराही दृष्टिआड न होऊ देणारी आपली आई पहाटेपासून आता अंधार पडला, तरी घरी परतणार नाही, असे होणार नाही. कुठंतरी काहीतरी घात... आत्मघात...?' भयशंकित नजरेनं निवृत्तीनं ज्ञानेशाकडे पाहिलं. त्याच्या टपोऱ्या डोळ्यांत पाणी भरलं होतं आणि हुंदका आवरण्याचा तो अतोनात प्रयत्न करत होता. निवृत्तीही कासावीस झाला. 'काय करावं? कुठे जावं? कुणाकडे जावं? कुणाला विचारावं? कोण माहिती सांगणार आपल्याला? कुठं गेले असतील आई-बाबा? आणि ज्ञाना म्हणतो तसं खरंच देहान्त प्रायश्चित्त घ्यायला गेले असतील तर? 'देवा, पांडुरंगा! माझ्यावर ही काय वेळ आणलीस? खरंच आईबाबांनी आत्मत्याग केला असेल, तर आम्ही चौघं भावंडं पोरकी झालो; अनाथ झालो. जन्म

म्हणजे काय आणि मृत्यू म्हणजे काय, हे थोडंफार कळण्याचं माझं वय तरी आहे; पण माझ्या धाकट्या तीन भावंडांना मी काय सांगू? आई-बाबा कुठं आहेत, असं सोपान आणि मुक्तीनं विचारलं, तर मी काय उत्तर देऊ? त्या दोघांची समजूत मी कशी काढू? या चारही भावंडांत मीच मोठा. आता मलाच त्यांची आई व्हायला हवं आणि बाबा. मलाच त्यांना मोठं केलं पाहिजे, वाढवलं पाहिजे. हे सगळं मला जमेल? गुरू माउली मला शक्ती द्या. बळ द्या. सामर्थ्य द्या. माता-पित्यांनी माझ्यावर टाकलेली, ही जबाबदारी मी नीट पार पाडेन, असा मला आशीर्वाद द्या.' निवृत्ती स्वतःशीच बोलत होता. ज्ञानेशानं कापऱ्या आवाजात विचारलेल्या प्रश्नानं, त्याच्या डोळ्यांत भरलेल्या पाण्यानं निवृत्तीचं मन हेलावलं होतं. काही क्षण त्यालाही काही सुचेनासं झालं; पण चार भावंडांत आपण मोठं असल्याची जाणीव त्याला झाली आणि त्याला जणू परिस्थितीचं भान आलं. गहिनीनाथांचा आशीर्वाद त्याच्या मदतीला धावून आला आणि निवृत्ती सावरला. एवढंच नव्हे, तर अस्फुट हुंदके देणाऱ्या ज्ञानेशालाही त्यानं जवळ घेतलं आणि म्हणाला, ''ज्ञानदेवा! तू म्हणतोस तसंच, तेच जर खरं असेल, तर आपल्यावर फार मोठी जबाबदारी आहे. सर्वप्रथम आई-बाबांचं नक्की काय झालं, याचा तपास निश्चित लावला पाहिजे आणि मुख्य म्हणजे दुर्दैवानं ही गोष्ट खरी असेल, तर सोपान आणि मुक्ताईला हे लगेचच सांगून उपयोग नाही. आई-बाबा नाहीत, या गोष्टीबद्दल ते जरा सरावू देत. मग त्यांच्या कानांवर ही गोष्ट घालावी.'' निवृत्तीनं स्वतःला बरंच सावरलं होतं; पण ज्ञानेश्वर अजूनही हुंदके देत होता. त्याचे डोळे पुसत निवृत्ती म्हणाला, ''हे बघ ज्ञाना! आपली आजची शोधाशोध आपण इथंच थांबवू या आणि आपल्या घरी जाऊ या. अंधार पडलाय. सोपाना आणि मुक्ता घरी वाट बघत असतील. घाबरून गेली असतील दोघंही जण. आपण आता घरी जाऊ. त्यांना धीर देऊ. त्यांच्या पोटापाण्याची काहीतरी व्यवस्था करू. अर्थात त्यांना आई-बाबांबद्दल काहीही सांगणार नाही आहोत. उद्या आपण पुन्हा शोधाशोध करू; पण आपण आता आधी घरी जाऊ.'' ज्ञानेश्वराला दादाचं बोलणं पटलेलं दिसलं. काही न बोलता डोळ्यांतलं पाणी पुसत त्यानं होकारार्थी मान हलवली आणि आई-वडिलांच्या आठवणीनं व्याकूळ झालेले, त्यांच्या आकस्मिक निघून जाण्यानं कावरेबावरे झालेले ते दोघं भाऊ एकमेकांचे हात घट्ट धरून एकमेकांच्या स्पर्शानं, एकमेकाला दिलासा देत घरी परतले. काय नव्हतं त्या स्पर्शात? वात्सल्य होतं; माया होती; आधार होता; दिलासा होता; संयम होता; आश्वासन होतं; वचन होतं; आशा होती आणि सोबतही होती. ती दोघं एकमेकांचा हात धरून चालली होती. अंधार त्यांची पाठराखण करत होता.

अंधाराची ती पाऊलवाट तुडवत दोघं घरी पोहोचली. सोपाना आणि मुक्ता खोपटाच्या दाराशीच एकमेकाला बिलगून बसली होती. खोपटात देवापुढे निरांजन

तेवत असावं. कारण त्याचा तेजस्वी प्रकाश त्या इवल्याशा झोपडीत सगळीकडे विखुरला होता. 'देवापुढे नंदादीप...? म्हणजे आई...?' ज्ञानेशानं चमकून निवृत्तीकडे पाहिलं. दोघांच्याही डोळ्यांतली विझलेली आशा पल्लवित झाली. एकमेकांचा हात दोघांनी घट्ट धरून झोपडीकडे धाव घेतली. त्या दोघांना समोर आलेलं बघून सोपाना-मुक्ताईच्या चेहऱ्यावर आनंद पसरला. निवृत्तीचं लक्ष त्या दोघांच्या चेहऱ्याकडे गेलं. डोळ्यांतल्या अश्रूंचे ओघळ दोघांच्या गालांवर अजून तसेच होते. मुक्ती अजूनही हुंदके देत होती आणि सोपाना वारंवार डोळे पुसत होता. 'म्हणजे आई आली नव्हती तर? मग देवापुढे दिवा?' निवृत्तीच्या मनातली शंका ज्ञानेशानं ओळखली. पुढे होऊन त्या दोघांना जवळ घेत ज्ञानेशानं विचारलं, ''सोपाना, आई आली नाही का रे? देवापुढची सांजवात बघून आम्हाला असं वाटलं, की आईच आली असेल!'' ज्ञानदेवाचा हात सोपानाच्या पाठीवरून फिरत होता. सोपानाला वाटलं, तो ज्ञानदेवाचा हात नव्हताच मुळी; तो आईचाच हात होता! वात्सल्यानं भरलेला, मायेनं ओसंडणारा. क्षणभर सोपान त्या स्पर्शात हरवून गेला. तोच ज्ञानदादाचे पुढचे शब्द त्याच्या कानांवर पडले. ''सोपाना, मुक्ते, आई आली नाही, तर सांजवात कुणी केली?'' ज्ञानदेवांचा प्रश्न ऐकून मुक्ता म्हणाली, ''दादा आम्ही दोघंपण अंधारातच बसलो होतो आईची वाट बघत; पण आई आलीच नाही लवकर; पण ती जर आली, तर ती नक्की विचारेल ना? 'एक दिवस मी नव्हते, तर तुम्हाला कुणाला सांजवात लावता आली नाही!' असं म्हणून ती रागावली असती आणि मग पोपट आणि मोर तिनं आम्हाला दिलाच नसता. म्हणून मग सोपानदादा म्हणाला, 'मुक्ते तू काळजी करू नको. मी लावतो सांजवात' असं म्हणत त्यानं काहीतरी करून सांजवत लावली. हो ना रे सोपानदादा?'' मुक्तीनं सोपानाला प्रश्न केला. तसा सोपानालाही उत्साह आला. ''होय रे ज्ञानादादा, मीच लावली सांजवात. नसती लावली, तर आईनं येऊन बघितल्यावर आई रागवली असती आणि बरं का दादा, ही मुक्ती ना भूक लागलीये म्हणून रडू लागली. मग मी सगळी गाडगी-मडकी धुंडाळली. एकात मला कण्या सापडल्या आणि एकात पोहे; पण कण्या मी कशा शिजवणार? मला काही चूल पेटवायला येत नाही. म्हणून मी मग मुक्तीला पोहे पाण्यात कालवून दिले. हो की नाही गं मुक्ते?'' सोपाना उत्साहानं आपला पराक्रम सांगत होता. तो खरा वाटावा, म्हणून त्यानं मुक्तीची साक्षही काढली. मुक्तीनंही तितक्याच उत्साहानं साक्ष दिली. म्हणाली, ''होय ज्ञानदादा, मला खूप खूप भूक लागली होती. मग सोपनदादानं मला पोहे दिले; पण मी ते एकटीनं नाही खाल्ले. होय की नाही रे सोपानदादा!'' आता मुक्तीनं सोपानाची साक्ष काढली. सोपानानंही तितक्याच तातडीनं उत्तर दिलं. ''होय, निवृत्तीदादा. मला पण मुक्ताईनं त्यातले दोन घास दिले. मुक्ताई खूप रडली. तिला आईची खूप आठवण येत होती. तुम्ही दोघंही नव्हतात. मग मीच

तिची समजूत काढली. तिला मांडीवर घेऊन थोपटलं. आम्ही दोघं अजिबात भांडलो नाही. दादा! पण दिवस संपून गेला, तरी आई आली नाही. निवृत्तीदादा, ज्ञानादादा, तुम्ही दोघं आई-बाबांना हुडकायला, शोधायला गेला होतात ना? मग काय झालं? सापडले का आई-बाबा? ज्ञानादादा, आई सापडली, तर तिला सांग, आम्ही दोघं कध्धी कध्धी भांडणार नाही. तिला कध्धी कध्धी त्रास देणार नाही; पण आम्हाला दोघांना तिची खूप-खूप आठवण येते रे. तिला लवकर, अगदी अगदी लवकर घरी यायला सांग. होय ना गं मुक्ते!'' बोलता-बोलता सोपानाचा आवाज कापायला लागला. त्यानं विचारलेल्या प्रश्नाचा धागा तसाच जोडून घेत मुक्ती म्हणाली, ''होय ज्ञानादादा, सोपानदादा म्हणतोय ते अगदी बरोबर आहे. आम्ही आईला कधी कधी त्रास देणार नाही; पण आईला लवकर घरी घेऊन ये. आईला सांग मला मोर, पोपट काही नको. तू लवकर घरी ये. मला तिची... खूप खूप... आठवण येते...! आऽऽऽई!'' बोलता-बोलता लहानगी मुक्ताई रडू लागली. निवृत्ती, ज्ञानदेवाला भडभडून आलं.

'काय सांगायचं या दोन बालजीवांना, कशी समजूत काढायची यांची? आई म्हणजे काय हे कळण्याआधीच यांच्यावर ही वेळ आली? खरंच कुठं गेले असतील आई-बाबा? आज दिवसभर साऱ्या पंचक्रोशीत पायपीट करून झाली; पण ते दोघं कुठंही सापडले नाहीत. सोपान आणि मुक्ता... किती लहान आहेत दोघं जण! किती निर्व्याज, निष्पाप आहेत. आईसमोर एक क्षण पटायचं नाही दोघांचं; पण आज आई नाही, तर दोघं एकमेकांना कशी सांभाळून घेत आहेत. परिस्थिती माणसाला शिकवते म्हणजे हेच काय?' ज्ञानदेवाच्या डोक्यात विचारांचं वादळ उभं ठाकलं होतं. त्यानं असाहाय्यपणे निवृत्तीकडे पाहिलं. त्याच्याही चेहऱ्यावर लाखभर प्रश्न होते आणि डोळ्यांत आसवांची दाटी. 'देव जाऊ दे; पण आई-बाबा तरी या लहानग्यांच्या बाबतीत इतके निष्ठुर कसे झाले? आई-बाबा आता मी काय करू? या दोघांची समजूत कशी घालू? यांना कसं मोठं करू?' निवृत्तीच्या स्थिर बुद्धीवर अशी प्रश्नांची वादळं एका पाठोपाठ एक येऊन आदळत होती. 'यांच्या पोटाला काय आणि कसं घालू?' सगळे नुसते प्रश्न प्रश्न आणि प्रश्न! उत्तर एकाचंही नव्हतं. त्या प्रश्नांच्या भोवऱ्यात सापडून गरगर फिरणाऱ्या निवृत्तीला अचानक सोपानाचा आवाज ऐकायला आला. ''दादा, भूक लागली रे!'' त्या प्रश्नानं ज्ञानेश्वर खाडकन भानावर आला. निवृत्तीही सावध झाला. 'अरे हो. भूक तर आपल्यालाही लागलीय. काहीतरी तजवीज केली पाहिजे.' दोघंही एकदम भानावर आले; पण पुढाकार निवृत्तीनं घेतला. ''सोपाना, मुक्ते भूक आपल्या सगळ्यांनाच लागलीय. सोपाना, मगाशी तुला गाडग्यात तांदळाच्या कण्या सापडल्या होत्या ना? मग चल, आपण त्या शिजवू या! ज्ञाना, झोपडीच्या मागच्या बाजूला असलेल्या शेवग्याच्या

झाडाचा पाला आणि मिळाल्या तर दोन शेंगा काढून घेऊन ये. त्याच्याबरोबर कण्या शिजवू या!''

''अरे पण दादा, चूल कोण पेटवणार? तुला येते का पेटवायला?'' मुक्तीनं डोळे मोठे करत, प्रश्न विचारला. ''हो तर! मला येते ना चूल पेटवायला? चला, आपण त्या तयारीला लागू या,'' असं म्हणत निवृत्तीनं सोपान आणि मुक्ताचा हात धरला. आणि त्यांना घेऊन झोपडीच्या आत निघाला, त्याच्या त्या उसन्या अवसानाकडे ज्ञानेश्वर एकटक पाहत होता. 'खरंच, निवृत्तीदादा किती चतुर आहे. त्यानं झटक्यात परिस्थिती हातात घेतली आणि वातावरण बदलून टाकलं. निवृत्तीदादाच्या या बोलण्यानं सोपान, मुक्तीच्या चेहऱ्यावरचं रडू आणि होणारी आईची आठवण कुठल्या कुठं पळाली.' ज्ञानेश्वर असा विचार करत होता तोच सोपान, मुक्ताच्या हाताला धरून त्यांना आता घेऊन जाणारा निवृत्ती क्षणभर थबकला. मागं वळला आणि ज्ञानेश्वराला म्हणाला, ''ज्ञानेशा, शेवग्याच्या शेंगा आणि पाला आणतो आहेस ना?'' एक क्षणभरच त्या दोघांची नजरानजर झाली. निवृत्तीची घायाळ अवस्था बघितल्यावर ज्ञानदेवाला वाटलं, 'असं खोटं-खोटं हसण्यापेक्षा निवृत्तीदादासुद्धा रडला असता, तर बरं झालं असतं. त्याच्या हृदयातली कासाविशी अशी डोळ्यांत साठून राहिली नसती. अश्रूवाटे वाहून गेली असती.' हा विचार करताना आपले डोळे कधी भरून आले, ते ज्ञानेशाला कळलंच नाही. त्या अश्रूंना मुक्तपणे वाहू देत तो परसदारी आला. सूर्यास्तानंतर आपण स्पर्श करत आहोत, याबद्दल त्याने झाडाची माफी मागितली. दोन शेंगा लोंबत असलेल्या त्या अंधारातही त्याला दिसल्या. उड्या मारून त्यानं त्या दोन शेंगा काढल्या. हाताला येईल तेवढा पाला काढला. दगडाजवळ ठेवलेल्या मातीच्या भांड्यातले पाणी घेऊन त्यानं ते सारं धुतलं आणि तो झोपडीत गेला.

ज्ञानेश्वर आत आला आणि समोरचं दृश्य पाहून त्याची पावलं तिथंच खिळली. आपल्या हातातला पाला आणि शेंगा निवृत्तीदादाकडे देण्याचं भानही त्याला राहिलं नाही. निवृत्तीनं चूल पेटवली होती. त्यावर गाडग्यात कण्या शिजायला ठेवल्या होत्या. सोपान-मुक्ता निवृत्तीच्या दोन्ही बाजूला बसले होते. चुलीतल्या ज्वाळांचा केशरी प्रकाश त्या तिघांच्या चेहऱ्यावर तर पसरला होताच; पण त्या प्रकाशाने ती अवघी झोपडी उजळून निघाली. खरंतर आई-वडिलांच्या अचानक गायब होण्यानं या चौघांच्या आयुष्यात आता अंधाराचं साम्राज्य होतं; पण आज आता, या क्षणाला तर त्या अंधारावर मात करत, त्याला बाजूला सारत त्या अग्निकणांनी अंधकारावर विजय मिळवला होता. त्या सोनेरी प्रकाशानं अवघी झोपडी उजळून टाकली होती. अंधार नाहीसा झाला होता म्हणून की काय सोपान, मुक्तीच्या चेहऱ्यावर हसू विलसत होतं आणि मगाशी घायाळ नजरेतून हृदयातली घालमेल थोपवू पाहणाऱ्या

निवृत्तीच्या डोळ्यांत केशरी ज्वालांचं ते तेज लवलवत होतं आणि चेहऱ्यावरून ओसंडत होतं वात्सल्य. ज्ञानेश्वर एकटक हेच दृश्य नजरेत साठवत उभा होता. 'अन्नब्रह्माची सिद्धता चालली होती खरं; पण अशीच जर ज्ञानाची सिद्धता केली, तर अज्ञानाच्या अंधारावर सहज मात करता येईल.' ज्ञानेश्वरांच्या मनात येऊन गेलं. तोच निवृत्तीचं लक्ष त्याच्याकडे गेलं. ''अरे ज्ञानेशा, अरे तिथं काय उभा राहिला आहेस? आण तो पाला इकडे! अरे कण्या शिजत आल्या! आण, आण तो पाला आणि शेंगा इकडे. आता ते दोन्ही खुडून यात टाकतो. त्यात जरासं सैंधव घालतो. म्हणजे बघ कण्या कशा छान लागतील!'' निवृत्तीच्या हाकेनं ज्ञानेश्वर भानावर आला. हातातला पाला आणि शेंगा त्यानं निवृत्तीकडे दिल्या आणि तोही त्या तिघांच्यात जाऊन बसला.

आई-वडिलांनी केलेल्या आत्मसमर्पणाच्या वावटळीनं या चौघांचीही आयुष्यं पालापाचोळ्यासारखी भिरभिरत जावीत, असा डाव कदाचित नियतीनं आखला असावा; पण तिला कुठं माहीत होतं की, या चौघांच्यातली एकी, एकमेकांबद्दलचे अपार प्रेम आणि बुद्धिमानतेचं तेजस्वी वलय याच्या साहाय्यानं ही चौघं भावंडं नियतीवर मात करणार होती, त्या अग्नीच्या तेजस्वी ज्वाळांनी त्या अंधारावर मात केली तशी!

५

कण्या शिजल्या. निवृत्तीनं मुक्तीला आणि सोपानाला त्या खापरीत ओतून दिल्या. निवृत्ती कण्या खापरीत ओतत असताना सोपान आणि मुक्ताला त्या चुलीसमोर आईच बसली आहे, असं वाटलं आणि दोघांचे डोळे भरून आले. मुक्तीला तर हुंदका आवरेना. त्या हुंदक्याच्या ओलाव्यानं तिच्या डोळ्यांचाही ताबा घेतला आणि मुक्ती रडायला लागली आणि सोपाना? अबोध वयाचा. धड लहान नाही, धड मोठा नाही. त्याच्या मनाची मोठी घुसमट, घुसमट व्हायला लागली. त्याला मुक्तीसारखं हुंदके देऊन रडायचं होतं. आई-बाबांच्या आठवणीनं टाहो फोडायचा होता. 'आई पाहिजे. आईला बोलाव' म्हणून हट्ट करायचा होता. त्याच वेळी आई-बाबांच्या आठवणीत व्याकूळ होऊन रडणाऱ्या मुक्तीची तिचा दादा म्हणून त्याला समजूतही घालायची होती. एकाच वेळी त्याला लहानही व्हायचं होतं आणि मोठंसुद्धा! आणि या प्रसंगात आपण नक्की कोणत्या भूमिकेमध्ये जावं, हे त्याला कळेना. विचारांच्या या आवर्तानं त्याचा चेहरा आकसला. ओठ दाताखाली दाबून तो हुंदका आवरण्याचा प्रयत्न करायला लागला. कण्या शिजवलेलं मातीचं गाडगं पुन्हा चुलवणावर ठेवणाऱ्या निवृत्तीला मुक्तीचा हुंदका ऐकायला आला. त्यानं चमकून वर पाहिलं. मुक्तीच्या डोळ्यांतून पाण्याच्या धारा लागल्या होत्या आणि सोपानाचा चेहरा मात्र आकसला होता. निवृत्तीनं ज्ञानेश्वराकडे कटाक्ष टाकला. त्या नजरेचा अर्थ ओळखून ज्ञानेश्वरानं पुढे होऊन मुक्ताईला जवळ घेतलं. तिचे डोळे पुसले. निवृत्तीचं लक्ष सोपानाच्या चेहऱ्याकडे होतं. ज्ञानदेवाने मुक्ताईला जवळ घेतलेलं पाहिल्यावर मात्र, सोपानाच्या डोळ्यांनी त्याची आज्ञा जुमानली नाही आणि त्याच्याही डोळ्यांतून अश्रू वाहायला लागले. तसा निवृत्ती चुलीजवळून उठला आणि सोपानाजवळ गेला, म्हणाला, "सोपाना! असा आतल्या आत घुसमटू नकोस. अरे, आम्ही तुला या मुक्तीचा दादा म्हणत असलो, तरीसुद्धा तू अजून लहान आहेस. तुला आईची आठवण येणं अत्यंत स्वाभाविक आहे. तू मुक्तीपेक्षा मोठा आहेस हे खरं! पण म्हणून अकाली प्रौढपणा जपून तू तुझ्या भावनांचा

कोंडमारा करू नकोस. अरे! तू तर आमचा सगळ्यांचा लाडका सोपान आहेस. स्वत:ला असं कोंडून घेऊ नकोस. ये! असा माझ्याजवळ ये!'' असं म्हणत निवृत्तीनं सोपानाला आपल्या कुशीत घेतलं आणि तत्क्षणी सोपानाचा बांध फुटला. मनावरचा संयम सुटला. बांधून घातलेला घशातला हुंदका मोकळा झाला. मनात कोंडून ठेवलेली आईची आठवण खुली झाली. अडवून ठेवलेले डोळ्यांतले अश्रू घळाघळ व्हायला लागले आणि मुक्तीच्या हुंदक्यात आपला हुंदका मिसळत सोपानाने टाहो फोडला – ''आऽऽऽऽ ईऽऽऽऽऽ!!!''

खरंतर तो टाहो नव्हताच. तो होता आकांत. एका लेकरानं आईसाठी केलेला. एका पाडसानं गाईसाठी केलेला. एका अनाथानं मायेसाठी केलेला. एका निराधारानं आधारासाठी केलेला. आईसाठी सोपानानं केलेला आकांत. तिच्या नावाचा फोडलेला टाहो घंटेच्या निनादासारखा झोपडीभर पसरला. झोपडीचं छत फाडत बाहेरच्या अंधाराला छेदत तो टाहो तीरासारखा इंद्रायणीच्या वाळवंटात शिरला. त्याच्या आघातानं वाळवंट थरारालं. तो थरार इंद्रायणीच्या पाण्यात शिरला. त्या ध्वनींच्या स्पंदनाचा स्पर्श होताच इंद्रायणीचा जणू थरकाप उडाला. कारण तिला माहीत होतं की, हा टाहो ज्यांच्यासाठी फोडला जातोय, त्या दोघांची पार्थिवं तिच्या पोटात चिरनिद्रा घेत होती. त्या ध्वनिस्पंदनांचा आवेग इतका जबरदस्त होता की, इंद्रायणीला क्षणभर भीती वाटली. एक अपराधीपणाची भावना तिच्या मनात जागली. 'कशाला आपण या दोघांना आपल्यात सामावून घेतलं? त्यांचं आपल्यात समर्पित होणं आपण नाकारलं असतं तर? त्यांनी केलेलं आत्मसमर्पण न स्वीकारता आपण त्यांना आपल्यातून बाहेर फेकलं असतं तर...!! तर हा असा केविलवाणा टाहो आपल्या अंगावर आला नसता. नव्हे या टाहोची, या आकांताची पुसटशी जबाबदारीसुद्धा आपल्यावर पडली नसती आणि ही अपराधीपणाची बोच आपल्याला लागली नसती. आता ही अपराधीपणाची बोच आयुष्यभर उरात घेऊन आपल्याला वाहावं लागेल. आपण न केलेल्या अपराधापायी इतिहासही आपल्याला दोषी ठरवेल. आपल्या या संथ वाहणाऱ्या पाण्याखाली लपून बसलेलं इतिहासाचं हे काळकुट्टं पान आपल्या 'जीवदायिनी' या नावाला काळिमा फासणारं ठरणार आहे, याची आपल्याला तरी काय कल्पना? पण या बालकानं फोडलेला टाहो ऐकवत नाही. विठू माउली आता तूच त्यांचा आधार हो आणि मी न केलेल्या पापातून माझाही उद्धार कर!' सोपानानं फोडलेला टाहो ऐकून इंद्रायणीची ही अवस्था झाली, तर त्याला कुशीत घेतलेल्या निवृत्तीचं काय झालं असेल? 'मुक्ताई लहान होती. तिच्या बालिश मनाची समजूत कशीही पटली असती; पण सोपान? तो धड लहान नव्हता, धड मोठा नव्हता. मुक्ताई कालांतरानं आई विसरण्याच्या वयात होती; पण सोपाना आई आठवण्याइतका जाणता होता. त्याच्या मन:पटलावर कोरली गेलेली आईची

छबी चिरंतन स्मृतीत राहण्याइतका मोठा होता; पण आईशिवाय राहू शकणार नाही, इतका लहानही होता.' निवृत्ती घायाळ नजरेनं ज्ञानेश्वराकडे पाहत होता. ढसाढसा रडणाऱ्या सोपानाची समजूत कशी घालावी आणि त्याला ती कशी पटावी, हा प्रश्न आता या क्षणाला निवृत्तीचं आणि ज्ञानेशाचं काळीज कुरतडत होता. ज्ञानदेवाच्या मिठीत मुसमुसणारी मुक्ता काहीशी शांत झाली होती; पण सोपाना, त्याचं सगळं अंग हुंदक्यानं गदगदत होतं. त्याचा श्वास कोंडत होता. निवृत्तीच्या गळ्याला घट्ट मिठी मारून सोपान रडत होता. निवृत्ती, ज्ञानदेव असाहाय्यपणे केविलवाणं होऊन त्याचं रडणं बघत होते. त्यांच्याही डोळ्यांत पाणी तरारलं होतं. ज्ञानदेव तर स्फुंदायलाही लागला होता. एकटक स्थिर नजरेनं निवृत्ती त्या तिघांकडे पाहत होता. आपले आई-बाबा कुठे गेलेत, हे माहीत नसलं, तरी ते आता परत येणार नाहीत, याबद्दल त्याची खात्री पटली होती. ज्ञानेश्वराजवळ त्यानं आपली ही शंका बोलून दाखवली होती. त्यानं या शंकेला दुजोराच दिला होता. अर्थात ते या दोघांना कसं सांगायचं! हा मोठा प्रश्न होता; पण सोपानाचं उन्मळून रडणं, घुसमटून-घुसमटून हुंदके देणं, आई म्हणून भावनातिरेकानं टाहो फोडणं, हे सगळं बघितल्यावर आई-बाबा परत येणार नाहीत, हे कटू सत्य त्याला उमगलेलं आहे, याची जाणीव निवृत्तीला झाली आणि निवृत्तीच्या नजरेतून ज्ञानेशाला. दोघंही मूक होते; पण दोघांच्याही डोळ्यांनी मिळून एक निर्णय घेतला, सोपानाला मोकळं होऊ देण्याचा. आई-बाबा परत येणार नाहीत, हे सत्य स्वीकारल्यानंतर प्रत्येकानं आत्मनिर्भर होणं हे क्रमप्राप्त होतं. आणि त्यासाठी घडी, घडी डोळ्यांतून पाणी काढणं, म्हणजे या आत्मनिर्भरतेला तो अडथळा होता. आईच्या मायेनं निवृत्ती आणि ज्ञानेश्वर दोघंही सोपान आणि मुक्तीच्या पाठीवरून हात फिरवत राहिले, दिलासा देत राहिले.

आईच्या अनंत आठवणी सोपानाच्या मनात पिंगा घालत होत्या. 'आपल्या चारही लेकरावर प्रेमाचा वर्षाव करणारी आई, निवृत्ती-ज्ञानेश्वर पाठांतराला बसले की, मंदिरातून मोठ्या मुश्किलीनं मिळालेला बत्ताशाचा तुकडा सोपानाला देणारी आई, सोपानाला आवडतात म्हणून जिवाजीकडून बाबा-पुता करून हळदीची पानं मागून आणून त्यावर पानगे करणारी आई, रात्री निजता-निजता रामकृष्णांच्या गोष्टी सांगणारी, ग्रहगोलांचं रहस्य उलगडून सांगणारी आई, सकाळी उठल्यावर सगळी स्तोत्रं म्हणून घेणारी आई आणि संध्याकाळी दिवे लागणीच्या वेळेला रामरक्षा, पाढे, पावकी, निमकी, पाऊणकी, औटकी हे सगळं म्हणवून घेणारी आणि हे सगळं म्हटल्यानंतर 'शहाणं माझं बाळ ते!' असं म्हणून जवळ घेणारी, त्याच्या कुरळ्या केसातून हात फिरवणारी, चेहऱ्यावरून हात फिरवून अलाबला घेणारी, दृष्ट काढणारी आणि उनउनीत वरण-भात भरवणारी आई...' सोपानाच्या डोळ्यांतून वाहणाऱ्या प्रत्येक अश्रूत आईची एक-एक आठवण लपली होती आणि गालावरून ओघळत

होती. त्या घायाळ अवस्थेत एकीकडे त्याचं मन आईसाठी आक्रंदत होतं, तर दुसरीकडे त्याचं अंतर्मन 'क्षणभरही लेकरांना न विसंबणारी त्याची आई दोन दिवस झाले, तरी आली नाही, म्हणजे आता ती परत कधी येणार नाही,' अशी भयशंकित ग्वाही देत होतं. हळूहळू ती शंका खरी असल्याचं त्याला जाणवू लागलं आणि मातृवियोगाचं वास्तव सोपाना सहन करू शकला नाही. तो मूर्च्छित झाला. मग मात्र निवृत्ती, ज्ञानेश्वर घाबरले. निवृत्तीनं घाईघाईनं सोपानाच्या चेहऱ्यावर पाणी शिंपडलं, तसा सोपान सावध झाला. निवृत्तीच्या मिठीतून बाजूला झाला. डोळ्यांतून वाहणारे अश्रू पुसण्याची जराही तसदी न घेता निवृत्तीकडे वळून सोपाना म्हणाला, "निवृत्तीदादा-ज्ञानादादा, या सोपानाला माफ करा. आपले आई-बाबा आता कधीच परत येणार नाहीत, ही शक्यता मी सत्य म्हणून स्वीकारली आहे. आई-बाबांच्या वियोगाचा आणि आपल्या पोरकेपणाच्या जाणिवेचा आवेग इतका प्रचंड होता की, मी स्वत:ला आवरू शकलो नाही; पण आता मी ते सत्य स्वीकारलं आहे. यापुढे आई-बाबा आपल्यासोबत असणार नाहीत, या वास्तवाला मी सामोरं जायचं ठरवलंय. निवृत्तीदादा, मी यापुढे आई म्हणून रडणार नाही. माझ्या मनाच्या कमकुवतपणाचा यापुढे तुम्हाला त्रास होणार नाही. मी तो होऊ देणार नाही. आई-बाबा नव्हते, म्हणून तुम्ही दोघांनी आई-बाबांची जागा घेतली; पण यापुढे हा सोपाना वेगळा झालेला दिसेल. आता तुम्हाला दोघांना मुक्तीची काळजी करायची गरज नाही. आता हा सोपानच तिची आई आणि तिचे बाबा होऊन राहील. उद्यापासून एक वेगळाच सोपान तुम्हाला दिसेल." डोळ्यांतलं पाणी तसंच वाहत होतं; पण सोपान ठामपणे बोलत होता. त्याच्या बोलण्यात निश्चय होता. आवाजाला धार होती. शब्दात सुसंगती होती. विचारात तर्कशुद्धता होती. सोपानाचं ते पालटलेलं रूप बघून निवृत्ती-ज्ञानेश्वराला बरं वाटलं.

आई म्हणून टाहो फोडत सोपान प्रचंड रडला होता. हुंदक्यांवर हुंदके देत उन्मळून रडला होता; पण अशा रडण्यानंच तो मोकळा मोकळा झाला होता. त्याच्या मनाची घुसमट संपली होती. विचारांचा कोंडमारा थांबला होता. लहानपण-मोठेपण यांची होणारी सरमिसळ निकालात निघाली होती. आईच्या आठवणींना काळजाच्या कुपीत बंद करून सोपानानं जणू त्या आठवणींवर आपलं बालपणही बंद करून ठेवलं होतं. सोपान सावरलेला बघून निवृत्ती-ज्ञानेशाला एकीकडे बरंही वाटत होतं, तर दुसरीकडे एवढ्या लहानपणी त्याला मोठं व्हावं लागतंय, याबद्दल खंतही वाटत होती; पण आता सोपान मात्र निश्चिंत होता. मनाच्या अधांतरी अवस्थेतून तो बाहेर आला होता. एका निर्णयाप्रत आला होता. खरंच! ही अधांतरी अवस्था फारच वाईट असते. विचारांच्या बुडबुड्यांवर भावनांची आंदोलनं हिंदकळत राहतात आणि त्याचाच जास्त त्रास होतो, कारण विचारांच्या आवर्तात मनुष्य नुसता भिरभिरत

राहतो. ना दिशा सापडते, ना मार्ग. या अधांतरी अनिश्चिततेमुळे बुद्धीही कंटाळते. या अधांतरी अवस्थेत भल्याभल्यांची ससेहोलपट होते. इथं तर सोपान सहा-सात वर्षांचा अजाण बालक. काऊ-चिऊच्या गोष्टी ऐकण्याचं, चंद्र-चांदण्यांसोबत बागडण्याचं, परीराणीच्या राज्यात विहार करण्याचं हे वय आणि एवढं सगळं झालं की, आईच्या कुशीत निजण्याचं हे वय. सोपान रडला. मनाच्या कोंडमाऱ्यातून मोकळा झाला. त्याच्या भालप्रदेशावर निश्चयाची ब्रह्मरेषा उमटली आणि निवृत्ती-ज्ञानेशाला त्याचं कौतुक वाटलं. त्याच्या तर्कशुद्ध बोलण्यानं ज्ञानेश्वरसुद्धा अचंबित झाला; पण ज्ञानेश्वराच्या मनात कुठंतरी एक दु:खाची किनार उमटली. "अरे, पण सोपान, तू अजुनी लहान...!" ज्ञानेश्वरांनी काही सांगण्याचा प्रयत्न केला, पण सोपानानं त्याला मध्येच अडवलं. "नाही दादा थांब. काही बोलू नकोस. मी अजुनी लहान आहे, हे मला माहीत आहे, पण या मुक्तीपेक्षा तरी मोठा आहे. तिचा चेहरा सतत हसरा ठेवायचा असेल, तर या सोपानाच्या डोळ्यांत पाणी येऊन चालणार नाही! नाही दादा. आज हा सोपान रडला तो शेवटचा. म्हणूनच मी आज भरपूर रडून घेतलं. अगदी काळजातलं पाणी संपेपर्यंत. यापुढे निदान आईच्या आठवणीसाठी तरी हा सोपान रडणार नाही. निवृत्तीदादा आता तुम्ही दोघांनी जीवन जगण्याचा मार्ग सांगायचा, जीवन जगण्याची पद्धत सांगायची आणि जीवन जगण्याची दिशा ठरवायची. त्याच मार्गावरून, तुमच्या पावलांवर पाऊल टाकत हा सोपान तुमच्या पाठोपाठ येईल. तसूभरही इकडेतिकडे ढळणार नाही." सोपान बोलत होता आणि निवृत्ती-ज्ञानेशाला त्याच्या चेहऱ्याकडे बघत राहावंसं वाटत होतं. त्याच्या चेहऱ्यावर एक विलक्षण तेज होतं. डोळ्यांत निश्चय होता. आवाजात निग्रह होता. विचारात सुस्पष्टता होती. बोलण्यात तर्कशुद्धता होती. शब्दात सुसंगती होती. पद्मासन घालून बसलेला तो सोपान, त्याचं ते रूप, त्याचं बोलणं, त्याचे विचार, हे सगळं ऐकल्यावर, का कोणास ठाऊक निवृत्तीला त्याच्या चेहऱ्यात विठ्ठलपंतांचा भास होऊ लागला. निवृत्तीच्या मनात कुठेतरी समाधान होतं. आई-वडिलांशिवाय जगायचं असेल, तर प्रत्येकानं आत्मनिर्भर होणं गरजेचं होतं आणि आत्मनिर्भर होण्याच्या मार्गावरून वाटचाल करण्यासाठी त्याचा चिमुकला, लाडका भाऊ सोपान सिद्ध झाला होता. निवृत्तीच्या मनातलं हे समाधान त्याच्या चेहऱ्यावर उमटलं आणि ज्ञानदेवांनंही त्याचा अर्थ जाणला.

मुक्ता तीन भावांचा चाललेला तो संवाद विस्फारल्या डोळ्यांनी, ऐकत होती. ज्ञानदेवाच्या मांडीवर बसलेली मुक्ता रडणं केव्हाच विसरली होती. सोपानानं आईसाठी केलेला आकांत बघून ती भयचकित झालेली होती. गेले दोन दिवस आई-बाबा नसतानाही अत्यंत संयमानं आणि वयाला न शोभेल अशा धीरोदात्तपणे वागणारा आणि वावरणारा आपला सोपानदादा, त्याला असं अचानक एकाएकी

काय झालं, हे तिला कळेना; पण नंतर मात्र या तिघांच्या बोलण्यावरून तिला एवढं समजलं की, सोपानदादानं निवृत्तीदादाच्या कुशीत शिरून पोटभर रडून घेतलं होतं आणि आता तो आईची आठवण काढून पुन्हा रडणार नव्हता. खरंतर आईची आठवण तिलाही येत होती; पण दोन दिवस होऊन गेले, तरी आई-बाबा परत आले नव्हते. आतापर्यंत असं कधी घडलं नव्हतं. मोठ्या तीनही भावांच्या बोलण्यावरून तिनं एवढं ताडलं, की आई-बाबा परत येणार नाहीत. आपले तीन भाऊ म्हणजे आता आपले आई-वडील आहेत, हेही तिच्या निरागस मनानं ओळखलं. आत्मनिर्भर होणं म्हणजे काय? ते तिला माहीत नव्हतं. आईच्या आठवणीनं न रडण्याचा निश्चय सोपानदादानं केला होता, तसा आपण करू शकू की नाही, हेही तिला माहीत नव्हतं; पण आपण आता शहाण्यासारखं वागायचं आणि आपल्या तीन भावांना त्रास द्यायचा नाही, असं तिनं मनाशी ठरवलं. तोच ज्ञानेश्वर म्हणाला, ''चला. आता सगळ्यांनाच रडून आणि बोलून खूप भूक लागली असेल ना? आता कण्या गारही झाल्यात. आता आपण त्या खाऊन घेऊ!'' ज्ञानेशाचं बोलणं ऐकून खरोखरच सगळ्यांना पोटातल्या भुकेची जाणीव झाली. निवृत्तीनं आणखी दोन खापऱ्यांत कण्या ओतल्या आणि ही चौघं भावंडं कण्या खाऊ लागली. निवृत्ती कण्या खात होता; पण त्याच्या मनात उद्या काय करायचं? हे विचार घोंघावत होते. ज्ञानेश्वराच्या मनात उद्या कोणत्याही परिस्थितीत आई-बाबांचा पत्ता काढायचा या विचारानं पिंगा घातला होता. मुक्ताच्या मनात आपण उद्यापासून शहाण्यासारखं वागायचं म्हणजे नक्की काय करायचं! या विचाराचा गोंधळ झाला होता, तर सोपाना, त्याच्या डोक्यात मात्र आपल्या उद्यापासूनच्या वागण्याचा स्पष्ट आराखडा तयार होता. 'आईची आठवण आपल्याला त्रास देणार हे नक्की, पण तो त्रास आपल्या जीवन-प्रवाहाला कुठंही बाधा आणणार नाही, याची खबरदारी आता घ्यायला हवी होती. तसेच निवृत्तीदादा आणि ज्ञानादादा यांना त्यांचं काम सहजपणे करता यावं, यासाठी या चिमुकल्या मुक्ताची जबाबदारी संपूर्णपणे आपण घेतली पाहिजे,' हा त्याचा विचार त्याच्या मनात नीट पक्का होता. आई-बाबा नाहीसे झाल्यापासूनचा त्याच्या डोक्यात असलेला विचारांचा गोंधळ आता पूर्णपणे शमला होता आणि सोपानानं निवृत्तीदादाला आणि ज्ञानादादाला सांगितल्याप्रमाणे उद्यापासून खरोखरच एक वेगळा सोपाना दिसणार होता.

कण्या खाऊन संपल्या. निवृत्तीदादानं खापऱ्या गोळा केल्या आणि धुऊन ठेवल्या. ते बघून त्याचंच अनुकरण करत मुक्ताने आपल्या इवल्याशा हातांनी कण्या शिजवलेलं मातीचं गाडगंही धुऊन टाकलं. ज्ञानदेवानं चुलीतला वैलही विझवला आणि मुक्ताच्या आणि सोपानाच्या हाताला धरून तो आणि निवृत्ती अंगणात आले. झोपडीसमोर एक अंकणभर घराचं अंगण स्वच्छ सारवलं होतं.

रुक्मिणीबाईंचा रोजच्या रोज हात फिरलेलं. चौघं भावडं अंगणात बसली. पौर्णिमा जवळ आली असावी. आकाशात चंद्र तेजानं निथळत होता. स्वच्छ चांदणं पडलं होतं. कण्या खाता-खाता निवृत्ती विचार करत होताच, 'उद्यापासून कुणी काय करायचं,' याचा आराखडा त्याच्या मनात तयार झाला होता. आता तो सगळ्यांना सांगायचा होता. आई-बाबा नसताना संपूर्ण जबाबदारी त्याच्यावर होती आणि या भावंडांना हाताशी धरून ती जबाबदारी पार पाडतच त्यांना मोठं करायचं होतं. त्या दृष्टीनं आपण मनात जे काही योजलेलं आहे, ते सगळं धाकट्या तिघांना समजावून सांगणं भाग होतं. काय सांगावं? कसं सांगायचं? याबद्दलची शब्दांची जुळणी निवृत्ती मनातल्या मनात करत होता, तोच विनायकबुवा भटजी लांबून येताना दिसले. धोतर सावरत आले ते थेट अंगणातच. त्यांना बघून निवृत्ती, ज्ञानेश्वर उठून उभे राहिले आणि "प्रणाम भूदेव," असं म्हणत त्या दोघांनी विनायकबुवांना दंडवत घातले. सोपानानं त्यांचं अनुकरण करत विनायकबुवांना दंडवत घातला. मुक्तीनंही त्यांना वाकून नमस्कार केला. "आयुष्यमान भव," विनायकबुवा पुटपुटले खरे; पण आपण ज्या कारणासाठी आलो आहोत, ते कारण कळल्यानंतर ही चार लेकरं कशी, किती आणि कुठे जगतील, याचा त्यांच्या मनात संभ्रम होताच. आपण सांगणार आहोत ती बातमी या छोट्या मुलांना सांगावी की नाही? सांगावी तर कशी सांगावी, असा संभ्रम त्यांना पडला होता; पण ती बातमी सांगणं तर भागच होतं. शेवटी त्यांनी धीर एकवटला. निवृत्तीला आणि ज्ञानेश्वराला एका बाजूला बोलावलं. दोघांच्या खांद्यावर त्यांनी हात ठेवले. त्यांचे हात थरथरत होते. निवृत्ती-ज्ञानेश्वरांना त्यांच्या हाताची ती थरथर जाणवली; पण त्यांचं कारण त्यांना कळेना. 'भूदेव घाबरले आहेत? घाबरले असतील तर कशाला? संकटात आहेत? असतील तर असं कोणतं संकट आहे?' दोघांनाही हे उमजेना. शेवटी निवृत्तीनं विचारलं, "भूदेव, काय झालं आहे? आपले हात कंप पावत आहेत. त्यामागे कोणतं कारण आहे?" निवृत्तीच्या या प्रश्नाचे विनायकबुवांनी धीर एकवटला. घसा साफ करून, खाकरून, अवसान गोळा करून ते म्हणाले, "निवृत्ती, ज्ञानदेवा मी आता जे सांगणार आहे, ते ऐकून तुम्हाला मोठा धक्का बसेल. खरंतर मलासुद्धा हे सांगताना कमालीचं दुःख होतं आहे; परंतु तुम्हाला ते समजणं क्रमप्राप्त आहे, म्हणूनच मी ते तुम्हाला सांगतो आहे. धीर एकवटून ऐका. मुलांनो, उच्चवर्णीय समाजानं तुमचा स्वीकार करावा व धर्मपीठानं तुमच्या मौंजीबंधनाला मान्यता द्यावी, यासाठी धर्मसभेनं सांगितलेली देहान्त प्रायश्चित्ताची शिक्षा तुमच्या आई-वडिलांनी म्हणजेच विठ्ठलपंत आणि रुक्मिणीमातेनं स्वीकारून स्वत:ला गंगेत समर्पित केलं आहे. धर्मसभेनं सांगितलेली देहान्त प्रायश्चित्ताची शिक्षा त्यांनी घेतली आहे. मुलांनो, तुमचे आई-वडील आता या जगात नाहीत. आता तुम्ही पोरके झालात आणि तुम्हाला हे सांगण्याचं दुर्भाग्य माझ्या

वाट्याला आलं.'' हे सांगत असताना विनायक भटजींचे डोळे भरून आले होते. विनायक भटजीनी निवृत्ती-ज्ञानेश यांना दोघांनाच बाजूला बोलावलं, तरी सोपान आणि मुक्ता दोघं तिथं येऊन उभे राहिले. विनायकबुवाचं बोलणं ऐकून चौघांनी एकमेकांचे हात घट्ट धरले. एकमेकांच्या हाताला सुटलेला कंप प्रत्येकाला जाणवला होता. काळजात उमटलेला हुंदकाही त्या स्पंदनातून जाणवत होता. चौघांच्याही डोळ्यांत भरून आलेले अश्रू गालावरून ओघळू लागले. विनायकबुवांना वाटलं, आता ही पोरं हंबरडा फोडतील. धाय मोकलून रडायला लागतील. त्यांची समजूत घालावी, या उद्देशाने काहीतरी बोलावं म्हणून त्यांनी चौघांच्या चेहऱ्याकडे नजर टाकली; पण गालावरून ओघळणाऱ्या अश्रूंबरोबरच चौघांच्याही चेहऱ्यावरून मूर्तिमंत निश्चयही ओघळत होता. त्याच निश्चयी स्वरात ज्ञानेश्वर म्हणाला, ''वाटलंच मला. हिंदू धर्मातल्या कर्मठ कर्मकांडानं माझ्या आई-बाबांचा बळी घेतला. आई-बाबा तुम्ही आम्हाला सोडून गेलात कायमचं; पण ब्रह्मसभेकडून शुद्धिपत्र मिळवण्याचं तुमचं अपुरं राहिलेलं काम आता आम्ही पूर्ण करू. दादा, निवृत्तीदादा, यानंतर कधीही धर्मातल्या या कर्मठ कांडापायी पुन्हा कुणाचा बळी जाणार नाही, असं काहीतरी करणं, हेच माझ्या आयुष्याचं उद्दिष्ट असेल. भूदेव, आमचे आई-वडील गेले; पण आम्ही पोरके झालो नाही. तो परमेश्वर आमचा पाठीराखा आहे आणि आम्ही चौघं एकमेकांची भावंड असलो, तरी प्रसंगी एकमेकांचे आई-वडील होऊ, असा मला निश्चित विश्वास वाटतो. आम्हा चौघांबद्दल आपण दाखवलेली माया भविष्यातही आम्हाला सामर्थ्य देईल.'' असं बोलून ज्ञानेशानं भूदेवांना वंदन केलं. आणि तिघांनी त्याचंच अनुकरण केलं. विनायकबुवांना कौतुक वाटलं. 'त्या चौघांचा संयमीपणा, आई-वडिलांच्या मृत्यूची बातमी धीरोदात्तपणे स्वीकारण्याचा त्यांचा समंजसपणा, परमेश्वरावरचा त्यांचा गाढ विश्वास आणि एकमेकांबद्दलची आत्यंतिक माया' विठ्ठलपंतांच्या पोटी चार अलौकिक रत्नं जन्माला येणार आहेत, ही श्रीपादस्वामींची भविष्यवाणी त्यांना आठवली. चौघांच्या डोक्यांवरून मायेने हात फिरवून विनायकबुवांनी धोतराच्या सोग्यानं डोळे पुसले आणि चौघांसाठी पोटभर आशीर्वाद पुटपुटत ते तिथून परत फिरले.

दोन दिवस आई-बाबा परत आले नाहीत, म्हणजेच एकतर ते काशीयात्रेला गेले असावेत किंवा कायमचे कुठेतरी निघून गेले असावेत, असा अंदाज निवृत्ती-ज्ञानेशाला होताच. आयुष्याच्या कुठल्या ना कुठल्यातरी वळणावर ते येतील आणि आपल्याला भेटतील, अशी अंधूक आशा मनाच्या कोपऱ्यात कुठेतरी धुगधुगत होती; पण आता सगळं चित्र स्पष्ट झालं होतं. त्या आशेवर पडदा पडला होता. आई-बाबा आता परत कधीही येणार नाहीत, हे सत्य त्यातल्या 'कधीही' या शब्दासह स्वीकारणं भाग होतं. कर्मठपणाचा अतिरेक आणि उच्चवर्णीयांची धर्मशाही

याला सध्यातरी पर्याय नव्हता; पण त्या कर्मठपणानं एका सुसंस्कृत जोडप्याचा बळी घेतला होता; चार लेकरांना त्यांच्या आई-बाबांपासून तोडलं होतं. विनायकबुवा दिसेनासे झाले आणि चौघांनी एकमेकांना घट्ट मिठी मारली. दहा वर्षांचा निवृत्ती, आठ वर्षांचा ज्ञानेश्वर आणि सहा वर्षांचा सोपान व तीन-चार वर्षांची मुक्ता. चौघांचंही मायेचं छत्र हरपलं होतं. आकाश फाटलं होतं. कुणी कुणाचे डोळे पुसायचे? कर्मठपणाच्या तडाख्यात अनाथ झालेली ही चार अश्राप पोरं एकमेकांच्या गळ्यात पडून हुंदके देऊन रडत होती. हे रडणं आई-वडिलांच्या आठवणीचं नव्हतं, वियोगाचं होतं. त्यांच्या त्या रडण्याला एवढाच अर्थ होता? नाही. धर्माचा कर्मठपणा आपण बदलू शकलो नाही, याचं दुःख त्यात होतं. धर्ममार्तंडांची समजूत आपण घालू शकलो नाही, याची असाहाय्यता त्यात होती. ज्यांनी आयुष्यभर धर्माधिष्ठित कर्माचा आदर केला, त्यांचाच बळी या कर्मकांडानं घेतला, याबद्दलची उद्विग्नता त्यात होती. आपण आपल्या हातांनी घडवलेलं भविष्य बघायला आपले आई-वडील असणार नाहीत, याची खंत त्यात होती. आई-वडील जाताना आपल्याला सांगून गेले नाहीत, याची वेदना त्यात होती आणि आता चौघांनी एकमेकांना कसं सांभाळायचं, अशी घायाळ करणारी शंकाही त्यात होती.

त्या दुःखावेगातून पहिल्यांदा सावरला तो ज्ञानेश्वर. म्हणाला, ''दादा, आई-बाबा परतून येणार नाहीत, हे नक्की झालं. आपल्या आयुष्यांच्या रेषा आपणच आखल्या पाहिजेत, हेही नक्की झालं. कदाचित आपल्या चौघांचं आयुष्य एका रेषेत जाणार नाही; पण ज्या गोष्टीसाठी आई-बाबांनी मृत्यूला जवळ केलं, ते शुद्धिपत्र मिळवण्याचा आपण कसोशीनं प्रयत्न करायचा. सोपान, मुक्ता पुसा ते डोळे. आई-वडिलांशिवाय जगण्याचा विचार आपण केला होताच. आता आपण सवय करून घेऊ या. समाजाच्या हेटाळणीनं आपल्या आई-बाबांचा जीव घेतला. ही हेटाळणी आता आपल्याही वाट्याला येईल; पण आपल्याला आपलं उद्दिष्ट गाठायचं असेल, ध्येयाप्रत पोहोचायचं असेल, तर अशा लहान-सहान अडचणी बाजूला सारून आपल्याला उभं राहिलं पाहिजे. ईश्वरानं जे नैमित्तिक कर्म करण्यासाठी आपल्याला जन्माला घातलं आहे ते कर्म आपलं जीवितकार्य आहे, असं समजून आपण पार पाडू. निवृत्तीदादा मी काही चुकीचं तर बोललो नाही ना?'' ज्ञानेश्वरानं निवृत्तीला विचारलं. निवृत्तीच्या डोळ्यांतल्या पाण्याची जागा आता कौतुकानं घेतली. ज्ञानेश्वराबद्दलचं कौतुक त्याच्या डोळ्यांतून अश्रूंबरोबर ओसंडून वाहत होतं. ज्ञानेश्वराच्या बोलण्यानं वातावरणही थोडसं निवळलं. सोपान, मुक्ता रडायचे थांबले आणि ज्ञानेश्वराचे बोलणं लक्षपूर्वक ऐकायला लागले. निवृत्ती म्हणाला, ''ज्ञानदेवा, अगदी योग्य ते बोललास तू. आई-बाबांचं अशा रीतीनं निघून जाणं हे आपल्याला कितीही क्लेशकारक असलं, तरीही हे सत्य आपल्याला स्वीकारावं लागेलच आणि हे सत्य नुसतं

स्वीकारून चालणार नाही, तर ते अंगीकारलंही पाहिजे. त्याशिवाय आपल्या आयुष्याला गती मिळणार नाही आणि प्रगतीही होणार नाही. यापुढची वाटचाल आपली आपल्यालाच करायची आहे. यासाठी आत्मनिर्भर होणं गरजेचं आहे. सोपान, मुक्ता तुम्ही दोघं अजून लहान आहात. मी आणि ज्ञानेश्वर मोठे आहोत, म्हणून तुम्हा दोघांच्या पालन-पोषणाची जबाबदारी आमची आहे. मी आणि ज्ञानेश्वर त्यांची व्यवस्था करू. तुम्ही दोघांनी मात्र जितका शक्य असेल, तितका विद्याभ्यास करावा आणि हळूहळू स्वयंपाकाची सिद्धता शिकून घ्यावी. मुक्ते, विनायक भटजींच्या आई कावेरीआक्का आपल्या आईच्या चांगल्या स्नेहातल्या होत्या. त्यांच्याकडून तू काही गोष्टी शिकून घे. आजचा हा दिवस आपल्या बालपणातला शेवटचा दिवस आहे, असं आपण समजू या. उद्याचा सूर्य आपल्यासाठी एक वेगळाच नवा प्रकाश घेऊन येणार आहे, हे निश्चित. तेव्हा आता उद्याच्या नव्या सूर्योदयाचा विचार करत आजची रात्र घालवू या.'' सोपान आणि मुक्ता निवृत्तीचं बोलणं लक्ष देऊन ऐकत होते. आई-बाबा कधीच परतणार नाहीत, या दु:खाची तीव्रता आता थोडी कमी झाली. तोच मुक्तीनं विचारलं, ''ज्ञानादादा, मगाशी तू म्हणालास की, आपल्याही नशिबी हेटाळणी येणार आहे, म्हणजे काय रे? आणि आपल्या नशिबी ती का येणार आहे?'' मुक्तीनं असं विचारलं आणि सोपानानंही मान हलवली. मुक्तीनं जणू त्याच्या मनातलाच प्रश्न विचारला. त्या प्रश्नाचा रोख ओळखून ज्ञानेश्वर म्हणाला, ''मुक्ता ज्या कारणासाठी आपल्या आई-बाबांची हेटाळणी झाली, त्याच कारणासाठी आपल्यालाही हेटाळणी सोसावी लागेल. एकदा संन्यास घेऊन पुन्हा संसाराला लागलेल्या एका व्रतस्थ पित्याची आपण लेकरं आहोत; पण म्हणूनच समाज आपल्याला 'संन्याशाची पोरं' म्हणून धिक्कारेल, आपली हेटाळणी करेल; पण हीच संन्याशाची पोरं काय करू शकतात? हे याच समाजाला आपण दाखवून द्यायचं आहे. तरच आपल्या आई-वडिलांचं स्वप्न आपण साकार केलं, हे सिद्ध होईल. सोपान-मुक्ता तुम्ही दोघंही लहान आहात; पण आई-बाबा नाहीत, म्हणून स्वत:ला तुम्ही निराधार समजू नका. हे दोन तुमचे मोठे भाऊ तुमची सगळी जबाबदारी घ्यायला समर्थ आहेत. तेव्हा आता निश्चिंतपणानं निजा. उद्यापासून आपल्या आयुष्याचं एक वेगळं पर्व सुरू होतंय. आपण चौघं मिळून त्याला सामोरं जाऊ या.'' बोलता-बोलता ज्ञानेश्वराचा आवाज किंचित कापरा झाला. निवृत्तीनं त्याच्या पाठीवर थोपटलं. सोपानाचा आणि मुक्ताचा हात धरून दोघंही आत आले. निवृत्तीनं वाकळ अंथरली. ज्ञानेश्वरानं मुक्ताईला थोपटायला सुरुवात केली, तर सोपानानं निवृत्तीचा हात घट्ट धरला. चंद्र काही काळ ढगाआड गेला असावा. तेवढ्यात अंधारानं आपलं साम्राज्य वाढवलं आणि या चार लेकरांना निद्रादेवीनं अलगद कुशीत घेतलं. आई-वडिलांच्या वियोगानं व्याकूळ झालेली, त्यांच्या विरहानं घायाळ झालेली, रडून-रडून शिणलेली,

विचार करून थकलेली, स्वतःला आत्मनिर्भर करण्याचा मानस मनी बाळगूनही स्वतःचं अवघं जीवन भविष्याच्या स्वाधीन केलेली ही चार अश्राप बालकं आता एकमेकांच्या संगती-सोबतीनं जगणार होती. आपापलं भविष्य चितारणार होती. समाजानं केलेल्या प्रत्येक हेटाळणीला, प्रत्येक तिरस्काराला उत्तर देणार होती. या क्षणी निद्रादेवीच्या स्वाधीन होताना तरी मनोमन त्यांनी हाच संकल्प सोडला होता. तो पूर्णत्वाला जाणार की नाही? गेला तर कधी? कसा? याचं उत्तर फक्त आणि फक्त नियतीकडे होतं; पण या चौघांची दुर्दम्य इच्छाशक्ती आणि केलेला संकल्प सिद्धीस नेण्याची त्यांची धडपड पाहता नियतीलासुद्धा या प्रश्नाचं उत्तर लवकरच द्यावं लागणार होतं, हे स्पष्टपणे दिसत होतं. भवितव्याविषयी समोर सगळा अंधार पसरला असतानाही या चौघांचं निश्चिंतपणे झोपणं, हे याचीच ग्वाही देत होतं.

६

सकाळ झाली. खरोखरच आजचा सूर्य काही वेगळंच वातावरण घेऊन आला होता. त्याच्या किरणांमध्ये दाहकता कमी, आणि ऊब जास्त होती. सोपानानं डोळे उघडले. आई समोर नाही, हे त्याच्या लक्षात आलं आणि पुढच्या क्षणाला त्याला परिस्थितीची जाणीव झाली. आदल्या रात्री निवृत्ती-ज्ञानदेव यांनी सांगितलेला शब्दनूशब्द त्याला आठवला आणि तो ताडकन अंथरुणावर उठून बसला. त्यानं मान वळवून पाहिलं. मुक्ता शांतपणे निजली होती. झोपेत खुदकन हसत होती. 'किती निष्पाप आहे ही,' सोपानाच्या मनात आलं. 'देवा, तिची ही निरागसता अशीच ठेवण्यात मला सामर्थ्य दे.' त्याने बसल्या जागेवरूनच देवाला हात जोडले आणि उठून उभा राहिला. निवृत्तीदादा आणि ज्ञानादादाची चाहूल लागत नव्हती. याचा अर्थ ते पहाटेच गंगेच्या घाटावर गेले असावेत, असा सोपानानं निष्कर्ष काढला. आता त्याला बसून चालणार नव्हतं. शहाण्यासारखं वागायचं, आत्मनिर्भर व्हायचं कालच ठरलं होतं; पण आपण नक्की काय करावं, हे त्याला सुचेना. त्यानं आठवलं, आई काय करत होती! त्यानं तेच करायचं ठरवलं. त्यानं कोपऱ्यातली केरसुणी घेतली आणि ते छोटंसं अंगण आरशासारखं झाडून लख्ख केलं. ते झाल्यावर त्यानं डोणीतले पाणी आणून अंगणात शिंपडलं. पुन्हा तो झोपडीत आला आणि त्याने झोपडी झाडायला सुरुवात केली. त्याच्या झाडण्याने झोपडीत किंचित धूळ उडायला लागली आणि ती धूळ मुक्तीच्या नाकात जाऊन सटासटा शिंका देत मुक्ती उठून बसली. उठून बसल्या-बसल्या डोळे चोळत तिने "आई-आई" अशा हाका मारायला सुरुवात केली. आईची ओ आली नाही म्हटल्यावर तिने डोळे उघडले आणि सोपानाला केर काढताना बघून तिलाही भान आलं. 'आई नाही' या कटू सत्याची जाणीव तिला झाली आणि तीही अंथरुणात उठून उभी राहिली. मग लाडिकपणे तक्रारीच्या सुरात म्हणाली, "काय रे सोपानदादा, सगळी धूळ माझ्या नाका-डोळ्यांत गेली ना! झोप मोडली ना माझी!" तिच्या आवाजातला रुसलेपणा, तिचे फुगलेले गाल, शिंकून-शिंकून लाल झालेले नाक, हे बघितल्यावर सोपानाला हसूच फुटलं. म्हणाला,

"मुक्ते, हे बरं झालं. तुला रोज कसं जागं करावं हा प्रश्न मला आता पडणार नाही. मला आता चांगली युक्ती सापडली आहे!'' त्याचं बोलणं ऐकून मुक्ती म्हणाली, "मुळीच नाही. उद्यापासून तुला ती संधीच मिळणार नाही, बघच तू. उद्यापासून मीच तुझ्या आधी उठेन आणि तुझ्या नाका तोंडात धूळ उडवेन.'' तिच्या त्या आविर्भावाची सोपानाला पुन्हा गंमत वाटली. खरंच आजचा दिवस, आजचा सूर्य वेगळाच होता. खरंच त्याच्या किरणांत दहाकतेपेक्षा ऊब जास्त होती. म्हणून आईवेडी ही दोन पोरं आई नसल्याचं सत्य स्वीकारून उगवलेल्या दिवसाला हसत-हसत सामोरी गेली होती.

सोपाना, मुक्ताची अशी चेष्टामस्करी चालली असताना निवृत्ती, ज्ञानदेव परत आले. त्यांना असं मधूनच परतलेलं बघून सोपानाला आश्चर्य वाटलं; पण आज दोघं जण काहीतरी निराळेच दिसत होते. त्यांच्याकडे निरखून पाहिल्यावर सोपानाच्या लक्षात आलं की, दोघांच्याही खांद्याला माधुकरीची झोळी आहे. दोघांच्याही झोळीत थोडंफार काहीतरी पडलेलं दिसत होतं, पण त्याहीपेक्षा सोपानाला खटकली, ती त्यांच्या चेहऱ्यावरची उद्विग्नता. 'एरवी शांत आणि समंजस असलेले हे आपले दोन भाऊ, आई-वडिलांचे समर्पण ज्यांनी सहजपणे स्वीकारलं, ते हे दोघं जण त्यांच्या चेहऱ्यावर आज एवढी वेदना, एवढी उद्विग्नता कशी काय?' असा प्रश्न सोपानाला पडला. विचारावं की विचारू नये, या संभ्रमात तो असतानाच ज्ञानेशांनी रागारागानं खांद्यावर अडकवलेली झोळी काढून जमिनीवर ठेवली. तोच निवृत्ती म्हणाला "हं, हं ज्ञानदेवा, सबूर सबूर. जे कार्य आपलं नैमित्तिक कर्म ठरणार आहे, त्याचा मुक्त मनानं स्वीकार करायला नको का? खरंतर मलाही काहीसा राग आला आहे. उद्विग्नता आली आहे; पण ज्या गोष्टींना पर्याय नाही, त्या गोष्टी स्वीकारल्याच पाहिजेत. मला मनाला खंत वाटली असूनही मी ती गोष्ट स्वीकारली आहे.'' निवृत्तीचं बोलणं ऐकत ज्ञानदेव खाली मान घालून उभा होता. सोपानाला कळेना काय झालंय? ज्ञानेश्वर एवढा का रागवला आणि अपरिहार्य असलेल्या अशा कोणत्या नैमित्तिक कर्माबद्दल निवृत्तीदादा बोलतोय. त्यानं विचारलं, "निवृत्तीदादा! काय झालं? असं काय घडलं, की ज्यामुळे ज्ञानादादाचा संयम सुटला?'' निवृत्तीनं सोपानाकडे पाहिलं. त्याच्या निरागस चेहऱ्यावर असंख्य प्रश्न होते. सोपानाला घडलेला प्रसंग सांगावा की सांगू नये, असा संभ्रम निवृत्तीला पडला; पण त्याच्या मनानं तो तत्काळ सोडवला. झाली घटना सोपानाला समजणं आवश्यकच होतं. आज ना उद्या त्याच्यावरही हा प्रसंग येणारच होता. ज्ञानदेव थोडासा तरी जाणता होता; पण असा प्रसंग सोपानाच्या बाबतीत घडला असता, तर त्याची समजूत घालणं अवघड झालं असतं. अशा प्रसंगांना तोंड देण्याची नव्हे, ते कानामागं टाकून त्यातून सहज पार होण्याची सवय शरीराबरोबर मनालाही लागणं गरजेचं होतं. आणि

ही सवय सगळ्यांना लागणं त्यातूनही गरजेचं होतं. तेव्हा काय घडलं ते सोपानाला समजायलाच हवं होतं. या सगळ्या विचारांची आवर्तनं निवृत्तीच्या मनात फिरली आणि त्यातून निष्कर्षाप्रत आल्यावर निवृत्तीचा चेहरा शांत झाला. त्यावरची उद्विग्नता नाहीशी झाली. एका वेगळ्याच भावनेने त्यांचा चेहरा उजळला. एका वेगळ्याच भूमिकेनं त्याचे डोळे चमकले. वेगळी भूमिका? होय आता निवृत्तीदादा एका वेगळ्या भूमिकेत शिरणार होता. एका वेगळ्या भूमिकेतून प्रकटणार होता. ती भूमिका होती शिक्षकाची. अध्यापकाची. गुरूची. ज्ञानेशांच्या प्रश्नाला उत्तरं देताना ही भूमिका त्यांनं कित्येकदा अंगीकारली होती, पण ज्ञानेशाचा शिक्षक होणं वेगळं होतं. कारण सामाजिक व्यवहाराचं, समाजाच्या सकृत आणि विकृतही चालीरीतीचं, त्याला ज्ञान होतं. त्याचे प्रश्न, हे ईश्वर, त्याची भक्ती, त्याचे मार्ग, सृष्टिचक्राचं, खगोलाचं, अवकाशाचं, अध्यात्माचं, कुंडलिनीचं, प्राणतत्त्वाचं मार्गदर्शन याबद्दल असत. आणि गहिनीनाथांनी हटयोगाची दीक्षा दिल्यामुळे हे सगळं सांगणं निवृत्तीदादाला सोपं जात असे. पण इथं शिक्षक बनायचं होतं, छोट्या सोपानाचं आणि कुठल्याही उच्च विद्याविभूषित शिक्षकाला जाणत्या विद्यार्थ्यांना शिकवणं फार सोपं जातं, पण त्याच शिक्षकाला एखाद्या लहान बालकाला शिकव म्हटलं तर ते जमणार नाही. कारण लहान बालकाला काहीतरी शिकण्याची गोडी लावणं मोठी कठीण काम असतं. आणि जन्म देण्याबरोबरच आई ते सहजतेने करते म्हणून ही आई सर्वश्रेष्ठ गुरू ठरते. आता या क्षणी सोपानदेवाची आई-बाबा आणि शिक्षक ही तीनही नाती निवृत्तीदादाला वठवायची होती. नुसती वठवायची नव्हती, तर निभावूनही न्यायची होती. म्हणूनच सोपानानं जेव्हा ''निवृत्तीदादा काय झालं रे?'' असा प्रश्न विचारला तेव्हा आता हीच वेळ आहे सोपानाला या जगाचा व्यवहार शिकवण्याची हे निवृत्तीदादानं ओळखलं आणि अत्यंत संयमाने; पण समर्थपणे त्याने शिक्षकाच्या भूमिकेत शिरायचं ठरवलं.

अर्थात तो आणि ज्ञानेश्वर दोघं माधुकरी मागायला गेलेले असताना ज्ञानेशांच्या बाबतीत घडलेला प्रसंग म्हणजे समाजाच्या हीनतेची परिसीमा होती. पण अशा कित्येक परिसीमा अजून बघायच्या होत्या. ज्ञानेश्वर तसा जाणता, संयमी. पण त्याचाही संयम सुटला होता. आणि सोपाना तर लहानच होता. त्याच्याही बाबतीत हे घडलंच असतं. आणि तसं झालं असतं तर त्या अजाण बालकाच्या मनावर तो फार मोठा आघात झाला असता. म्हणूनच समाजाच्या विचित्र व्यवहाराची आणि सामाजिक सुकृती आणि निवृत्तीची जाणीव त्याला करून देणं गरजेचं होतं. सोपानानं प्रश्न विचारल्यावर ज्ञानेश्वर काहीच बोलला नाही. तप्त सूर्यासारखा त्याचा चेहरा लाल झाला होता. हृदयात संताप मावत नव्हता. एरवी स्नेहार्द्र असणारे डोळे स्फुल्लिंगासारखे पेटले होते. निवृत्तीदादांनी ज्ञानेशाच्या मस्तकावर हात ठेवला.

त्याला थोपटल्यासारखं केलं आणि सोपानाला म्हणाले, "सोपाना, इकडे ये असा. मी सांगतो तुला तुझा ज्ञानादादा का संतापला ते! ये इकडे! हे बघ, मी आणि तुझा ज्ञानादादा माधुकरी मागण्यासाठी गेलो होतो; पण इथल्या ब्रह्मवृंदाच्या मनातून आपणावर टाकलेला बहिष्कार अजून गेलेला नाही. एका घरासमोर उभा राहून ज्ञानेशाने 'ॐ भवति भिक्षां देही'चा पुकारा केला. आतून एक भूदेवी बाहेर आल्या. त्यांच्या हातात भाकरी होती. ती भाकरी त्या माई ज्ञानाच्या झोळीत टाकणार, तोच त्यांचे पती भूदेव बाहेर आले आणि त्या माईंच्या हातातून ती भाकरी हिसकावून घेत म्हणाले, "काही गरज नाही या संन्याशाच्या मुलाला भाकरी देण्याची आणि भिक्षा घालण्याची. या पाप्याला भाकरी घालण्यापेक्षा त्या कुत्र्याला भाकरी वाढली, तर पुण्य तरी मिळेल!" असं म्हणत त्यांनी ती भाकरी उकिरड्यावर लोळणाऱ्या एका कुत्र्याला टाकली आणि ज्ञानादादाला तिथून हाकलून दिलं. एवढा मोठा अपमान ज्ञानेश्वराला सहन झाला नाही आणि "पशू आणि मानव यांतला फरक तुम्हाला कळत नाही, मग तुम्ही कसले ब्राह्मण?" असा रागारागानं सवाल फेकून ज्ञानेश्वर तिथून निघून आला." निवृत्तीनाथानं सगळा प्रसंग जसाच्या तसा सोपानाला सांगितला. सोपानाच्या कपाळावरची शीर एकदम टरारली. त्याचीही मुद्रा लाल झाली. क्षणभरच; पण अचानक त्याचा चेहरा शांत झाला. त्याला आदल्या दिवशीच्या ज्ञानेशाचं बोलणं आठवलं. निवृत्तीदादाचं समजावणं आठवलं आणि एखाद्या प्रौढ माणसासारखा सोपान बोलायला लागला. "यात एवढं रागावण्यासारखं काय आहे? हे तर अपेक्षितच होतं. एकदा वादळाला तोंड द्यायचं, असं ठरवल्यावर मग वादळ लहान असो अथवा मोठं, त्याला काय घाबरायचं? आपण ज्ञानोपासक आहोत ना? मग

विद्याविनय सम्पन्ने ब्राह्मणे गवि हस्तिनी
शुनि चैव श्वपाके च पण्डिता: समदर्शिना

असं भगवान श्रीकृष्णानं सांगितलंय ना? आणि ज्ञानादादा, तुला तर अवघी गीता पाठ आहे. मग तुला इतकं संतापायला काय झालं? माधुकरी मागून जगणं, हे जर आपलं विवक्षित कर्म आहे, तर ते करताना तेवढी स्थितप्रज्ञता ठेवली पाहिजे. खरं ना?" सोपान बोलत होता आणि डोळे विस्फारून निवृत्ती आणि ज्ञानेश्वर ऐकत होते! 'हा सहा वर्षांचा सोपान, एवढासा चिमुरडा, कालपरवापर्यंत आईने भरवल्याशिवाय न जेवणारा आणि आईची आठवण काढून ढसाढसा रडणारा? हे एवढं शहाणपण याला आलं कुठून आणि भगवद्गीता हा शिकला तरी कधी? हा सोपानाच बोलतोय, की त्याच्या तोंडून आपले बाबाच बोलताहेत?' एवढे संयमी, शहाणे निवृत्ती आणि ज्ञानेश्वर; पण सोपानाचं बोलणं ऐकून दिङ्मूढ झाले. ज्ञानेश्वराच्या मनात खदखदणारा संताप तर खाडकन खाली आला. सोपनाच्या या बोलण्यावर काय बोलावं, हे दोघांनाही सुचेना. यातून भानावर आला तो निवृत्तीदादा. "सोपाना,

अरे केवढा मोठा झालास रे तू? केवढा समंजसपणे बोलायला लागलास? नाही का रे ज्ञाना?'' निवृत्तीनं ज्ञानेशाची साक्ष काढली. सोपानाच्या बोलण्यानं चकित झालेला ज्ञानेश्वर त्या प्रश्नानं भानावर आला. ''होय रे दादा! पण सोपाना, तू आणि भगवद्‌गीता? तेसुद्धा पाचवा अध्याय? आणि कर्मसंन्यासयोग? सोपाना, कधी रे, कुठं शिकलास?'' ज्ञानेश्वराच्या स्वरातून उत्सुकता लपत नव्हती. ज्ञानादादाचा प्रश्न ऐकून मात्र गीतेचं तत्त्वज्ञान सांगणारा सोपान एकदम लाजला, संकोचला. निवृत्तीदादालाही हाच प्रश्न पडला होता. सोपान आणि भगवद्‌गीता कधी शिकला? ज्ञानेश्वरानं विचारलेलाच प्रश्न निवृत्तीदादाच्या चेहऱ्यावरही उमटल्याचं बघून सोपान आणखीनच संकोचला. खाली मान घालून हळूच म्हणाला, ''निवृत्तीदादा, तू आणि ज्ञानादादा पहाटे लवकर उठून घाटावर जात होता, तेव्हा मला बाबांनी संथा दिली आणि बाबांनी मला गीता शिकवली. तुम्हा दोघांएवढी मला अचूक पाठ नाही; पण गीतेचे अठराही अध्याय बाबांनी मला शिकवले आहेत. एवढा संयमी आणि जाणता असणारा ज्ञानादादा अशा क्षुल्लक प्रसंगानं विचलित झालेला पाहिला आणि त्याची समजूत घालण्यासाठी मला जे सुचलं ते मी बोलून गेलो. माझं काही चुकलं असेल, तर मला क्षमा करा!''

सोपानाचं बोलणं ऐकून दोघंही निःशब्द झाले. 'गंगेच्या घाटावर भल्या पहाटे जाऊन आपण दोघं वेद-उपनिषदांची चर्चा करत होतो, हटयोगाची चर्चा करत होतो. आपल्या माघारी घरी काय चाललंय याची किंचितही तमा आपण केली नाही. आपण स्वार्थी बनलो होतो काय? ज्ञानाची लालसा केवळ आपल्यालाच आहे, असा तर आपला समज झाला नव्हता ना? आपलं थोडंसं चुकलंच; पण बाबा चुकले नाहीत. त्यांनी सोपानाला संथा दिली. विधिवत भगवद्‌गीता शिकवली. मुखोद्‌गत करून घेतली. आपण चुकलो,' याचं दोघांनाही वैषम्य वाटलं. निवृत्ती- ज्ञानेशांनी एकमेकांकडे पाहिलं. दोघांच्याही नजरेत तोच भाव होता. दोघांनाही एकमेकांच्या नजरेची भाषा कळली; पण आपण चुकलो, याची खंत वाटली, तरी त्याहीपेक्षा सोपान ज्ञानसंपन्न झाला आहे आणि त्याच ज्ञानानं त्याला समंजस बनवलं होतं, शहाणं बनवलं होतं, या गोष्टीचा अतिशय आनंद निवृत्तीला झाला. सोपानाच्या मनाची जमीन मशागत करून तयार होती. नव्हे, त्यावर काही बीजांकुरही फुटले होते; अंकुरले होते. आता निवृत्तीचं काम सोपं होतं. त्याच्या चेहऱ्यावरही तो आनंद उमटला, तर ज्ञानेश्वराच्या चेहऱ्यावरून ओसंडून वाहत होता अभिमान! आपला धाकटा भाऊ, ज्याला आपण अजाण, अबोध समजत होतो, तो आपल्यालाही वेळप्रसंगी समजावण्याइतका समंजस झाला आहे, याबद्दलचा अभिमान. आता या दोघांना मुक्तीची काळजी नव्हती. बाबांचं अपूर्ण राहिलेलं काम पूर्ण करण्यासाठी आता अथक प्रयत्न करता येणार होते. त्या दोघांना आपल्याकडे अशा अनिमिष नेत्रानं पाहताना बघून सोपान

संकोचला. निवृत्तीदादा उठला आणि त्यानं अत्यंत प्रेमभराने सोपानाला आपल्या मिठीत घेतलं. 'भावनेच्या भरात आपण आपल्या मोठ्या भावाला, ज्ञानादादाला समजावून सांगायला गेलो. तेवढी आपली योग्यता नाही – वयाचीही नाही, ज्ञानाचीही नाही आणि अनुभवाचीही नाही. आपल्या हातून हा उद्धटपणा झाला आहे,' या विचारानं संकोचलेला, स्वत:ला किंचित अपराधी मानणारा सोपान, निवृत्तीदादाच्या मिठीत विसावला. त्याच्या आश्वासक स्पर्शानं त्याला दिलासा मिळाला. तोच त्याच्या पाठीवरून ज्ञानदेवाचा अत्यंत मायेचा स्पर्श करणारा हात फिरला आणि पाठोपाठ सोपान ज्ञानेश्वराच्या मिठीत विसावला. निवृत्ती आणि ज्ञानेश्वर दोघंही जण सोपानाच्या या नव्या रूपाकडे बघून मनातून काहीशी सुखावले. विवेक, विचार आणि वास्तव, यांपासून इतके दिवस लहान असल्यामुळे अनभिज्ञ असणारा, बालिश वागणारा हा सोपान, त्याचं आत्ताचं वागणं-बोलणं तो मोठा होत असल्याचंच द्योतक होतं. सोपानाच्या बोलण्यानं ज्ञानेश्वराचा राग विरघळला, तर निवृत्ती-ज्ञानेशाच्या मिठीत सोपानाचा संकोच. तिघेही प्रसन्न मनाने एकमेकांकडे बघत राहिले. तोच बाहेरून मुक्तीच्या हाका ऐकायला आल्या –

"दादाऽऽ, ज्ञानादादा, सोपानदादा, निवृत्तीदादाऽऽ! बघा, बघा मला काय सापडलं? मला काय सापडलं? बघा बघा लवकर!" मुक्तीच्या हाका ऐकून तिघं बाहेर आले. सोपान उत्सुकतेनं पुढे झाला. "मुक्ते, काय सापडलं गं तुला? बघू बघू!" म्हणत त्यानं उत्सुकतेनं मुक्तीच्या हातात बघितलं. निवृत्ती आणि ज्ञानाही कुतूहल वाटून पुढे झाले, आणि मुक्तीच्या हातातली वस्तू बघून तिथल्या तिथं थबकले, थिजले. मुक्तीच्या हातात काचेच्या चार बांगड्या होत्या, हिरव्या रंगाच्या. त्यावर पिवळे ठिपके असलेल्या त्या बांगड्या होत्या, रुक्मिणीबाईंच्या, त्यांच्या आईच्या! तिच्या हातातल्या बांगड्या बघून तिघांच्याही काळजात चर्र झालं. उरात हुंदका घुसमटला. डोळ्यांत पाणी उभं राहिलं. यातून सावरला निवृत्ती. "मुक्ते! काय आहे हे? हे कुठं मिळालं तुला?" त्यानं पाणी भरल्या डोळ्यांनी हसण्याचा प्रयत्न करत विचारलं. "दादा या... या आईच्या बांगड्या आहेत. आपल्या आईच्या!" उत्तर देताना मुक्तीच्या आवाजात कंप होता. "अगं हो; पण या तुला कुठं सापडल्या? घरातल्या कोनाड्यात होत्या का?" ज्ञानेश्वराने प्रसंग हलका करायचा प्रयत्न केला. "नाही दादा नाही, मला ना त्या... त्या गंगेच्या काठावर वाळूत सापडल्या. गंगेच्या काठावर... आऽऽई, आऽऽई!" सांगता-सांगता मुक्ती रडू लागली. तिघांचेही कंठ दाटून आले. काय बोलावं, मुक्तीची समजूत कशी काढावी, ते कुणालाच सुचेना. डोळ्यांतल्या अश्रूंनी जणू शब्दांची वाट अडवली. रडता-रडता मुक्तीला हुंदका आवरेना आणि ती सोपानाला बिलगली. त्याच्या गळ्याला मिठी मारून हुंदके देऊन रडू लागली. काही क्षणांपूर्वी मोठा झालेला, समजूतदारपणानं वागणारा सोपान पुन्हा

लहान झाला आणि मुक्तीबरोबर तोही स्फुंदू लागला. आता मात्र कठीण होऊन बसलं. काही वेळापूर्वीच सोपानाचं समंजसपणाचं वागणं, बोलणं ऐकून आता मुक्तीची काळजी मिटली, असा सुखद सुस्कारा टाकलेल्या निवृत्ती-ज्ञानेशालाही आता काय करावं सुचेना; पण काहीतरी करणंच भाग होतं. दोघंही पुढं झाले. सोपानाला गळामिठी घालून हुंदके देणाऱ्या मुक्तीला निवृत्तीनं उचलून घेतलं. तिचे डोळे पुसले आणि तिला विचारलं, "मुक्ता, मला सांग ताई, तू नदीकाठी वाळवंटात कशाला गेली होतीस? गंगेच्या काठावर खेळायला जायचं नाही, असं आईनंच तुला सांगितलंय किनई? मग कशाला तिकडे गेलीस बाळे?" निवृत्तीच्या या विचारण्यावर मुक्ता आणखीच रडू लागली. आता मात्र सोपान पुढे झाला. रडणाऱ्या मुक्तेचे त्याने डोळे पुसले. तिच्या कपाळावर आलेले केस मागे सारले, आणि तिला म्हणाला, "मुक्ते, एकटीच गेलीस होय गंगेच्या काठावर? वाळवंटात खेळायला मला का नेलं नाहीस गं? मी पण आलो असतो की तुझ्याबरोबर." सोपानाचं बोलणं ऐकून मुक्तीनं रडं आवरलं. म्हणाली, "दादा, वाळवंटात खेळायला गेले नव्हते. परवा विनायकबुवा घरी येऊन सांगून गेले की, आई-बाबांनी गंगेत समर्पण केलंय. मी ते ऐकलं आणि गंगेच्या काठावर आई सापडेल, म्हणून शोधायला गेले, तर... तर..." पुढे मुक्ताला बोलवेना. "तर? तर काय मुक्ते?" ज्ञानेश्वराने विचारलं.

"तर... तर! मी आणि सोपानदादा ज्या ठिकाणी नेहमी खेळायचो, ज्या ठिकाणी बसून वाळूत घर बनवायचो... त्या ठिकाणी... त्या ठिकाणी या बांगड्या ठेवलेल्या सापडल्या. आ...ई...च्या बांगड्या आहेत या! आईच ठेवून गेली असणार! तिला माहीत होतं की, मी आणि सोपान तिथं खेळायला येणार! आणि आम्हाला त्या बांगड्या सापडणार. आणि तसंच झालं! मला आईच्या बांगड्या सापडल्या. आऽऽऽई! दादा, बांगड्या सापडल्या, आता आई सापडेल ना रे?" असं विचारून मुक्ता पुन्हा रडायला लागली. सोपानाच्या डोळ्यांतून अश्रू ओघळले. त्यानं निवृत्ती-ज्ञानेशाकडे पाहिलं. त्यांचेही डोळे अश्रूंनी भरले होते. सोपानानं मुक्तीच्या हातातल्या बांगड्या घेतल्या. म्हणाला, "मुक्ते, तू किती शहाणी आहेस गं? तुला बरोबर लक्षात आलं की, या आईच्या बांगड्या आहेत म्हणून! दादा, बाबा आपल्याला शिकवायचे ना 'मातृ देवो भव!' मग आता आपल्या आईची आठवण आणि तिला रोज वंदन म्हणून आपण या बांगड्या देवाच्या कोनाड्यात ठेवू या. म्हणजे या बांगड्यांमधून आईचे हात आपल्या नेहमी पाठीशी राहतील. होय ना दादा?" विचारता-विचारता सोपानाला हुंदका आवरेना. निवृत्ती मात्र घायाळ मनाने सुन्न उभा होता. गंगेत आत्मसमर्पण करताना आईच्या मनाची घालमेलच जणू त्या बांगड्या त्याला सांगत होत्या. त्या बांगड्या काढून ठेवताना, त्या बांगड्यांच्या रूपात आपण

आपल्या लेकरांच्या जवळ राहू, त्यांच्या नजरेसमोर राहू, असा विचार त्या माउलीच्या व्याकूळ मनात आला असेल, असे वाटून निवृत्तीच्या घशात आवंढा दाटून आला, तर हेच विचार ज्ञानेशाच्या मनात घोळत होते. त्यालाही भरून आलं; पण या व्याकूळ प्रसंगातून बाहेर पडणं आवश्यक होतं. नाहीतर हळूहळू मुक्तीनं सगळ्यांनाच रडवलं असतं. आपले भरलेले डोळे तसेच ठेवून चेहऱ्यावर ओढून-ताणून हसू आणून ज्ञानेश्वर म्हणाला, "मुक्ते, अगं वेडाबाई मी सांगतो तुला! आईने त्या बांगड्या तुझ्यासाठी ठेवल्या असणार. आता तू मोठी होणार. तुझे हात पण मोठे होणार. मग त्या बांगड्या तुझ्या हाताला येतील. निवृत्तीदादा, आता या नकटीला रोज खीर पाजावी लागणार हं! तरच ती लवकर मोठी होईल. होय ना रे सोपाना?" ज्ञानेशानं वातावरण बदलण्याचा प्रयत्न केला. त्याचं ते केविलवाणं हास्य बघून त्यापेक्षा हा रडला असता, तर बरं झालं असतं, असं निवृत्तीला वाटलं; पण ज्ञानेश्वर मुक्तीला हसवण्याचा प्रयत्न करतोय, हे त्याच्याही लक्षात आले. त्यानंही उसनं अवसान आणलं. म्हणाला, "हो तर! आणि मला खीर करता येते बरं का! मुक्ते, तू नुसतं हो म्हणायचं, की मी लगेच खीर करून देतो किनई बघ!" निवृत्तीच्या या बोलण्यावर मुक्तीनं डोळे पुसत मान डोलावली. तोच सोपान म्हणाला, "अहो मुक्ताबाई, ऐट आहे बुवा एका माणसाची! आता काय खीर खाणार म्हणे! आम्हाला द्याल ना थोडीशी? आणि हो! आजचा दिवस या गरीब भावांनी मागून आणलेली माधुकरी गोड मानून घ्यावी, ही विज्ञापना!" सोपानाचा तो आविर्भाव बघून मुक्ती खुदकन हसली आणि भर दुपारी त्या झोपडीत चांदणं पसरलं! तिच्या हसण्यानं सगळ्यांच्या मनावरचं मळभ दूर झालं! चौघंही हसायला लागले. हसता-हसता एकमेकांच्या गळ्यात पडायला लागले. पोट धरून हसायला लागले. हसून-हसून मुक्तीच्या पोटात दुखायला लागलं. या तिघांना मात्र हसून-हसून आपल्या डोळ्यांत पाणी आलंय की डोळ्यांतलं पाणी दिसू नये, म्हणून आपण हसतो आहोत, असा संभ्रम पडला होता.

वातावरण निवळलं! निवृत्ती-ज्ञानेशानं आपापल्या झोळ्या उघडल्या. त्यात माधुकरी होती. मुक्तीने पटकन तीन-चार गाडगी आणली. झोळीला आत कप्पे होते. त्यात वेगवेगळं धान्य पसापसा पडलं होतं. कुणी तांदूळ दिले होते, तर कुणी ज्वारी, कुणी कुळीथ, तर कुणी कोरटे. निवृत्तीच्या झोळीत असा कोरडा शिधा होता. कारण तो इतर आळ्यांतून फिरला होता; पण ज्ञानेश्वराच्या झोळीत दोन-चार भाकरीचे तुकडे, दोन ढेकळं भाताची आणि एका द्रोणात कसलीशी भाजी, असा ओला शिधा होता. कारण तो ब्राह्मण आळीत फिरला होता. असे दोन वेगवेगळे प्रकार बघून मुक्तीला नवल वाटलं! तिने विचारलं, "दादा, असा कोरडा शिधा आणि ओला शिधा का रे?" तिच्या प्रश्नाचं काय उत्तर द्यावं, हे निवृत्तीला कळेना.

मग उत्तर दिलं, ज्ञानेश्वराने –

"मुक्ते, निवृत्तीदादा गेले होते इतर आळ्यांतून! आपल्याला ब्राह्मण मानून त्यांनी कोरडा शिधा दिला; पण मी गेलो होतो ब्राह्मण आळीत. आपल्याला बहिष्कृत, ब्राह्मणेतर मानून त्यांनी हा असला शिधा दिला. मुक्ते, आपलं ब्राह्मणत्व बहुजनांनी जेवढं मान्य केलंय, तेवढं ब्राह्मणांनीसुद्धा नाही! म्हणून हा शिधा असा वेगवेगळा आहे." ज्ञानेश्वरानं जे सांगितलं, ते मुक्तीला किती कळलं कुणास ठाऊक? पण माधुकरी मागायला गेला असता झालेल्या अपमानानं त्याच्या मनाला जी जखम झाली होती, ती अजूनही ठसठसत होती, हे सोपानाच्या मात्र लक्षात आलं. आता पुन्हा वातावरण गढूळायला लागलं होतं. निवृत्तीनं सावरलं, "चला चला, आपण ज्ञानेशानं आणलेला ओला शिधा संपवू या आणि कोरडा भरून ठेवू. त्याचं काय काय करायचं, ते नंतर बघू. चला आता!" मुक्ती उत्साहानं उठली. सोपानही उठला; पण ज्ञानेश्वर तसाच बसून राहिला. उठता-उठता सोपानाच्या ते लक्षात आलं. "ज्ञानादादा, या पूर्णब्रह्माला यज्ञकर्म समजून ग्रहण करू या! चल!" सोपानाच्या बोलण्याने ज्ञानेश्वर भानावर आला. उठून तोही आत गेला. मुक्तीने तोवर चार खापऱ्या मांडल्या होत्या. तीत एकेक भाताचे ढेकूळ त्यावर उलीशी भाजी आणि एकेक कोर भाकरी असं सगळं सोपानानं वाटून घेतलं. त्या घासभर जेवणावर पोटभर पाणी पिऊन सगळ्यांनी पोटं भरून घेतली, पण ते खाता-खाता निवृत्ती-ज्ञानेश्वर आणि सोपान तिघांच्याही मनात एकच विचार घोळत होता. त्यांना मार्ग सापडला होता, जगण्यासाठी, देह जगवण्यासाठी, जिवंत राहण्यासाठी अन्न मिळणं गरजेचं होतं आणि ते मिळवण्यासाठी हा माधुकरीचा मार्ग दिसला होता. निदान मुक्ता थोडी मोठी होईपर्यंत तरी हे करणं गरजेचं होतं. विचार करता-करता सोपानाचं लक्ष मुक्तीकडे गेलं. आपल्या चिमुकल्या हातानं बोटात मावेल तेवढा घास उचलून खाण्याचा ती प्रयत्न करीत होती, पण घास तोंडात जाईपर्यंत निम्मा खाली पडत होता. सोपाना पुढे झाला आणि त्यानं मुक्तीला भरवायला सुरुवात केली. मग मात्र भुकेजली मुक्ता पटापटा जेवू लागली. सोपानाने आपल्याही वाटचा भात तिला भरवला. आपण घेत असलेला घास खारट का लागतोय, मुळातच त्यात सैंधव जास्त झालंय, की त्या घासात आपल्या डोळ्यांतून वाहणारे, गालांवरून ओघळणारे अश्रू मिसळताहेत. याचा उलगडा मात्र निवृत्ती–ज्ञानेशाला झाला नाही. ते खारट लागणारं अन्न त्यांनी तसंच खाल्लं! अन्न एवढंसं असूनदेखील आपलं पोट आणि मन तृप्त आहे, समाधानी आहे, याचं कारण खरंच ते अन्न पुरेसं होतं, की सोपानानं मुक्ताला भरवलेलं बघून आणि मुक्ताचं पोट भरल्याचं बघून हे समाधान आपल्याला लाभलं आहे, याचं उत्तर मात्र दोघांनीही शोधलं नाही. यापुढे असे अनेक प्रश्न पडणार होते. त्या सगळ्यांची उत्तरं मात्र मिळतीलच, याची खात्री नव्हती. काही

प्रश्न काळावर सोडून द्यावे लागणार होते आणि काही प्रश्न निरुत्तर राहणार होते. या प्रश्नासारखे. पोट भरल्याच्या आनंदात खापऱ्या उचलणाऱ्या मुक्तीकडे निवृत्ती-ज्ञानेश्वर पाहत बसले. सोपान मात्र त्या दोघांकडे आळीपाळीनं बघत त्यांचं मन वाचण्याचा प्रयत्न करत होता, त्याच्या आईसारखा.

७

चौघंही भावंडं त्या रात्री निजली, तेव्हा प्रत्येकाच्या डोळ्यांसमोर वेगवेगळी स्वप्नं तरळत होती. निवृत्तीला दिसत होतं की, गहिनीनाथांचा हात धरून तो अवघ्या त्रिखंडात संचार करतो आहे, तर ज्ञानेश्वराला दिसत होतं की, आपण धर्मसभेत उभे आहोत आणि अवघी धर्मसभा आपल्याला वंदन करते आहे. मिटल्या डोळ्यांनी सोपान आपण काहीतरी छान लिहिलंय आणि निवृत्ती आणि ज्ञानेश्वर आपली पाठ थोपटताहेत असं बघत होता, तर चिमुकली मुक्ता आपण मोठ्या झालोय, आपल्या आईच्या बांगड्या आपण हातात घातल्या आहेत आणि आई आपली अलाबला घेते आहे, असं दृश्य पाहत होती आणि मधूनच खुदकन हसत होती. आई-वडिलांच्या अस्तित्वानं भरून गेलेली, वेद-उपनिषदांच्या उच्चारानं पावन झालेली आणि आईच्या मायेनं या पोरक्या जिवांना आधार देणारी ती मोडकी-तोडकी वास्तू मात्र 'तथास्तु-तथास्तु' म्हणत होती.

दुसऱ्या दिवशीची सकाळ उजाडली. पहाटे गंगेवर जाऊन वेद-उपनिषदांचं अध्ययन-अध्यापन करण्याचा रिवाज निवृत्ती-ज्ञानेशाने पुन्हा सुरू केला. त्यांच्याबरोबरच पहाटे उठून सोपान गीतापठणाला बसला. चिमुरडी मुक्ता मात्र झोपली होती. आईची फाटकी गोधडी तिच्या अंगावर होती. त्या गोधडीचं एक टोक तिनं आपल्या मुठीत गच्च पकडून ठेवलं होतं. जणू आईचा पदरच तिनं पकडून ठेवला होता. सोपानाचं गीतापठण झालं. त्यानं बाहेर नजर टाकली. बाहेर उजाडलं होतं. रस्त्यावरून माणसांची ये-जा सुरू झाली होती. गंगेवरून पाण्याच्या घागरी भरून आणण्याची लगबग सुरू होती. सोपानानं एकदा त्या सूर्यनारायणाला हात जोडले. तेच हात त्यानं चेहऱ्यावरून फिरवले. त्याचे बाबा असं करताना त्यानं पाहिलं होतं. त्याला बाबांची आठवण झाली. क्षणभर डोळे ओलावले; पण निग्रहानं त्यानं ते पाणी परतवून लावलं. पद्मासन सोडून तो सुखासनात बसला. झोपडीवर नजर टाकली. मुक्ती शांत झोपली होती. तिचे केस विसकटून चेहऱ्यावर आले होते. तिच्या

निरागस चेहऱ्यावर हसू होतं. क्षणभर सोपानाला गलबलून आलं. त्यानं आवंढा गिळला. तो कढ परतवून लावला आणि उठून उभा राहिला. आता त्याच्या चेहऱ्यावर खोडकर हसू होतं. त्यानं कोपऱ्यातली केरसुणी घेतली आणि अंगण झाडायला सुरुवात केली. सकाळची वेळ. वारा पूर्व-पश्चिम वाहत होता. झोपडीच्या दारातून आत आलेले कोवळ्या किरणांचे कवडसे धूसर झाले आणि सटासटा शिंका देत मुक्ती उठून बसली. सोपाना जोरजोरात हसायला लागला. त्याची युक्ती सफल झाली होती. साखरझोपेत असलेली मुक्ती मात्र रागावली. सोपानाच्या हसण्यानं अधिकच चिडली आणि चुलीशेजारची फुंकणी घेऊन सोपानाच्या मागे लागली. त्या प्रसन्न सकाळी या दोन बहीण-भावांचा चाललेला दंगा सूर्यनारायण प्रसन्न चेहऱ्यानं बघत होता. त्या अंकणभर झोपडीत त्यांची पळापळ चालली होती. पळता-पळता मुक्तीचा रागही कुठल्या कुठे पळाला. आणि तीही हसत-हसत सोपानाच्या मागे पळू लागली. पळता-पळता अंथरुणात पाय अडकून पडली आणि पुन्हा हसायला लागली. सोपानही हसत-हसत तिच्याजवळ बसला. तिच्या गालावरून हात फिरवत म्हणाला, "मुक्ते, लागलं का गं? नाही ना? पण कशी मज्जा आली. अगदी हाक न मारता उठलीस किनई? सटासट शिंका देत!" मुक्तीनं त्याला वेडावून दाखवलं. म्हणाली, "हं! आता आई नाहीय म्हणून तू वाचलास! आई असती, तर तुला मारच बसला असता! आई मला कधी असं उठवायची नाही. मुक्तेऽ! माझ्या बाळाऽ! माझ्या पाडसाऽ ऊठ! असं म्हणून उठवायची. तू मोठा द्वाड आहेस!" बोलता-बोलता मुक्तीचा आवाज कापरा बनला. कंठ दाटून आला. आता तिला रडू कोसळणार तोच तिचं लक्ष सोपानाच्या डोळ्यांकडे गेलं. काय नव्हतं त्याच्या नजरेत? प्रेमळ दटावणी होती, कठोर बजावणी होती, मुक्तीबद्दल अपरंपार माया होती, गहिरं दुःख होतं, एक उदास कणव होती, आणि होती जबाबदारीची जाणीव. त्याच्या त्या नजरेनं मुक्तीच्या मनात फुटणारा बांध अडवला. क्षणात; एका क्षणात मुक्ती पूर्ण जागी झाली आणि मग मात्र तिचा चेहरा पालटला. चेहऱ्यावरचे रडवे भाव कुठल्या कुठे पळाले आणि एखाद्या मोठ्या, प्रौढ, समंजस बाईसारखं तिने विचारलं, "सोपानदादा, तू मघाशी केर काढत होतास, ते काम पूर्ण झालं का? की ते अर्धवटच ठेवलंस. कुठलंही काम अर्ध ठेवू नये. पूर्ण करावं! तेव्हा तो अर्धा राहिलेला केर पूर्ण कर बघू!" मुक्तीच्या चेहऱ्यावरचे बदलणारे भाव निरखण्यात दंग झालेला सोपान तिच्या या प्रश्नाने चकित झाला; पण नंतर त्यातला खट्याळपणा त्याच्या लक्षात आला, आणि मुक्तीचं नकटं नाक चिमटीत पकडून म्हणाला, "होय हं आजीबाई. आम्ही आमचे काम पूर्ण करतो हं! पण तुम्ही ज्या अंथरुणात आता झोपून उठलात, ते अंथरूणपांघरूण तरी गोळा करा. म्हणजे मग आम्हाला निर्वेधपणे केर काढता येईल!" मग मात्र मुक्ती पुन्हा लहान झाली. हातभर जीभ

बाहेर काढून तिनं दिलगिरी व्यक्त केली आणि ती अंथरूण गोळा करायला लागली. अंथरुणात असं होतंच काय? दोन फाटक्या चटया, एक मृगाजिन, दोन फाटकी पालपटं, दोन फाटक्या गोधड्या आणि एक चिंध्या झालेली वाकळ; पण तरीही मुक्तीनं ते सगळं निगुतीनं घडी केलं आणि एकावर एक रचून झोपडीच्या कोपऱ्यात ठेवलं. तिच्या त्या नीटनेटक्या कामाकडे, अगदी टोकाला टोक जुळवून नीट घडी करण्याकडे सोपान टक लावून बघत होता. 'एवढ्या छोट्या वयात ही चिमुकली किती नीटस काम करते आहे,' सोपानाच्या मनात आलं. तो तसाच उभा असलेला बघून मुक्ती पुन्हा म्हणाली, ''अरे दादा, ती केरसुणी तुझी वाट बघतेय. तो केर एका जागी गोळा होण्याची प्रतीक्षा करतोय. केर काढतोयस ना?'' मुक्तीच्या या प्रश्नानं सोपान भानावर आला. काहीच न बोलता त्यानं मुकाट केरसुणी उचलली आणि केर काढायला लागला.

निवृत्ती आणि ज्ञानेश्वर गंगेच्या घाटावर श्लोकपठणासाठी पहाटेच गेले होते. आज निवृत्तीदादानं ज्ञानेश्वराला गुरुगंडा बांधला. भल्या पहाटे गंगेच्या घाटावर घडलेल्या या प्रसंगाला साक्षी होता मंद वाहणारा शीतल वारा, झुंजूमुंजू होत जाणारं क्षितिज, लालीमा घेऊन मिरवणारी पूर्व दिशा, घासाची व्यवस्था करायला निघालेले आकाशमार्गी, नीरव शांततेत पहुडलेले गंगेचं वाळवंट, तरंगातून नाचत आनंद व्यक्त करणाऱ्या पाण्याच्या लाटा, त्यात बागडणारे, विष्णूच्या पहिल्या अवताराची मिरास मिरवणारे जलजीव, विझू-विझू होत जाणारा चंद्र आणि निवृत्ती आणि ज्ञानेश्वर यांच्या मुखातून उमटलेल्या ओंकाराचा प्रतिसाद. एका लोकविलक्षण घटनेचे हे सगळे साक्षीदार. भाऊ-भाऊ आणि गुरुशिष्य या अनोख्या नात्यातून उलगडत जाणारा उद्याचा भविष्यकाल किती अनुपम आणि अपूर्व असणार होता, याची त्यांना जाणीव नव्हती; पण कदाचित ती जाणीव या दोघांना असावी, कारण गुरुगंडा बांधल्यानंतर ज्ञानदेवांच्या मस्तकावर निवृत्तीनं हात ठेवला, तेव्हा निवृत्ती आणि ज्ञानेश्वर दोघांनाही जी अनुभूती आली, त्यामुळे दोघंही थरारून गेले. निवृत्तीनं ज्ञानेश्वरांच्या मस्तकावर हात ठेवला आणि त्याच्या हाताला एक विलक्षण कंप जाणवला. विलक्षण स्पंदनं जाणवली. ज्ञानदेवाच्या मस्तकातून एक प्रचंड ऊर्जा, एक अविश्वसनीय नादलहरी, काही अद्भुत ध्वनिस्पंदनं, बाहेर फेकली जात होती. ती प्रचंड ऊर्जा इतकी तीव्र होती की, आपण प्रत्यक्ष सूर्यावर हात ठेवला आहे, असंच निवृत्तीला वाटलं. त्या नादलहरी अशा अलौकिक होत्या, की एकाच वेळी हजारो वीणा झंकारत असाव्यात आणि ती ध्वनिस्पंदनं इतकी अद्भुत होती की, त्यातून होणारा उच्चार ओंकाराचा होती की 'अहं ब्रह्मास्मि'चा होता, याचा उलगडा प्रत्यक्ष निवृत्तीलासुद्धा झाला नाही.

निवृत्तीनं जेव्हा गुरू म्हणून ज्ञानदेवाच्या मस्तकावर हात ठेवला, तेव्हा ज्ञानदेवाला

आलेली अनुभूती इतकी तीव्र आणि अकल्पित होती की, क्षणभर आपल्याला मूर्च्छा आली की काय, असं ज्ञानदेवाला वाटलं. निवृत्तीचा मस्तकावर ठेवलेला हात, हा हात नसून कल्पद्रुमाचं पान असावं, इतकी शीतलता, इतकी संवेदनशीलता त्या हस्तस्पर्शात होती. आपल्या माथ्यावर निवृत्तीदादाचा हात नसून जणू पौर्णिमेचा पूर्ण चंद्रच आहे, असं ज्ञानदेवाला वाटत होतं आणि त्या हातातून निर्माण होऊन प्रवाहित होणारी ऊर्जा जेव्हा ज्ञानदेवाच्या मस्तिष्कात शिरली, तेव्हा त्याच्या शरीराचा रोमन्‌रोम थरारला. संपूर्ण ज्ञानाचा प्रवाहच आपल्या नसानसात वाहतो आहे आणि त्या प्रवाहानं आपल्या रक्ताचा थेंबन्‌थेंब भरून गेला आहे, त्या रक्ताचा लालीमा काही आगळाच आहे, कधी तो सहस्र रश्मीप्रमाणे तेजस आहे, तर कधी चुलीतल्या अग्नीसारखा उबदार आहे. त्या स्पर्शातून झिरपणारं ज्ञान, माया, वात्सल्य, विश्वास आणि या सर्वांमागं असलेली गुरुत्वाची साक्ष, या सगळ्याने ज्ञानदेवाचा अणुरेणू व्यापला आणि त्या चैतन्याच्या वर्षावानं, त्या ज्ञानाच्या अभिव्यक्तीनं, त्या गुरुत्वाच्या अनुभूतीनं तो अवघा सहा-सात वर्षांचा ज्ञानेश्वर विलक्षण थरारला.

त्या सहस्र रश्मी सूर्यापुढे एखादा जलद यावा आणि काही काळ तो भास्कर झाकला जावा आणि अचानक जलद नाहीसा होऊन पुन्हा तो भास्कर अभूतपूर्व तेजानं तळपावा, तसं ज्ञानेश्वराचं झालं. आई-वडिलांच्या आत्मसमर्पणानंतर दुःखानं काळवंडलेला, जबाबदारीच्या जाणिवेनं उदासलेला त्याचा चेहरा निवृत्तीच्या गुरुस्पर्शानंतर असा काही तेजाळला, की ही घटना दूर क्षितिजावर उगवू पाहणाऱ्या त्या भास्करानं जेव्हा पहिली तेव्हा त्यालाही संभ्रम पडला की सूर्य तो की आपण? ज्ञानेश्वराला मिळाला निवृत्तीसारखा गुरू आणि निवृत्तीला मिळाला ज्ञानदेवासारखा शिष्य. न भूतो न भविष्यति अशी ही घटना एका अलौकिक भविष्याची आधारशीला ठरणार होती, हे नक्की. तिचं तसं भविष्यच होतं.

या सगळ्या साक्षात्कारापासून दूर, अनभिज्ञ असलेले सोपान आणि मुक्ता या दोन भावांची प्रतीक्षा करत होते. आज दोघं जण अगदी शहाण्यासारखी वागली होती. सोपानाचा केर काढून झाल्यावर मुक्तीनं अंगणात सडा मारला होता. त्यावर वेडीवाकडी का होईना, पण रांगोळीची दोन बोटं ओढली होती. दोघांनी धडपडून कशीबशी चूल पेटवली. तीवर पाण्याचं डेचकं ठेवलं. एकदा चूल पेटल्यावर पुन्हा पुन्हा त्यात काही सरपण घालावं लागतं. वैल सारखा करायचा असतो, हे त्या दोघांना कुठून उमजणार? जेवढं काही पाणी कोमटसर झालं, त्यात दोघांनी अंघोळी केल्या; पण नंतर मात्र दोघांची पंचाईत झाली. मुक्तीच्या जाड केसांची वेणी काही केल्या सोपानाला घालायला येईना. तीन दिवसांपूर्वी आईनं घातलेल्या वेणीचा विसकळा झाला होता आणि त्यातच गुंताही आणि आता तर काय? जे काही थोडेफार केस गुंफलेले होते, तेही गोफातून सुटले होते. नव्हे 'मी घालतो तुझी

वेणी' असं म्हणत सोपानानंच ते सोडवले होते. आता पुन्हा गुंता काढून ते केस गोफात गुंतवणं मोठं कठीण काम होतं आणि ते त्याच्या आवाक्याबाहेरचं होतं. अथक प्रयत्न करूनही ना केसांतला गुंता सुटला होता, ना केस गोफात गुंफले गेले होते. 'दुखतंय रे दादा' म्हणत मुक्तीच्या डोळ्यांतून मात्र असावं वाहायला लागली होती. ना तिचं रडणं थांबत होतं, ना गुंता सुटत होता. सोपाना अथक प्रयत्न करतच होता. आता मात्र हळूहळू मुक्तीचा आवाज वाढला. काही वेळानं तर तिनं चक्क भोकाडच पसरलं आणि सोपानाही थकला. आता त्यानं मुक्तीच्या केसांशी चाललेली झटापट थांबवली आणि तो तिची समजूत घालू लागला. तो जशी तिची समजूत घालायला लागला, तशी मुक्ता जास्तच रडायला लागली. एकतर केस पूर्ण मोकळे झाले होते, ते तिला मानेवर गालावर टोचत होते, त्यातच गुंता काढायच्या नादात तिला खूप दुखलं होतं आणि गुंता निघण्याऐवजी जास्तच झाला होता. त्यातच सोपानदादा मायेनं विचारपूस करतोय म्हटल्यावर मुक्तीला जास्तच रडू यायला लागलं. तिनं आणखीच भोकाड पसरलं आणि मुक्तीला खूप दुखलं असणार आणि हे सगळं आपल्यामुळे म्हणून ती जास्तच रडते आहे, हे बघून सोपानही रडायला लागला. त्या दोघांच्याही रडण्याचा आवाज त्या झोपडीच्या तुटक्या भिंतीतून बाहेर पडला आणि रस्त्यावर रेंगाळला. तो रेंगाळणारा आवाज तिथून पाण्याची कळशी घेऊन चाललेल्या कावेरीअक्कांच्या कानांवर पडला.

या कावेरीआक्का म्हणजे विनायकबुवांच्या मातोश्री. रुक्मिणीबाई त्यांना आईच्या जागी मानत. त्याही रुक्मिणीबाईंना लेक मानत, कारण त्यांचं आणि रुक्मिणीबाईंचं माहेर एकच आळंदी. या कावेरीअक्कांचं घरही सिद्धोपंत कुलकर्ण्यांच्या, म्हणजे रुक्मिणीबाईंच्या वडिलांच्या घराजवळच. म्हणूनच या कावेरीअक्कांना रुक्मिणी आणि तिच्या कुटुंबाबद्दल विशेष स्नेह होता. समाजाच्या या बहिष्कारातूनही हे कुटुंब जात असताना कुठून ना कुठूनतरी कोणत्या ना कोणत्या मार्गाने या कावेरीअक्का या कुटुंबाला मदत करीत. विठ्ठलपंत आणि रुक्मिणी यांनी गंगेत आत्मसमर्पण केलं आहे, हे कळल्यापासून त्यांच्या जिवाची अगदी घालमेल सुरू होती. धावत जावं आणि या अनाथ, पोरक्या, निष्पाप मुलांना पोटाशी धरावं, असं त्यांना सारखं वाटत असे; पण विनायबुवांनी, त्यांच्या मुलानं त्यांना अडवलं होतं. प्रसंग ताजा होता; कुणास ठाऊक ब्रह्मवृंद यावर काय प्रतिक्रिया देतो ते? तोवर शांत बसणंच क्रमप्राप्त होतं. नपेक्षा विनायबुवांच्या कुटुंबावरही बहिष्कार टाकला गेला असता. आणि मग या चार लेकरांना मदत करणं मनात असूनही शक्य झालं नसतं. म्हणूनच कावेरीअक्का शांत होत्या. गंगेवर पाणी भरायला जाता-येता त्या या मुलांची चाहूल घ्यायच्या. त्यांना वाटलं होतं की, आई-वडील गेल्यावर ही उघडी पडलेली चार भावंडं झोपडीच्या दारात दीनवाणी बसलेली आपल्याला दिसतील; पण तसं काहीच झालं

नव्हतं, त्यामुळेही या भावंडांनी काय केलं असेल? काय खाल्लं असेल, सोपान-
मुक्ता तर अगदीच लहान आहेत त्यांचं कोणी केलं असेल, या विचारानं कावेरीअक्कांच्या
उरात घालमेल होत होती. आज मघाशी नदीवर पाणी भरायला जाताना सोपान-
मुक्ताचे हसण्याचे आवाज त्यांच्या कानांवर पडले होते. त्या थोड्या निश्चिंत झाल्या
होत्या. "हं पोरं सावरलेली दिसताहेत!" म्हणत नदीवर गेल्या होत्या; पण परतताना
आता मात्र त्यांना मुक्तीच्या रडण्याचा आवाज ऐकायला आला आणि नंतर त्याच
आवाजात सोपानाचाही रडण्याचा आवाज मिसळला गेला. मग मात्र त्यांना राहावलं
नाही. भरलेली घागर तशीच पायरीवर ठेवून त्या गडबडीने झोपडीत आल्या. समोरचं
दृश्य पाहून त्यांना हसावं की रडावं, ते कळेना. सोपानाच्या हातात तुटकी फणी
होती. त्यात काही केस अडकलेले दिसत होते. मुक्ताचे केस मोकळे होते आणि
वेडेवाकडे विंचरलेले दिसत होते. काळा गोफ एका बाजूला पडला होता. आणि
दोघंही रडत होती. ते दृश्य पाहिल्यावर काय झालं असावं, ते अक्कांच्या क्षणात
लक्षात आलं. मुक्तीची वेणी घालण्याचा सोपानानं असफल प्रयत्न केला असावा.
त्यांच्या मुद्रेवर हसू उमटलं आणि डोळ्यांत माया. क्षणार्धात पुढे होऊन त्यांनी त्या
रडणाऱ्या दोन अश्राप जिवांना पोटाशी धरलं. मायेची ऊब मिळताच दोघांचा हुंदका
आणखीच वाढला. अक्का काही न बोलता निःशब्दपणे दोघांच्या पाठीवरून हात
फिरवत राहिल्या. काही वेळानं दोघांच्या रडण्याचा आवेग ओसरला. सोपान अक्कांच्या
मिठीतून बाजूला झाला. मुक्ती मात्र अजूनही त्यांच्या मिठीतच मुसमुसत होती. जणू
अक्कांच्या मिठीत आईला शोधत होती. अक्कांनाही गहिवरून आलं. त्या मूकपणे
मुक्तीच्या पाठीवरून हात फिरवत राहिल्या. डोळ्यांत अश्रू आणि उरात भरभरून
आलेली माया घेऊन.

थोड्या वेळानं मुक्ती रडायची थांबली आणि एकदा रडून झाल्यावर तिनं
सोपानाची तक्रार करायला सुरुवात केली. मग कावेरीअक्कांना तिची समजूत काढणं
कठीण झालं. त्यांनी कशीबशी तिची समजूत काढली. सोपानाकडून फणी घेतली
आणि हळुवार हातानं एकेक गुंता सोडवत, छान विंचरून मुक्तीची वेणी घातली.
गोफही चांगला वरपासून गुंफून, चांगला गुंतवून घट्ट गुंफला. अशी छानशी वेणी
घातल्यावर मग मात्र मुक्ती आनंदून गेली. त्या आनंदाच्या भरात आपण सोपानाची
चहाडी केली, त्याच्याशी भांडलो, हेही विसरली, आणि नाचतच त्याच्या समोर
जाऊन उभी राहिली. मग आपली वीतभर वेणी पिसाऱ्यासारखी त्याच्यासमोर
नाचवत म्हणाली. "दाऽदा, ए दादा, बघ अक्कांनी माझी किती छान वेणी घातली
ते? आणि रोज घालीन असंही त्या म्हणाल्या! म्हणजे प्रश्नच मिटला. हो किनई?"
तिचा तो आनंदी चेहरा, ते वेणी धरून नाचणं, तो गोड आवाजातला प्रश्न, हे सगळं
बघून तिनं आपली तक्रार अक्कांकडे केली होती, हे सोपानाही विसरला आणि तिची

वेणी धरून हलवत म्हणाला "वा! छान! छान आलीय हं वेणी! आता रोजच छान येईल. बरं झालं. माझ्या डोक्याची चिंता मिटली. नाहीतर रोज तुझे केस विंचारायचे, म्हणजे मेंढीचे केस विंचरल्यासारखं होतं! पांडुरंगानंच वाचवलं!" मुक्तीची प्रशंसा करता-करता सोपानानं तिला चिडवलंच. यावर उसळून मुक्ती काहीतरी बोलणार तोच "कशापासून वाचवलं बाळा तुला पांडुरंगानं?" असं विचारत निवृत्ती आला. पाठोपाठ ज्ञानेश्वरही. त्या दोघांना पाहताच मुक्ती सोपानाला फटकारायचे विसरली आणि आपली वेणी त्यांच्यापुढे नाचवून दाखवू लागली. तिची ती घट्ट वेणी, नीटस बांधलेले केस बघून त्या दोघांनाही नवल वाटलं. "अरे वा! आमच्या या छकुलीला कुणी नटवलं? कुणी घातली ही छानशी वेणी? सोपाना तू?" निवृत्तीनं नवलानं विचारलं, "तो काय घालतोय? कप्पाळ माझं! त्यानं माझे केस अजूनच विसकटून ठेवले होते. या कावेरीअक्का आल्या म्हणून बरं झालं! यांनी घातली माझी वेणी!" ठुमकत मुक्तीने सांगितलं. तिच्या त्या ठुमकण्याकडे एक कौतुकाचा कटाक्ष टाकून ज्ञानदेव कावेरीअक्कांजवळ आला. हात जोडून त्यांना म्हणाला, "अक्का, तुमच्या उरातली माया आम्हाला समजते; पण त्यासाठी समाजाचा, ब्रह्मवृंदांचा रोष पत्करून इथं येण्याचा अविचार का केलात? आई-बाबांनी त्यांच्या वर्तनाचं प्रायश्चित्त घेतलं. आम्ही आमच्या परीनं त्याचं परिमार्जन करण्याचा प्रयत्न करत आहोत. हे जरी खरं असलं, तरी त्यामागचं पाठबळ तुम्ही आणि विनायकबुवाच आहेत. आपलं इथं येणं ब्रह्मवृंदाला आवडलं नाही आणि तेही पाठबळ गेलं, तर आमच्या पायाखालची जमीनच सरकेल. आपण माझ्या बोलण्याचं वाईट वाटून घेऊ नका. आम्हाला समजून घ्या!" ज्ञानदेव हात जोडून बोलत असला, तरी तो काहीसं स्पष्टच बोलतो आहे, हे निवृत्तीच्या लक्षात आलं. ज्ञानदेवाला नजरेनेच थांबण्याचा इशारा करून तो म्हणाला, "अक्का माफ करा आम्हाला; पण धर्मसभेनं आमच्या आई-बाबांच्या बाबतीत जे केलं, ते तुमच्या बाबतीत करू नये, या भीतीपोटीच आम्ही बोलतोय. आई-बाबांनी प्रायश्चित्त घेऊनसुद्धा धर्मसभेनं आमच्यावरचा बहिष्कार अजून काढलेला नाही. आपण आम्हा भावंडांवर जी माया करता आहात, ती धर्मसभेला मान्य झाली नाही तर?" शेवटचा प्रश्न उच्चारताना निवृत्तीचा आवाज कापरा झाला; पण कावेरीअक्का मात्र ठाम होत्या. त्यांच्या चेहऱ्यावर यत्किंचितही चलबिचल नव्हती, की चिंता नव्हती. निवृत्ती क्षणभर बोलायचा थांबला तोच, "चुलीत गेली ती धर्मसभा! आई-बापांच्या जिवावर तर उठून झालंच आहे. आता या अश्राप पोरांच्या जिवावर उठू पाहत असेल तर ती धर्मसभा कसली, अधर्मसभा आहे, आणि मी नाही भीत या असल्या गोष्टीला. तुमचे आई-बाप गरीब, सालस, पापभीरू म्हणून त्यांच्यासमोर यांनी प्रायश्चित्ताच्या टिमक्या वाजवल्या असतील; पण या कावेरीअक्कांच्या बाबतीत असलं कोणी करू धजावणार नाही. त्या शिंच्यांनी तसं काही केलं, तर

सगळ्यांच्या घरातल्या चुली बंद होतील हो! कोणाच्या घरी अन्न म्हणून शिजायचं नाही. मग उपाशीपोटी धर्मसभेत कसले कायदे करणार? आणि कसल्या शिक्षा सुनावणार?'' कावेरीअक्कांनी रोखठोक सवाल केला होता. या चार पोरांनीच काय! पण रस्त्यावरून येणाऱ्या-जाणाऱ्यांनीही तो खणखणीत आवाज ऐकला होता; पण कावेरीअक्का खरंच बोलत होत्या. ब्राह्मण समाजात त्यांची पत होतीच तेवढी. या गावातली प्रत्येक सासुरवाशीण कावेरीअक्काच्या हाताखालीच अन्नपूर्णा बनली होती, तर अन्नपूर्णा बनलेल्या माहेरवाशिणी आपल्या पाककौशल्याच्या बळावर सासरी सुखेनैव नांदत होत्या. कावेरी आक्कांचं हे खणखणीत उत्तर अख्ख्या गावालाच होतं. मग मात्र निवृत्ती-ज्ञानेश्वर काहीच बोलले नाहीत. तोच मुक्तीनं विचारलं, ''दादा, माधुकरी आणलीत? भूक लागली आहे.'' तिच्या या प्रश्नानं सगळी भानावर आली. निवृत्तीनं आपली माधुकरीची झोळी खांद्यावरून उतरवून मुक्तीकडे दिली. ज्ञानेशानंही त्याचंच अनुकरण केलं. मुक्तीच्या हातातून दोन्ही झोळ्या घेऊन अक्का आत झोपडीत गेल्या, पाठोपाठ मुक्ती.

मग अक्कांनी दोन्ही झोळीतली माधुकरी बाहेर काढली. ओला शिधा, कोरडा शिधा दोन्ही वेगवेगळे केले. कोरडा शिधा वेगवेगळा करून रिकाम्या गाडग्या-मडक्यात भरून ठेवला. झोळीला आत कप्पे होते. त्यामुळे डाळ, तांदूळ, जोंधळे, शेंगा, भाजीपाला असं वेगवेगळं घेता येत होतं. ते कावेरीअक्कांनी वेगवेगळंच ठेवलं. मग त्यांनी ओला शिधा काढला. त्याही झोळीला कप्पे होते. त्यामुळे भात, भाकरी, भाजी, उसळ असं वेगवेगळ्या कप्प्यांतून द्रोणात घेता येत होतं. अक्कांनी तोही सगळा शिधा वेगवेगळा केला. चार पत्रावळ्या घेऊन तो वाढला आणि मुलांना हाक मारली. तिघंही जण आले. पत्रावळीवर नीटपणे वाढलेलं ते अन्न बघून सगळ्यानांच भुकेची जाणीव झाली. कावेरीअक्कांचं हे नीटस काम मुक्ता लक्षपूर्वक बघत होती. ''आईपण सगळं असं नीटनेटकं करायची!'' तिच्या नकळत ती बोलून गेली. घास घेणाऱ्या तिघांचेही हात थबकले, त्यांना वाटलं आता मुक्ता गहिवरणार; पण कावेरीअक्का कौतुकानं म्हणाल्या, ''करेल तर काय? मीच शिकवली होती तिला. तुला पण शिकवेन होऽ!'' मुक्ताने मान डोलावली. सोपानानं तिचा चेहरा वाचला. पापण्यांच्या कडांवर जमलेले पाणी ओघळू की नको, या संभ्रमात होते. त्या पाण्याला तिथेच थांबवण्यासाठी मग सोपान म्हणाला, ''शिकवा हं! जरूर शिकवा. काहीतरी काम शिकली, म्हणजे जीभ कमी चालेल आणि हात जास्त चालतील आणि माझ्या डोक्याशी असलेली हिची भुणभुण कमी होईल!'' सोपानाचं ते बोलणं ऐकून मुक्तीला फारच राग आला आणि आता तिनं सरळ निवृत्तीची साक्ष काढली. ''बघ की रे निवृत्तीदादाऽ! बघ की हा सोपानदादा कसं म्हणतोय? मी भुणभुण करते, होय रे?'' आता निवृत्तीची पंचाईत झाली. होय म्हणावं, तर मुक्ता

रुसणार, नाही म्हणावं, तर सोपान रुसणार, नाही पण मग मुक्ता त्याच्याशी भांडण काढणार. निवृत्तीलाही काय बोलावं, काय उत्तर द्यावं सुचेना. यातून तोडगा काढला ज्ञानेश्वरानं. एकंदर रागरंग बघून तो म्हणाला, ''काय हे सोपाना? तुला शब्दांचे अर्थ नीट कळत नाहीत बघ. मला वाटतं तुला गुणगुण म्हणायचं असावं; पण तू चुकून भुणभुण म्हणालास ना? बघ बरं, त्यामुळे मुक्ताला किती राग आला ते? भुणभुण केलेली कुणाला आवडत नाही; पण गुणगुण केली, तर सगळ्यांनाच आवडते आणि आमची मुक्ता तर गुणगुणच करते. हो किनई मुक्ता?'' ज्ञानदेवानं असं सांगितलं आणि मुक्तीचा चेहरा खुलला. सगळ्यांना हायसं वाटलं. कावेरीअक्का मात्र या बहीण-भावंडांच्यातला खोडकरपणा, एकमेकांबद्दलचं प्रेम आणि समंजसपणा बघून गहिवरून गेल्या. त्या क्षणी मनातल्या मनात त्यांनी देवाला हजार नावं ठेवली. या निरागस, निष्पाप मुलांना असं पोरकं करून त्यानं असा कोणता डाव साधला, असा प्रश्न त्यांनी देवाला हजार वेळा विचारला आणि आता यापुढे या मुलांना लागेल ती मदत करण्याचा, त्यांची आई व्हायचं जमलं नाही, तर त्यांची मावशी होण्याचा त्यांनी मनोमन निश्चय केला आणि तसं त्यांनी चौघांनाही सांगितलं. ''बाळांनो, तुमचे आई-वडील नसले, तरी आपलं कुणी नाही, असं तुम्ही समजू नका. ही कावेरीअक्का नेहमीच तुमच्या पाठी राहील आणि धर्मसभा आणि ब्रह्मवृंद काय म्हणतील, याची पर्वा करायचं मला कारण नाही. त्यांना उत्तर द्यायला मी समर्थ आहे. तेव्हा पोरांनो, काही लागलं-सवरलं, अडलं-नडलं, तर माझ्याकडे या. या कावेरीअक्काचं दार तुमच्यासाठी कायम खुलं आहे. आता जेवणं करून घ्या. मुक्ते, मी उद्या पुन्हा येईन हो! तुझी वेणी घालायला आणि तुला स्वयंपाक शिकवायला. येते रे बाळांनो!'' असं म्हणत मुक्तीच्या चेहऱ्यावरून मायेनं हात फिरवून कावेरीअक्का गेल्या. मग मात्र चौघ जण जेवायला बसली.

आज जेवताना निवृत्ती-ज्ञानेश्वर निश्चिंत होते. मुक्तीबाबतची गहन समस्या सुटली होती. देवानं एक दरवाजा बंद केला; पण दुसरा उघडला होता. सोपान आणि मुक्ता एकमेकांना भरवत गप्पा मारत जेवत होती. निवृत्ती-ज्ञानेश्वर भरल्या डोळ्यांनी आपल्याकडे पाहत आहेत याचं त्या दोघांनाही भान नव्हतं. त्या दोघांकडे पाहता-पाहता ज्ञानेश्वराला एक जाणवलं, की आपल्या नजरेत आणखी कुणाचीतरी नजर मिसळली आहे आणि आपल्या नजरेतून ती नजर या दोघांना कुरवाळते आहे. आणि सर्वांत महत्त्वाचं म्हणजे त्या नजरेत आपल्या नजरेपेक्षा अधिक वात्सल्य आहे. अधिक माया आहे. अधिक उमाळा आहे आणि कितीही ढळवायची म्हटलं, तरी ती नजर आपल्याला त्या दोघांवरून आपली नजर हटवू देत नाहीये. ढळू देत नाहीय. माता मृत्यू पावली, तरी मातृत्व अमर असतं, याचा साक्षात्कार ज्ञानदेवाला होत होता.

जेवणं झाली तेव्हा दुपार उलटून गेली होती. मुक्ता आणि सोपान आपडी-थापडी खेळत होते. खेळताना मुक्ता सतत चुकत होती आणि हरत होती. शेवटी-शेवटी तिला रडू यायला लागलं. मग सोपानानं खेळ बदलला. अंगठ्याच्या घोड्याला पाणी घालायचा खेळ सुरू झाला. निवृत्ती-ज्ञानेश्वर बाहेर गेले होते. दिवस मावळला, तसे ते परत आले. तोपर्यंत या दोघांचा घोड्याला पाणी घालायचा खेळ सुरू होता. अचानक मुक्तानं विचारलं, ''दादा, वाळवंटात घोड्याला कोण पाणी पाजत असेल? तिथं पाणी कुठून आणणार?'' सोपानानं तत्परतेनं उत्तर दिलं ''अगं, वाळवंटात काही ठिकाणी पाणी असतं, मृगजळ म्हणतात त्याला!'' सोपानाच्या या उत्तराने मुक्तीचं समाधान झालं नाही. तिनं पुन्हा विचारलं, ''दादा, आपल्या गंगेच्या वाळवंटात कितीतरी पाणी आहे!'' तिचं बोलणं ऐकून सोपानाला नवल वाटलं. हिनं कधी वाळंवटातलं पाणी बघितलं? ''तुला काय माहीत गं नकटे, गंगेच्या वाळंवटाखाली पाणी आहे ते?'' सोपानाने विचारलं. ''मी ना त्या दिवशी... त्या दिवशी आईला शोधायला गंगेच्या घाटावर गेले होते. तेव्हा... तेव्हा मी... मी, मला आईच्या बांगड्या जिथं सापडल्या तिथं मी उकरून बघितलं तर... तर मला खाली पाणी दिसलं; पण... पण आई तिथं नव्हतीच. निवृत्तीदादा, ज्ञानादादा, आई-बाबांना कोण पाणी देत असेल?'' बोलता-बोलता, सांगता-सांगता मुक्ती रडवेली झाली. तिच्या त्या सांगण्यानं, त्या बोलण्यानं तिथं क्षणभर स्मशानशांतता पसरली. कुणीच काही बोलले नाही.

ना कुणी तिच्या प्रश्नाला उत्तर दिलं; पण तिच्या त्या प्रश्नानं ज्ञानेश्वराच्या मनाचा एक कोपरा लखख उजळून निघाला. स्वत:शीच बोलावं त्याप्रमाणे तो बोलू लागला, ''खरं आहे मुक्ता तुझं. अगदी योग्य प्रश्न विचारलास. दादा, आई-बाबांना जाऊन आज नऊ दिवस झाले. उद्या दहावा. आपण त्यांची तीन-तीन मुलं. आपल्या आई-वडिलांचं श्राद्ध आपण करायला नको? त्यांचा दशपिंड विधी करायला नको? त्यांना पाणी घालायला नको?'' ज्ञानेश्वराचं बोलणं ऐकून सोपानाचं डोळे भरून आले, तर निवृत्ती गंभीर झाला. ''तू म्हणतोस ते खरं आहे ज्ञानेशा; पण आपण बहिष्कृत आहोत. आपल्यावर अजून उपनयन संस्कार झालेले नाहीत. मग असं असताना आई-वडिलांचा दशक्रिया विधी करण्याचा अधिकार आपल्याला आहे का, हे आधी पाहिलं पाहिजे. धर्मसभेला विचारलं पाहिजे. त्यांनी परवानगी दिली, तर आपण दशपिंडदान करू शकू,'' निवृत्तीनं मार्ग सांगितला.

''कोणती धर्मसभा दादा? चार अश्राप बालकांना पोरकं करून आई-वडिलांना देहान्त प्रायश्चित्त घ्यायला सांगते, ती धर्मसभा? ज्यांच्या ज्ञानाला आव्हान नव्हतं, असे प्रकांडपंडित असलेल्या आपल्या वडिलांना धर्माचं ज्ञान शिकवण्याचं ढोंग करते, ती धर्मसभा? आई-बाबांनी देहान्त प्रायश्चित्त घेतल्यावरही आपल्यावरचा

बहिष्कार चालूच ठेवते, ती धर्मसभा? की धर्माच्या नावाखाली अधर्म करताहेत, ती धर्मसभा? सांग ना दादा, कोणती धर्मसभा? आणि समज या धर्मसभेनं आपल्याला आई-बाबांच्या दशपिंड विधीचा अधिकार नाही, असं सांगितलं, तर त्या दोन पुण्यात्म्यांना काय तसंच तडफडत ठेवायचं? धर्मसभेच्या संमत्या, परवानग्या तू आणत बस. मी उद्या गंगेच्या घाटावर आई-बाबांची दशक्रिया करणार आहे. मला गरज नाही धर्मसभेच्या परवानगीची!'' ज्ञानेश्वर बोलत असताना त्याचा चेहरा संतापानं लाल झाला होता. डोळ्यांतून स्फुल्लिंग बाहेर पडत होती. कपाळावरची शीर टरारली होती. इतके दिवस आवरून ठेवलेला धर्मसभेबद्दलचा संताप आता उफाळून आला होता. त्याच्या या रूपाकडे सोपान-मुक्ता बघतच राहिले. निवृत्तीलाही काय बोलावं सुचेना; पण यातून सावरला तो सोपानंच. त्यानं पुढे होऊन ज्ञानेश्वराच्या खांद्यावर हात ठेवला. तप्त सूर्याला शिवावं तसं झालं त्याला; पण आपल्या शीतल हातानं तो ज्ञानेश्वराच्या खांद्यावर थोपटत राहिला, म्हणाला, ''निवृत्तीदादा, ज्ञानेश्वरदादा म्हणतोय ते बरोबर आहे. धर्मसभेनं परवानगी दिली काय किंवा नाही दिली काय, आपण आई-बाबांचा दशक्रिया विधी तर करणारच आहोत ना? मग धर्मसभेला विचारायचं कारणच काय? विचारायला जायचं, म्हणजे दगड मारून माश्यांचं मोहोळ उठवायचं, असं होणार आहे. आपण कावेरीअक्कांना विचारून शिधा जमवू आणि उद्या दशपिंडी श्राद्ध करू. धर्मसभेला विचारायला गेलो, तर अपमानाशिवाय पदरी काही पडणार नाही?'' सोपानाचं शांत बोलणं निवृत्तीला पटलं. ''बरोबर आहे तुमचं! आपण धर्मसभेला विचारायला नकोच. करून घेऊ उद्या दशपिंड क्रिया. मी फक्त एवढ्यासाठीच म्हणालो होतो की, पुन्हा नवीन काही का धर्मकायदे काढून ब्रह्मवृदांनं आपल्याला त्रास देऊ नये!'' निवृत्तीनं संमती दर्शवली. तरी अजून ज्ञानेश्वर रागावलेलाच होता. ते बघून पुन्हा निवृत्ती म्हणाला, ''ज्ञानेशा, सोड रे राग आता. अरे धर्माचे कायदे काय काय आहेत, हे धर्मसभेलाच माहीत आहे, म्हणून मी म्हणत होतो. जाऊ दे! आता शांत हो बरं!'' निवृत्तीनं ज्ञानेशाच्या मस्तकावर थोपटलं. त्याचा आपल्या मस्तकावरचा हात काढून तो आपल्या हातात धरून ज्ञानेश्वर म्हणाला, ''दादा, तुमचा आशीर्वाद जर माझ्या पाठी असेल, आणि तुमचा हात जर असाच माझ्या मस्तकी असेल तर... तर एक दिवस असा येईल, की धर्म म्हणजे काय? धर्माचे कायदे काय असतात, हे यांना माझ्याकडून शिकावं लागेल. नव्हे ते मीच शिकवेन!''

'तथास्तु!' सोपान आणि निवृत्ती दोघंही एकदम उद्गारले. मुक्तीनं समोर पाहिलं. अस्ताचलाला जाणारा सूर्य क्षणभर थांबला होता. तोही जणू थांबून 'तथास्तु' म्हणाला आणि मगच मावळला. 'तथास्तु'चा प्रतिध्वनी साऱ्या चराचरात जणू घुमत होता आणि तो एकट्या मुक्तीला ऐकायला येत होता. तिला एकटीलाच.

८

आई-बाबांचा दशक्रिया विधी करायचं ठरवलं खरं; पण ते तेवढं सहजशक्य नव्हतं. एकतर कोणालाच काही माहीत नव्हतं. गावात कुणी विचारल्यावर सांगतील, अशी आशा नव्हती. कोणी मार्गदर्शन करेल म्हणावं, तर तेही शक्य नव्हतं. बरं त्यासाठी लागणारा शिधा, सामानसुमान उभं करायचं कसं; हाही प्रश्न होताच, पण अशा वेळी पुन्हा धावून आल्या त्या कावेरीअक्काच. निवृत्ती-ज्ञानेशानं आपला विचार त्यांच्याजवळ बोलून दाखवला आणि कावेरीअक्कांचे डोळे भरून आले. ''एवढ्या लहान वयात ही एवढी समज? परमेश्वरा काय म्हणून या मुलांना तू असं अनाथ आणि पोरकं केलंस? या मुलांचा समंजसपणा बघून त्या दुर्दैवी आई-बाबांचे डोळे तरी निवले असते!'' त्यांच्या मनात मायेचा उमाळा दाटून आला. अख्खं गाव विरोधात गेलं तरी चालेल; पण या मुलांच्या पाठी आपण ठामपणे उभं राहायचंच राहायचं, असा मनोमन निश्चय त्यांनी केला आणि मग त्यांना बरं वाटलं. कावेरीअक्कांनी खात्री घेतली, म्हटल्यावर निवृत्ती-ज्ञानेश्वर निश्चिंत झाले. सोपानाला दशक्रिया विधी म्हणजे काय, हे थोडं-थोडं कळत होते; पण मुक्ती, ती तर अगदी लहान होती. तरीपण तिला समजावून सांगणं भाग होतं. नाहीतर तिनं तिथंच गंगेच्या घाटावर हजार प्रश्न विचारले असते; पण हा सगळा विधी तिला समजावून कसा सांगणार? दोघांनी बराच खल केला आणि हे काम त्यांनी सोपानावर सोपवलं. आपल्या भावांनी आपल्यावर फार मोठी जबाबदारी टाकली आहे, हे सोपानच्या लक्षात आलं, आणि ही जबाबदारी, हे काम सोपं नाही, याचीही त्याला कल्पना होती, कारण मुक्ता वयानं लहान असली, तरी ती अतिशय बुद्धिमान होती आणि प्रत्येक गोष्टीचं स्पष्टीकरण, प्रत्येक प्रश्नाचं उत्तर तिला समाधानकारक मिळेपर्यंत ती प्रश्न विचारत राहते, हे सोपानाला ठाऊक होते. म्हणजे आता मुक्तीला समजावून सांगण्यापूर्वी काय सांगायचं, कसं सांगायचं, याचा विचार करायला हवा होता. तिच्या बुद्धीला पेलेल, झेपेल अशाच पद्धतीनं हळुवारपणे सांगावं लागणार होतं. सोपाना त्याची तयारी मनातल्या मनात करू लागला.

आई-बाबंचा दशक्रिया विधी करण्याचं एकदा नक्की झाल्यावर निवृत्ती आणि ज्ञानेश्वर त्या कामाच्या मागे लागले. गावातील कुणी ब्राह्मण येणं शक्यच नव्हतं. 'मरणान्ती वैराणी' हे वचनही सगळे विसरले होते; पण कावेरीअक्कांचं पाठबळ आणि त्यामुळे त्यांच्या चिरंजीवांनी, विनायकबुवांनी दिलेला मदतीचा हात, एवढा आधार या दोघांना पुरेसा होता. माधुकरीच्या वेळी कोरडा शिधाच देण्याची विनवणी करून त्या दोघांनी थोडाफार शिधा गोळा केला आणि दशक्रिया विधीसाठी लागणारं इतर सामान कुठून-कुठून गोळा करण्यासाठी पुन्हा दोघं बाहेर पडले. दिवसभर त्यांची पायपीट चालली होती. आपले दोन्ही मोठे भाऊ काहीतरी गडबडीत आहेत, एवढं मुक्तीच्या लक्षात आलं होतं. मध्येच ते दहावा दिवस, पिंडदान असलं काहीतरी बोलत होते; पण त्याचाही अर्थ मुक्ताला कळत नव्हता. तिला हे सगळं सोपानाला विचारायचं होतं, कारण तोच तिला समजावून सांगू शकला असता. पाठची भावंडे असल्यामुळे तिचं सोपनाशीच चांगलं गुळपीठ होतं. अर्थात लटकी भांडणंही तेवढीच व्हायची; पण याचा उलगडा सोपानाकडून करून घ्यायचा, म्हणून ती त्याची वाट बघत होती. तोही आज कामात दिसत होता. माका, पांढरी फुलं गोळा करण्याच्या नादात होता. त्याचं ते काम संपण्याची मुक्ता वाट बघत होती. त्यातही तोही पांढरी फुलं आणि माका कशासाठी गोळा करत होता, तेही तिला विचारायचं होतं. एकदाचं सोपानाचं ते काम संपलं आणि बाहेरच्या डोणीवर हात-पाय धुऊन तो आत आला. आईची शिकवण लक्षात ठेवलेली मुक्ता गडूतून पाणी घेऊन आली आणि तिने ते सोपानाला दिलं. तिचा त्या वेळचा समंजसपणा, तिची शांत मुद्रा बघून सोपानाला वाटलं, हीच योग्य वेळ आहे तिला दशक्रिया विधी समजावण्याची. त्यानं तिच्या हातातून गडू घेतला. पाणी प्यायला. म्हणाला "मुक्ते, तुला कसं कळलं गं मला तहान लागली आहे ते? बरोबर पाणी आणून दिलंस बघ. मन शांतवलं माझं." आपलं कौतुक ऐकून मुक्तीचा चेहरा खुलला. "आईनंच मला सांगून ठेवलंय. कुणी बाहेरून आलं की, त्याला पाणी द्यायचं म्हणून! ते लक्षात आहे माझ्या!" सोपानाला धागा गवसला. मुक्तीच्या हाताला धरून तिला आपल्याजवळ बसवून म्हणाला, "मुक्ते, मला तू पाणी आणून दिलंस, मला बरं वाटलं, माझं मन शांतवलं. असंच आपण आपल्या आई-बाबांना पाणी द्यायचं आहे. म्हणजे त्यांचं मन शांतवेल!" त्याचं बोलणं ऐकून मुक्ता चमकली. क्षणार्धात तिचा चेहरा लाल झाला. डोळ्यांत पाणी भरलं. नाकपुड्या थरथरायला लागल्या. ओठातून दबला हुंदका बाहेर पडला. थरथरत्या आवाजात ती म्हणाली "दाऽऽदा? आपल्या आई-बाबांऽना पाणी द्यायचं? पण... ते... तर...!!! ते ...तर?" तिला पुढं बोलवेना. सोपानानं तिची अवस्था ओळखली. तिचा चेहरा आपल्या हाताच्या ओंजळीत पकडून म्हणाला, "होय छकुले, ते तर जिवंत नाहीत,

असंच ना? आपण त्यांची मुलं आहोत ना? मग ते जिवंत नसले, तरीही आपण त्यांना पाणी देऊ शकतो. त्यांना अन्न देऊ शकतो.'' सोपान बोलत होता आणि मुक्ती डोळे विस्फारून ऐकत होती. हे सगळं सगळं तिला नवीन होतं. माणसं मरतात म्हणजे देवाघरी जातात एवढंच तिला आईनं सांगितलं होतं; पण तिथं देवाच्या घरी त्यांना खायला आणि पाणीसुद्धा प्यायला मिळत नसेल, याचं तिला नवल वाटलं. तिला राहावलं नाही. तिनं सोपानाला प्रश्न विचारला, ''सोपानदादा; पण मेलेली माणसं तर देवाच्या घरी जातात ना? मग तिथं त्यांना देवबाप्पा खायला, पाणी प्यायला देत नसेल? देवबाप्पा दयाळू असतो ना? मग आपण का द्यायचं त्यांना अन्न-पाणी?'' मुक्तीच्या प्रश्नाचं सोपानाला नवल वाटलं नाही. त्याला हे अपेक्षितच होतं. आणि त्यानं तशी स्वत:च्या मनाची तयारी केली होतीच. ''मुक्ते, अगं देवबाप्पा त्यांना पाणी देत असेलच गं! पण आपल्या मुलांनी पाणी दिलेलं सगळ्या आई-बाबांना आवडतं किनई? म्हणून आपण आपल्या आई-बाबांना अन्न-पाणी द्यायचं. या विधीला श्राद्ध विधी म्हणतात. या विधीच्या वेळी देवबाप्पाच्या घरी गेलेले आई-बाबा अदृश्य रूपानं येतात आणि आपण अर्पण केलेलं अन्न-पाणी घेतात, अशी श्रद्धा असते. अशा श्रद्धेनं केलेला तो विधी असतो, म्हणून त्याला श्राद्ध विधी म्हणतात. आपण आपल्या आई-बाबांसाठी तो विधी दोन दिवसांनी करायचा आहे. त्यासाठी काही बरंच सामान, शिधा वगैरे लागतो. तो आणण्याच्या गडबडीत निवृत्तीदादा आणि ज्ञानादादा आहेत. मीपण मला समजेल, उमजेल आणि जमेल तेवढं करतोय. माझी शहाणी बाई ती! तुला उमजलं का गं मी काय म्हणतोय ते?'' सोपनाचं सगळं बोलणं, सगळं सांगणं, सगळं सगळं मुक्तीला उमजलं होतं आणि ते तिच्या चेहऱ्यावरून, डोळ्यांतून गालावर ओघळणाऱ्या आसवांवरून आणि मुडपून हुंदका आवरणाऱ्या ओठावरून स्पष्टपणे प्रतीत होत होतं. सोपानाच्या प्रश्नांवर तिनं काही न बोलता नुसती मान हलवली आणि तिचं ते केविलवाणेपण असह्य होऊन सोपानानं तिला जवळ घेतलं. त्याच्या कुशीत शिरल्यावर मात्र मुक्तीच्या ओठांनी असहकार पुकारला आणि कोंडून ठेवलेला हुंदका अवघं दु:ख घेऊन बाहेर पडून मुक्ती रडायला लागली. सोपान तिची समजूत काढत होता. आपल्या परीनं तिला समजावून सांगत होता आणि सांगता-सांगता एक क्षण असा आला, की इतका वेळ मोठ्या माणसांसारखं समजून-उमजून वागणारा, मुक्तीला समजावून सांगणारा सोपान स्वत:च रडायला लागला. आई-बाबांबद्दल, त्यांच्या अकाली मृत्यूबद्दल, त्यांच्या देहान्त प्रायश्चित्ताबद्दल, त्यांच्या दशक्रिया विधीबद्दल तटस्थपणे बोलणं आणि तेही चिमुरड्या मुक्तीजवळ, हे किती अवघड आहे, किती कठीण आहे, हे समजण्याइतका सोपानही मोठा नव्हता. मग यातलं असहाय्य केविलवाणेपण त्याला कुठलं उमगणार? नियती निर्दयी खरीच; पण ती क्रूर आणि

आकलनापलीकडची असते हेच खरं!

संध्याकाळी निवृत्ती आणि ज्ञानेश्वर परतले. त्यांच्या समाधानी चेहऱ्यावरून शिधा-सामानसुमान जमवण्याचं काम नीट पार पडलं असावं, हे सोपानाला कळलं, तर सोपान-मुक्ताचे रडवेले चेहरे, लाल झालेलं नाक, पाणावलेले डोळे आणि एरवी दोघांच्यात चाललेली एकमेकांच्या खोड्या काढण्याची, चुगल्या सांगण्याची चुरस यांचा नसलेला मागमूस, यावरून सोपानानं मुक्तीला दशक्रिया विधीबद्दल सांगितलं आहे, हे निवृत्ती-ज्ञानेशाला कळलं. काहीही न बोलता दोघांनी सोपान-मुक्ताला जवळ घेतलं आणि आपल्याही डोळ्यांतले अश्रू मुक्तपणे वाहू दिले.

अस्ताचलाला जाणारा सूर्य ते दृश्य पाहण्यासाठी क्षणभर थांबला आणि त्यानंही आपले डोळे मिटून घेतले. त्याच्या चेहऱ्यावरची वेदना धरेला जाणवली. तिच्या अंगाला कंप सुटला. तिची थरथर इंद्रायणीला जाणवली. ती तिच्या लाटांत भिनली आणि सूर्य मावळलेला असतानाही, चंद्र उगवलेला नसतानाही आणि वारा पडलेला असतानाही इंद्रायणीच्या लाटा उसळल्या. इतक्या की क्षणभर वाटलं, प्रलय होतोय की काय? पण कसं कोण जाणे अचानक इंद्रायणीचं पाणी शांत झालं. कदाचित... कदाचित आपल्या लाटा उसळण्यानं आपल्या पोटात विसावलेल्या दोन पुण्यात्म्यांची पार्थिवं पृष्ठभागावर येतील, अशी भीती तिला वाटली असावी. पंचमहातेजांमध्ये उठलेली ही खळबळ काही क्षण उठली आणि शांत झाली. ही चार भावंडं अवघ्या पंचतत्त्वालाच आव्हानं देण्याइतकी मोठी होणार आहेत, याचीच ती झलक असावी.

दशक्रिया विधीची सगळी तयारी होत आली. शिधा-सामग्रीचीपण आणि मनाचीपण. याबद्दल मुक्तीला समजावून सांगून तिच्या मनाची तयारी करून घेण्याचं मोठं काम सोपानानं केलं होतं. म्हणूनच निवृत्ती-ज्ञानेश्वर निश्चिंत होते. एवढ्या कोवळ्या वयातल्या सोपानाच्या समंजसपणाचं, समजूतदारपणाचं त्यांना कवतिक वाटत होतं. विनायकबुवा आणि कावेरीअक्का दोघंही मदतीला तत्पर होतीच. गल्लीत कुजबुज सुरू झाली आणि ती गावभर पसरली. निवृत्ती आणि त्याची भावंडं आपल्या आई-वडिलांचा दशक्रिया विधी करणार आहेत, हे गावात वणव्यासारखं पसरलं आणि लोकांत चर्चेला उधाण आलं. त्यातही पुन्हा दोन तट पडले होते. एका तटानं मुलांची बाजू उचलून धरली होती, तर दुसऱ्या तटानं त्याला विरोध केला होता. ज्यांनी मुलांची बाजू घेतली होती, ते म्हणत होते, ''आई-वडिलांनी प्रायश्चित्त घेतलेलं आहे, तर मुलांना जरूर हक्क आहे, की त्यांना अन्न-पाणी द्यावं.'' तर दुसरा तट म्हणत होता की, पापी, अधर्मी माणसाच्या मुलांनासुद्धा हे श्राद्धकर्म करायचा अधिकार नाही. चर्चेवर चर्चावाद-प्रतिवाद सगळं चाललं होतं. जणूकाही

विठ्ठलपंत-रुक्मिणी आणि त्यांचा परिवार यांना स्वत:चं, स्वत:च्या परिवाराचं, स्वत:च्या परिवारापुरतंच असं अस्तित्व नव्हतंच. विठ्ठलपंत-रुक्मिणी आणि त्यांचा परिवार म्हणजे जणू सार्वजनिक मालमत्ता होती, की कुणीही उठावं आणि काही बोलावं. हे सगळं येता-जाता निवृत्ती-ज्ञानेशाच्या कानांवर पडत होते; पण त्यांनी मनावर संयम ठेवला होता. प्रकांडपंडित आणि वेद-शास्त्रं-पुराणं-उपनिषदं यांचा गाढा अभ्यास असलेल्या आपल्या वडिलांना आणि पतिव्रता, असलेल्या, रामायण-महाभारताची, संस्कृताची जाण असलेल्या आपल्या आईला अन्न-पाणी देताना आपली मन:स्थिती संयत आणि समतोल असली पाहिजे, अशी त्या दोघांच्या मनाची धारणा होती. म्हणूनच आपल्या मनावरचा संयम त्यांनी ढळू दिला नाही. सगळी तयारी झाली होती; पण किरवंत कोणी मिळत नव्हतं. श्राद्ध चालवायला कोणीच तयार नव्हतं. काही जण मनातून तयार असूनही धर्मसभेच्या भीतीनं नाही म्हणत होते आणि दुसरं म्हणजे तीर्थरूप म्हणूनही कोणी जेवायला यायला तयार नव्हतं. त्याही मागं हेच कारण होतं; पण ही फिकीर विनायकबुवांना आणि कावेरीअक्कांनाच होती. निवृत्ती-ज्ञानेशाला ही फिकीर नव्हतीच. चिंता तर अजिबात नव्हती. त्यांची मनाची धारणा ठाम होती. निश्चय पक्का होता. ध्येय निश्चित होतं. प्रयत्नांत पराकाष्ठा होती. परिश्रमात अथकता होती आणि साध्य साकारणार होते. आता फक्त प्रतीक्षा होती त्या दिवसाची.

...आणि तो दिवस उजाडला. संस्कृत आणि संस्कृती शिकवणाऱ्या विठ्ठलपंतांनी निवृत्ती-ज्ञानेशाला शास्त्रोक्त संस्कार आणि अशास्त्रोक्त संस्कारांचीही ओळख करून दिली होती. म्हणूनच ही सगळी भावंडं आई-वडिलांना अन्नोदक द्यायला सिद्ध झाली होती. दिवसाचा दुसरा प्रहर सुरू झाला. पहिल्या प्रहरात त्या दिवशीही तिघांनी ज्ञानसाधना केली. निवृत्ती-ज्ञानेश्वर गंगेच्या घाटावर गेले, तर सोपानानं घरीच राहून मुक्तीच्या सोबतीनं ज्ञानसाधना केली. दुसरा प्रहर संपला. कावेरीअक्का विनायकबुवा यांना बरोबर घेऊन निवृत्ती, ज्ञानेश्वर, सोपान आणि मुक्ता गंगेच्या घाटावर गेले. शिधा-सामग्री सगळंच आणलं होतं. सगळ्यांनी गंगेत अंघोळी केल्या. कावेरीअक्कांनी मुक्ताला मदतीला घेऊन तीन दगडांची चूल मांडली आणि गाडग्यात भात टाकला. तोपर्यंत विनायकबुवांच्या मदतीनं निवृत्ती-ज्ञानेशानं सगळी मांडामांड केली. नदीच्या त्या घाटावर बरेच लोक ये-जा करत होते; पण बरेचसे त्यातले इथं चाललेला श्राद्ध विधी बघायला आले होते. कोणीही भिक्षुक किंवा किरवंत नसताना ही मुलं हा श्राद्ध विधी कसा करतात, याबद्दल सर्वांना अनावर उत्सुकता तर होतीच; पण त्यातले काही तर कशी फजिती होते, हे बघण्यासाठीच आले होते. त्यातच विठ्ठलपंत-रुक्मिणीबाई, दोघांचंही शव सापडलं नव्हतं. त्यामुळे अग्निसंस्कार केला गेलाच

नव्हता. त्यामुळे रक्षा विसर्जन किंवा अस्थी विसर्जनाचा प्रश्नच नव्हता आणि आता अस्थीच नसल्यामुळे हा दशक्रिया श्राद्ध विधी ही मुलं कसा करणार आहेत, याबद्दल जमलेल्या लोकांच्यात तर्क-वितर्क चालले होते. निवृत्ती आणि ज्ञानेश्वर मात्र शांतपणे, एकचित्तानं सामग्रीची मांडामांड करत होते. सोपान त्यांना मदत करत होता; पण मदतीपेक्षा तो प्रश्नच अधिक विचारत होता आणि सामग्रीची मांडामांड करता-करता निवृत्ती आणि ज्ञानेश्वर त्याच्या प्रश्नाला उत्तरही देत होते. मुक्तीची समजूत घालणारा सोपान नाना प्रश्न विचारत होता आणि ते दोघं शांतपणे त्याची उत्तरं देत होते. सोपानाच्या प्रश्न विचारण्यातून त्याची अनन्यसाधारण बुद्धिमत्ताच प्रतीत होत होती. सगळी मांडमांड चालली होती. मध्येच सोपानानं विचारलं, ''दादा, 'जातस्यहि ध्रुवो मृत्युर्ध्रुवं जन्म मृतस्यच' अर्थात 'जन्मास आलेल्या व्यक्तीस मरण आणि मृत झालेल्या व्यक्तीस जन्म, या गोष्टी अटळ असतात,' असं श्रीमद्‌भगवद्‌गीता सांगते. मग हा श्राद्ध विधी का करायचा?'' सोपानाच्या या प्रश्नानं काही क्षण तिथं शांतता पसरली; पण सोपानाच्या या प्रश्नाला उत्तर देणं भाग होतं. निवृत्तीनं ज्ञानेशाकडे पाहिलं. ज्ञानेशानं त्या नजरेतला अर्थ ओळखला. ज्ञानेशानं सोपानाच्या खांद्यावर हात ठेवला. म्हणाला, ''सोपाना, 'श्रद्धया क्रियते यत् तत् श्राद्धम्' असंही वेदात सांगितलं आहे. 'वासांसि जीर्णानि यथा विहाय नवानि गृह्याति नरोऽपराणि तथा! शरीराणि विहाय जीर्णान्यन्यानि संयाति नवानि देही!' असंही श्रीमद्‌भगवद्‌गीतेत सांगितलं आहे. अर्थात 'ज्याप्रमाणे माणूस जुनी वस्त्रं टाकून नवी वस्त्र धारण करतो, त्या प्रमाणे जीवात्मा जुन्या शरीराचा त्याग करून नवीन शरीर धारण करतो.' म्हणजेच सोपाना मृत्यू ही एक अटळ; परंतु सुंदर गोष्ट आहे. आपले पालक सचेतन असताना त्यांच्याबद्दलचं प्रेम, आदरभाव, स्नेह आपण त्यांची काळजी घेऊन, सेवा करून व्यक्त करतो. सोपाना, मनुष्य मृत्यू पावल्यानंतर नष्ट होतं ते शरीर; पण आपलं त्या व्यक्तीबद्दलचं प्रेम, आदर, स्नेह या भावना तर नष्ट होत नाहीत ना? या भावनाच त्यांची स्मृती चिरंतन ठेवायला आपल्याला मदत करतात. श्राद्ध विधी करून त्यांना अन्नोदक देऊन आपण त्यांच्याविषयी आपल्या याच भावना कायम आहेत, त्यांच्या निर्वाणानंतरही त्यांच्या स्मृती आपल्या हृदयात चिरंतन आहेत. हेच आश्वासक वचन देतो. यासाठी हा श्राद्ध विधी करायचा असतो.'' ज्ञानेशाच्या खुलाशानं सोपानाचं समाधान झालेलं दिसलं. निवृत्तीला वाटलं हा आता शांत राहील; पण क्षणभरच. सोपानानं लगेच पुढचा प्रश्न विचारला, ''हे मला समजलं; पण त्यासाठी अन्नोदक का द्यायचं?'' आता उत्तर देण्याची वेळ निवृत्तीची होती. ''हे बघ बाळ, एका जन्माचा अंत झाला, की, आत्मा दुसऱ्या देहात प्रवेश करतो. एका सूक्ष्म देहातून दुसऱ्या जड देहात प्रवेश करण्यापर्यंतचा या पुण्यात्म्याचा प्रवास सुखकर व्हावा, म्हणून त्याला प्रतीक रूपानं अन्नोदक द्यायचं असतं. सोपाना हे

सगळं श्रद्धेचं व्याकरण आहे. शेंदूर लावलेल्या छोट्या दगडामध्येही आपण देवत्व मानतो ना? तसंच आहे हे. एकदा मनात श्रद्धेची प्राणप्रतिष्ठा केली की, सगळी उत्तरं सोपी होऊन जातात.'' निवृत्तीचं बोलणं सोपान लक्षपूर्वक ऐकत होता. ते ऐकत असतानाच त्याच्या मनात पुढचा प्रश्न निर्माण झाला होता. तो त्यानं लगेचच विचारला, ''पण दादा, हे अन्नोदक त्या जीवात्म्यापर्यंत कसं पोहोचणार?'' इतका वेळ काही बुद्धिनिष्ठ प्रश्न विचारणारा सोपान या प्रश्नानं जणू पुन्हा लहान झाला. निवृत्ती काही बोलणार, तोच विनायकबुवांनी त्याला हाक मारली आणि सोपानाच्या या पुढच्या सर्व शंकांचं निवारण करण्याची जबाबदारी ज्ञानेशावर टाकून निवृत्ती विनायकबुवांकडे गेला. ज्ञानेशानं सोपानाकडे पाहिलं. त्याच्या चेहऱ्यावर उत्सुकता होती आणि नजरेत अपेक्षा. ज्ञानेशाला आता प्रश्नाचं उत्तर देणं भागच होतं ''सोपाना, नीट लक्ष देऊन ऐक. पृथ्वीतलावर मृत होणाऱ्या सगळ्या माणसांचे पितर हे वसु-रुद्र किंवा आदित्य स्वरूप होतात. विश्वाच्या नियमनात यम, अर्यमा आणि इंद्र या तीन प्रधान देवता आहेत. त्यापैकी यम या देवतेचं इहलोकी सचेतनावर आणि अचेतनावर नियमन असतं म्हणून श्राद्ध विधीमध्ये यम ही देवता असते. पितृलोकावर अयमाचं अधिराज्य असतं. श्राद्ध विधीमुळे आत्मा पितृलोकात जातो. म्हणून श्राद्ध विधीला अर्यमा ही देवताही उपस्थित असते. श्राद्धात आपण पितरांना अन्नोदक अर्पण करतो. त्या हविर्भागातील त्यांचा घास वसु-रुद्र आणि आदित्यस्वरूपी सर्व पितरांपर्यंत पोहोचवणं, ही अर्यमाची जबाबदारी असते. श्राद्धातून वाहिलेल्या हविर्भागामुळे तृप्त होऊन तो जीवात्मा देवलोकी प्रवेश करतो किंवा पुनर्जन्म होऊन इहलोकी परत येतो. देवलोकी इंद्राचं अधिराज्य असतं. तिथं तो तृप्त झालेला पुण्यात्मा आनंदानं वास करतो. हे कार्य इंद्रदेव करतो. तिथं या हविर्भागातला त्याचा घास त्याला इंद्रदेवाकरवी अमृतरूपानं प्राप्त होतो व तो पुण्यात्मा अंतिमत: देवपदाला पोहोचतो आणि तो पुण्यात्मा जर पुनर्जन्म घेण्यासाठी इहलोकी, म्हणजेच भूलोकी आला, तर या हविर्भागातला त्याचा घास त्याला अन्नरूपात प्राप्त होतो. त्यामुळे श्रद्धेनं अर्पण केलेला अन्नोदक त्या जीवात्म्यापर्यंत पोहोचतच पोहोचतं. कळलं?'' सोपाना मनोमन आनंदला. ''होऽऽऽ!'' असा मोठ्ठा होकार त्यानं दिला. त्याला ज्ञानदादाची, कोणत्याही शंकेचं समाधान विस्तारानं करण्याची ही सवय फार आवडायची. आता त्याचं पूर्ण समाधान झालं होतं. तोही आता शांतपणे सामग्रीची मांडामांड करू लागला. तोच इतका वेळ कावेरीअक्कांसमवेत असलेली मुक्ता तिथं पळत आली. त्या वेळी ज्ञानेश्वर द्रोणात काळे तीळ ठेवत होता. ते बघून मुक्तीला नवल वाटलं. ''अक्काऽऽ! हे कसले तीळ? तीळ तर पांढरे असतात ना? मग हे काळे कसे झाले? सोपानदादा, तू त्यावर अबीर सांडलास का? तसंच असणार! आता ते तीळ पांढरे कसे होणार?'' मुक्तीच्या शंका, प्रश्न आणि तर्क सुरू

झाल्यावर सोपनानं कपाळावर हात मारला, तर त्याचाही तिला राग आला. तिनं सोपानाला जीभ बाहेर काढून वेडावून दाखवलं आणि म्हणाली, "तुला विचारतच नाहीय मी! मी ज्ञानादादाला विचारते आहे. हो किनई रे ज्ञानादादा?" यावर काय बोलावं हे न समजून ज्ञानेशानं होकारार्थी मान हलवली. तर लगेच मुक्तीनं, "मग सांग ना रे हे तीळ काळे कसे ते? आणि हे इथं कशाला आणलेत?" असा पुढचा प्रश्न केला.

ज्ञानेशाला हे अपेक्षितच होतं; पण त्यातही तिनं सोपानावर आक्षेप घेतला, हे बघून त्याला किंचित हसूही आलं. ते त्यांच्या ओठातून ओघळलं. ते आवरतं घेण्यासाठी ज्ञानेश्वर क्षणभर थांबला; पण चिमुकल्या मुक्तीला तेवढाही क्षणभर विलंब आवडला नाही. "सांग ना रे ज्ञानादादाऽ!" तिनं पुन्हा आग्रह धरला. "अगं हो-हो! सांगतो सांगतो. किती उताविळी दाखवशील? हे बघ मुक्ता, श्रद्धेनं करतो ते श्राद्ध! आणि श्राद्ध आपण तीर्थरूपांना अन्नोदक देण्यासाठी करतो आणि हा प्रसंग नेहमीपेक्षा वेगळा असतो. आपण सूर्याच्या संक्रमणकाळात स्नेहाचं प्रतीक म्हणून पांढरे तीळ वापरतो. इथंही हे स्नेहाचं प्रतीक म्हणूनच वापरतो; पण पांढरे तीळ वापरण्याऐवजी अपवाद म्हणून काळे तीळ वापरतो. समजलं?" ज्ञानदेवांनी विस्ताराने समजावून सांगितलं. निवृत्तीला त्याच्या विश्लेषणाचं कौतुक वाटलं; पण इथंच थांबेल ती मुक्ता कसली? तिनं लगेच पुढचा प्रश्न केला. "दादा, मग हे तांदूळ आणि हे जल कशासाठी आणलंय?" ज्ञानदेवानं निवृत्तीकडे पाहिलं. निवृत्तीनं हलकेच हसून मान डोलवली. तोच सोपान म्हणाला, "दादा, आता हा हिचा पुढचा प्रश्न! तू याचं उत्तर दिलंस, की हिचा पुढचा प्रश्न तयारच असेल!" सोपानाच्या या बोलण्याचा मुक्तीला पुन्हा राग आला. ती काही बोलणार, तोच निवृत्ती मध्येच म्हणाला, "असू दे रे सोपान! प्रश्न विचारणं, शंका येणं, हे ज्ञानलालसेचं लक्षण आहे. मुक्ती अजून लहान आहे. सभोवताली घडत असलेल्या घटनांतून आणि असे प्रश्न विचारूनच ती ज्ञान संपादन करते आहे. तेव्हा तिला विचारू दे प्रश्न!" निवृत्तीचं बोलणं ऐकून मुक्तीला आणखी स्फुरण चढलं. तिनं एकदा मान वळवून सोपानाला वेडावून दाखवलं आणि पुन्हा ज्ञानेशाकडे चेहरा करून बसली. तिच्या डोळ्यांत उत्तराची अपेक्षा होतीच. ज्ञानेश्वर म्हणाला, "ऐक मुक्ता, तीळ हे जसं स्नेहाचं प्रतीक आहे, तसंच तांदूळ हे कर्तव्याचं प्रतीक आहे, आणि जल हे भक्तीचं, पावित्र्याचं प्रतीक आहे. या तिन्हींच्या संयोगानं या अवकाशात ईश्वरी अंश घेऊन विहरणाऱ्या त्या जीवात्म्याला आपण आवाहित करू शकतो आणि आपल्या या श्रद्धेय आवाहनाला प्रतिसाद देऊन तो जीवात्मा प्रसन्न होऊन येतो व आपण प्रतीकात्मक स्वरूपात त्याला अर्पण केलेलं अन्नोदक तोही प्रतीकात्मकपणे ग्रहण करतो. समजलं चिमुरडे! आता आम्हाला हा विधी करून घेऊ दे. तू कावेरीअक्कांकडे

त्यांच्या मदतीला जा हं!'' ज्ञानेशाच्या समजावून सांगण्यानं मुक्तीचं अगदी समाधान झालं. आणि पडत्या फळाची आज्ञा घेतल्यासारखी ती कावेरीअक्कांकडे गेली. आता विनायकबुवांच्या मार्गदर्शनाखाली साधनसामग्रीची शास्त्रशुद्ध मांडामांड करायला निवृत्ती-ज्ञानेश्वरानं सुरुवात केली.

मुक्ता तिथून गेली आणि तिघंही गंभीर झाले. निवृत्तीला क्षणभर गलबलून आलं. त्याच्या डोळ्यांच्या कडा ओलावल्या; पण ज्ञानेश्वराच्या गालावर ओघळलेले अश्रू आणि सोपानाचा हुंदका ऐकला आणि निवृत्तीनं स्वत:ला सावरलं. ज्ञानेशाच्या खांद्यावर एक हात ठेवून दुसऱ्या हातानं त्यानं सोपानाला जवळ घेतलं. म्हणाला, ''ज्ञानेश्वर, सोपान, आई-बाबांनी आपले देह गंगेला समर्पित केलेत. त्यांची पार्थिव आपल्याला सापडलेली नाहीत. त्यामुळे अस्थी सापडण्याचा प्रश्न नाही आणि अस्थी विसर्जनाचाही. रक्षा सापडण्याचा आणि रक्षा विसर्जनाचाही प्रश्न उरत नाही; पण आपण त्यांची मुलं आहोत. हे काहीही करणं शक्य नाही. म्हणूनच आपण त्यांचा दशक्रिया विधी करतो आहोत. ज्ञाना, सोपान, स्वत:ला आवरा. मन घट्ट करा. आई-बाबांची पार्थिव सापडली नाहीत, त्यामुळे आपण पलाशविधीनं श्राद्ध करणार आहोत.'' निवृत्तीच्या या बोलण्यानं ज्ञानेश्वर सावरला. त्यानं आपल्या भावनांना आवर घातला आणि निवृत्तीला विचारलं, ''दादा, पार्थिव तर नाहीच आहेत; पण कोणी किरवंतही नाही आणि आपण बहिष्कृत असल्यानं कोणी ब्राह्मणही नाहीत. मग आपण कसं करायचं?'' ज्ञानेश्वराचा प्रश्न ऐकून निवृत्तीही विचारात पडला, तर सोपानाला त्यांचा अर्थच कळेना? आता विचारल्याशिवाय गत्यंतर नव्हतं. त्यानं हळूच विचारलं. ''दादा किरवंत म्हणजे काय रे आणि ब्राह्मण कशाला लागणार?'' बहिष्काराचा विषय निघाला आणि ज्ञानेश्वराच्या मुद्रेवर राग उमटला. त्याच्या खांद्यावरचा हात तसाच ठेवून त्याचा खांदा किंचित दाबत निवृत्तीनं त्याला शांतवलं. निवृत्तीच्या स्पर्शात एवढी शीतलता होती, एवढी आश्वासकता होती की, ज्ञानदेवाची तप्त मुद्रा निवळली. तो शांत झालेला बघून निवृत्तीनं सोपानाच्या प्रश्नाचं उत्तर दिलं. ''सोपाना, मृत्युउपरान्त करावे लागणारे विधी जे ब्राह्मण करतात, त्यांना किरवंत म्हणतात. किरवंत असलेल्या ब्राह्मणांचाही वेदाभ्यास असावा लागतो आणि श्राद्ध विधीसाठी ब्राह्मण लागतातच. देवस्थानी आणि पितृस्थानी त्यांना कल्पून श्राद्ध विधी करायचा असतो. ब्राह्मण जेवून तृप्त झाले, म्हणजे हविर्भाग पितरांना पोहोचतो, अशी श्रद्धा असते. त्या दिवशी ते पुण्यात्मे ब्राह्मण रूपात येतात आणि अन्नोदक घेऊन आशीर्वाद देऊन जातात, असा विश्वास असतो. म्हणून श्राद्ध विधीसाठी ब्राह्मण लागतात.'' निवृत्तीनं सोपानाला समजावून सांगितलं आणि सोपान विचारात पडला. तोच ज्ञानेश्वरानं गहिवरल्या आवाजात विचारलं ''दादा, आणि किरवंत आणि ब्राह्मण दोन्ही मिळाले नाहीत तर? आपल्या

आई-बाबांना... अन्नोदक मिळणार नाही?'' ज्ञानेश्वराचा आवाज कुशंकेनं, भीतीनं ओथंबलेला होता. ''नाही ज्ञानेशा, तसं होणार नाही. किरवंत आणि ब्राह्मण दोन्ही मिळाले नाहीत, तर चट श्राद्ध विधी वेदांत सांगितला आहे. आपण तो करू. पिंडदान करून काकस्पर्श करून घेऊ आणि आई-बाबांच्या आत्म्यांना आवाहन करून हविर्भाग गंगेत अर्पण करू!'' निवृत्तीनं त्यावर सांगितलेला हा उपाय सोपानाला पटला नाही. त्या क्षणी तोही काही बोलला नाही; पण त्यानं मनाशी एक निश्चय केला. तो त्याच्या डोळ्यांत उमटला, चेहऱ्यावर ओघळला, ओठात स्थिरावला आणि हनुवटीवर विसावला. मगाशी रडवेला झालेला सोपानाचा चेहरा असा निश्चयी का दिसतोय, असा प्रश्न निवृत्तीला पडला. तो सोपानाला काही विचारणावर, तोच, ''सोपाना, वाळवंटात जाऊन एक छोटा दगड घेऊन ये. आज त्याला अश्म म्हणायचं असतं आणि जीवात्म्यांच्या किंवा त्यांच्या अस्थींच्या तो संपर्कात, सहवासात असतो, म्हणून त्याच्या ठायी प्रतीक रूपानं पितरांना मानून त्यावर तिलांजली द्यायची असते. तिलांजली, म्हणजे अंगठ्यानं त्या अश्मावर पाणी सोडायचं असतं. तेव्हा तिलांजली देण्यासाठी वाळवंटातून अश्म घेऊन ये.'' असं विनायकबुवांनी सांगितलं, तेव्हा तसाच निश्चयी चेहरा घेऊन सोपान नदीकाठाकडे धावला. तो अश्म घेऊन परतला, तेव्हा त्याच्या चेहऱ्यावर एक समाधान विलसत होतं. कोणतंतरी कोडं उलगडल्यासारखं!

निवृत्तीने तो अश्म घेतला. चारही पाटांवर दक्षिणेकडे अग्र करून दर्भ ठेवला. त्यावर तो अश्म ठेवला. एका द्रोणात दर्भ, तीळ, पाणी, तुलसीपत्र घालून अर्घ्य तयार केलं आणि ज्ञानेश्वर-सोपानाकडे पाहिलं. सोपानानं हाताच्या खुणेनं मुक्ताला बोलावलं. तिघंही जण पद्मासनात बसली, तर मुक्ता सुखासनात. निवृत्तीनं डोळे मिटले. ऊर्ध्व लावला. एखाद्या चित्रलिपीप्रमाणे सगळे श्लोक त्याच्या नजरेसमोर उमटू लागले. निवृत्तीचा आवाज किंचित घोगरा, खर्जातला असल्यासारखा. आज तर तो जास्तच गंभीर येत होता. त्यानं श्लोक उच्चारायला सुरुवात केली. ''सुधानिवारणार्थे लेपोदकमुपतिष्ठतां चालनमुपतिष्ठतां अनादिनिधनौ देव: शंखचक्रगदाधर: प्रेताप्यायनमस्तु अस्तुप्रेताप्यायने प्रेतपिंडाय अभिरम्यतां अभिरतास्म:'' त्याच्या एकेक उच्चारासरशी विनायकबुवा पुढे झाले आणि प्रथम निवृत्तीचा हात धरून त्या द्रोणातलं अर्घ्यजल अंगठ्यावरून अश्मावर सोडलं. नंतर ज्ञानेश्वराचा मग सोपानाचा आणि शेवटी मुक्ताईचा हात धरून सर्वांच्या अंगठ्यांवरून ते अर्घ्यजल सोडून तिलांजली दिली. निवृत्ती उच्चारत होता, ''अनादिनिधनौ देव: शंखचक्रगदाधर:। असय्य: पुंडरिकाक्ष: प्रेतमुक्तिप्रदोभव! इदं पिंडदानं सकुशति लोकं प्रेताप्याय नमस्तु अस्तुप्रेताप्यायने अभिरम्यतां अभिरतास्म:।।'' निवृत्ती त्याच्या गंभीर, कोवळ्या, पण घोगऱ्या स्वरातून तिलांजली विधीचे श्लोक उच्चारत होता आणि त्या श्लोकाच्या

उच्चारानं गंगेच्या अंगावर जणू शहारा आला. पाण्यावर तरंग उठले. त्या तरंगांनी अवघं पात्र व्यापलं. त्या तरंगांचा स्पर्श काठाला झाला आणि काठ थरारला. त्या स्पंदनानं त्या वाळवंटात नाद उठला आणि निवृत्तीच्या आवाजाचा प्रतिध्वनी अवघ्या वाळवंटभर पसरला. त्याने जणू वाळूच्या कणाकणाला जाग आली आणि 'अभिरम्यतां अभिदतास्म:'चा नाद निनादत राहिला. तिलांजली देऊन झाली होती. मुक्तीच्या गळ्यात हुंदका दाटला होता, तर सोपानाच्या डोळ्यांत पाणी; पण चौघांच्या मनाचा निग्रह त्यांना सामर्थ्य देत होता.

यापुढचा विधी होता काकस्पर्श. या विधीला सामोरं जाण्याचं सामर्थ्य निवृत्ती-ज्ञानेशानं गोळा केलं होतं खरं; पण सोपान-मुक्तीचं काय? सोपानाला कसंतरी समजावता आलं असतं; पण मुक्तीचं काय? तिची समजूत कोण घालणार? आणि तिच्या प्रश्नाला आणि शंकांना उत्तरं कोण देणार? असे अनेक प्रश्न आणि त्या प्रश्नांना असलेली दु:खाची झालर सोबत घेऊन आता पुढच्या विधीला सामोरं जायचं होतं. निवृत्ती, ज्ञानेश्वर आणि सोपान त्याचीच तयारी करत होते.

१

"अस्तुप्रेताप्यायने प्रेतपिंडाय अभिरम्यतां अभिरतास्म:।।" निवृत्तीच्या उच्चारासरशी ज्ञानदेवानं तिलांजली पूर्ण केली. चौघांनी हात जोडले. आई-बाबांच्या आठवणीनं चौघांच्याही डोळ्यांतून आसवं ओघळत होती. अश्मावर तिलांजली देण्यासाठी प्रत्येक जण पुढे झुकत होता आणि गालावरून ओघळणारा अश्रू त्या अश्मावर पडत होता आणि त्या अर्घ्यजलाच्या तिलांजलीपेक्षा या अश्रूंच्या तिलांजलीने तो अश्म जणू कृतकृत्य होत होता. धन्यता पावत होता. सोपानानं त्याला वाळंवटातून उचलून हातात घेतल्यापासून जणू त्याचा पर्वकाळ सुरू झाला होता. पुण्याईचा संचय खुला झाला होता आणि सोपानाच्या स्पर्शानं साध्या दगडाचा अश्म बनल्यापासून ते हे आत्ताचे तिलांजलीचे अर्घ्यजल अंगावर पडेपर्यंत तो अश्म नुसता थरारत होता; शहारत होता. तिलांजली देऊन झाली होती. आता काकस्पर्श विधी होता. त्याची तयारी सुरू झाली. कावेरीअक्कांनी शिजलेला भात आणून दिला. तो पत्रावळीवर घेऊन त्यात काळे तीळ घालून निवृत्तीनं तो मळून घेतला. त्याचे पाच मोठे गोळे व पाच लहान गोळे केले. कावेरीअक्कांबरोबर आलेली मुक्ता हे सगळं बारकाईने बघत होती. ती काही विचारणार, तोच कावेरीअक्कांनी तिला दाबलं. "हे बघ मुक्ता, बाळा, आता सगळा विधी पूर्ण होईपर्यंत काहीही विचारायचं, बोलायचं नाही. सगळं झालं, की मग तू विचारून घे तुला काय विचारायचंय ते! समजलं! आता तोपर्यंत गप्प राहा हो! शहाणी माझी बयो ती!" अक्कांच्या या बोलण्यावर मुक्तीनं समजूतदारपणे मान हलवली आणि निवृत्तीदादा काय काय करतोय, हे ती लक्षपूर्वक बघायला लागली. मनात साठवून ठेवू लागली. त्या प्रत्येक क्रियेचा आपल्या परीने अर्थ लावू लागली आणि जे समजत नव्हतं ते लक्षात ठेवून त्याबद्दलच्या प्रश्नांची यादी तिच्या मनात तयार करू लागली.

निवृत्ती एकाग्र चित्तानं मांडणी करत होता. ज्ञानेश्वर त्याला मदत करत होता, तर सोपान लागेल ती वस्तू देत होता. सोपानाच्या मनातही अपार उत्सुकता होती; पण कावेरीअक्कांनी मुक्ताला केलेली सूचना आपल्यालाही आहे, हे त्याने समंजसपणानं

ओळखलं आणि निवृत्ती काय करतोय, इकडे तो लक्षपूर्वक बघू लागला. त्यातल्या काही क्रियांचे अर्थ त्याला कळले होते; पण काही क्रिया या अतर्क्य होत्या. त्याबद्दलच्या शंका नंतर ज्ञानादादाला विचारून त्यांची उत्तरं मिळवायची असं त्यानं मनाशी ठरवलं आणि निवृत्तीदादाला सामग्रीमधली एकेक वस्तू देण्याकडे आपलं लक्ष त्यानं केंद्रित केलं.

निवृत्तीदादानं तीन दर्भाच्या काड्या लावून एक त्रिकोणी वेदी केली. त्यावर गोमय मिश्रित पाणी शिंपडून ती पवित्र करून घेतली. त्यावर मधल्या भागात थोडे दर्भ अंथरले. त्यावर गंध, हळद व तुळशीपत्र ठेवलं. त्यामध्ये मध्यभागी एक व चार दिशेला चार मातीचे कुंभ पाण्यानं भरून ठेवले. प्रत्येक कुंभाजवळ एक पताका लावली. नंतर त्या प्रत्येक कुंभाच्या जवळ एक असे पाच पिंड ठेवले. त्यावर गंध, तुळशीपत्र, माका, पांढरी फुलं, काळे तीळ घातले. दर्भाचे पवित्रक घातलं आणि आचमन केलं, आमंत्रक प्राणायम केला आणि मंत्र म्हणायला सुरुवात केली. ''अद्यपूर्वोच्चरित वर्तमान एवं गुणविशेषण विशिष्टायां पुण्यतिथौ मम आत्मनः श्रुतिस्मृतिपुराणोक्त फलप्राप्त्यस्यर्थं वत्स गोत्रस्य, माता-पिता: प्रेतस्य प्रेतत्व निवृत्या उत्तमलोकंप्राप्त्यर्थं मृताः दशमेहनि दशमदिनविधि करिष्ये'' असं म्हणत निवृत्तीने उदक सोडलं. तिलोदक केलं. ''वत्स गोत्राय सः प्रेताय क्षुत्पिपासानिवृत्त्यर्थं अयं पिंडः सोदकुंभ उपतिष्ठतां! प्रेत सखिभ्यः अयं पिंडः सोद कुंभ उपतिष्ठतां। वैवस्वताय यमाय अयं पिंडः सोदकुंभ उपतिष्ठतां। वायस्येभ्यः अयं पिंडः सोदकुंभ उपतिष्ठतां प्रेताधिपतये रुद्राय अयं पिंडः सोदकुंभ उपतिष्ठतां। पिंडोपरि तिलोदकमुपतिष्ठता। ...इहलोकं परित्यज्य गतोसिपरमाङ्तिम् गतोसिदिव्यदेहेनकुशत्वाहंनियोजये।।'' प्रत्येक कुंभावर पिंड देत निवृत्ती श्लोक उच्चारत होता. नंतर पश्चिमेकडच्या पिंडाला वगळून त्याने सगळ्या पिंडांना दर्भ लावला. त्यानंतर निवृत्तीनं त्या सर्व पिंडांना नमस्कार केला. नमस्कार करताना निवृत्तीचा चेहरा चिंताक्रांत होता. निवृत्तीनंतर ज्ञानेशानंही नमस्कार केला. त्याचंच अनुकरण सोपानानं व नंतर मुक्ताईनं केलं. कावेरीअक्कांनी आणि विनायकबुवांनीही पिंडांना नमस्कार केला. निवृत्तीनं एकदा सभोवती नजर टाकली. गंगेच्या घाटावर गावातली अनेक मंडळी जमली होती. काहींच्या चेहऱ्यांवर कणव होती, तर काहींच्या चेहऱ्यांवर तुच्छता, काहींच्या चेहऱ्यांवर सहानुभूती होती, तर काहींच्या चेहऱ्यांवर तिरस्कार, काही चेहऱ्यांवर चिंता होती, तर काही चेहऱ्यांवर उपहास; पण असं असलं, तरी एक भावना प्रत्येकाच्या चेहऱ्यावर होती, ती म्हणजे उत्सुकता. निवृत्तीच्या चेहऱ्याकडे पाहणाऱ्या ज्ञानेश्वरानंही सभोवती नजर फिरवली. त्याच्याही नकळत त्याच्या कपाळावर एक लहानशी आठी उमटली; पण ज्ञानेशाच्या चेहऱ्यावरची तेवढीही हालचाल निवृत्तीच्या नजरेतून सुटली नाही. त्यानं ज्ञानेश्वराचा हात धरला. त्या स्पर्शात दिलासा होता. ज्ञानेशाचा चेहरा निवळला. या

सगळ्यापासून अनभिज्ञ असलेले सोपान आणि मुक्ता, एवढासा चेहरा करून उभे होते. घशात हुंदका दाटलेला, डोळ्यांच्या कडांवर साठलेलं पाणी आता ओघळू की मग ओघळू, अशा अवस्थेत असलेलं, थरथरणारे ओठ, कंप पावणाऱ्या नाकपुड्या आणि भिजलेलं मन. सोपान-मुक्ताची ही अवस्था ना निवृत्ती-ज्ञानेशाच्या नजरेतून सुटली, ना कावेरीअक्कांच्या. त्यांनी सोपान-मुक्ताचा हात धरला. थरथरणारे, घामजलेले इवले हात. त्या केविलवाण्या स्पर्शानं कावेरीअक्कांचेही डोळे भरून आले. मघापासून त्यांनी हुंदका आवरून धरला होता. 'आपण पोक्त आहोत, आपणच रडलो, तर ही पोरेपण रडतील. मग त्यांना आवरणार कोण? सावरणार कोण?' या विचारानं त्यांनी मनातले कढ मनातच ठेवले होते; पण आता सोपान-मुक्तीच्या स्पर्शाने तो बांध फुटला आणि कावेरीअक्कांच्या डोळ्यांतून घळाघळा पाणी वाहायला लागलं. त्या दोघांचा हात धरून कावेरीअक्का विधिस्थानापासून बाजूला गेल्या. निवृत्ती, ज्ञानेश्वर, विनायकबुवा पाठोपाठ आले. सगळे जण विधिस्थानापासून दूर जाऊन उभे राहिले. आता पश्चिमेकडच्या त्या पिंडाला काकस्पर्श होणं गरजेचं होतं. सोपानानं आकाशात नजर टाकली. बुचाच्या झाडावर असंख्य कावळे बसले होते. सोपानानं पाहिलं त्यातला एक मोठा कावळा टक लावून पिंडाकडे बघत होता.

पिंडाकडे टक लावून बघणारा कावळा काहीसा विचारात पडला होता. त्या पश्चिमेकडील पिंडाला काकस्पर्श होणं गरजेचं होतं. त्यालाही पश्चिमेकडचा पिंड उचलायचा होता. त्या पिंडाकडे त्यानं नजरही लावली होती. दोन वासनादेह तिथं तरंगताना त्याला दिसत होते; पण आपण जे पाहतो आहोत, त्यावर कावळ्याचाही विश्वास बसत नव्हता. ते म्हटले तर वासनादेह होते आणि नव्हतेही. इतर वासनादेहांप्रमाणे त्यांना कोणतीही अभिलाषा दिसत नव्हती. उलट देवलोकांत जाण्यासाठी ते दोन्ही देह उत्सुक दिसत होते. तरीही, तरीही त्या दोघांच्या नजरेत एक अपेक्षा होती, एक विनंती होती, एक प्रश्न होता, एक विषय होता, एक मागणं होतं, एक वचन हवं होतं आणि तरीही त्याबद्दल अपेक्षा होती; पण आग्रह नव्हता. प्रश्न होता, पण उत्तराचा अट्टाहास दिसत नव्हता. विनंती होती; पण हट्ट नव्हता. विषय होता, पण वैषयिकता नव्हती. मागणं होतं; पण आडमुठेपणा नव्हता. वचन हवं होतं; पण त्यापायी बांधिलकीची आशा नव्हती. कसलीतरी आस होती, पण दुराग्रह नव्हता. त्यांचे तिथं असणारं पारदर्शी अस्तित्व कावळ्याला दिसतही होतं आणि त्यांच्या वासनामय देहाला देवलोकाची लागलेली ओढही त्या पारदर्शी आस्तित्वातून त्याला जाणवतही होती. म्हणूनच तो काहीसा संभ्रमात पडला. काकस्पर्श न करावा, तर या दोन जीवात्म्यांची देवलोकाकडे प्रयाण करण्याची ओढ त्याला जाणवत होती आणि काकस्पर्श करावा, तर त्या दोघांच्या जिवाला लागलेली कसलीतरी उत्कट आसही त्याला जाणवत होती. म्हणूनच संभ्रम पडून तो कावळा काही न सुचून

नुसत्याच घिरट्या घालत होता. कधी तो पिंडाजवळ येई, तर कधी पिंडापासून लांब जाई. कधी वाळवंटात जाऊन बसे, तर कधी परत झाडावर जाई. असं बराच वेळ चाललं. कावळा पिंड उचलू पाहतोय; पण पुन्हा परत फिरतोय, हे विनायकबुवांनी पाहिलं. ते निवृत्तीला म्हणाले, ''निवृत्ती, त्या दोघांची कोणतीतरी इच्छा अपुरी राहिली आहे, असं वाटतं. कदाचित, या मुक्तीत रुक्मिणीवहिनींचा जीव अडकला असेल. तिला संभाळतो, असं म्हणा. मग कदाचित कावळा शिवेल!'' विनायकबुवांचं बोलणं ऐकून कावेरीअक्कांना हुंदका फुटला, ''होय रे निवृत्ती, या पोरीत त्या माउलीचा जीव अडकला असेल हो! या एवढ्याशा जिवाला सोडून जाताना तिला, त्या आईला किती यातना झाल्या असतील? या दोन सज्जन आणि पापभीरू माणसांना देहान्त प्रायश्चित्ताची शिक्षा सुनावताना त्या चांडाळाना काहीच कसं वाटलं नाही? निवृत्ती, पोरा पुढे हो आणि सांग बाळा, सगळ्या भावंडांचा आणि विशेष करून मुक्तीचा नीट सांभाळ करीन म्हणून.'' कावेरीअक्काचं बोलणं ऐकून निवृत्तीला हुंदका फुटला, तर बाकी तिघं कावरीबावरी झाली. विनायकबुवांनी निवृत्तीचा हात धरला आणि हाताला धरून ते त्याला पुढे आणणार, तोच, ''थांब दादा, थांबा विनायकबुवा, मी बोलतो. मी सांगतो आई-बाबांना काय सांगायचंय ते! मीच सांगतो,'' असं म्हणत ज्ञानेश्वर पुढे झाला. त्याच्या त्या स्वराचं निवृत्तीला नवल वाटलं. दृढनिश्चय, ठामपणा, जबाबदारीची जाणीव, संपूर्ण आश्वासकता आणि बाणेदारपणा त्याच्या स्वरात होता. ''ज्ञानाऽऽ!! ज्ञानेशाऽऽ!!'' निवृत्तीच्या आवाजात कंप होता. ''होय दादा. मी – मीच – मीच देतो त्यांना वचन. मीच देतो!'' ज्ञानेशाच्या आवाजात तोच ठामपणा होता. तोच दृढनिश्चय होता. निवृत्तीला तिथेच थांबवून ज्ञानेश्वर पुढे झाला. हे काय चाललंय, जे काही चाललंय त्याचा अर्थ सोपानाला कळत नव्हता; पण ज्ञानेश्वरानं निवृत्तीला थांबवलं आणि आई-बाबांना कसलंतरी वचन देण्यासाठी तो पुढे झाला आहे, हे बघून त्याच्याही नकळत सोपान पुढे झाला आणि ज्ञानेश्वराच्या शेजारी जाऊन उभा राहिला. ज्ञानेश्वरानं त्याच्याकडे नजर टाकली. सोपानाला आपल्यासोबत पाहून त्याच्या नजरेत समाधानाची छटा उमटली; पण ज्ञानेश्वराची ती नजर सोपानाच्या अंगावर शहारा उठवून गेली. काय नव्हतं त्या नजरेत? एकाच वेळी त्या नजरेत सहस्र सूर्यांचं तेज होतं आणि त्याचबरोबर त्या नजरेच्या कटाक्षात सहस्र चंद्राची शीतलता होती. एकाच वेळी त्या नजरेत बंडखोरीची छटा होती आणि त्याचबरोबर पराकोटीची विनम्रता होती. एकाच वेळी ती नजर काहीशी बावरलेली होती आणि त्याच वेळी त्या नजरेत अपार निश्चय होता. ज्ञानेश्वरानं हात जोडले. गंगेच्या घाटावर जमलेल्या सगळ्या लोकांकडे एकदा नजर टाकली आणि पुन्हा त्याची नजर त्या वेदीकडे वळली. क्षणभरात एकाग्र चित्त होऊन त्यानं आपल्या डोळ्यांत अवघी ऊर्जा एकवटली आणि त्याला दिसली तिथं

लहरणारी दोन विरळ शरीरं! एक स्त्रीचं आणि एक पुरुषाचं! होय, ते त्यांचे आई-बाबाच होते. क्षणभर ज्ञानेशाच्या डोळ्यांत पाणी तरळलं; पण दुसऱ्या क्षणाला त्याच्या उच्छ्वासातून त्याच्या मनाचा निग्रह स्पष्ट झाला आणि डोळे मिटून ज्ञानेश्वरानं खणखणीत उच्चरवात बोलायला सुरुवात केली. आपला उजवा हात त्यानं ताठ पुढे करून पालथा धरला होता. सोपानानं आपला हात त्याच्या हातावर ठेवला. निवृत्ती पुढे झाला त्यानं आपला उजवा हात त्या दोघांच्या हातावर ठेवला. ते बघून कावेरीअक्कांचा हात सोडून मुक्ती पुढे झाली. आणि तिच्या उंचीमुळे मग तिनं ज्ञानेश्वराच्या हाताखाली आपला हात लावला. भावंडांचे हात मिळताच ज्ञानेश्वरानं बोलायला सुरुवात केली, "आई-बाबा, आम्ही चारही भावंडं आज या गंगेच्या साक्षीनं तुम्हाला एक वचन देतो आहोत. धर्मशास्त्राचे न्याय्य अर्थ लावून सामान्यांपर्यंत धर्म पोहोचवण्याची तुमची संकल्पना आम्ही साकार करू. ज्या धर्मसभेनं तुम्हाला देहान्त प्रायश्चित्त घ्यायला लावलं, त्याच धर्मसभेत तुमचा सन्मानानं उल्लेख होईल, असं अलौकिक कार्य आम्ही करून दाखवू. ज्या शुद्धिपत्रासाठी तुम्ही दोघांनी आत्मसमर्पण केलं, ते शुद्धिपत्र हीच धर्मसभा आम्हाला आपणहून बहाल करेल. तुमच्या मातृ-पितृत्वाचा आणि आमचा जयघोष करेल. आई-बाबा, आजपासून आम्ही चौघंही जण एकोप्यानं, एकदिलानं राहू आणि आम्ही तिघंही जण मुक्तीचा काळजीपूर्वक सांभाळ करू. तुम्हा दोघांची मोक्षाप्रती वाटचाल सुखेनैव होऊ दे. तुम्ही दोघंही आमच्या स्मृतीत चिरंतन राहाल. आमच्या कार्य-कर्तृत्वानं आपल्या कीर्तीची ध्वजा शतकानुशतकं फडकत राहील, अशी ग्वाही आम्ही तुम्हाला देतो. यासाठी तुमचे आशीर्वाद सदैव आमच्यासोबत असू देत, अशी प्रार्थना करतो. हा अर्धा-मुर्धा नैवेद्य तुमच्यासाठी. आई-बाबा शुभास्ते पंथान:।।" ज्ञानेश्वराच्या प्रत्येक वाक्याला सोपान हुंदका देत होता. आपली सहमती दर्शवत होता. निवृत्तीच्या स्पर्शातूनच त्याची संमती कळत होती. बोलता-बोलता ज्ञानेश्वरानं डोळे मिटले. सोपान त्याच्याजवळ उभा होता. अगदी जवळ. त्यानं पाहिलं ज्ञानेश्वराच्या डोळ्यांतून घळाघळा अश्रू वाहत होते. तरीही त्याच्या चेहऱ्यावरचं तेज यत्किंचितही कमी झाले नव्हतं. ज्ञानेश्वराकडे क्षणभर नजर टाकून सोपानानं वेदीकडे पाहिलं आणि दोन विरल आकृत्या आणखी-आणखी विरल होताना त्याला दिसल्या.

'कावकाव'च्या आवाजानं सगळे भानावर आले. पश्चिमेकडच्या पिंडाला काकस्पर्श झाला होता. बाकीच्या पिंडावर आणखीही कावळे घोंगावत होते; पण पिंडाचा भात खाण्यासाठी त्यांची नुसती अहमिका लागली होती. त्यांच्या पंखांच्या फडफडाटानं वादळाचा भास निर्माण होत होता. पण याहीपेक्षा मोठं वादळ उठवलं होतं, ज्ञानेश्वराच्या शब्दानं. त्यानं सर्वांच्या साक्षीनं आई-बाबांना दिलेलं वचन ऐकून अवघ्या सृष्टीला आनंदाचं भरतं आलं होतं. इंद्रायणीचं पाणी आनंदानं उसळू लागलं

होतं. जणू ते आकाशाला गवसणी घालू पाहत होतं. ज्ञानेश्वराच्या वचनासारखं, सोपानाच्या हुंकारासारखं. त्या आनंदाची मोहिनी आकाशावरही पडली आणि आकाशाचे भालदार-चोपदार आकाशभर बागडू लागले. त्यांनी हा आनंद पाखरांना दिला. त्या आनंदाचं अक्षय सामर्थ्य पंखांत घेऊन ती पाखरं आकाशात विहार करू लागली. त्यांचा आनंद बघून वाराही आनंदला. तो आनंदाचा गंध घेऊन साऱ्या सृष्टीभर फिरला आणि अवघी सृष्टी आनंदून गेली. जणू या चौघांनी आई-बाबांना दिलेलं वचन पूर्ण करण्यासाठी सगळी पंचमहाभूतं त्यांच्या अवघ्या सामर्थ्यानिशी पाठीशी उभी राहणार होती. नव्हे, या चौघांचं हे वचन पूर्ण करण्याची जबाबदारीच जणू पंचमहाभूतांनी घेतली होती. जणू ज्ञानेश्वराचे शब्द अजूनही अवकाशात प्रतिध्वनित होत होते. जसे ते अवकाशात प्रतिध्वनित झाले, तसेच ते तिथं जमलेल्या लोकांच्या मनांतही प्रतिध्वनित झाले. त्या शब्दांमध्ये असं सामर्थ्य होतं की, या कुटुंबाची छी:-थू करणाऱ्यांच्या मनाचा थरकाप झाला. ही चार भावंडं म्हणजं चार दिव्य शक्ती आहेत, याची झलक या प्रसंगातून लोकांना पाहायला मिळाली.

काकस्पर्श झाला. उरलेले पिंड आणि इतर सामग्री गोळा करून निवृत्तीनं ती आपल्या उत्तरीयात घेतली आणि ती घेऊन तो नदीच्या पात्रात शिरला. गुडघाभर पाण्यात उभा राहून त्यानं ते पिंड पात्रात सोडले. दक्षिण दिशेला तोंड करून तो उभा राहिला. हात जोडले आणि प्रार्थना केली, "न मे अस्ति वित्तं धनं न चान्यत् श्राद्धोपयोगी स्वपितृन् न तोऽस्मि! तृष्यंतु भक्त्या पितरो मयैते भुजौ कृतौ वर्त्मनि मारुतस्य" आणि आपले दोन्ही बाहू वर केले. नंतर नमस्कार करून त्यानं ओंजळीत पाणी घेऊन अर्घ्य दिलं आणि तो पात्रातून बाहेर आला.

श्राद्ध विधी झाला होता. आता ब्राह्मण भोजन व ब्राह्मण पूजा विधी होता. ब्राह्मणांच्या रूपात आपले तीर्थरूप बघून, कल्पून त्यांना हविर्भागातील एक घास, म्हणून भोजन देऊन तृप्त करायचे असा विधी; पण इथं कुणी ब्राह्मण आलेलेच नव्हते. विनायकबुवा पेचात पडले. निवृत्तीला म्हणाले, "निवृत्ती, कुणी ब्राह्मण आलेले नाहीत. पितरांना हविर्भाग कसा मिळणार?" त्यांचा प्रश्न रास्त होता. निवृत्तीला उत्तर सुचले नाही, पण त्यांना उत्तर दिलं सोपानानं. म्हणाला, "काळजी नसावी विनायककाका. ब्राह्मण जेवणार, ते आई-बाबांचं प्रतीकात्मक रूप म्हणूनच. मग प्रत्यक्ष आई-बाबाच येतील आपला हविर्भाग घ्यायला. त्यांनी मला मघाशी तसा शब्द दिला आहे. मी आता जातो आणि आई-बाबांना बोलावून आणतो. आलोच मी कावेरीअक्का. तुम्ही अन्न वाढून ठेवा," असं म्हणून कुणी काही विचारायच्या आत सोपान गंगेकडे धावला. पाऊलभर पाण्यात जाऊन उभा राहिला. सोपानाच्या या बोलण्याचं निवृत्ती-ज्ञानेशाला नवल वाटलं, तर कावेरीअक्कांना वाटलं, तो लहान आहे, म्हणून असं बडबडतोय. त्या विनायकबुवांना काहीतरी म्हणणार, तोच

सोपानाचा आवाज ऐकायला आला. पाऊलभर पाण्यात उभे राहून गंगेकडे तोंड करून तो हाका मारत होता, "आईऽऽऽऽ आऽऽई! बाबाऽऽऽऽ! बाऽऽऽऽबा! जेवायला चलाऽऽऽऽ! तुम्ही मघाशी मला शब्द दिला आहे. या लवकरऽऽऽ! हा एवढा हविर्भाग घेऊन मगच मोक्षाप्रत जाऽऽ! आऽऽऽईऽऽ, बाऽऽऽऽ बा ऽऽ!" हळूहळू त्याच्या आवाजात आर्तता आली. स्वरात कंप जाणवायला लागला. गळा भरून आला. श्वासात हुंदका कोंडायला लागला. बऱ्याच हाका मारून झाल्यावर मात्र सोपान हातात तोंड झाकून हुंदके द्यायला लागला. कुणालाच कळेना काय करावं, काय बोलावं? सगळीकडे स्तब्धता पसरली. त्या स्तब्धतेत व्याकूळता होती, खिन्नता होती, दु:ख तर होतेच; पण वेदनाही होती. विरह होता आणि व्यथाही होती. क्षणभर; पण त्या एका क्षणात अवघं अवकाश नि:स्तब्ध झालं, अवघे चराचर अबोल झाले, अवघी सृष्टी मूक झाली. दुसऱ्या क्षणाला, दुसऱ्याच क्षणाला, इंद्रायणीचं पाणी खळबळलं. खळबळत वेगानं उसळलं, तिच्या पृष्ठभागावरच्या तरंगांत लक्षणीय वाढ झाली. त्या तरंगांच्या उंच लाटा बनल्या, ते उसळणारं पाणी काहीतरी सांगतंय, काहीतरी देऊ पाहतंय, अंतर्मनात दडलेलं, जलगर्भात लपलेलं काहीतरी बाहेर येऊ पाहतंय, स्वत:चं अस्तित्व दाखवू पाहतंय, असं वाटायला लागलं. पाण्याच्या लाटांचं उसळणं वाढलं, खळबळ वाढली, आवाज वाढला. सोपानानं हातात लपवलेला चेहरा उचलून नदीच्या पात्राकडे पाहिलं. त्याचा हुंदका थांबला. चेहऱ्यावर स्मित उमटलं. डोळ्यांत समाधानाची छटा आली; पण इंद्रायणीतली ती खळबळ बघून जमलेल्या लोकांच्या मनात धास्ती निर्माण झाली. आता हे पाणी प्रलयंकारी रूप धारण करतं की काय, अशी भीती त्यांना वाटायला लागली. त्यांच्यात चलबिचल सुरू झाली; पण सोपान शांत होता. नदीचं खळबळणारं पाणी बघून तो शांत झाला होता. एकवार त्यानं त्या उसळणाऱ्या पाण्याकडे नजर टाकली. अत्यंत समाधानानं दोन्ही हात जोडून त्यानं नमस्कार केला आणि नदीकडे पाठ करून शांतपणे तो श्राद्ध विधी स्थळाकडे चालत आला. निवृत्ती-ज्ञानेश्वरही ते उसळणारं पाणी बघून क्षणभर स्तिमित झाले; पण क्षणभरच. दुसऱ्याच क्षणाला दोघांच्या चेहऱ्यांवर स्मित उमटलं. सोपानाकडे नजर जाताच तर ते आणखीच शांत झाले. सोपानाच्या डोळ्यांतून पाणी वाहत होतं, तर चेहऱ्यावरून समाधान.

निवृत्ती-ज्ञानेश्वरानं पाहिलं. सोपानाच्या पाठोपाठ तरल अवस्थेत चार पावलं चालत होती. चार पावलं अगदी जोडीनं, बरोबर चालत होती. त्या पावलांपासून पुढे दहा पावलांवरून सोपान चालत होता. चालता-चालता तो मध्येच थांबे, कानोसा घेई, पायरव ऐकायला आला की, समाधानी चेहऱ्यानं पुन्हा पुढे चालू लागे. सोपान वेदिकेपर्यंत आला. त्यानं पाहिलं, वेदिकेजवळ चार पाट मांडले होते. दोन पाटांवर दर्भ ठेवला होता. दोन पाट रिकामे होते. चार पत्रावळींवर सगळा श्राद्धपाक वाढला

होता. सोपाना त्या दोन रिकाम्या पाटांजवळ हात जोडून उभा राहिला. निवृत्ती-ज्ञानेश्वरही उमजले. तेही त्याच्या शेजारी जाऊन हात जोडून उभे राहिले. मुक्तीनंही त्यांचंच अनुकरण केलं. तरल हवेसारखी एक हलकी चाहूल चौघांच्या समोरून गेली. त्या दोन्ही पाटांवर क्षणभर वाळूच्या पायांचे ठसे उमटले; क्षणभरच. दुसऱ्या क्षणाला वाऱ्याची झुळूक आली आणि ते ठसे पुसले गेले. पत्रावळीवर वाढलेल्या गरम श्राद्धपाकाची वाफ क्षणभर वाऱ्याच्या झुळकीनं पाटाकडे धावली. मग खाली बसली. सोपानाला हुंदका फुटला. निवृत्ती-ज्ञानेशालाही गहिवरून आलं. त्या दोघांनी दोन्हीकडून सोपानाला कवळा घातला. मग मात्र सोपानाचा बांध फुटला. कितीही आवरायचं म्हटलं, तरी त्याला हुंदका आवरेना. तो हमसून रडायला लागला. आपल्या डोळ्यांतून वाहणारं पाणी जराही न पुसता निवृत्ती-ज्ञानेश्वर त्याची समजूत घालू लागले. आपल्या तिघाही भावांना असं रडताना पाहून मुक्ती भांबावली. तिनं निवृत्तीच्या कमरेला मिठी मारली. तिच्या मिठीनं निवृत्ती भानावर आला. त्यानं मुक्तीचा हात धरला आणि आवाजात किंचित जरब आणून म्हणाला, ''सोपाना, काय हे? तुझ्यासारखा समंजस भाऊ रडतोय बघून ही मुक्तापण रडायला लागलीय बघ! ज्ञानेशा, आवर त्याला. आपण आज आपल्या आई-बाबांना शब्द दिलाय ना? आणि आई-बाबांपर्यंत तो पोहोचलायही. होय ना सोपाना? मग आता हे अश्रू कशासाठी? पुसा ते डोळे! आणि आई-बाबांना पुन्हा एकवार नमस्कार करा. त्यांच्या मोक्षप्राप्तीची वेळ झालीय.'' निवृत्तीच्या या बोलण्यानं काम झालं! सोपानानं हुंदका आवरला. सगळेच सावरले. सगळ्यांच्या डोळ्यांत पाणी होतं आणि चेहऱ्यावर समाधान.

श्राद्धाचा, दशक्रिया विधी तर पार पडला. कावेरीअक्कांनाही बरं वाटलं. सगळ्या गावाचा विरोध पत्करून, सगळ्या अडीअडचणींना तोंड देऊनही चौघं ज्या आत्मिक शक्तीनं आणि अतुलनीय धैर्यानं सगळं करत होती, ते बघून तर कावेरीअक्कांना या मुलांचं अतोनात कौतुक वाटलं. 'हसण्या-बागडण्याचं, लगोरी खेळण्याचं यांचं वय; पण या वयात यांच्यावर केवढी जबाबदारी येऊन पडलीय. निवृत्ती-ज्ञानेशावर सगळ्या घराच्या पालन-पोषणाची, सोपानावर चिमुरड्या मुक्ताला सांभाळण्याची आणि मुक्तावर साऱ्या घराला सांभाळण्याची! कसं करतील ही पोरं हे सगळं?' कावेरीअक्कांच्या मनात विचार आला आणि त्या विचारानं त्यांच्या डोळ्यांत पाणी आलं. पदरानं डोळ्यांतलं पाणी पुसून त्यांनी एकवार इंद्रायणीला नमस्कार केला आणि तिथली आवरासावर करायला सुरुवात केली. मुक्ता लगेच त्यांच्या मदतीला धावली. कावेरीअक्कांनी समाधानाचा निःश्वास टाकला. मुक्ताकडे एक कौतुकाचा, मायेचा कटाक्ष टाकला आणि दर्भ गोळा करायला सुरुवात केली.

सगळे घरी आले. निवृत्ती-ज्ञानेश्वर कावेरीअक्कांच्या घरून आणलेलं सामानसुमान

पोहोचतं करण्याच्या मागं लागले, तर सोपान, मुक्ताला घेऊन झोपडीत परतला. मुक्ताच्या चेहऱ्यावरचे उत्सुक भाव, डोळ्यांतल्या शंका, हे सगळं सोपानाला लक्षात आलं, दिसलं आणि त्याच्या लक्षात आलं, की मुक्ताला खूप काही विचारायचं आहे आणि तिनं एकदा सुरुवात केली, की ती थांबणार नाही. तिनं काही विचारायच्या आतच सोपान म्हणाला, "मुक्ते, मला कळलंय तुला बरेच प्रश्न पडले आहेत; पण झोपडीचा केर काढू या आणि मग बोलत बसू या. चालेल?" मुक्ता काही बोलली नाही. तिने मुकाटपणे कोपऱ्यातली केरसुणी उचलली आणि लख्ख केर काढून घेतला. कावेरीअक्कांच्या सहवासात आल्यापासून मुक्ता खूपच शहाणी आणि समंजस झाली होती. केर काढून ती सोपानासमोर येऊन उभी राहिली. आता मात्र तिच्या चेहऱ्यावर उत्सुकतेबरोबर रुसवाही दिसत होता. तिच्या चेहऱ्याकडे बघत सोपानानं आपलं हसू लपवलं. तिचा हात धरून तिला आपल्या शेजारी बसवलं आणि म्हणाला, "मुक्ते, विचार तुला काय विचारायचं आहे ते." मुक्तीनं एक नजर सोपानाकडे टाकली. एकदा त्याचा अंदाज घेतला. तो चांगल्या मन:स्थितीत आहे, हे समजून घेतलं. मग हळूच म्हणाली, "सोपानदादा, मला फक्त दोनच गोष्टींचा खुलासा हवाय. सांगशील?" सोपानाला आताही तिच्या समंजसपणाचं कौतुक वाटलं, "तुला कोणत्या दोन गोष्टींचा खुलासा हवाय छकुले?" सोपानाच्या या दिलाशानं मुक्ती पुढं सरसावली. "दादा, मला आधी एक सांग. तो, तो भाताचा गोळा... काय बरं? हं पिंड! तो पिंड उचलण्यासाठी कावळाच का लागतो? इतरही अनेक पक्षी आहेत; पण त्या ठिकाणी फक्त कावळेच होते. असे का? त्या पिंडाला काकस्पर्शच होणं गरजेचं असतं का?" मुक्तीच्या स्वरामध्ये अनावर उत्सुकता होती. सोपानाला तिच्याकडून हा प्रश्न अपेक्षितच होता. कारण त्यानंही ज्ञानादादाला हाच प्रश्न केला होता. ज्ञानादादानं त्याच्या स्वभावाप्रमाणे या प्रश्नाचं उत्तर विश्लेषण करून दिलं होतं. त्यामुळे सोपान तयार होताच. कशी सुरुवात करावी, या विचारानं सोपान क्षणभर गप्प बसला; पण मुक्तीला तेवढाही विलंब सहन झाला नाही. "सांग ना रे! असा गप्प काय बसलास? तुला पण माहीत नाहीय का? तसं असेल, तर तसं सांग. मी संध्याकाळी ज्ञानादादाला विचारते!" मुक्तीनं त्याला फटकारलंच. "सांगतो गं चिमुरडे. माहीत आहे मला त्याचं उत्तर! ऐक. हे बघ, कावळा हा पक्षी इतर पक्ष्यांपेक्षा वेगळा आहे!" सोपानानं असं सांगताच मुक्ता पुन्हा फणकारली, "हुं! माहिती आहे. तो काळा कुळकुळीत आहे!"

"तसं नाही गं! तो काळा तर आहेच; पण त्याला देवानं एक वेगळी नजर दिली आहे. तो एका डोळ्यानं सगळ्या दिशांकडे पाहू शकतो. तसंच या वेगळ्या नजरेमुळे त्याला दुसरीही एक अतींद्रीय शक्ती लाभली आहे. ती म्हणजे या विश्वात वावरणारे जीवात्मे, प्रेतात्मे, म्हणजे माणूस मेल्यानंतर तो ज्या स्थितीत वावरतो,

ते कावळ्याला दिसतं. मग मरणाऱ्या माणसाची काही इच्छा राहिली, तर तो अतृप्त आत्मा त्या पिंडाभोवती वावरत राहतो. त्याच्या मुला-बाळांकडून त्यांच्या इच्छापूर्तीचं वचन मिळालं की, तो आत्मा त्या पिंडाजवळून बाजूला होतो. तेही कावळ्याला दिसतं. मग कावळा त्या पिंडाला स्पर्श करतो. म्हणजे कावळ्यानं पिंडाला स्पर्श केला, म्हणजे तो जीवात्मा वासनामय देहापासून मुक्त झाला. त्याची कोणतीही इच्छा अगर वासना राहिली नाही. तो मोक्षाच्या मार्गाला गेला, असं समजतात. म्हणूनच काकस्पर्श हा महत्त्वाचा विधी ठरतो. आपल्या पितरांना मोक्ष मिळावा, अशीच सर्वांची इच्छा असते. काकस्पर्शामुळे ते स्पष्ट होतं. म्हणून या विधीसाठी कावळा हाच पक्षी योग्य ठरतो.'' सोपानानं त्याला ज्ञानेशानं जसं सांगितलं होतं तसंच विश्लेषण करून मुक्ताला सांगितलं. ते ऐकून तिला तिच्या प्रश्नाचं उत्तर नीट मिळालं. मनातल्या शंकेचं पूर्ण निरसन झालं. ते समाधान तिच्या चेहऱ्यावर उमटलं. ते सोपानालाही दिसलं आणि त्याला बरं वाटलं. मुक्तीच्या मनातल्या शंकेचं आपण पूर्ण निरसन करू शकलो, याचंच त्याला समाधान वाटलं; पण तिथंच थांबेल ती मुक्ती कसली. तिनं पुढचा प्रश्न विचारलाच, ''सोपानदादा, तू गंगेवरून तो दगड आणायला गेलास, तेव्हा तिथं काय झालं? तुझा जातानाचा चेहरा वेगळंच सांगत होता आणि येतानाचा चेहरा वेगळंच बोलत होता. तिथं काय झालं सांग ना?''

मुक्तीच्या या प्रश्नानं सोपान चकित झाला. ही एवढीशी चिमुरडी; पण तिचं बरंच लक्ष आहे! आणि बरंच निरीक्षणही! तिच्या निरीक्षणशक्तीचं सोपानाला कौतुक वाटलं. ''अरे वा! चिमुरडे, तुझं बरंच लक्ष होतं की गं! पण तू म्हणतेस ते खरं आहे. जातानाचा सोपान वेगळा होता आणि गंगेच्या घाटावरून, वाळवंटातून परतणारा सोपान वेगळा होता. मुक्ते, मी तो अश्म आणायला पाण्याजवळ गेलो, तेव्हा माझ्या मनात आई-बाबांचे आणि त्यांना अन्नोदक कसं मिळणार, याचेच विचार होते. निवृत्तीदादा म्हणाला की, आपण आई-बाबांच्या आत्म्यांना आवाहन करू. तोच एक विचार माझ्या मनात रुंजी घालत होता. मी गंगेजवळ गेलो. पाऊलभर पाण्यात उभा राहिलो आणि माझ्या मनात एक विचार आला. आपल्या आई-बाबांना हाक मारून आपण आत्ताच त्यांच्याकडून शब्द घेतला तर? माझ्या मनाला तो विचार पटला आणि मी तो लगेच अमलात आणला. मी आई-बाबांना हाका मारायला सुरुवात केली. सुरुवातीला काहीच झालं नाही; मुक्ते पण नंतर नंतर मला रडू यायला लागलं. माझ्या आवाजातून ते उमटायला लागलं आणि काय सांगू मुक्ता तुला, 'सोपाना, बाळा रडू नको, आम्ही अन्नोदक घ्यायला नक्की येऊ' असा आई-बाबांचा आवाज मला ऐकायला आला आणि मी समाधान पावलो. आई-बाबांनी माझा हट्ट मानला होता. त्यांनी मला शब्द दिला आणि तो पाळलापण. आई-बाबांनी

शब्द दिला म्हणून मी खूपच समाधान पावलो मुक्ता. म्हणूनच गंगेच्या घाटावर जातानाचा सोपान आणि घाटावरून परतणारा सोपान वेगवेगळा होता.''

सोपान बोलत होता, सांगत होता आणि मुक्ता डोळे विस्फारून ऐकत होती. सोपानाची आई-बाबांबद्दलची भक्ती तिला माहीत होती. म्हणूनच आई-बाबांनी सोपानाच्या हाकेला प्रतिसाद दिला होता, 'ओऽ' दिली होती. मुक्तीला भरून आलं, पाणी भरल्या डोळ्यांनी ती एकटक सोपानाकडे बघत राहिली. त्या नजरेतून आसवांबरोबरच ओसंडून वाहत होता भावाबद्दलचा अभिमान, प्रेम आणि कौतुकसुद्धा.

१०

कालचक्र! सृष्टीत घडणारी कुठलीही घटना शुभ-अशुभाची, सुख-दुःखाची, जन्म-मृत्यूची, तर्क-अतर्काची, आकलन-अनाकलनाची, उत्पती-लयाची, कुठलीही घटना कालचक्राची गती थांबवू शकत नाही. विनाशी-अविनाशी घटनेचा कोणताही परिणाम कालचक्राच्या गतीवर होत नाही. ते चालतच राहतं. चालतच राहतं आणि काळ पुढे सरकत राहतो. विठ्ठलपंतांचं घर तरी याला अपवाद कसं ठरेल? काळ पुढं सरकत राहिला. आई-बाबांच्या अपमृत्यूच्या दुःखावर काळाच्या गतीचा लेप चढला आणि त्याची तीव्रता कमी झाली. निवृत्ती, ज्ञानेश्वर, सोपान, मुक्ता ही चारही भावंडं आई-बाबांच्या मृत्यूचं, मृत्यूमुळे झालेल्या वियोगाचं, आलेल्या पोरकेपणाचं दुःख बाजूला ठेवून पुन्हा उभं राहण्याची धडपड करत राहिली.

निवृत्ती-ज्ञानेश्वरांनी रोज पहाटे गंगेच्या घाटावर जाऊन ज्ञानसाधना करण्याचा प्रघात चालूच ठेवला, नव्हे आता त्याला अधिक गती आली आणि त्या दोघांनाही त्यात अधिक गती आली होती. ज्ञानसाधना करून झाली की, दोघं माधुकरी मागायला जात. तोवर इकडे सोपान आणि मुक्ताही पहाटेच उठलेले असत. मुक्ता सडा-रांगोळी करी. नदीच्या घाटावरून चार घागरी पाणी भरे. तोवर सोपानाही ज्ञानसाधनेला बसलेला असे. भगवद्गीता, संस्कृत श्लोक, संस्कृत व्याकरण यांची ओळख तर विठ्ठलपंतांनीच त्याला करून दिली होती. वेद-उपनिषदांच्या अभ्यासाची तोंडओळख निवृत्तीदादांकडून करून घेऊन त्यानं आता स्वतः वेदांच्या अभ्यासाला सुरुवात केली. सकाळच्या दोन प्रहरांपर्यंत तो हा अभ्यास करत असे. नंतर तोही माधुकरीसाठी जाई. माधुकरीसाठी जात असतानाही त्याच्या मनात वेदाभ्यासाचं चिंतन चाले. मनातल्या मनात त्यातल्या श्लोकांचं, ऋचांचं पठण, रामायण-महाभारत-व्यासपुराण या ग्रंथांचं पठण, मनन, अध्ययन, चिंतन, विश्लेषण, असा त्याचा मनातल्या मनात अभ्यास चालत असे.

न हि ज्ञानेने सदृशं पवित्रमहि विद्यते।
तत्स्वयं योगसंसिद्धः कालेनात्माने विंदति।।

या गीतेच्या वचनावर त्याचा अतिशय विश्वास होता आणि त्याचबरोबर महाभारतातील एकलव्य ही व्यक्तिरेखा त्याच्या आवडीची होती. खरंतर निवृत्तीदादा त्याला गुरुस्थानी होता; पण सोपानाचं शिक्षण मात्र एकलव्यासारखंच एकनिष्ठेनं चाललं होतं. सोपान जसाजसा मोठा होत होता, तसातसा त्याचा स्वभाव बदलत होता. लहानपणीचा बडबडा, शंकाखोर, सतत प्रश्न विचारणारा सोपान जाऊन त्या ठिकाणी शांत, समंजस, काहीसा अबोल, स्वतःच्या मनात उद्भवलेल्या प्रश्नांची उत्तरं शक्यतो स्वतःच शोधणारा आणि मिळाली नाहीच, तर निवृत्ती-ज्ञानेश्वराला विचारणारा, असा स्वाध्यायी सोपान तयार होत होता. फक्त मुक्ताईशी मात्र त्याचं वागणं तसंच अल्लड आणि खोडकर होतं. निवृत्ती-ज्ञानेशालाही या बदललेल्या सोपानाचं कवतिक वाटायचं. कधीकधी त्याच्या या लहान वयातल्या संयमाची, समंजसपणाची चिंताही वाटायची. तोच मुक्ता सोपानानं केलेली एखादी खोडी सांगत यायची की, निवृत्ती ज्ञानेश्वर पुन्हा निःशंक व्हायचे. माधुकरी मागतानाही सोपान असाच संयमी आणि समंजस व्हायचा. कधीकधी तर त्याचा संयमाची कसोटी लागायची; पण वयाच्या मानानं खरोखरच समंजस असलेला सोपान आपल्या संयमानं आणि शांत स्वभावानं सगळं व्यवस्थित निभावून जायचा.

एके दिवशी मात्र त्याच्या या संयमाची परीक्षा लागली. त्या दिवशी नेहमीप्रमाणे आपला वेद-उपनिषदांचा अभ्यास आटोपून सोपान माधुकरी मागायला गेला. सोपानाचं बालरूप, त्याची मधुर भाषा, विनम्र स्वभाव आणि समंजसपणा यांमुळे तो जिथं-जिथं माधुकरी मागायला जाई, तिथं-तिथं तिथल्या अन्नपूर्णांचं त्याच्याबद्दल चांगलं मत व्हायचं आणि काही-काही ठिकाणी तर गोग्रासाबरोबरच आणखी एखादा घास सोपानासाठी काढून ठेवला जायचा. विठ्ठलपंत-रुक्मिणीबाईंनी देहान्त प्रायश्चित्त घेतलेल्यालाही आता बरेच दिवस उलटून गेले होते. ब्रह्मवृंदांची वागणूक काहीशी सौम्य झाली होती. अजूनही पुरता राग निवळला नव्हता; पण काळाच्या गतीनं जसं या भावंडांना आई-वडिलांच्या अपमृत्यूचं दुःख विसरायला लावलं होतं, तसंच ब्रह्मवृंदांच्या मनातली अढीची तीव्रताही काहीशी कमी झाली होती. आधीच ब्रह्मवृंदांच्या घरातली स्त्रीवर्गाला रुक्मिणीबाईंच्या ऋजू आणि शांत, लाघवी स्वभावामुळे त्या कुटुंबाबद्दल सहानुभूती वाटे. त्यात ही चार निरागस लेकरं इतक्या लहान वयात पोरकी झाली, याचीही त्यांना खंत वाटे. त्यातच आता इतक्या दिवसांनंतर घरातल्या पुरुषवर्गाचाही कडवा विरोध काहीसा सैम्य झाला होता. त्यामुळेच की काय, माधुकरी मागताना या तिघांना फारसे कटू प्रसंग येत नसत. त्यातल्या त्यात सोपान लहान असल्यामुळे त्याच्या वाट्याला तर फार कमी कटुता येत असे.

असाच एक प्रसंग घडला; पण त्या प्रसंगातून सोपानाचा संयमीपणा, समंजसपणा जसा उठून दिसला, तशीच त्याची ज्ञानसंपन्नताही उजळून निघाली.

प्रसंग असा होता. श्रीधरपंतांच्या घरातील अन्नपूर्णा द्वारकामाईंचा सोपानावर विशेष लोभ. लग्नाला एक तप उलटून गेलं, तरी त्यांची कूस अजूनही उजवली नव्हती. 'आई' या हाकेला आसुसलेल्या द्वारकामाईंना सोपानाची 'माई' ही गोड हाक सुखावून जायची. या गोऱ्या-गोमट्या, नीटस चेहऱ्याच्या, तेजस्वी डोळे असलेल्या, गोड बोलणाऱ्या, लाघवी वागणाऱ्या निरागस पोरावर – सोपानावर त्यांचा विशेष जीव होता. तो माधुकरी मागायला कधी येतो, याची त्या वाट पाहत असत. तो आला की, त्याच्यासाठी काढून ठेवलेला एखादा बत्तासा, पेढा त्याच्या हातावर ठेवत आणि मगच माधुकरी घालत. अर्थात, हे सगळे श्रीधरपंतांच्या माघारी चालत असे. श्रीधरपंतांच्याही हे कानांवर येई; पण तेही त्याकडे कानाडोळा करत असत. कर्मठ कर्मकांडाच्या पालनापायी विठ्ठलपंतांसारख्या प्रकांड पंडिताला आणि रुक्मिणीबाईंसारख्या साध्वीला देहत्याग करावा लागला आणि याला काही अंशी का होईना आपण जबाबदार आहोत, याची बोच त्यांच्या मनाला कुठंतरी लागून राहिली होती. धर्मसभेच्या नियमांचं पालन करता-करता आपली मानसिकता कर्मठपणाकडे कधी झुकली आणि त्या नियमांचं पालन करताना आपण माणुसकी विसरलो की काय, अशी खंत त्यांच्या मनाला कधीकधी वाटायची. म्हणूनच हा निरागस सोपान माधुकरी मागायला आला की, आपली पत्नी त्याचे काहीसे लाड करते, हे माहीत असूनही ते तिकडे दुर्लक्ष करत. आजही तसंच झालं. सोपानाची "माई भिक्षा घाल, ओम् भवति भिक्षां देही"ची हाक ऐकू आली आणि तांदूळ निवडत बसलेल्या द्वारकामाई लगबगीनं उठल्या. त्यांनी स्वयंपाकघराच्या फडताळातून एक खडीसाखरेचा खडा काढला. घाईघाईनं बाहेर येऊन तो सोपानाच्या हातावर ठेवला. इकडेतिकडे बघत कानोसा घेतला. आज श्रीधरपंत लवकर घरी येणार होते आणि त्यांची येण्याची वेळही झाली होती. त्यांची चाहूल घेऊन माईंनी तो खडीसाखरेचा खडा सोपानाच्या हातावर ठेवला. सोपानानं तो खांद्यावरच्या झोळीला असलेल्या छोट्या कप्प्यात टाकला आणि श्रीधरपंत आले. माई दचकल्या. 'यांना कळलं की काय?' या शंकेनं त्यांचं मन धास्तावलं; पण सोपानाकडे न पाहता श्रीधरपंत आत गेले. पडवीत जाऊन त्यांनी वहाणा काढल्या. ग्रीष्म ऋतू होता. दुसरा प्रहर अजून सुरू व्हायचा होता, तोच उन्हाचा कडाका जाणवू लागला होता. वहाणा काढून पंत अंगणात आले. अंगणातली सारवलेली जमीनही तापली होती. डोणीतलं पाणी घेऊन त्यांनी हात-पाय धुतले, चेहऱ्यावर-माथ्यावर ते गार पाणी मारून घेतल्यावर त्यांना बरं वाटलं. सोग्याला तोंड पुसत ते आत आले. तोच माई माधुकरी घेऊन बाहेर आल्या. त्यांच्या हातात द्रोण होता. त्यात भात होता. पंतांकडे एक कटाक्ष टाकून त्या माधुकरी घालण्यासाठी दाराबाहेर आल्या. खाली वाकून, उंबऱ्यात उभ्या राहून सोपानाच्या झोळीत तो भात घालत असतानाच त्यांना तो भात आंबल्याचा,

नासल्याचा वास आला; पण उशीर झाला होता. भात सोपानाच्या झोळीत पडला होता. त्या चरकल्या. त्यांच्या जिवाची घालमेल झाली. चेहऱ्यावर अपराधी भाव दाटून आले. डोळ्यांचे काठ पाण्यानं भरले. सोपानाच्या ते लक्षात आलं. खरंतर श्रीधरपंत आल्याचे बघून तो परत जाणार होता; पण श्रीधरपंतांनी त्याला बघूनही न बघितल्यासारखं केलं; पण त्यांच्या कपाळावर आठीही उमटली नाही. म्हणून तो थांबला! पण माई भात घेऊन बाहेर आल्या म्हटल्यावर त्यानं झोळी पुढे केली. झोळीत भात ओतताना त्यालाही आंबूस वास आला; पण तो काही बोलला नाही; आता याही गोष्टीची सवय झाली होती. पण माईंच्या डोळ्यांत पाणी भरलेलं बघितल्यावर तो भांबावला. 'काय झालं? आपलं काहीतरी चुकलं का? पंतांसमोर आपण थांबायला नको होतं का?' असले प्रश्न त्याच्या मनात उभे राहिले; पण इतर काही न बोलता तो नुसता माईंकडे बघत उभा राहिला. त्याच्या मनांतले प्रश्न त्याच्या नजरेत उमटले होते. माईंनी ते वाचले. म्हणाल्या, "बाळा, अरे भात आंबला आहे. पुढे गेला आहे. तू येणार म्हणून जेव्हा मी काढून ठेवला होता, तेव्हा तरी चांगला होता; पण माझ्या हातून पाप घडलंय. तुला आंबलेला भात मी वाढला. मीच चुकले. तो तुझ्या झोळीत टाकण्याआधी मी पाहायला हवं होतं! आता काय करशील रे?" भरल्या आवाजात माईंनी विचारलं. माईंच्या डोळे भरून येण्याचे कारण सोपानाला समजलं आणि त्यांच्या आवाजातून त्यांची मायाही समजली. सोपान म्हणाला, "माई, वाईट वाटून घेऊ नका. अन्न हे पूर्णब्रह्म आहे. ते ईश्वरासमान आहे –

पत्रं पुष्पं फलं तोयं यो मे भक्त्या प्रयच्छति।
तदहं भक्त्युपहृतमश्नामि प्रयतात्मनः।।

म्हणजे पत्र, पुष्प, फल, जल इत्यादी हे जो भक्त मला प्रेमानं अर्पण करतो, त्या शुद्ध बुद्धीच्या, निष्काम प्रेम करणाऱ्या भक्तानं अर्पण केलेले ते पदार्थ मी सगुणरूपानं प्रकट होऊन प्रीतीनं ग्रहण करतो, असं प्रत्यक्ष भगवंतानं गीतेत सांगितलं आहे. माई, प्रेमानं अर्पण केलेली कोणतीही वस्तू जर प्रत्यक्ष ईश्वराला चालत असेल, तर ती मनुष्यप्राण्याला का चालू नये? आणि –

अहं वैश्वानरो भूत्वा प्राणिनां देहमाश्रितः।
प्राणापानसमायुक्तः पचाम्यन्नं चतुर्विधम्।।

म्हणजे सर्व प्राणिमात्रांच्या देहामध्ये मी जठराग्नी होऊन प्राण व अपान यांच्या साहाय्यानं शुष्क, स्निग्ध, सुपक्व व विदग्ध या चार प्रकारचे अन्न पचवितो, असं जर प्रत्यक्ष परमेश्वर सांगतो आहे, तर या आंबलेल्या भाताची पत्रास ती काय? माई, तुम्ही नका वाईट वाटून घेऊ! या भाताच्या स्थितीपेक्षा त्या पाठीमागची तुमची माया, तुमचं निष्काम प्रेम माझ्या दृष्टीनं लाखमोलाचं आहे. या तुमच्या वात्सल्यामुळे तो

आंबलेला भातसुद्धा आमच्यासाठी केशरी-भात बनेल. माई, तुम्ही वाईट वाटून घेऊ नका. मला विश्वास आहे की, त्या भाताच्या शितात तुमची माया भरलेली असेल. 'माई चतुर्वेदान् षट्शास्त्राणि अष्टादश पुराणानि पठिता भवामि।।' माई, तुम्ही घातलेली ही भिक्षा मी चार वेद, सहाशास्त्रे आणि अठरापुराणे यांचं अध्ययन करण्याच्या कामी वापरणार आहे. येतो मी!'' असं म्हणून माईंना वंदन करून सोपान तिथून बाहेर पडला. त्याच्या पाठमोऱ्या आकृतीकडे टक लावून बघणाऱ्या माईंच्या डोळ्यांतून पाणी ओघळत होतं, इकडे त्याचं लक्षचं नव्हतं! पण पडवीतल्या झोपाळ्यावर येऊन बसलेल्या श्रीधरपंतांचं मात्र झाल्या प्रकाराकडे बारीक लक्ष होतं. सहज बोलता-बोलता, माईंची समजूत काढता-काढता हा सात-आठ वर्षांचा सोपान भगवद्गीतेतली उदाहरणं देऊन माईंना समजावून सांगत होता. श्रीधरपंत थक्क झाले. झोपाळ्यावरून उठून ते माईंजवळ आले. त्यांना पाहताच माईंनी घाईघाईने पदराला डोळे पुसले. चेहऱ्यावर कसनुसं हसू आणलं आणि खाली मान घालून त्या उभ्या राहिल्या; पण त्यांच्या चेहऱ्याकडे न बघता सोपान गेला त्या दिशेकडे बघत श्रीधरपंत उद्गारले, ''द्वारके, आपल्या पोटी पुत्र येणारच असेल, तर तो या सोपानासारखा येवो, असं मी देवाकडे साकडे घालेन!'' त्यांच्या या उद्गारासरशी द्वारकामाईंनी चमकून पंतांकडे पाहिलं आणि त्यांना गलबलून आलं. पदराचा बोळा तोंडात कोंबत, हृदयातून आलेला उमाळा कोंडत त्या आत गेल्या. पंत मात्र सोपान गेला, त्या दिशेकडे बराच वेळ बघत बसले होते.

त्या दिवशी माध्यान्ह उलटून गेली आणि द्वारकामाई कावेरीअक्कांना घेऊन या भावंडांच्या घरी आली. मुलांची जेवणं झाली होती. तीन भावांनी आणलेल्या माधुकरीच्या झोळ्यांतून ओलं, शिजवलेलं अन्न मुक्तानं वेगळं केलं होतं आणि ते चौघांनी खाऊन घेतलं. त्यात द्वारकामाईंचा आंबलेला भातही होता. तो भात बघितल्यावर सोपानानं झाली गोष्ट निवृत्ती-ज्ञानेशाला सांगितली. तोच मुक्ती म्हणाली, ''दादा, हा भात आंबलेला आहे. तो खाऊ या नको.'' मुक्ती पुढे काही बोलणारच तोच ज्ञानेशानं हातानेच तिला थांबवलं. त्यानं सोपानाला विचारलं, ''सोपाना, तुझं काय म्हणणं आहे?'' सोपानाने एक कटाक्ष त्या भाताकडे टाकला. म्हणाला, ''दादा, भात आंबलेला जरूर आहे; पण माईंची माया तर साखरेसारखी गोड आहे! आणि त्यांनी मुद्दाम हा असा भात मला वाढला नाही. ते चुकून झालं! आणि त्यापायी त्यांना खूपच वाईट वाटलंय! तेव्हा मला वाटतं, हा भात आपण खावा!'' सोपानाचं बोलणं ऐकून मुक्ता म्हणाली, ''अरे पण दादा, यामुळे पोटाला अपाय होईल ना? त्याचं काय?'' तिच्या या प्रश्नाचं उत्तर पुन्हा सोपानानंच दिलं, ''मुक्ते, अगं दगड पचविण्याची ताकद आपल्यात आली पाहिजे. भाताचं काय घेऊन बसलीस? आणि शिवाय गरजवंतानं चोखंदळ असू नये. त्याला निवडीचं स्वातंत्र्य

नसतं!'' हा संवाद मिटण्याची चिन्हं काही दिसेनात. शेवटी निवृत्तीनं यात हस्तक्षेप केला अन् म्हणाला, ''इथं मुक्ते तुझं आणि सोपाना तुझं दोघांचंही बरोबर आहे. म्हणून मी एक सुवर्णमध्य काढतो. आपण हा भात सगळा खाऊ या नको! म्हणजे कोणाच्याच पोटाला त्रास होणार नाही आणि आपण यातला एकेक घास खाऊ या, म्हणजे त्या अन्नाला आणि माईंच्या मायेलाही न्याय दिल्यासारखं होईल.'' निवृत्तीनं काढलेला सुवर्णमध्य सगळ्यांनाच पटला आणि त्वरित त्याची अंमलबजावणी झाली. त्या आंबलेल्या भातातला एकेक घास सगळ्यांनी खाल्ला आणि सगळ्यांनी त्या भाताला नमस्कार करून तो भात बाजूला ठेवला. त्यानंतरची त्यांची जेवणं मात्र छान हसत-खेळत झाली.

जेवणं झाल्यावर सोपानानं पत्रावळी गोळा केल्या आणि पाटीत ठेवल्या. मुक्तीनं शेणगोळा फिरवला. निवृत्ती-ज्ञानेशाला मुक्तीचं कौतुक वाटलं. कावेरीअक्कांसोबत राहून ती खूप, शहाणी, समंजस झाली होती. थोडाफार स्वयंपाक करायलाही शिकली होती. कावेरीअक्का नेहमी म्हणायच्या, ''मुक्ता एकपाठी आहे. जे शिकवलंय ते लगेच आत्मसात करते. दुसऱ्यांदा पुन्हा तिला सांगावं लागत नाही हो! पोर मोठी हुशार आहे!'' त्यांनी केलेलं हे कवतिक मुक्ती सार्थ करून दाखवायची. तिची कामातली नीटसता, तिचा कामाचा उरक, याबद्दल ज्ञानेश्वर काहीतरी बोलणार, तोच, ''मुक्तेऽऽ ए मुक्ता बाऽ'' अशा हाका मारत कावेरीअक्काच आल्या आणि आश्चर्य म्हणजे त्यांच्या बरोबर द्वारकामाई होत्या. त्यांना बघून सोपान उभा राहिला. आश्चर्यानं म्हणाला, ''माईऽ तुम्ही? आणि इथे?'' सोपानाचं बोलणं ऐकून निवृत्ती-ज्ञानेश्वर पुढे आले. हात जोडून निवृत्ती म्हणाला, ''माई, आपण इथं येण्याची तसदी का घेतलीत? आम्हाला निरोप धाडायचा. आम्ही आलो असतो.'' माई काही उत्तर देणार तोच ज्ञानेश्वर म्हणाला, ''माई, आपलं इथं येणं आम्हाला अगदीच अनपेक्षित आहे; पण आपल्या घरी या गोष्टीची कल्पना आहे का? नाहीतर काहीतरी गहजब होईल आणि त्याचा त्रास आपल्याला होईल. क्षमा करा; पण आपलं इथं येणं कदाचित भूदेवांना आवडणार नाही, म्हणून मी असं बोललो!'' द्वारकामाई पाहत होत्या. 'एकापेक्षा एक देखणी, तेजस्वी, लाघवी हास्य असणारी, ऋजू बोलणं असणारी ही निरागस भावंडं! आणि यांना कर्मकांडावर बोट ठेवून धर्मसभेनं पोरकं केलं? यांचे आई-वडील यांच्यापासून हिरावून घेतले? भगवद्‌गीतेतली धर्माची ग्लानी ती हीच असेल काय?' द्वारकामाईंच्या डोळ्यांत पाणी उभं राहिलं. तिघांना वाटलं आपलं काहीतरी चुकलंच; पण मुक्ती पुढे झाली. तिनं एका हातानं कावेरीअक्कांचा आणि दुसऱ्या हातानं द्वारकामाईंचा हात धरला आणि म्हणाली, ''दादा, अरे त्यांना आधी आत तर घेऊ द्यात. आधीच ग्रीष्माचं ऊन, त्यात माध्यान्हीची वेळ! क्षमा करा हं! माझ्या या तिन्ही भावांनां काही समजत नाही नि

उमगत नाही. तुम्ही आत या. घटकाभर बसा. हे गारसं पाणी प्या. मग बोला!'' असं म्हणून त्या दोघींना हाताला धरून बसवून मुक्ता आत गेली. लोटकीतून पाणी घेऊन आली. त्या दोघींना पाणी देऊन पुन्हा आत गेली. द्रोणातून गुळाचे दोन खडे घेऊन आली. द्वारकामाई या सहा-सात वर्षांच्या मुक्तीकडे टक लावून पाहत होत्या. तिचं गोड, लाघवी बोलणं, आर्जवानं आदरातिथ्य करणं, लगबगीनं गूळ-पाणी देणं आणि मध्येच भावांची गोड तक्रार करूनही त्यांची बाजू चतुराईनं सावरणं. त्यात मुक्तीचं देखणं रूपडं, तेजस्वी डोळे, बोलके, उत्साहानं लकलकणारे, सतत काही सांगायला, विचारायला आतुर असल्यासारखे. तिचं सरळ नाक, फुगरे गाल, लाडिक जिवणी आणि भुरभुरणारे केस! देवीचं अल्लड, कुमारी रूप पाहतो आहोत, असं त्यांना वाटलं! गुळाचा बारीकसा खडा तोंडात टाकून दोघी पाणी प्यायल्या. बोलायला सुरुवात केली ती कावेरीअक्कांनीच. त्यांनी मुक्ताला विचारलं, ''मुक्ते, सोपाना कुठाय गं? या माई त्यालाच भेटायला आल्या आहेत!'' मुक्तीने सोपानाला हाक मारली. सोपानासह निवृत्ती-ज्ञानेश्वरही आत आले. द्वारकामाई सोपानाकडे काही क्षण पाहत राहिल्या. मग म्हणाल्या, ''बाळ, मला क्षमा कर. सकाळी चुकून तुला आंबलेला भात घातला गेला. तू माझी समजूत काढलीस खरं! पण माझ्या मनालाच ते डाचत राहिलं. मला राहावेनाच. म्हणून मग हा ताजा भात करून मी तुमच्यासाठी घेऊन आले आहे. तो तुम्ही सर्वांनी खाल्लात, तर माझ्या मनाला बरं वाटेल.'' असं म्हणत द्वारकामाईनी भाताची तपेली पुढं ठेवली. सोपान गांगरून गेला. कोणालाच काय बोलावं सुचेना. सगळ्यांचीच परिस्थिती अवघडल्यासारखी झाली. सगळेच स्तब्ध झाले. भावनेच्या प्रश्नाचं उत्तर ज्ञानवंतांकडे नसतंच नसतं, तिथं या लहानग्यांची काय कथा? या स्तब्धतेला छेद दिला मुक्तीनं. तिच्या अजाण वयाप्रमाणं ती अजाणतेपणं बोलून गेली, ''पण आमची जेवणं आत्ताच झाली आणि एकदा जेवण झालं, की आम्ही रात्री कोरडा फराळ करतो!'' मुक्तीचं ते बोलणं ऐकून निवृत्ती-ज्ञानेश्वर गोरेमोरे झाले. सोपान खाली मान घालून उभा राहिला; पण माईंना मात्र रडू फुटलं. त्यांना हुंदका आवरेना! आपण बोललो त्याच्या परिणामांपासून अनभिज्ञ असलेली मुक्ता पुढे म्हणाली, ''आणि पाचच घरी भिक्षा मागायची आणि जेवढं मिळेल तेच खायचं, असं माझ्या तीनही दादांचं तत्त्व ठरलेलं आहे. हो ना, निवृत्तीदादा! मग आता यांनी आणलेलं अन्न आपण कसं खाणार?'' मुक्तीच्या या प्रश्नानं माईंना आणखीच घायाळ केलं. त्यांना तसं रडताना पाहून कावेरीअक्काही गहिवरल्या. कापऱ्या आवाजात त्यांनी निवृत्तीला विचारलं, ''बाळ, सोपानाच्या झोळीत चुकून आंबलेला भात घातला गेला, याचं माईंना वाईट वाटतंय. आपल्या हातून काहीतरी पाप घडलंय, असं त्यांना वाटतंय. त्याचं परिमार्जन म्हणून त्या ताजा भात घेऊन आल्या आहेत. तो तुम्ही स्वीकाराल तर त्यांना समाधान होईल,

की हातून घडलेल्या पापाचे प्रायश्चित्त...!''

''थांबा अक्का! थांबा! प्रायश्चित्त म्हणू नका. प्रायश्चित्त किती जीवघेणं असू शकतं, ते आम्ही अनुभवलंय. अनुभवतो आहोत. थांबा!'' ज्ञानेशानं कावेरीअक्कांना मध्येच थांबवले. प्रायश्चित्त या शब्दानं जणू हृदयाच्या जखमेवर बसलेली खपली निघाली होती. रक्त भळाभळा वाहू लागावं, तसं सोपान-मुक्ताच्या डोळ्यांतून पाणी वाहू लागलं. ''आपण यातून काहीतरी मार्ग काढू! थोडं थांबावं!'' निवृत्तीनं हस्तक्षेप केला. काही क्षण सगळीच स्तब्ध झाली. तोच ज्ञानेश्वर म्हणाला, ''सोपाना, माईंच्या हातून जाणून-बुजून अपराध घडला आहे, असं आपल्या कुणालाच वाटत नाही; पण ही घटना तुझ्याबाबतीत घडली आहे, तेव्हा तूच काय तो मार्ग काढ. तू योग्य मार्गच काढशील, असा आमचा विश्वास आहे!'' असं बोलून ज्ञानेश्वरानं जणू प्रसंगाची सूत्रंच सोपानाकडे दिली. ज्ञानेश्वरानं असं करताच सोपानाच्या चेहराही बदलला. आता त्याच्या चेहऱ्यावर एखाद्या प्रौढ व्यक्तीसारखे समंजस, विचारी भाव आले. त्यानं निवृत्तीला नमस्कार केला आणि एखाद्या धर्मशास्त्र पंडितासारखा सोपान बोलू लागला. ''दादा, या प्रसंगातून मार्ग काढण्याची जबाबदारी आपण माझ्यावर टाकलीत. तुमची आज्ञा शिरसावंद्य मानून मी ती जबाबदारी निभावण्याचा प्रयत्न करेन. दादा, 'अन्नपूर्णे सदापूर्णे शंकरप्राणवल्लभे। ज्ञानवैराग्य सिध्द्यर्थम् भिक्षां देहि च पार्वति।।' हा श्लोक म्हणून आपण जेव्हा भिक्षा मागतो, तेव्हा भिक्षा घालणारी ती गृहदेवता आपल्याला पार्वतीच्या, अन्नपूर्णेच्या ठिकाणी असते आणि तिनं घातलेली ती भिक्षा आपल्यासाठी प्रसाद असतो, कारण 'अन्नं ब्रह्मा रसो विष्णुर्भोक्ता देवो महेश्वरा:। प्रीयतां भगवानीश: परमात्मा सदाशिव:।' अर्थात अन्न हे ब्रह्मदेव असून, अन्नाची रुची म्हणजे विष्णू आहे. अन्न सेवन करणाऱ्यास परमात्मा सदाशिव प्रसन्न होतो. मग दादा, असं जर आहे, भिक्षा घालणारी गृहदेवता जर पार्वती आहे, तर तिच्या हातून अपराध तो होईलच कसा? त्यामुळे झाल्या घटनेबद्दल माईंनी अजिबात विषाद वाटून घेऊ नये, कारण माझ्याच नव्हे, तर आपल्या कुणाच्याही मनात त्यांच्याबद्दल किल्मीष नाही. दादा, मला मान्य आहे, की आपल्यावर ग्रामण्य आहे, आपण बहिष्कृत आहोत, त्यामुळे कधीकधी आपल्या माधुकरीमध्ये दगड, माती, केर, कचरा इतकंच काय, तर कधीकधी शेणगोळे आणि कधीकधी तर विष्ठाही घातली गेली आहे; पण अन्न हे जर पूर्णब्रह्म आहे, तर त्याचा जसा आहे तसा स्वीकार करायलाच हवा. राहता राहिला त्या भाताचं आम्ही काय केलं हा प्रश्न, तर ते पूर्णब्रह्म मानून आम्ही त्यातला एकेक घास खाल्ला आणि शरीरपीडा होऊ नये, म्हणून उरलेला भात आम्ही झाडामध्ये, परसदारी असलेल्या शेवग्याच्या झाडात घातला. माई, आतातरी तुमच्या मनातली ही अपराधीपणाची भावना काढून टाका.'' सोपानाचं बोलणं ऐकून निवृत्तीला कौतुक वाटलं. ज्ञानेश्वरानं समाधानानं

मान डोलावली.

सोपानाच्या बोलण्यानं काहीशा आश्वस्त झालेल्या माईंनी पदरानं डोळे पुसले, चेहरा पुसला आणि हळुवारपणे म्हणाल्या, "बाळ, हे तुझं सांगणं त्या आंबलेल्या भाताबद्दल झालं. आता मी हा ताजा भात आणला आहे, तो तुम्ही स्वीकारलात तर माझ्या मनाला समाधान वाटेल. मी... मी समजेन, की माझ्या अपराधांचं परिमार्जन झालं! कृपा करा आणि हा मी आता आणलेला ताजा गरम भात खाऊन घ्या!" माईंच्या या बोलण्यावर सगळी स्तब्ध झाली. ही शांतता छेदली मुक्ताने, म्हणाली, "माई, तुम्ही म्हणता ते बरोबर आहे; पण क्षमा करा माई; पण... पण आमचं तर भोजन झालेलं आहे आणि आता हा भात खाल्ला, तर सहावी माधुकरी घेतल्यासारखं होईल. होय ना रे दादा?" मुक्तीचं बोलणं ऐकून माईंना पुन्हा हुंदका फुटला. पदाराचा बोळा तोंडात कोंबून त्यांनी तो आवरण्याचा प्रयत्न केला; पण त्यांना त्यात अपयश आलं आणि त्यांचं अवघं शरीर थरथरवून तो हुंदका बाहेर पडलाच. मग मात्र कावेरीअक्कांना राहवलं नाही. गहिवरल्या आवाजात त्यांनी विचारलं, "ज्ञानेशा, माणसांपेक्षा तत्त्व मोठी असतात का रे? आणि मातृत्वापेक्षा संकल्प आणि नियम मोठे असतात का रे? ही तत्त्वं जेव्हा माणसांपेक्षा मोठी होतात, तेव्हा...!"

"नाही कावेरीअक्का, कृपा करून पुढे बोलू नका! माणसांपेक्षा तत्त्वं मोठी होतात, तेव्हा काय होतं, ते आम्ही सगळं जाणून आहोत आणि मातृत्वापेक्षा नियम मोठे झाले, की काय होतं, त्याचे परिणाम आम्ही भोगतो आहोत. अक्का, आम्हाला क्षमा करा. माईंचं वात्सल्य, त्यांची ममता जाणूनही आम्ही आमच्या विचारांमुळे, तत्त्वांमुळे, अतार्किक वागलो. नाही अक्का, या जगात मातृत्वाला कसलंच आव्हान नाही आणि कोणतेच यमनियम लागू नाहीत. मुक्ते, पर्णावली मांड! आपण माईंनी आणलेला भात ग्रहण करणार आहोत आणि माई स्वत: आपल्या हाताने तो वाढणार आहेत!" निवृत्ती निग्रहानं बोलत होता. त्याच्या आवाजात ठामपणा होता; पण स्वर मात्र घायाळ होता. कपाळावरची तरतरलेली शीर निश्चय दर्शवत होती; पण डोळे व्याकूळ होते. बोलण्यात कठोर भाव होता; पण गालावरून अश्रू ओघळत होते. त्याच्या बोलण्यानं त्या इवल्या झोपडीत निर्माण झालेला त्या चिमुकल्यांच्या मनावरचा ताण एकदम निवळला. वातावरणात ताजेपणा आला. भर माध्यान्हीला स्नेहाची, मायेची, ओलाव्याची झुळूक आली. कावेरीअक्का आनंदल्या, तर माईंच्या चेहऱ्यावर ऊन-पावसाचा खेळ रंगला. चेहऱ्यावर हसू उमटलं. ओठांवरून ओघळलं आणि त्याच्या जोडीला ओघळले, डोळ्यांतून आनंदाश्रू आणि मग झोपडीत जणू भर माध्यान्हीला अन्नपूर्णा अवतरली. पर्णावली घेऊन चारही भावंडं बसली आणि पदर खोचून, भरल्या डोळ्यांनी, समाधानी मनानं आणि गहिवरल्या भावनेनं द्वारकामाई या चौघांना आपण आणलेला ताजा भात वाढू लागल्या. सगळ्यांच्या चेहऱ्यावर आनंद

होताच; पण सोपानाच्या चेहऱ्यावर तर विशेष आनंद होता. त्या इवल्याशा झोपडीत समाधानाचा प्रकाश पसरला होता; पण ते दृश्यच इतकं विलोभनीय होतं की, सूर्यालाही तिथं डोकावण्याचा मोह आवरला नाही. छताला असलेल्या झरोक्यातून कवडशांच्या रूपात तो तिथं अवतरलाच आणि ते दृश्य डोळे भरून पाहू लागला.

माईंनी त्या ऊनऊनीत भातावर तूप घालून आणलं होतं आणि त्या गरम तूप-भाताचा वास सगळ्या झोपडीभर दरवळत होता. वाऱ्यालाही मोह आवरला नाही. ग्रीष्माच्या ऋतूवर अतिक्रमण करत तोही त्या झोपडीत घुसला आणि तो दरवळणारा तूप-भाताचा गंध आपल्या श्वासात भरून घेऊन तो उधळण्यासाठी वेगाने वाहत तो झोपडीच्या बाहेर पडला. कावेरीअक्का भरल्या डोळ्यांनी हे सारं पाहत होत्या. माई भरल्या डोळ्यांनी या मुलांना वाढत होत्या आणि ही चौघं भरल्या डोळ्यांनी त्या गरम भाताचे घास खात होती. प्रत्येकाच्या डोळ्यांत पाणी होतं; पण त्या पाठीमागचं प्रत्येकाचं कारण वेगळं होतं. 'मुलांनी आपलं ऐकलं' म्हणून कावेरीअक्का गहिवरल्या होत्या. 'आपल्या हातून नकळत का होईना घडलेल्या पापाचं परिमार्जन झालं' म्हणून द्वारकामाईंना गहिवरून आलं होतं. 'आपण योग्य मार्ग काढला आणि माईंच्या मातृत्वाच्या भावनेला न्याय दिला' म्हणून निवृत्ती गहिवरला होता. 'मातृत्वाला तत्त्वाचं आव्हान देत राहिलो असतो, तर मातृत्वाचा अपमान झाला असता,' या विचारानं ज्ञानेश्वर गहिवरला होता, तर 'आपल्यामुळे हा सगळा प्रसंग घडला. यात काही विपरित झालं असतं, तर तो माईंच्या मायेच्या भावनेला तडा गेला असता. तसं झालं नाही,' या विचारानं गहिवरून सोपानाचे डोळे भरून आले, तर मुक्ता? त्या गरम तूप-भाताच्या प्रत्येक घासागणिक मुक्तीला आई आठवत होती, असाच ऊनऊनी तूप-भात करून मायेनं भरवणारी आणि गहिवरून तिचेही डोळे भरून वाहू लागले होते. डोळ्यांत अश्रू भरण्याची क्रिया एकच होती; पण त्या अश्रूंपाठीमागची प्रत्येकाची भावना वेगळी होती, कारण वेगळं होतं, मानसिकता वेगळी होती. ईश्वराच्या अद्भुत मायेचाच हा साक्षात्कार होता. काहीही असो, त्या प्रसंगानं त्या झोपडीत आनंद पसरला होता. समाधान पसरलं होतं आणि गरम तूप-भाताच्या गंधातून ते, झोपडीभर अगदी झोपडीच्या कानाकोपऱ्यांतून दरवळत होतं.

११

या माधुकरीच्या प्रसंगानं एक मात्र झालं. आपल्याशी काहीसा अबोल असणाऱ्या सोपानाची ज्ञानधारणा किती पक्की आहे, किती सखोल आहे, याचा अंदाज निवृत्ती-ज्ञानेश्वराला आला आणि सोपानाचा संयम, समंजसपणा, समजावून सांगण्याची त्याची हातोटी, हे पाहिल्यावर आपला लहानगा भाऊ आता लहान राहिला नाही, मोठा झाला आहे, हे त्यांच्या लक्षात आलं. सोपानाकडे पाहण्याची त्यांची दृष्टीच बदलली. इतके दिवस 'सोपान लहान आहे, तो अजूनही अजाण आहे' असं ते दोघं म्हणत असत; पण या प्रसंगानं सोपानाची प्रगल्भता, त्याचं बुद्धिवैभव आणि समंजसता यांचा प्रत्यय आला. त्याने निवृत्ती-ज्ञानेश्वर अवाक झाले. सोपान हुशार आहे, बुद्धिमान आहे, एकपाठी आहे, हे ते जाणून होते; पण त्याच्या हुशारीची, बुद्धिवैभवाची त्यानं जी साक्ष दिली, ती अपूर्व होती. निवृत्ती-ज्ञानेश्वरांनी आता मात्र सोपानाच्या बाबतीत काही वेगळे संकल्प केले आणि आपण जे संकल्प केले, ते किती योग्य होते, याचा संकेत एका प्रसंगानं त्यांना मिळाला. त्यामुळे सोपानाच्या बुद्धिवैभवाबरोबरच त्याची आत्मिक उंची, आध्यात्मिक खोली आणि मनस्वी रुंदी याचा त्यांना प्रत्यय आला.

माधुकरीच्या प्रसंगानंतर एक दिवस निवृत्ती-ज्ञानेश्वर यांच्यात काही चर्चा झाली आणि एके दिवशी सकाळी-सकाळी, नव्हे भल्या पहाटेच जेव्हा सोपान जागा झाला, तेव्हा त्यानं पाहिलं, तर निवृत्तीदादा आणि ज्ञानादादा त्याच्या उशाशी बसले आहेत. डोळे चोळत तो उठून बसला. त्याला प्रथम वाटले आपण स्वप्न पाहतोय; पण पूर्ण जाग आल्यावरही ते दोघं दिसतच होते, म्हटल्यावर त्याला नवल वाटलं 'हे काय? आज हे दोघे गंगेच्या घाटावर गेले नाहीत? आज यांचं अध्ययन-अध्यापन नाही काय? आणि आज हे दोघं इथं माझ्याजवळ का बसले आहेत?' सोपानाच्या मनात अनेक प्रश्न उभे राहिले. ते त्याच्या डोळ्यांत उमटले आणि चेहऱ्यावर उतरले. निवृत्ती-ज्ञानेश्वरांनीही त्याचा चेहरा वाचला. सोपान काही विचारणार, तोच, "सोपाना, ऊठ, मुखप्रक्षालन करून ये. आज तुझ्याशी काही महत्त्वाचं

बोलायचं आहे. म्हणूनच आज घाटावर न जाता आम्ही इथं थांबलो आहोत. ऊठ आता!'' असं सांगून ज्ञानेश्वरानं त्याला उठवलं. प्रश्नार्थक चेहरा तसाच ठेवून सोपान उठला. झोपडीच्या बाहेर गेला. डोणीतलं पाणी घेऊन त्यानं तोंड धुतलं. तोवर निवृत्ती-ज्ञानेश्वरही बाहेर आले होते. तिघंही अंगणात बसले. सोपानाच्या चेहऱ्यावर प्रश्नांना सोबत घेऊन उत्सुकता ओसंडत होती. निवृत्तीला गंमत वाटली. 'खरंतर याचं वय तसं अजाण म्हणावं असंच. आपल्यापेक्षा चार वर्षांनी लहान, म्हणजे असेल आठ-नऊ वर्षांचा. आई बाबा गेले, तेव्हा अवघा पाच-सहा वर्षांचा असेल; पण त्याही प्रसंगात याने मुक्तीला सांभाळण्याचं जे काम केलंय त्याला तोड नाही. ते अवघड काम मला आणि ज्ञानेशालाही जमलं नसतं. खरंतर तेव्हाच सोपान मोठा झाला होता; पण आपल्याच लक्षात यायला वेळ लागला.' निवृत्ती सोपानाकडे एकटक बघत होता. त्याच्या मनात हे विचार चालले होते. दादाच्या मनात काय चालले आहे, हे ज्ञानेश्वराच्या लक्षात आलं; पण सोपानाच्या डोक्यात असलेला प्रश्नांचा गोंधळ आणि मनाला लागलेली उत्सुकता यांमुळे त्याला कळेचना, की निवृतीदादा आपल्याकडे असं एकटक काय बघतोय? आणि या प्रश्नानं त्याच्या मनात आणखीच गोंधळ उडाला. आता मात्र ज्ञानेश्वराला त्याची दया आली.

"निवृत्तीदादा, आपण आज काय काय विषय बोलायचे आहेत रे?'' असा प्रश्न विचारून ज्ञानेश्वरानं निवृत्तीला भानावर आणलं. मग मात्र निवृत्ती सावधला. सोपानाचा हात धरून त्याला आपल्या जवळ बसूवन घेत निवृत्तीनं बोलायला सुरुवात केली. "सोपान, अरे तू किती मोठा झालास? मी आणि ज्ञानेश्वर तुला अजून बालक समजत होतो; पण कालच्या द्वारकामाईच्या प्रसंगात तू जो समंजसपणा दाखवलास, जे बुद्धिवैभव दाखवलंस ते खरंच अपूर्व होतं बघ आणि म्हणूनच आम्हाला कळलं की, आमचा सोपान आता मोठा झालाय. समंजस झालाय. खरंतर तू आई-बाबा गेले, तेव्हाच समंजस; शहाणा झाला होतास. म्हणूनच चिमुरड्या मुक्तीला सांभाळण्याचं अवघड काम तू केलंस, पण आम्हाला मात्र ते आता समजलं. म्हणून सोपाना आता काही गोष्टी, काही विषय तुझ्याजवळ बोलायचे आहेत. तुझा सल्ला घ्यायचा आहे. तुला सांगायचं आहे. म्हणून आज आम्ही मुद्दाम थांबलो आहोत.'' निवृत्तीचं बोलणं ऐकून सोपान संकोचला. इतकी स्तुती, इतकी प्रशंसा ऐकायची त्याला सवय नव्हती. 'आला दिवस आपला म्हणायचा. नेमून दिलेलं काम मन लावून करायचं आणि आपलं आपण अध्ययन करायचं,' असं त्याचं एकव्रती काम चाललेलं असायचं. यात मध्येमध्ये खंड पडायचा तो मुक्तीशी होणाऱ्या लुटूपुटूच्या भांडणामुळे. त्यामुळे निवृत्तीदादांच्या तोंडून आपली प्रशंसा ऐकून सोपान संकोचला. लाजला. हळूच म्हणाला, "दादा, माझा सल्ला तुम्ही घ्यावात, एवढी माझी योग्यता नाही. ती तुम्ही मानता, हा तुमच्या मनाचा मोठेपणा आहे. तुम्ही आज्ञा करायची आणि

मी ती पाळायची. एवढंच मला माहीत आहे. आताही तुम्ही आज्ञा करावी. मी ती अमलात आणेन; पण मला सल्ला वगैरे विचारायचे तुम्ही म्हणू नका. मला संकोचल्यासारखं होतं.'' सोपानानं संकोचतच सांगितलं. तो सारा संकोच त्याच्या अवघ्या देहबोलीतून दिसत होता.

निवृत्तीच्या चेहऱ्यावर स्मित हास्य पसरलं. ज्ञानेश्वरही सोपानाच्या या विनम्रतेनं आनंदित झाला. निवृत्तीनं सोपानाच्या हातावर थोपटलं. त्याच्या केसातून मायेनं हात फिरवला. निवृत्तीला क्षणभर गलबलून आलं, तर सोपानाला मात्र त्या स्पर्शातून जणू आई सापडली, आई आठवली, आई दिसली. सोपानाचे डोळे भरून आले. अश्रू गालांवरून वाहू लागले. ज्ञानेश्वरही गहिवरला. सोपानाचा घायाळ चेहरा बघून निवृत्तीला राहवलं नाही. त्यानं सोपानाला आवेगानं मिठीत घेतलं. ज्ञानेश्वरालाही जवळ ओढलं आणि आज कितीतरी दिवसांनी, कितीतरी दिवसांनी तिन्ही भाऊ एकमेकांच्या मिठीत विसावले. तिघांचेही चेहरे एकमेकांच्या चेहऱ्यांजवळ होते. गाल एकमेकांना चिकटले होते. तिघांच्याही डोळ्यांतून वाहणारे अश्रू गंगा-यमुना-सरस्वती बनून वाहत होते. भारत वर्षातल्या या तीन पवित्र नद्या; पण आज या तिघांच्या डोळ्यांतून वाहताना त्या तिघींनाही धन्यता वाटली. तिघेही जण एकमेकांना आधार देत होते. एकमेकांच्या स्पर्शातून एकमेकांची मनं जाणून घेत होते, भावना ओळखत होते. आपण तिघंही जण एकमेकांजवळ आहोत, एकमेकांच्या कुशीत आहोत, मिठीत आहोत ही भावनाच फार मोठं काम करून जात होती. एरवी काहीशा गांभीर्याने वागणारा, लहान वयातच मोठी जबाबदारी पडल्यामुळे सतत विचारात असणारा निवृत्ती, आई-वडिलांना घ्याव्या लागलेल्या देहान्त प्रायश्चित्तामुळे घायाळ मनानं वावरणारा, आई-बाबांचे सारे संकल्प सिद्धीस न्यायचे, या विचारानं भारलेला आणि सतत त्याच विचारात असणारा ज्ञानेश्वर आणि या दोघांपासून काहीसा वेगळा, काहीसा अलिप्त, वयानं लहान; पण सतत ज्ञानाच्या परिपूर्णतेचा ध्यास घेणारा सोपान, ही तिघं भावंडं आज एकमेकांच्या कुशीत विसावली होती.

नेहमीप्रमाणे मुक्ताला जाग आली. झोपडीत शांतता होती. तिला नवल वाटलं. 'आज सोपानदादाच्या पाठांतराचा, मंत्रोच्चाराचा आवाज कसा येत नाही. की सोपानदादा कुठे बाहेर गेला? माधुकरी मागायला? म्हणजे आपल्याला उठायला आज इतका उशीर झाला?' मुक्ता चटकन उठली. डोळे चोळून सभोवार बघितलं. झोपडीत कुणीच नव्हतं. कपाळावरचे केस मागे सारत मुक्ता उठली. फाटकी गोधडी, पालपट तिनं घडी केलं आणि तोंड धुवायला बाहेर आली; पण हे काय? बाहेर अजून झुंजूमुंजूच होतं. पुरतं म्हणण्यापेक्षा फारसं उजाडलेलंही नव्हतं. 'म्हणजे आपल्याला उठायला उशीर झालेला नाहीय. नेहमी या वेळी सोपानदादा श्लोक म्हणत असायचा. मग आज कुठे गेला?' मुक्ताची भिरभिरी नजर सोपानाला शोधत

होती. रोज पहाटे उठल्यावर सोपानच तर तिच्या समोर, तिच्या समवेत असायचा. त्यामुळे रोज डोळे उघडता क्षणी तिला एकतर सोपान दिसायचा किंवा त्याचे मंत्रोच्चार तरी ऐकू यायचे आणि मुक्ता प्रसन्न मनानं उठायची; पण आज? आज ना सोपान दिसला होता, ना त्याचा आवाज ऐकू येत होता. 'मग गेला कुठे हा असा? की... की... आई-बाबांसारख्या... हा... ही... !!!' मुक्तीच्या हृदयाचा ठाव सुटला. तिच्या डोळ्यांत पाणी भरायला लागलं.

तोच तिची नजर झोपडीच्या जरा एका बाजूला गेली. तिथे उंबराचं झाड होतं. त्याच्या खाली तिला काही हालचाल दिसली, म्हणून तिने नजर वळवली, तर काय? साक्षात ब्रह्मा, विष्णू, महेश! होय साक्षात ब्रह्मा-विष्णू-महेश तिथं होते. तिघांचे चेहरे एकमेकांच्या अगदी जवळ, अगदी गालाला गाल चिकटल्यासारखे. तिघांच्या चेहऱ्यांभोवती तेजोवलयाची प्रभावळ, तिघांचे नेत्र मिटलेले, तिघांच्याही चेहऱ्यावर एक प्रसन्न हास्य. ब्रह्मदेवाच्या कपाळावर ॐ असं ओंकार गंध, विष्णूच्या कपाळावर ७ असं उभं गंध, तर महेशाच्या कपाळावर ≋ अशी आडवी विभूती रेखलेली.

त्या उंबराच्या झाडाभोवती एक मंद सुवास दरवळत होता. दोन गोमाता त्या ठिकाणी चरत होत्या. मुक्तीची निरीक्षक नजर सगळीकडे फिरत होती; 'पण हे काय? तिघांचे चेहरे ब्रह्मा-विष्णू-महेशासारखे असले, तरी तिघांच्या अंगावरची वस्त्रं मात्र जुनी, विटकी होती. त्या वस्त्रांकडे नजर जाताच, 'अगंबाईऽ! ही वस्त्रं तर ओळखीची वाटताहेत आणि हे तिघं जर ब्रह्मा-विष्णू-महेश आहेत, तर असली जुनी-विटकी वस्त्रं का घातलीत यांनी?' असा प्रश्न मुक्ताच्या मनात उभा राहिला आणि तिला एकदम ओळख पटली. 'अगंबाई हे तर माझे तीन भाऊ! निवृत्तीदादा, ज्ञानादादा आणि सोपानदादा! पण मग यांचे चेहरे असे... असे का दिसताहेत?' मुक्ता घाबरली. तिला हुंदका फुटला. 'माणूस मेला की देवाकडे जातो! मग हे तिघं असे देवांसारखे का दिसताहेत?' मुक्ताच्या मनात प्रश्नांचा गोंधळ माजला. त्या गोंधळानं तिला विद्ध केलं आणि हुंदके देतच ती त्या उंबराकडे धावली आणि निवृत्तीच्या मांडीवर कोसळली. तिच्या अशा एकदम येऊन पडण्यानं या तिघांची लागलेली भावसमाधी भंग पावली. मुक्ता येऊन मांडीवर पडली आहे आणि त्यातच ती रडते आहे, हे बघून निवृत्तीनं दोन्ही भावांना आपल्या मिठीतून बाजूला केलं आणि मुक्ताला उठवून आपल्या कुशीत घेऊन तिच्या डोळ्यांतलं पाणी पुसलं.

मुक्तीनं पाहिलं – तिचा निवृत्तीदादा, तिचा नेहमीचा निवृत्तीदादा, नेहमीचा ज्ञानादादा आणि नेहमीचा सोपानदादा तिला दिसला. तिनं एकदम निवृत्तीला गळामिठी घातली आणि जोरजोरात हुंदके द्यायला लागली. तिघांनाही कळेना हिला असं रडायला काय झालं? तिचं आणि सोपानाचं चांगलं गुळपीठ होतं. सोपानानं

निवृत्तीच्या गळ्यातली तिची मिठी सोडवली आणि तिला जवळ घेऊन विचारलं, "मुक्ता, ए वेडाबाई, अगं असं हुंदके देऊन रडायला काय झालं? आत्ताच तर उठलीस ना? मग कुठं पडलीस का? की काही वाईट स्वप्नं पाहिलंस? मुक्ते, छकुले, सांग गं काय झालं ते? का अशी रडत आहेस?" सोपानाचं बोलणं ऐकून मुक्तीनं त्याचा हात धरला आणि म्हणाली, "मग... मग तुम्ही तिघं असे कसे दिसत होता? गालाला गाल चिकटल्यासारखे आणि तुमचे तिघांचे चेहरे ब्रह्मा-विष्णू-महेशासारखे का दिसत होते? मला वाटलं... मला वाटलं... मला वाटलं... की... की... तुम्ही तिघंपण... तिघंपण... देवाकडे गेलात. गेलात... मला सोडून... आई... बाबा गेले... तसे! म्हणून... म्हणून मला रडू आलं...!!" म्हणत मुक्तीनं पुन्हा हुंदका दिला.

सोपानाला एकाच वेळी वाईटही वाटलं आणि तिच्या मनातल्या विचारांची गंमतही वाटली. त्यानं मुक्तीला जवळ घेतलं. एका हातानं तिला कुशीत धरून दुसऱ्या हातानं तिचे डोळे पुसले. म्हणाला, "मुक्ते, अगं वेडी की काय तू? आम्ही असं कसं देवाकडे जाऊ? तुला सांगितल्याशिवाय? तुला विचारल्याशिवाय? आपल्याला देवाकडे जेव्हा जायचं असेल ना तेव्हा एकमेकांना सांगितल्याशिवाय आपल्यातलं कुणीकुणी जाणार नाही आणि तुला सांगितल्याशिवाय तर मुळीच नाही. आता रडू नको हं! शहाणी माझी बाई ती!" सोपान मुक्तीची समजूत घालत होता. निवृत्ती-ज्ञानेश्वर अनिमिष नेत्रानं पाहत होते. सोपानाच्या शेवटच्या वाक्याला मात्र ज्ञानेश्वरानं दुजोरा दिला. म्हणाला, "मुक्ते, आई-बाबा आपल्याला न सांगता-सवरता निघून गेले, कारण त्यांना प्रायिश्चत्त घ्यायचं होतं; पण आपण जेव्हा देवाकडे जाऊ ना तेव्हा ताठ मानेनं जाऊ आणि अभिमानानं, मिरवीत जाऊ. आई-बाबा गेले, तेव्हा फक्त आपणच रडलो होतो मुक्ते! पण आपण जाऊ ना तेव्हा हे अभिजनच काय, पण ही इंद्रायणी रडेल, हे आकाश रडेल. ही अवघी चराचर सृष्टी अश्रू गाळेल मुक्ता! एक गोष्ट लक्षात ठेव. आमच्या मृत्यूची कल्पना, त्याचा विचार चुकूनसुद्धा मनात आणू नकोस आणि कष्टी होऊ नकोस. कळलं का बाळ तुला?" ज्ञानेश्वरांच्या या प्रश्नावर मुक्तानं मूकपणे मान डोलावली. काही क्षण तिथं स्तब्धता पसरली. ती तोडली निवृत्तीनं. "चला, आता घरात जाऊ आणि छानसं माडगं करून खाऊ. चला!" ते ऐकून मुक्तीचा चेहरा उजळला. मघाशी या तिघांचे चेहरे ब्रह्मा-विष्णू-महेशासारखे बघून ती बावचळली होती, तर किंचितशा कठोर शब्दांत तिची समजूत घालणारा ज्ञानादादा तिला क्षणभर परका वाटला होता; पण आता निवृत्तीदादाचं नेहमीचं बोलणं ऐकून तिला आनंद झाला. फाटक्या झग्यानं डोळे पुसून ती झोपडीकडे पळाली. माडगं जरी निवृत्तीदादा करणार होता, तरी तिला तयारी करायची होती ना? तिच्या या लगबगीकडे बघून तिन्ही भावांच्या चेहऱ्यावर हास्य

पसरलं. सोपान म्हणाला, ''निवृत्तीदादा, ज्ञानादादा ही मुक्ता म्हणजे आपल्या या कठोर तपश्चर्येसारख्या जीवनात विसावा आहे ना?'' निवृत्तीनं त्याच्या गालावर थोपटल्यासारखं केलं आणि दोघांचा हात धरून तो त्यांना झोपडीकडे घेऊन आला.

माडगं करून झालं, खाऊन झालं. मुक्तीनं परळं धुऊन ठेवली. निवृत्ती म्हणाला, ''ज्ञानेशा, आता आपण दोघं माधुकरी मागून येऊ. आज गंगेच्या घाटावर जायचं राहू दे! सोपान, तू घरीच अध्ययन कर. आम्ही माधुकरी मागून येतो.'' सोपानानं मूकपणे मान डोलावली. दोघं गेले, तोवर मुक्तीचा केर काढून झाला होता. सोपानानं पद्मासन घातलं. तो आता ओंकार लावणार, तोच मुक्ता त्याच्या जवळ आली. त्याचा हात धरून लाडिकपणे म्हणाली, ''सोपानदादा एक विचारू? मघाशी तुम्ही तिघं जण का रडत होतात? तुम्हाला आई-बाबांची आठवण आली का? आणि तुम्हा तिघांचेही चेहरे मला ब्रह्मा-विष्णू-महेशासारखे का दिसले? मला सांगशील याचं कारण?'' तिच्या त्या प्रश्नानं सोपानही थोडासा गोंधळला. मघाशी तिनं जेव्हा हे सांगितलं होतं, तेव्हा ती नुकतीच झोपेतून उठली आहे, त्यामुळे ती असं काही म्हणत असेल, असं त्याला वाटलं होतं. म्हणून त्यानं आणि निवृत्ती-ज्ञानेशानंही तिकडे दुर्लक्ष केलं होतं; पण आताही तिनं तोच प्रश्न विचारला म्हटल्यावर सोपान गोंधळला. ''मुक्ते, खरंच का गं आमचे चेहरे ब्रह्मा-विष्णू-महेशासारखे दिसत होते? तू नीट पाहिलंस? तू तेव्हा पूर्ण जागी होतीस? की तो तुझ्या मनाचा भ्रम होता?'' सोपानाच्या या प्रश्नाचा मुक्ताला खरंतर थोडा रागच आला. 'म्हणजे याला काय वाटतं, मी झोपेत चालते-बोलते की काय?' पण सोपानाकडून सगळ्या प्रश्नांची उत्तरं मिळवायची होती. म्हणून तिनं तो राग गिळला आणि म्हणाली, ''नाही दादा! मी झोपेत नव्हते. पूर्ण जागी असताना पाहिलं. तुम्ही तिघंही ब्रह्मा-विष्णू-महेशासारखे दिसत होता. अगदी श्री दत्तात्रेयाची मूर्ती असते ना तसे! ते कसं काय रे दादा?'' मुक्तीने पुन्हा विचारलं; पण सोपानाकडे या प्रश्नाचं उत्तर नव्हतं! पण मुक्ताला काहीतरी उत्तर देणं भाग होतं. त्याशिवाय ती शांत बसली नसती; पण सोपानाला तर काहीच सांगता येत नव्हतं! काहीतरी अर्धवट उत्तर देऊन चालणार नव्हतं. सोपान मोठ्या चिंतेत पडला. आता तिला काय सांगावं, याचा तो विचार करत होता. त्याच्यापुढे फार मोठं प्रश्नचिन्ह होतं; पण त्याचं नशीब जोरावर असावं! मुक्ता पुन्हा त्याला काहीतरी विचारणार, तोच कावेरीअक्का तिथं आल्या. ''मुक्ता, बाळ आवरलं का तुझं? आज तुला मांडे शिकवायचे आहेत ना? मग चल लवकर. पुन्हा ऊन चढलं की, पीठ विसविशीत होतं. चल, आत्ताच करू या!'' कावेरीअक्कांचं बोलणं ऐकून सोपानाला उत्साह आला. मुक्तीच्या प्रश्नांच्या फेऱ्यातून त्याची सुटका झाली होती. तो गडबडीनं म्हणाला, ''वा, वा! मुक्ता, तू मांडे करायला शिकणार, छान छान! जा बाळ तू!

मी ठेवतो वैलावर भाताचं आधण. जा तू! कावेरीअक्का तुमच्या हाताखाली शिकून मुक्ता आता पानगे काय छान करते! जा मुक्ता तू! जाऽ!'' सोपानाचं बोलणं ऐकून अक्कांनाही स्फुरण चढलं! ''तर तर! मग शिकवतंय कोण? पण पोर मोठी हुशार आणि एकपाठी आहे हो! एकदा एखादं काही शिकवलं, लगेच येतं तिला. चल मुक्ते, चल पोरी लवकर!'' असे म्हणून अक्का तिला हाताला धरून घेऊनही गेल्या. मुक्ता मात्र जाताना पाठीमागे वळून सोपानाकडे रागाचा एक कटाक्ष टाकून गेली. सोपानानं हसू दाबलं! आणि सुटकेचा श्वास टाकला. मुक्ता वळणावर वळेपर्यंत मागे वळून बघत होती. ती वळणावर दिसेनाशी झाल्यावर सोपाननं वैलावर भाताचं आधण टाकलं आणि पद्मासन घालून पाठांतराला बसला; पण मुक्ताला पडलेला तो प्रश्न त्याच्याही मनाला सतावतच होता.

निवृत्ती-ज्ञानेश्वर माध्यान्हीला परत आले. मुक्ताही त्यांच्या पाठोपाठच आली. आल्यावर तिची बडबड चालू झाली. अक्कांनी मांडे कसे शिकवले, मी कशी लगेच शिकले, अक्कांना करून कसं दाखवलं, त्यांनी कशी शाबासकी दिली, बक्षीस म्हणून पेढा कसा खायला दिला, हे सगळं ती उत्साहाने सांगत होती. तिघांनी कौतुकानं ते सगळं ऐकलं. तिला मध्येच थांबवून सगळी जेवायला बसली. भात झालाच होता. माधुकरीतलं काहीबाही घेतलं, पण अक्कांनी मुक्तानं केलेलेच मांडे कौतुकानं पाठवले होते. मांडे झाले होते सुरेख; पण त्यांचे आकार मात्र वेगवेगळे होते! तिघांनी मुक्ताचं खूपच कौतुक केलं. मुक्ता खुलली. कावेरीअक्कांच्या घरात आणखी काय काय झालं, ते आठवून सांगू लागली. तिच्या त्या बडबडीमुळे ते मांडे आणखीच गोड लागले. जेवणं छानं झाली. मुक्तानं पाठचं सगळं आवरून घेतलं.

निवृत्ती-ज्ञानेश्वर-सोपान अंगणातल्या शेवग्याच्या सावलीला येऊन बसले. निवृत्तीनं सोपानाला आपल्या जवळ बसवलं आणि म्हणाला, ''हे बघ सोपान, आम्हाला दोघांना असं वाटतं की, आता गुरुउपदेश घेण्याइतका तू जाणता झाला आहेस. तेव्हा तुझ्या मनात कोणाला गुरू करावं असं आलं असेल, तर तसं सांग. फक्त ती व्यक्ती तुझा गुरू होण्यायोग्यतेची असावी.'' निवृत्तीचं हे बोलणं ऐकून सोपान क्षणभर मूक झाला. एक नजर त्यानं ज्ञानेश्वरावर टाकली. मग तो झटकन उठला आणि वाकून निवृत्तीचं पाय धरले, म्हणाला, ''दादा, मला असं दूर लोटू नकोस. तुझ्याशिवाय माझा गुरू दुसरा कोण असू शकेल? तू ज्ञानादादाला गुरुगंडा बांधलास. मलाही बांध. तुझा शिष्य होण्याचं भाग्य मला लाभलं, तर मी स्वत:ला भाग्यवान समजेन. दादा, पिता होऊन तू माझा सांभाळ करतो आहेसच. आता गुरू होऊन मला मार्गदर्शनं कर. मला शिष्य करून घे. मला दुसरा गुरू कुणी नको!'' सोपानाच्या आर्त स्वरानं निवृत्तीच्या काळजात कालवाकालव झाली. त्यानं सोपानाला उठवलं. आपल्याजवळ बसवलं. म्हणाला, ''सोपान, तू माझा शिष्य झालास, तर मला ते

नक्कीच आवडेल; पण मी आहे नाथपंथी. त्या गुहेत मला गहिनीनाथांनी नाथपंथाची दीक्षा दिला. नाथपंथ हा इतर पंथांपेक्षा वेगळा आहे. थोडासा अवघड आहे. तत्त्वांचं काटेकोरपणे पालन करणारा आहे. त्या दृष्टीनं तू लहान आहेस म्हणून मी म्हणतो!''

निवृत्तीचं बोलणं ऐकून सोपान काहीसा विचारात पडला. मग एकदम उत्तेजित स्वरात म्हणाला, ''दादा, तुला गहिनीनाथांनी नाथपंथाची दीक्षा दिली, तेव्हा तूही लहानच होतास की... मग मलाही चालेल, पण मला टाळण्यासाठी तू हे कारण...!''

''नाही सोपाना नाही! असं मनातदेखील आणू नको. अरे, तुझ्यासारखा शिष्य लाभणं म्हणजे एकलव्यासारखा शिष्य लाभण्यासारखं आहे. सोपाना, ज्ञानेशा, तुम्ही दोघं म्हणजे माझे दोन नेत्र, दोन डोळे आहात. तुमच्या दृष्टीनंच मी हे जग पाहतो. सोपाना, मी ज्ञानेशाला गुरुगंडा बांधलाच आहे. उद्या सकाळी ब्राह्ममुहूर्तावर तुला मी माझा शिष्य करून घेतो. मात्र काही ज्ञानसाधना विशेषत्वानं, शांकरीब्रह्म विद्या, गोरक्ष किमया, अष्टांगयोग साधना तुला ज्ञानेशाकडून आत्मसात करावी लागेल. कारण आता तो त्यात पारंगत आहे, तेव्हा उद्या पहाटे ब्राह्ममुहूर्तावर मी तुला माझा शिष्य म्हणून स्वीकार करेन.'' असं म्हणून निवृत्तीनं सोपानाच्या मस्तकावर हात ठेवला.

डोणीतून पाणी घ्यायला आलेल्या मुक्तानं, 'तू आणि ज्ञानेश्वर माझे दोन नेत्र आहात' हे निवृत्तीचं वाक्य ऐकलं. आपले हात धुऊन ती निवृत्तीजवळ आली आणि विचारलं. ''दादा, ही दोघं जण तुझे डोळे आहेत, मग मी कोण आहे?'' तिच्या या प्रश्नावर मनमुराद हसून ज्ञानेश्वराने तिचे नाक चिमटीत पकडलं आणि म्हणाला, ''चिमुरडे, तू म्हणजे आमच्या तिघांचं नाक आहेस नाक आणि तुझं 'हे' नाक जरासं नकटं असलं, तरी आमच्या तिघांचं 'हे' नाक चांगलंच धारदार आणि टोकदार आहे बरं का? इतकं टोकदार, की त्यावर माशीसुद्धा बसू शकत नाही.''

''पण रुसवा मात्र कायमचा बसलेला असतो,'' सोपानानं ज्ञानेशाला दुजोरा दिला. ''आणि फणकारा तर मुक्कामालाच असतो!'' निवृत्तीनंही री ओढली आणि तिघं भाऊ खळखळून हसले. फणकाऱ्याचा मुक्काम दाखवत मग मुक्ता फणकाऱ्यानं आत गेली. तिघांच्या हसण्याचा नाद तिच्या पाठोपाठ आत झोपडीतही आला.

'उद्या आपल्याला दादा शिष्य करून घेणार...! आपल्याला ज्ञान मिळण्याचा मार्ग दिसणार. गीता, वेद, उपनिषदं हे सारं आपल्याला पाठ आहे; पण त्यातील तत्त्वार्थ आणि अन्वयार्थ यांची ओळख आपल्याला होणार,' या आनंदात निजलेल्या सोपानाला अगदी मध्यरात्रीच जाग आली. रात्रीचा दुसरा प्रहर संपत आला होता. सोपान आपल्या अंथरुणावर उठून बसला. देवासमोर समई शांतपणे तेवत होती. तिचा अंधूक प्रकाश झोपडीत एक गूढ वातावरण निर्माण करत होता. सोपान

झोपडीचं कवाड लोटून बाहेर आला. आकाश निरभ्र होतं. चंद्राची अर्धी कोर पूर्ण तेजानं प्रकाशत होती. डोणीतल्या पाण्यानं त्यानं अंघोळ केली आणि तशाच ओलेत्या वस्त्रानं तो पद्मासन घालून तुळशी वृंदावनाजवळ बसला. एकवार श्रीकृष्णाचं स्मरण करून त्याने ओंकारसाधनेला सुरुवात केली. हळूहळू त्याचा स्वर, त्याचा आकार, शुद्ध होत चालला. एकेक ओंकार नाभीतून निघून मस्तकापर्यंत भिनत चालला. त्या ओंकारानं मग ती झोपडी व्यापली. झोपडीभवतालचा परिसरही व्यापला. ओंकारसाधना आता अधिक गहिरी झाली. अधिक शुद्ध होऊ लागली. त्या ओंकाराला आता एक विशिष्ट लय आली. ताल आला. त्या ओंकाराची स्पंदनं आवर्तात फिरू लागली. एकेक आवर्तनं अधिकाधिक गहिरं, अधिक खोल, अधिक सर्जनशील होत गेलं, त्या स्पंदनांनी अवघ्या वातावरणात एक कंप निर्माण केला. त्या ध्वनिलहरींत चराचराला अस्थिर करण्याचं सामर्थ्य होतं. त्या ध्वनिलहरींच्या स्पंदनांतून आवर्तनांची एक मालिकाच तयार झाली आणि अवघ्या सृष्टीला जाग आली. सर्वप्रथम जाग आली निवृत्तीला. सभोवती निर्माण झालेल्या या स्पंदनांची जाणीव त्याला झाली. त्या ध्वनिलहरींनी निर्माण केलेली कंपनं अंथरुणावर उठून बसलेल्या ठिकाणीही त्याला जाणवत होती. त्याचं जाणिवेनं जागा झाला ज्ञानेश्वर. आपल्या अंगाखालची जमीन कंप पावते आहे, असं त्याला वाटलं. तो ताडकन उठून बसला. ध्वनिकंपनांची ही चाहूल मुक्तालाही लागली आणि अंथरुणावर डोळे चोळत तीही उठून बसली.

निवृत्तीने पाहिलं, सोपान अंथरुणावर नव्हता. अजून बरीच रात्र शिल्लक होती. अजून चांदण्या लुकलुकत होत्या. चंद्र अजून आकाशाच्या मध्यावर होता. झोपडीच्या छतातून त्याचे किरण कवडशांचे रूप घेऊन खाली उतरत होते. झोपडीतल्या सारवलेल्या जमिनीवर त्या किरणांचे गोल-गोल वर्तुळाकार उमटले होते; पण हे सगळं पाहण्याची ही वेळ नव्हती. सोपान अंथरुणावर दिसत नव्हता. 'मग हा गेला कुठे? आणि चराचराला पुरून उरलेला हा ध्वनी कसला? अवघ्या सृष्टीला वेढून टाकणारी ही स्पंदनं कसली? अवघ्या अवकाशात भरून राहिलेल्या या ध्वनिलहरी कुठून आल्या? यांचं उगमस्थान काय? आणि ही कंप पावणारी जमीन, प्रतिध्वनीनं गुंजणारं क्षितिज कोणता संकेत देत होतं? काय सुचवायचं होतं या चराचराला? आणि या सगळ्यांपेक्षा सोपान कुठं आहे?' निवृत्ती-ज्ञानेशाच्या मनात प्रश्नांची मालिकाच तयार होत होती; पण उत्तर एकाचंही नव्हतं. 'खरंच! एवढ्या उत्तररात्री हा कुठे गेला असेल? गंगेच्या घाटावर तर नसेल? वाळवंटात तर जाऊन बसला नसेल? किंवा औदुंबराखाली? छे:! काही सुचत नव्हतं.' यातल्या प्रत्येक प्रश्नाचं उत्तर नकारार्थीच येत होतं.

'मग हा सोपान गेला कुठं! स्वभावानं काहीसा शांत, अबोल वाटणारा, सतत

आपल्याच विचारात, कसल्या ना कसल्यातरी चिंतनात मग्न असणारा सोपान तसा मनस्वीही होता. कधीकधी त्याचा हा मनस्वीपणा त्याच्यातल्या समंजसपणावर मात करत असे. याचं प्रत्यंतर त्यानं दशक्रिया विधीच्या वेळी हविर्भाग घेण्यासाठी प्रत्यक्ष आई-बाबांना बोलावून आणलं, तेव्हा आलं होतं. आता हा कुठे गेला असेल?' निवृत्ती-ज्ञानेश्वर विचार करत होते. आणि ओंकारध्वनी? तो तर आणखीनच निनादत होता. आता जणू त्याची व्याप्ती वाढली होती. पृथ्वी पादाक्रांत करून धरेला आपल्या ध्वनिस्पंदनात सामावून घेऊन तो ओंकार ध्वनी आता स्वर्ग आणि पाताळ यांना आपल्यात विरघळून टाकण्यासाठी सज्ज झाला होता. जणू त्रैलोक्याला आपल्या बाहूत भरण्याचं सामर्थ्य त्याच्यात होतं. निवृत्ती लक्षपूर्वक ऐकू लागला. त्या ओंकाराचा उच्चार गगनवेधी होता. त्याची दीर्घता क्षितिजापर्यंत होती. षड्जापासून सुरुवात करून पुन्हा तो ओंकार बाराही स्वरांनंतर मध्य सप्तकातल्या षड्जापर्यंत येऊन पोहोचत होता. तिथून मध्य सप्तकातल्या बारा स्वरांना घेऊन तो तार सप्तकापर्यंत निनादत होता. तार सप्तकातल्या बारा पायऱ्यांवरून ओघळत तो ओंकार पुन्हा मंद्र षड्जापर्यंत पोहोचत होता.

अशा प्रकारे मंद्र षड्ज ते तार षड्ज आणि तार षड्ज ते पुन्हा मंद्र षड्ज अशा आवर्तनात फिरताना बहात्तर ओंकारांची पल्लेदार स्वरसाधना होत होती. प्रत्येक ओंकार अचूक आणि नेमका होता. सुस्पष्ट होता. स्वरसंकोचाला थारा नव्हता आणि अतिक्रमणाचा मोहही नव्हता. अतिशुद्ध अशा त्या ओंकारात सहस्र रश्मीचं तेज होतं, चंद्राची शीतलता होती, मोरपिसाची थरथर होती, शेषाची अविचलता होती, गोरसाची माधुरी होती, अमृताचं पावित्र्य होतं, आकाशगामी नाद होता, उदधीची गाज होती, प्रत्ययकारी आवर्त होतं. विश्वाचं आर्त होतं. तो ओंकार लक्षपूर्वक ऐकत असता निवृत्तीला एक क्षणभर, अगदी क्षणभर तो आवाज ओळखीचा वाटला. तो श्वास ओळखीचा वाटला. क्षणभरच! पण तेवढ्या क्षणानंही निवृत्तीला चकित केले. तो आवाज, तो स्वर, तो श्वास ओळखीचा, अगदी ओळखीचा, अगदी जवळचा, आपल्या काळजातला आहे आणि तो ओंकार स्वरसाधनेचा शुद्ध स्वर आपल्या सोपानाचा आहे, हे निवृत्तीच्या लक्षात आलं. त्याच वेळी ते ज्ञानेशाच्याही लक्षात आलं आणि दोघंही जण अंतर्बाह्य थरारले. 'नऊ-दहा वर्षांच्या सोपानानं इतकी शुद्ध ओंकारसाधना करावी? छे:! एवढ्या लहान वयात इतका शुद्ध ओंकार? त्याची स्पंदनता एवढी तीव्र, की अवघी सृष्टी कंपायमान व्हावी?' मनाला पटत नव्हतं, पण कानावर विश्वास ठेवणं भाग होतं. दोघंही एकाच वेळी झोपडीच्या दाराकडे धावले. कवाड नुसतं ओढून घेतलं होतं. त्यांच्या पाठोपाठ मुक्ता धावली. तिघंही झोपडी बाहेर आली. बाहेरचं वातावरण प्रचंड अल्हादायक होतं. अवकाशात विरघळलेल्या चंद्राच्या प्रकाशाबरोबरच एक मंद सुगंधही दरवळत होता. जणू तो

चंद्रकिरणांसमवेतच पृथ्वीवर आला होता आणि वातावरणात विरघळून गेला होता. ओंकाराचा स्वर मात्र या साऱ्याला छेदत वातावरणात लहरी उत्पन्न करत होता. आवाजाच्या रोखानं तिघांचीही पावलं पडू लागली. अंगणातलं तुळशीवृंदावन भारल्यासारखं दिसत होतं. तुळशीचं ते रोप थरारत होतं. मंजिऱ्या थरथरत होत्या आणि तुळशीवृंदावनापलीकडून तो स्वर येत होता. त्या निनादणाऱ्या स्वराचा उगम त्या वृंदावनापलीकडे होता. तिघंही त्वरेनं तिथं पोहोचली आणि त्या तिघांनी, त्या तिघांच्या दोन दुणे सहा नेत्रांनी जे पाहिलं, ते खरोखर अविस्मरणीय होतं, अलौकिक होतं, अपूर्व होतं.

तुळशीवृंदावनापलीकडे पद्मासन घालून सोपान बसला होता. त्यानं नेसलेल्या पंचावरून ते उद्धृत होत होतं. ओंकारसाधना तोच करत होता; पण हे सगळं असूनही समोर बसलेला तो सोपान नव्हताच. तिथं कुणीतरी वेगळ्याच रूपात बसलं होतं. त्या रूपाला चार मुखं होती. चारही चेहरे चार बाजूंकडे तोंड केलेले होते. चारही मुखं अत्यंत तेजस्वी, दिव्य प्रभा असलेली अशी होती. चारही मुखांच्या मस्तकावर शोभायमान किरीट होता. कपाळावर ॐ अशा आकाराचे ओंकार सदृश गंध त्या दिव्य प्रभेची शोभा वाढवत होते. त्या रूपाला चार हात होते. एका हातात ऋग्वेद होता, दुसऱ्या हातात कमंडलू होता, वर धरलेल्या दोन्ही हातांपैकी एका हातात रुद्राक्ष माळा होती आणि दुसऱ्या हातात स्रुवा (यज्ञात तूप घालण्याची लांब पळी) होती. कमळावर पद्मासन घालून ते दिव्य रूप आसनस्थ झालं होतं. त्या दिव्य रूपाचे डोळे अत्यंत तेजस्वी, पण स्निग्धतेने भरलेले, स्नेहार्द होते. पांढरीशुभ्र दाढी त्या दिव्यमुखावर होती आणि ती छातीवर रुळत होती. आपल्यासमोर सोपान नसून दुसरंच कुणीतरी तेजस्वी रूपडं बसलं आहे; अत्यंत तेजस्वी, अत्यंत प्रभावशाली, ऋषितुल्य असं! निवृत्तीच्या हे लक्षात आलं आणि तत्काळ त्याला बोध झाला, हे तर 'जगत्पिता ब्रह्मदेव!' सृष्टीची उत्पत्ती ज्यांनी केली, या विश्वाचं पालकत्व ज्यांच्याकडे जातं ते 'जगत्पिता ब्रह्मदेव!' ब्रह्मदेव इथं आहेत मग सोपान? निवृत्ती-ज्ञानेश्वर एकमेकांकडे पाहू लागले. त्यांच्या नजरेत प्रश्न होता आणि आश्चर्यही! मुक्तानं घाबरून निवृत्तीचा हात धरला. निवृत्ती-ज्ञानेशाची नजरानजर झाली आणि दोघांनी एकाच वेळी त्या विश्वकर्त्याला हात जोडले. मुक्तानंही त्यांचं अनुकरण केलं. मस्तक झुकवून, हात जोडून, डोळे मिटून तिघं क्षणभर अविचल स्तब्ध उभे राहिले. जणू त्या ब्रह्मदेवाच्या दर्शनानं त्यांचं भान हरपलं होतं. आता डोळे उघडून पुन्हा एकवार ब्रह्मदेवाचं दर्शन घ्यावं, असा विचार करताहेत, तोच त्यांना सोपानाचा आवाज ऐकायला आला, "निवृत्तीदादा, ज्ञानादादा, दोघं हे काय करताय? मला कशाला वंदन करताय? अरे, मी तुमच्यापेक्षा लहान आहे. निवृत्तीदादा, अरे मीच तुम्हा दोघांना वंदन करायला हवं! निवृत्तीदादा, खरंतर तू माझा मोठा भाऊ; पण

आई-बाबा गेल्यापासून तूच आई झालास आणि बाबाही! आणि आज तर मी तुझा शिष्य होणार आणि तू माझा गुरू. दादा, मी किती भाग्यवान आहे, की मला आई-वडिलांच्या ठिकाणी असलेला मोठा भाऊ गुरू म्हणून लाभला. दादा, 'मातृदेवो भव। पितृदेवो भव। आणि आचार्य देवो भव।' अशी तीन श्रद्धास्थानं मला एकाच वेळी, एकाच ठिकाणी गवसली. दादा, मी कृतार्थ आहे!'' सोपानाचं बोलणं ऐकून निवृत्ती-ज्ञानेश्वर भानावर आले. 'अरे! हा तर आपला सोपान! मग ब्रह्मदेव कुठे गेले? की सोपान हाच ब्रह्मदेव आहे?' निवृत्तीच्या मनात प्रश्न उभा राहिला आणि त्या प्रश्नाचं उत्तरही त्याला 'होय' असं मिळालं.

त्रिपुरारी पौर्णिमेला जन्मलेला हा सोपान साक्षात ब्रह्मदेवाचं रूप होता आणि प्रत्यक्ष ब्रह्मदेवानं साक्षात आपलं रूप दाखवून याची प्रचिती दिली होती. अभावितपणे निवृत्तीनं सोपानाला जवळ घेतलं. धाकटा भाऊ म्हणून वाटणारी माया, पुत्रवत सांभाळतो आहोत म्हणून वाटणारे प्रेम, शिष्य होणार म्हणून होणारा आनंद, निवृत्तीच्या मनातल्या या भावना सोपानाच्या दिसलेल्या या ब्रह्मरूपानं त्या शतगुणित झाल्या. ज्ञानेश्वरासारखा शिष्य मिळाला म्हणून आपण धन्यता मानत होतो; पण सोपानासारखा शिष्य मिळून आपण कृतार्थ होणार आहोत, ही भावना निवृत्तीच्या मनात निर्माण झाली आणि त्याच्याही नकळत, अगदी नकळतपणे सोपानाभोवतालची त्याची मिठी घट्ट झाली. अधिक घट्ट झाली.

१२

सोपानाचं ब्रह्मरूप बघितल्यानंतर निवृत्ती, ज्ञानेश्वर आणि मुक्ता तिघांच्याही मनांत सोपानाबद्दल एक वेगळी आदराची भावना निर्माण झाली. ती त्यांच्या वागण्य-बोलण्यातून उद्धृत होऊ लागली आणि हेच नेमकं सोपानाला नको होतं. त्याच्या हृदयाची घुसमट व्हायला लागली. त्यातच या तिघांचं आपल्याशी असलेलं वागणं का बदललं, याचाही त्याला उलगडा होईना. 'आपण सोपान आहोत आणि निवृत्तीदादा आपल्याला शिष्य करून घेणार आहे, याबद्दल त्याला झालेल्या आनंदावर विरजण पडायला लागलं. काय करावं त्याला सुचेना. भोकाड पसरून रडावं, निवृत्तीदादाला जाऊन बिलगावं असं त्याला वाटायला लागलं. एक वेळ निवृत्ती दादाला बिलगणं शक्य होतं; पण भोकाड पसरून रडणं? छे:! ते कदापि शक्य नाही. त्यातच मुक्तीसमोर तर नाहीच नाही.' सोपानाच्या मनाला या विचारांचे क्लेश होऊ लागले. 'आता काय केलं म्हणजे निवृत्ती-ज्ञानादादा पुन्हा आपल्याशी पूर्वीसारखे वागतील,' असा त्याला प्रश्न पडला.

त्या घटनेनंतर खरंतर ब्राह्ममूहूर्तावर गुरुगंडा बांधायचा होता, पण तो राहूनच गेला. त्यामुळेही सोपान उदास झाला. या विचारांच्या आवर्ताने त्याला काही सुचेना. त्याची तहान-भूक हरपली. तो कोणाशी बोलेना. निवृत्ती-ज्ञानेश्वर, मुक्तावरही अजूनही त्याच्या ब्रह्मदर्शनाचा प्रभाव होता. त्यामुळे ते तिघंही भारावलेलेच होते. त्यामुळे सोपानाची ही उदासीनता म्हणावी तेवढी प्रकर्षानं त्यांच्या लक्षात येत नव्हती. सोपान मात्र आतल्या आत घुसमटत होता, कोंडत होता. आणि ही कोंडी कशी फुटायची, या विचारानं आणखीच घायाळ होत होता; पण अचानक ही कोंडी फुटली.

एरवी हसत-खेळत होणारी दुपारची जेवणं आज शांतपणे चालली होती. पर्णावलीवर भात घेऊन माधुकरीत मिळालेली आमटी त्यावर घेऊन चौघं जण जेवत होती, मुकाटपणे! एवढ्यात, "बाळांनो, हैसा काय घरात?" असा खणखणीत आवाजातला प्रश्न ऐकायला आला. चौघांचेही घास हातातच राहिले. डोळे विस्फारले

गेले आणि "भोजलिंगकाका?ऽऽ भोजलिंगकाकाऽऽऽ!" असे ओरडत मुक्ती उठली आणि तिच्यापाठोपाठ ही तिघंही. झोपडीतून चौघंही धावत बाहेर आली. अंगणात भोजलिंगकाका उभे होते. मुक्ता-सोपान धावत जाऊन त्यांना बिलगले. निवृत्ती-ज्ञानेश्वर पुढे झाले. त्यांनी भोजलिंगकाकांचा हात धरला आणि अश्रूभरल्या डोळ्यांनी ते काकांकडे पाहू लागले. कितीतरी दिवसांनी, नव्हे कितीतरी महिन्यांनी भोजलिंग काका भेटत होते.

विठ्ठलपंत-रुक्मिणीबाई यांना गावानं बहिष्कृत केल्यावर ते सिद्धबेटावर राहायला गेले. तिथं हे भोजलिंगकाका होते. या प्रेमळ, पापभीरू, सज्जन, सालस; पण विद्वान जोडप्याशी त्यांचा घरोबा झाला. समाजाच्या बहिष्काराची, ब्रह्मवृंदाच्या नाराजीची, पूर्वापार चालत आलेल्या धार्मिक रूढी-परंपरेची किंवा धर्मसभेची यत्किंचितही तमा न बाळगता भोजलिंगकाका या कुटुंबाचे सहोदर बनले. धाकट्या भावाला करावी, तशी मदत त्यांनी विठ्ठलपंतांना केली, तर लेकीचे लाड पुरवावेत, तसे रुक्मिणीबाईंचे डोहाळे पुरवले. हे भोजलिंगकाका जातीने सुतार होते. अत्यंत कुशल सुतार, अशी त्यांची ख्याती होती. सिद्धबेटावर विठ्ठलपंतांसाठी पर्णकुटी बांधण्यापासून ते, ते असताना आणि नसतानाही त्या पर्णकुटीच्या देखभालीचं काम काका आत्मीयतेनं करत असत. रुक्मिणीबाईंना डोहाळे लागल्यावर तर लेकीचे लाड पुरवावेत, तसे त्यांनी रुक्मिणीचे लाड पुरवले. निवृत्ती, ज्ञानेश्वर, सोपान आणि मुक्ता यांच्या जन्मानंतर तर विठ्ठलपंत-रुक्मिणीबाईंपेक्षा भोजलिंगकाकाच लेकुरवाळे झाले. मुक्ता-सोपान दोघं दोन खांद्यांवर, तर ज्ञानेश्वर पाठुंगळीला आणि निवृत्तीचं बोट धरून सिद्धबेटावर फिरणारी भोजलिंगकाकांची मूर्ती म्हणजे त्यांच्या काळजातल्या मायेच्या झऱ्याचं साक्षात रूप होतं. भरपूर उंचीचा, काळा, अंगपिंडाने मजबूत, कल्लेदार मिश्या राखणारा, डोईवर मुंडासं बांधणारा हा ओबडधोबड माणूस फणसासारखा होता. वरून काटेरी आणि आतून मधाळ. त्याच्या हृदयातला मधाळपणा या निरागस पोरांच्यावर तो उधळायचा, तर त्याचं वरचं काटेरी रूप समाजातल्या दुष्टाचार्यांसाठी होतं. विठ्ठलपंतांच्या कुटुंबाशी स्नेह ठेवण्यावरून काकांना कोणी छेडलंच, तर त्यांचं उत्तर ठरलेलं असे. ते म्हणत, "मी हाडाचा सुतार हाय बाबा! काळजाच्या करवतीनं लाकडं कापायचं माझं काम. मग करवतीखाली कधी सागवान येतंय, तर कधी बाभूळ; पर ही तर चंदनाचीच झाडं हायत बाबा! यांचं रक्षण करायचं काम माझं. कितीतरी विषारी नाग या झाडांना विळखा घालून बसलेत; पण चंदनाच्या झाडांनी सुगंध द्यायचा आपला धर्म सोडल्याला न्हायी. मग मी माझा धर्म का सोडू? जोवर माझी करवत चालतीय ना, तोवर या झाडांना कुणीबी धक्का लावू शकणार न्हायी. कोणी आलाच, तर एकेकाला आडवा-उभा कापून काढीन!" काकांच्या या बोलण्यावर कुणाकडे उत्तर नसायचं बोलणारा निरुत्तर व्हायचा आणि निघून जायचा.

काका पुन्हा या पोरांच्यात पोर व्हायचे. मग वसंत ऋतू आला की, पांगिऱ्याचे घोस काढून दे, पलाशाचे गुच्छ काढून दे, बहाव्याची झुंबरं काढून दे, असं चालायचं, तर ग्रीष्म ऋतूत तर फळांची रेलचेल. जांभळं, करवंद, कच्चा कैऱ्या, कोवळ्या चिंचा, अननसाचे गड्डे. चौघांना बरोबर घ्यायचं आणि त्यांचे लाड पुरवायचे.

कधीकधी विठ्ठलपंतांच्या घरी चूल पेटायची नाही. मग काका घरातून कोरडा शिधा आणून द्यायचे आणि या चारही लेकरांना आपल्या घरी घेऊन जायचे. तिथे मग काकूच्या हातच्या दशम्या, दही, लसणाची चटणी, करडईची भाजी, असा फक्कड बेत व्हायचा. काका-काकू दोघंही प्रेमळ. वात्सल्याचे उमाळेच जणू; पण त्यांना मूलबाळ नव्हतं. मग काळजातली सगळी माया या चार पोरांच्यावर उधळली जायची. विठ्ठलपंत-रुक्मिणीबाई यांनी देह गंगार्पण केले. ते दुःख सहन न होऊन भोजलिंगकाकाही देवाच्या शोधात तीर्थयात्रेला गेले. आई-बाबांसारखाच हा दुसराही आधार गेला. यातून ही चार निरागस बालकं सावरली. त्यांनी आपापली जीवनरेखा निश्चित केली. आणि त्यावरून मार्गक्रमणा सुरू केली आणि आज, आता, अचानक भोजलिंगकाका समोर उभे होते. चौघं जण अभावितपणे त्यांना बिलगली. काकांच्या डोळ्यांत अश्रूंचा महापूर होता, तर या चौघांच्या काळजात हुंदक्यांची आवर्तनं. बरीच आवर्तनं झाली. यातून प्रथम सावरले ते काकाच! खांद्यावरच्या उपरण्यानं डोळे पुसून त्यांनी मुलांचेही डोळे पुसले. पण छेः! मुलांचे डोळे पुन्हा पुन्हा भरून येत होते. कारण... कारण, आई-बाबा गेल्यापासून असं मायेनं जवळ घेणारं, पाठीवरून हात फिरवणारं आणि असं डोळे पुसणारं कुणी भेटलेलंच नव्हतं. काका डोळे पुसत होते, तरी पुन्हा पुन्हा या चौघांचे डोळे भरून येत होते. उपेक्षेचा दुःखाचा पहिल्या आवेग ओसरला आणि सगळे सावध झाले. काकांनी पुन्हा एकदा सगळ्यांना डोळे भरून पाहिलं. प्रेमानं सगळ्यांच्या चेहऱ्यांवरून, पाठीवरून हात फिरवला आणि निवृत्तीचा हात हातात घेऊन म्हणाले, "निवृत्ती, लेकरा, मला माफी कर! पर काय करू? तुमचे आई-बाबा गेले आणि मला सगळं जग जणू खायला उठलं! मला काही भानच राहिलं नाही. मला लै म्हंजी लै राग आलावता. समद्यांचाच! तुमच्या आई-बाबांनी खाली मान घालून गुमानपणं बळी जाणाऱ्या कोकरावानी आपले जीव दिले त्याचा! अरे पोरांनो, तुमचा बा एवढा विद्वान; पर या धर्मसभेविरुद्ध त्यानं तोंड उघडलं न्हायी त्याचा! कसलंतरी कारण सांगून अधर्माची शिक्षा म्हणून देहान्त प्रायश्चित्त सांगणाऱ्या धर्मसभेचा! आणि ह्ये सगळे घडतंय ते चुकीचं घडतंय, हे ठाऊक असून आपण काही करू शकत न्हायी म्हणून स्वतःचा! लै लै राग आला! माझं डोकंच फिरलं आणि त्या तिरिमिरीत मी बी भाईर पडलो. भटकत ऱ्हायलो. तिकडे प्रयागला पन जाऊन आलो. डोकं ताळ्यावर आल्यावर तुमची याद आली. काय सांगू पोरांनो, तुमची याद आली आणि खाड्कन भानावर आलो. आपण

कुठं पाहिजे हुतं आणि कुठं आहोत याचं भान आलं. लेकरांनो, मला माफी करा. तडक निगालो ते इथं आलो. पर जवा जवा मी तुमच्याजवळ पायजे हुतो तवा नव्हतो. माउली मला माफी करा!'' भोजलिंगकाका बोलत होते. धो-धो बोलत होते. कुणालाच काय बोलावं समजत नव्हतं. यातून सावध झाला तो सोपाना. म्हणाला, ''काका, वाईट वाटून घेऊ नका. हे खरं आहे, की आई-बाबा गेले, तेव्हा तुम्ही हवे होतात; पण... पण एकापरीनं नव्हतात ते बरंच होतं. आम्ही आपापलं जगायला लवकर शिकलो. तुमचा आधार घेत राहिलो असतो, तर कदाचित आताही आधारानंच उभं राहिलो असतो; पण नियतीच्या मनात तसं नसावं. म्हणूनच तुम्हाला आमच्यापासून दूर जायची बुद्धी झाली आणि आम्हाला स्वाधाराची. होय ना दादा?'' सोपानाचं बोलणं पटण्यासारखंच होतं. मुक्ता भोजलिंगकाकांना घेऊन झोपडीत आली. काकांची अनुभवी नजर सगळीकडे फिरत होती.

झोपडीत फारसं सामान नव्हतं. होतं ते, नीटनेटकं लावलेलं होतं. झोपडी स्वच्छ, नीट सारवलेली. एका कोपऱ्यात चूल. तिथं पितळेची आणि काही मातीची गाडगीमडकी. एका कोपऱ्यात गाडग्यांची उतरंड. खुंटीला माधुकरीच्या झोळ्या. एका नजरेत काकांनी सारं जोखलं. मग अचानक त्यांना काहीतरी आठवलं. ''पोरांनो, चला चला! अरे, मी दशम्या बांधून आणल्यात. काकूनं करून दिल्यात. लसूण चटणी आहे. कुरडूची भाजी आहे. दही आहे. काकूनं मोठ्या मायेनं केलंय सगळं. काकूपण आता थकलीय. तुम्हाला जेवायला घालून लगोलग या म्हणलीय. चला उठा! दशम्या खाऊ चला!'' काकांचं बोलणं ऐकून सगळ्यांचे डोळे पाणावले. 'खरंच! असं निर्व्याज प्रेम करणारी माणसं पृथ्वीतलावर आहेत, म्हणूनच हे रहाटगाडगं नीट चाललंय!' ज्ञानेशाच्या मनात आलं! मगाशी जेवणं अर्धवट झाली होती आणि आता तर आणखीच भूक लागली होती.

काकांनी बरोबर आणलेली शिदोरी सोडली. कुरडूच्या भाजीचा, लसूण चटणीचा वास साऱ्या झोपडीभर पसरला. त्यानं भूक आणखीच जागी केली. मुक्ता पुढे झाली. तिनं पर्णावली मांडल्या. काकांनी बांधून आणलेल्या दशम्या, चटणी, भाजी सगळ्यांच्या पानांत वाढली. सगळी पुन्हा जेवायला बसली. पोरं आवडीनं चवीनं जेवत होती. काका डोळे भरून बघत होते. ते बघूनच त्यांचं पोट भरलं. आज कितीतरी दिवसांनी असा मायेचा घास पोरांच्या तोंडात पडत होता. बघूनच डोळे निवले होते. डोळ्यांतलं समाधान मनात उतरलं होतं. मनातलं पोटात आणि पोरं त्या दशम्या खाऊन तृप्त झाली. उरलेल्या दशम्या तशाच बांधून मुक्तीनं शिबड्यात झाकून ठेवल्या. सगळी उठून काकांच्या पाया पडली. काकांनी पुन्हा एकदा सगळ्यांना जवळ घेतलं. त्यांच्या चेहऱ्यांवरून, पाठींवरून, डोक्यांतून हात फिरवला. काकांचा हात तसाच खरखरीत होता. त्यांच्या व्यक्तित्वासारखा; पण त्या पाठीमागची

माया मात्र कातळाखाली असलेल्या पाण्यासारखी होती. निर्मळ, पारदर्शी, मधुर आणि अविरत वाहणारी. काकांनी पोरांचा निरोप घेतला. पाय उचलवत नव्हते; पण आजारी काकूसाठी जाणं भाग होतं. अंगणातून एकवार पाठीमागे बघून काका झपझप निघालेसुद्धा. सोपानाच्या मनात आलं, 'आज पुन्हा एकदा पोरकं झालो आहोत असं वाटतंय!'

काकांच्या भेटीचा तो सोहळा, ती दशम्यांची चव या चौघांना कित्येक दिवस पुरली; पण या सगळ्या गोंधळात आपल्याला गुरुगंडा बांधायचा राहिलाय, याची बोच सोपानाच्या मनात कुठेतरी कोपऱ्यात टोचत राहिली होती. सोपानाच्या मनातली ही रुखरुख ज्ञानेशानं बरोबर ओळखली आणि त्यानं ती निवृत्तीदादाच्या कानावर घातली. त्यावर निवृत्ती समाधानानं हसला. ज्ञानेशाला म्हणाला, "ज्ञाना, मला ठाऊक आहे; पण त्याच्या मनाला ही बोच लागणं माझ्या दृष्टीनं फार महत्त्वाचं आहे. एकप्रकारे ही त्याची परीक्षाच आहे म्हणेनास!" निवृत्तीदादाचं बोलणं ऐकून ज्ञानेशाला नवल वाटलं, "म्हणजे? दादा, तू त्याला गंडा बांधणार नाहीस." ज्ञानेशानं विचारलंच! "तसं नव्हे ज्ञानेशा! अरे, गुरुगंडा बांधण्याची किंवा मला गुरू करून घेण्याची किंवा माझा शिष्य होण्याची त्याला, सोपानाला, आस्था किती आहे, हे मला तपासायचं आहे. गुरूची त्याच्या मनाला ओढ लागली पाहिजे, तरच तो शिष्य, चांगला शिष्य बनेल. त्याच्या मनात ज्ञानसंपादन करण्याची लालसा निर्माण झाली पाहिजे. चांगल्या शिष्याचं हेच तर लक्षण असतं ज्ञानेशा आणि मला तपासायचं आहे की, सोपानात ते लक्षण किती आहे ते?" निवृत्तीदादाचं बोलणं ऐकून ज्ञानेश्वर काही बोलला नाही; पण सोपानाच्या मनाची वाढलेली तगमग त्याला दिसत होती, जाणवत होती; पण दादाला तसं समजावून सांगणं शक्य नव्हतं. सोपानाची घुसमट आणि दादाचं परीक्षा घेणं ही कोंडी कधी आणि कशी फुटणार, या विचारानं ज्ञानेश्वर सचिंत झाला. आपण यात काहीतरी करावं, असंही त्याला वाटून गेलं; पण निवृत्तीदादानं मनाई केली. त्यामुळे आता जे-जे होईल ते-ते पाहावं, असा विचार करून तो शांत राहिला. आणि एक दिवस ही कोंडी अचानक फुटली.

त्या दिवशी भल्या पहाटे निवृत्ती-ज्ञानेश्वर उठले आणि गंगेच्या घाटावर निघाले. ज्ञानेशाचं सहज लक्ष गेलं. सोपानाचं अंथरूण रिकामं होतं. 'एवढ्या भल्या पहाटे हा कुठे गेला?' त्याच्या मनात प्रश्न उभा राहिला. झोपडीबाहेर पडणारी त्याची पावलं थबकली. निवृत्तीच्या ते लक्षात आलं. "ज्ञाना, का रे थांबलास? काय झालं?" त्यानं विचारलं. काही न बोलता ज्ञानेशानं सोपानाच्या रिकाम्या अंथरुणाकडे बोट दाखवलं; पण निवृत्तीचा चेहरा शांत होता. त्यानं काही न बोलता बाहेर जायला पाऊल उचललं! "दादा... पण सोपाना? आता... या... वेळी?" ज्ञानेशानं विचारायचा

प्रयत्न केला. निवृत्तीनं हातानंच त्याला थांबवलं. दोघं बाहेर पडले.

सृष्टी शांत होती. आकाश निरभ्र होतं. शुक्राची चांदणी लुकलुकत होती अजून निसर्गाची बाळं उठली नव्हती. खरंतर एरवी पहाटे गंगेच्या घाटावर जाताना निवृत्ती-ज्ञानेश्वर यांच्यात काही संवाद चालायचा; पण आज वाटच जणू मुकी झाली होती. ज्ञानेशाला कळत होतंही आणि नव्हतंही! दादाला खूप काही विचारावं, असं त्याला वाटलं! पण त्यानं शांतच राहायचं ठरवलं. बघता-बघता गाव मागे पडलं. कौलारू बैठ्या घरांची सोबत संपली आणि जमिनीवर पडलेल्या, झाडांच्या धूसर सावल्यांची सोबत सुरू झाली. हळूहळू माती ओलसर लागायला लागली. हवेतला गारवा वाढला. वाऱ्याची झुळूक थंड व्हायला लागली. गंगेचा घाट जवळ आला, तशी निवृत्ती-ज्ञानेशाच्या मनाची प्रसन्नता वाढली. आसमंतात नीरव शांतता होती. अगदी नीरव शांतता. असे वाटत होते, की चांदणीच्या लुकलुकण्याचाही आवाज येईल. इतकं वातावरण स्तब्ध होतं. अचानक त्या नीरव शांततेला छेदत, त्या स्तब्धतेला भेदत एक आवाज ऐकू येऊ लागला. दोघांचे चालणारे पाय क्षणभर थांबले. त्यांनी कान देऊन तो आवाज ऐकला. घनगंभीर असा तो आवाज होता. तरीही त्या आवाजात एक कोवळी माधुरी होती, तळहातापेक्षा मोठ्या असलेल्या कदंबाच्या कोवळ्या पानाला असते तशी. त्या आवाजाला एक गगनभेदी नाद होता, आसमंत उजळून टाकणाऱ्या विद्युल्लतेला असतो तसा. त्या आवाजाला एक विलक्षण कंप होता, विलक्षण स्पंदनं होती, वैनतेयाच्या आकाशगामी पंखांना असतात तशी. गगनमंडळ व्यापून तो आवाज जणू पृथ्वीमंडळ व्यापण्यासाठी अधीर होता. असं सगळं असूनही निवृत्ती-ज्ञानेशाला त्या आवाजात ओळख जाणवत होती. दोघांची पावलं आता भराभरा पडू लागली. तो कुणाचा आवाज आहे, हे ऐकण्याची अधीरता जणू त्या पावलांतूनही व्यक्त होत होती. जसाजसा गंगेचा घाट जवळ यायला लागला, तसतसा तो आवाज अधिक सुस्पष्ट, अधिक घनता असलेला; पण त्याचबरोबर उच्चारांची अधिक पारदर्शकता असलेला झाला. मनाची कवाडं उघडून थेट तो आवाज हृदयापर्यंत पोहोचला. आता तर तो आवाज, त्या आवाजाचा उच्चार, त्यातला मंत्रजप, त्याची स्पष्टता अधिकाधिक गहिरी व्हायला लागली.

निवृत्ती-ज्ञानेश्वर गंगेच्या घाटावर पोहोचले. घाट शांत-शांत होता. कुठेही हालचाल दिसत नव्हती. इंद्रायणीच्या लाटांची हळुवार गाज तेवढी लपक-लपक अशी ऐकायला येत होती. वातावरण एवढं शांत होतं की, चंद्रकिरणांचीसुद्धा हालचाल ऐकू यावी; पण या शांततेला भेदतच तो ध्वनी भू-गगनमंडळ व्यापत होता. समोर काहीच दिसत नव्हतं; पण त्या ध्वनीची कंपनं पायाखालच्या वाळूवर येऊन आदळत होती आणि वाळूत उभारलेल्या निवृत्ती-ज्ञानेशांच्या पावलांना ती जाणवत होती. सभोवती फिरणारा वारा ती कंपनं घेऊनच फिरत होता. त्याच्या

स्पर्शानं इंद्रायणीचं पाणीही हिंदकळत होतं आणि अविरत आवर्तनांतून निनादणारा तो ध्वनी आकाश व्यापून राहत होता. ज्ञानेशानं सर्वत्र बारीक नजरेनं पाहिलं. आसपास कुणीच नव्हतं. निवृत्तीनंही सगळीकडे नजर टाकली. कुणीच दिसत नव्हतं; पण ध्वनीचा उगम पाण्यातूनच येत होता. एक लहानसा चुकार ढग चंद्राला झाकोळून होता. काही क्षणांत तो पुढे सरकला. चंद्रबिंब उजळलं आणि त्याचे किरण इंद्रायणीच्या पाण्यावर नाचायला लागले. निवृत्तीचं तिकडे लक्ष गेलं; आणि त्या नाचणाऱ्या चंद्रबिंबाच्या प्रतिबिंबाच्या तरंगात पाण्याचे आवर्त तयार होत आहेत, हे त्याच्या लक्षात आलं. त्यानं स्पर्श करून ज्ञानेशाचं तिकडे लक्ष वेधलं. दोघांची पावलं इंद्रायणीत शिरली. पाण्यातून ध्वनी आवर्तन येत होते.

''नाहं देहो न इंद्रियाण्यन्तरङ्गोरङो नाहंकार: प्राणवर्गो न बुद्धी:।
दारापत्यक्षेत्रवित्तादिदूर: साक्षी नित्य: प्रत्यगात्मा शिवोऽहम्।।
रज्ज्वज्ञानाद भाति रज्जौ यथाऽहिं: स्वात्माज्ञानादात्मनो जीव भाव:।
आप्तोक्त्याऽ हि भ्रान्तिनाशे स रज्जुर्जीवो नाहं दैशिकोक्त्या शिवोहम् ।।
आभातीदं विश्वमात्मन्यसत्यं सत्यज्ञानानंदरूपे विमोहात्।
निद्रामोहात् स्वप्नवत्तन्नं सत्यं शुद्ध: पूर्णो नित्य एक: शिवोऽहम्।।''

शिवोऽहम् ... शिवोऽहम्चे ते आकाशगामी आवर्त, त्या प्रत्येक आवर्ताबरोबर पाण्याचं चाललेलं आवर्तन, त्या आवर्तनाबरहुकूम लाटांचं चाललेलं नर्तन, त्या नर्तनातून उठणारे तरंग, त्या तरंगांतून निर्माण होणारी स्पंदनं आणि त्या स्पंदनांना छेदून स्पष्ट उच्चारवानं केली जात असलेली शिवोऽहम्... शिवोऽहम्ची अद्वैतपंचकाची साधना. त्या शिवोऽहम्च्या उच्चारवाला जणू अवघा आसंमत साद देत होता आणि शिवोऽहम्चा तो नाद आकाशमंडळ व्यापून क्षितिजापर्यंत जात होता आणि परतून येताना त्या नादाचा प्रतिनाद, त्या ध्वनी उच्चाराचा प्रतिध्वनी घेऊन येत होता आणि त्यामुळेच की, काय अवघ्या आसमंतात तो 'शिवोऽहम्'चा ध्वनी भरून राहिला होता. निवृत्ती-ज्ञानेश्वर लक्ष देऊन ऐकत होते. पाण्यालासुद्धा कळणार नाही, अशा पद्धतीने हळुवार पावलं टाकत इंद्रायणीतून पुढे चालले होते.

''नाहं जातो न प्रवृद्धो न नष्टो देहस्योक्ता: प्राकृता: सर्वधर्मा:।
कर्तृत्वादिश्चिन्मयस्यास्ति नाहंकारस्यैव ह्यात्मनो मे शिवोऽहम्।।''
शिवोऽहम्... शिवोऽहम्... शिवोऽहम्... शिवोऽहम्।।''

अद्वैतपंचक संपल्याचं आवर्तन झालं. काही क्षण अगदी-अगदी नीरव शांतता पसरली. इतकी की, इंद्रायणीचं पाणीसुद्धा जणू अचल झालं. स्तब्ध झालं. निवृत्ती-ज्ञानेशाची पुढे पडणारी पावलंही थबकली. तिथल्या तिथे थांबली. काही क्षण सगळं शांत-शांत झालं! इतकं शांत, की पानांचे श्वास घेणं ऐकू यावं, इतकं शांत, की फुलांचं फुलणं ऐकू यावं. ज्ञानेश्वर निवृत्तीदादाला काही विचारणार, तोच तो आवाज,

तो स्वर पुन्हा ऐकायला आला; पण आता त्यातली सुस्पष्टता, तीव्रता, उच्चाराची धार काहीशी कमी झाली होती. एखाद्या लहान बालकानं हुंदके देत बोलावं तसा तरुण तो आवाज ऐकू येत होता. त्यात आर्तता होती आणि लडिवाळ तक्रारपण –

"बरोबर आहे ना बाबा शंकराचार्यांचं अद्वैतपंचक? आरोह, अवरोह, उच्चार, श्रुती सगळं बरोबर आहे ना? बाबा हे सगळं शिकायला, जाणून घ्यायला माझं मन अगदी आसुसलंय. मला-मला या जगातलं सगळं ज्ञानं शिकायचंय बाबा! पण दादा म्हणतो गुरूशिवाय ज्ञानाला गती नाही. बुद्धीला दिशा नाही. अभ्यासाला मार्ग नाही आणि विद्वत्तेला प्रवाह नाही. खरं आहे; पण निवृत्तीदादा अजून मला आपला शिष्य करून का घेत नाही? त्यानं ज्ञानादादाला गुरुगंडा बांधला. मला पण बांधतो म्हणाला; पण अजून किती दिवस? किती दिवस मी प्रतीक्षा करायची? माझी ज्ञानसंपादनाची लालसा तर वाढत चाललीय; पण गुरू नाही म्हणून बुद्धी दिशाहीन झाली आहे. तुम्ही जे शिकवलंत त्याची उजळणी तरी कितीदा करू? बाबा, माझं काही चुकतंय का? निवृत्तीदादा मला का गुरुगंडा बांधत नाहीये? त्याला मी अजून लहान वाटतोय का? की त्याचा शिष्य होण्याची माझीच योग्यता नाहीय? सांगा ना बाबा? माझी-माझी नुसती घुसमट होते आहे. मी हे निवृत्तीदादाला सांगायला गेलो, तर तो मला पोरकट समजेल. मी उगीचच हट्ट करतोय, असं त्याला वाटेल. बाबा, निवृत्तीदादा जसा मोठा भाऊ आहे, तसाच तो आमचे आई-बाबापण. मग त्याच्याशी या गोष्टी बोलताना तो त्या वेळी बाबा आहे, दादा आहे, की गुरू, हे कसं ओळखायचं बाबा? मला काहीच सुचत नाहीय! बाबा, माझ्या मनाचा नुसता कोंडमारा होतोय. गुरूशिवाय ज्ञानसाधना शक्य नाही आणि गुरू तर मला शिष्य करून घ्यायला तयार नाही. पाण्याबाहेर काढलेल्या मासोळीसारखी माझी अवस्था झाली आहे आणि यातून मला फक्त निवृत्तीदादाच बाहेर काढू शकतो; पण कधी? केव्हा?" शब्द थांबले आणि त्यापाठोपाठ आला एक हुंदका! पण तो एकटाच आला नाही. त्याच्या पाठोपाठ असंख्य हुंदके आले आणि त्या वातावरणात भरून राहिले. ते हुंदके ऐकले आणि निवृत्ती-ज्ञानेशाच्या काळजाचा ठोका चुकला. ते-ते हुंदके त्यांच्या परिचयाचे होते. तो आवाज त्यांच्या ओळखीचा होता. तो स्वर त्यांच्या काळजातला, हृदयातला होता. होय! तो स्वर सोपानाचा, त्यांच्या सोपानाचा होता. ते हुंदके त्यांच्या लाडक्या सोपानाचे होते आणि सोपान रडत होता. हुंदके देऊन रडत होता; पण... पण सोपान होता कुठे?

निवृत्ती-ज्ञानेशाची नजर सोपानाला शोधत होती. भिरभिरत होती. इंद्रायणीच्या पाण्यावर, पाण्यावर उठलेल्या प्रत्येक तरंगावर, त्या तरंगात नाचणाऱ्या प्रत्येक चंद्रकिरणांवर या दोघांचे नेत्र सोपानाला शोधत होते आणि... आणि तो त्यांना दिसला. होय! तो सोपानच होता. त्यांचा सोपान. त्यांच्या लाडका, धाकटा भाऊ

सोपान. त्यांच्या काळजाचा तुकडा सोपान. गुडघाभर पाण्यात पद्मासन घालून सोपान बसला होता. बसल्यामुळे पाणी त्याच्या छातीपर्यंत आले होते. इंद्रायणीच्या पाण्यावर उठणारे हलके तरंग त्याच्या शरीराला धडकून परत जात होते. त्या पाण्यावर नाचणारी चंद्रकिरणं परावर्तित होऊन सोपानाच्या चेहऱ्यावर पडत होती आणि सोपानाच्या चेहऱ्यावर त्या चंद्रकिरणांनी छाया-प्रकाशाचा खेळ मांडला होता. त्या परावर्तित होऊन नाचणाऱ्या प्रकाशकिरणांमुळे पाण्यावर असणारा सोपानाचा चेहरा, चंद्रकिरणांत उमललेल्या कमलपुष्पाप्रमाणं दिसत होता. त्याला पाहताच निवृत्ती-ज्ञानेशाचा आनंद गगनाला भिडला. आपलं नेसूचं धोतर भिजतंय आणि आपल्याला दुसरं धोतर नाहीय, याची जराही पर्वा न करता दोघांनी त्या गुडघ्याएवढ्या पाण्यातून धाव घेतली आणि ते सोपानाजवळ जाऊन उभे राहिले. सोपानाचे डोळे मिटलेले होते. मिटल्या डोळ्यांतून घळाघळा अश्रू वाहत होते. हुंदका गळ्याशी येऊन ओठांतून बाहेर पडत होता. हुंदक्यानं त्याचं सगळं अंग गदगदत होतं आणि इंद्रायणीचं पाणी त्या स्पर्शानं हिंदकळत होतं. भोवतालचं थंडगार वातावरण, इंद्रायणीचं गार पाणी, अंगावर शहारा उठवून जाणारा, बोचरा वारा या कशाकशाचं भान सोपानाला नव्हतंच; पण गुडघाभर पाण्यात उभं राहून अनिमिष नेत्रानं सोपानाकडे पाहणाऱ्या निवृत्ती-ज्ञानेशाचेही भानं हरपलं होतं. सोपान अंथरुणावर दिसला नाही तेव्हापासून ते आता इंद्रायणीच्या पाण्यात बसलेला सोपान दिसेपर्यंतचं सगळं भान हरपणारंच होतं. प्रथम भानावर आला तो निवृत्तीच! त्यानं पुढे होऊन सोपानाचे डोळे पुसले. अकस्मित झालेल्या त्या स्पर्शानं सोपान दचकला. त्यानं डोळे उघडले आणि समोर निवृत्तीदादाला बघून मात्र त्याचा बांध फुटला. इतका वेळ हुंदका दाबून धरून स्फुंदणारा सोपान लहान मुलासारखा निवृत्तीला बिलगून रडायला लागला. निवृत्तीनं त्याला जवळ घेतलं. अगदी कुशीत आणि त्याच्या कुशीत शिरून सोपान घळाघळा रडायला लागला.

मनातल्या सगळ्या शंका, काळजातले सगळे संदेह, उरातली सगळी सचिंती, भावनांचा झालेला कोंडमारा, जिवाची झालेली घुसमट, अजाणतेपणानं मनात उद्भवलेला संभ्रम आणि काळीज पोखरणारी अनामिक भीती, हे सगळं सगळं डोळ्यांतून घळाघळा वाहणाऱ्या त्या पाण्यातून वाहत होते. अनावर होऊन ज्ञानेश्वरही त्या दोघांना बिलगला. त्याच्याही डोळ्यांतून अश्रू वाहतच होते. निवृत्तीही अतीव गहिवरला होता. तिघांच्याही डोळ्यांतून अश्रू वाहत होते आणि इंद्रायणीत मिसळत होते. गंगा, यमुना, सरस्वतीच जणू! या तिघांच्या डोळ्यांतून वाहणाऱ्या अश्रूंनी तो इंद्रायणीचा डोह जणू त्रिवेणी संगम बनला होता आणि आळंदीचं बनलं प्रयाग तीर्थक्षेत्र. या तीन नद्यांच्या संगमाने मग इंद्रायणीचा तो डोह पवित्र झाला. मांगल्याने भरून गेला आणि इंद्रायणीचं पाणी बनलं पवित्र तीर्थजल. अवघी सृष्टी, अवघं

गगनमंडळ हे अप्रुपाचं अप्रूप कौतुकानं बघत होतेच, पण आणखीही चार नेत्र हे सगळं कौतुकानं न्याहाळत होते. होय, प्रयाग तीर्थाच्या पाण्यात देहान्त प्रायश्चित्त घेऊन आत्मसमर्पण केलेले विठ्ठलपंत आणि रुक्मिणी, दोघंही आपली ही तीन लेकरं एकमेकांना बिलगून, एकमेकांच्या कुशीत रडताना बघून धन्य होत होते. अवघ्या सृष्टीला हा कौतुक सोहळा दिसावा म्हणून की काय; पण पूर्व क्षितिजही तेजाळलं. या तिघांना डोळे भरून बघून चंद्र अस्ताला गेला. चांदण्यांनीही तिघांना नजरेत साठवत आपलं अस्तित्व मिटून घेतलं. पूर्व क्षितिज सुवर्णकणांनी तेजाळलं आणि इंद्रायणीचं पाणीही!

निवृत्ती-ज्ञानेशानं सोपानाला हाताला धरून वाळवंटात आणलं. निवृत्तीनं सोपानाचे डोळे पुसले. एकवार ज्ञानेश्वराकडे पाहिलं आणि पुन्हा सोपानाला घेऊन तो इंद्रायणीच्या जवळ गेला. पाऊलभर पाण्यात उभा राहून त्यानं खाली वाकून ओंजळीत पाणी घेतलं. पूर्व क्षितिजावर नजर टाकली. अजुनी झुंजुमुंजूच दिसत होतं. आपल्या ओंजळीतलं पाणी त्यानं सोपानाच्या ओंजळीत सोडलं आणि म्हणाला, ''हे जगन्नियंत्या, आज या ब्राह्ममुहूर्तावर मी, गहिनीनाथांचा शिष्य, नाथपंथी, निवृत्तीनाथ, विठ्ठलपंतांचा मुलगा सोपानदेव याला माझा शिष्य करून घेण्याचं वचन देतो. आजन्म मी या वचनाला बांधील राहीन आणि माझ्याजवळ असलेलं सगळं सगळं ज्ञान मी सोपानाला देईन. माझे गुरू गहिनीनाथ यांच्या आदेशावरून मी सोपानाचं गुरुत्व स्वीकारत आहे.'' निवृत्तीच्या ओंजळीतलं पाणी थेंब थेंब सोपानाच्या ओंजळीत पडत होतं आणि त्या प्रत्येक थेंबासरशी सोपान विरघळत होता. निवृत्तीचा प्रत्येक शब्द सोपानाच्या मनावर आणि शरीरावर रोमांच उभे करत होता. निवृत्ती बोलायचा थांबला. त्यानं हात पालथे करून सोपानाच्या हातावर ठेवले आणि कठोर आवाजात म्हणाला, ''सोपानदेव, आजपासून तू या गहिनी शिष्य निवृत्तीचा शिष्य झालास. तुझं अध्ययन सुरू झालं की, नाथपंथाची दीक्षा मी तुला देईन; पण लक्षात ठेव. नाथपंथी होणं सोपं नाही आणि चांगला शिष्य होणं तर फार अवघड आहे, कठीण आहे. त्यासाठी अविरत परिश्रम, घोर तपश्चर्या आणि सरावात सातत्य असण्याची गरज आहे. या तीनही गोष्टी तू नेटानं पूर्ण करशील, असा आशीर्वाद मी तुला देतो. आज, आता, या क्षणापासून तुझं अध्ययनं सुरू होईल.'' निवृत्ती बोलत होता आणि सोपान भारल्यासाखा त्याच्याकडे बघत होता.

दादा आता काहीतरी वेगळाच दिसत होता. जणू तो निवृत्तीदादा नव्हताच. दुसराच कुणी होता. त्याच्या चेहऱ्यावर एक वेगळं तेज पसरलं होतं. डोळ्यांत एकाच वेळी कठोर आणि मृदू भाव होते. आवाजात मार्दव होते; पण त्याचबरोबर एक गर्भित आदेशही होता. काहीसा सावळा, मानेवर रुळणारे कुरळे केस, ताठ नासिका, ओठांची पातळ महिरप, निर्धार दर्शवणारी हनुवटी, तेजस्वी डोळे आणि

माथ्यावरच्या भस्माच्या रेघा. सोपानाला आता निवृत्तीदादा सांब-शिवासारखा वाटला. निवृत्ती बोलायचा थांबला. ज्ञानेश्वरानं पाहिलं सोपान मंत्रावल्यासारखा उभा आहे. त्यानं हळूच खांद्याला स्पर्श करून सोपानाला सावध केलं. ज्ञानेशाच्या स्पर्शानं सोपान सावरला. दोन्ही हात जोडून त्यानं निवृत्तीला साष्टांग दंडवत घातला. त्याच्या चेहऱ्यावरचे विभूती पूजेचे भाव निवृत्तीनं वाचले आणि तो उमजला. शिष्य होण्यासाठी सोपान आता सज्ज झाला आहे. त्यानं खांद्याला धरून सोपानाला उठवलं. क्षणभर त्याच्याकडे पाहून पुन्हा त्याला आपल्या मिठीत घेतलं. नजरेनं ज्ञानेशालाही खुणावलं. तोही निवृत्तीच्या मिठीत बद्ध झाला.

आता मात्र हे दृश्य पाहण्यासाठी तो सूर्यनारायण घाईगडबडीनं क्षितिजावर आला होता. त्यानंही डोळे भरून हे दृश्य पाहून घेतलं. इंद्रायणीनं पाणी उचंबळून आपला आनंद व्यक्त केला. ज्ञानेश्वर-सोपान दोघंही निवृत्तीदादाच्या मिठीत आश्वस्त होते. निश्चिंत होते; पण निवृत्तीचा चेहरा मात्र सचिंत होता. आता त्याच्यावर फार मोठी जबाबदारी होती. सरस्वतीमातेच्या दरबारातली दोन रत्नं त्याच्याकडून पैलू पाडून घेण्यासाठी सिद्ध झाली होती. स्वतेजानं झळझळणारी ही दोन रत्नं स्वयंभू होतीच; पण आता ज्ञानाच्या कोंदणानं ते तेज अधिकच उजळणार होतं आणि ते कोंदण बनवण्याची जबाबदारी निवृत्तीची होती. दोघांचं बालपण सरलं होतं. निवृत्तीच्या काळजातल्या मातृत्वाला आता कठोर व्हावं लागणार होतं. वेळप्रसंगी छिन्नीचे घाव घालावे लागणार होते; पण त्या दोघांचंही आयुष्य उजळवण्यासाठी प्रयत्नांत कसूर करून चालणार नव्हती. पुत्र म्हणून आई-बाबांना दिलेल्या आणि गुरू म्हणून या दोघांना दिलेल्या वचनाची पूर्तता करावीच लागणार होती. ज्ञानेश्वर-सोपानासारखे शिष्य लाभणं, ही परमभाग्याची गोष्ट होती, हे जरी खरं असलं, तरी त्यांचा गुरू होणं, ही सोपी गोष्ट नव्हती. अध्ययन ते दोघं करणार होते; पण कसोटी होती निवृत्तीची. अभ्यास ते दोघं शिकणार होते; पण परीक्षा होती निवृत्तीची आणि म्हणून तो सचिंत होता.

१३

आता पुरतं उजाडलं होतं. त्या भास्कराच्या आगमनानं पृथ्वीतलावरचा अवघा अंधकार दूर झाला होता. सारं भय, साऱ्या आशंका, धूसर दिसणाऱ्या दिशा, सारं-सारं नाहीसं होऊन सगळं-सगळं स्पष्ट झालं होतं. सुलेख झालं होतं. सुनिश्चित झालं होतं. निवृत्तीनाथ आता या दोघांचे गुरू होते. वडीलभावाच्या मायेपेक्षा गुरुत्वाचं कर्तव्य अधिक महत्त्वाचं होतं. उत्कट मायेपोटी येणाऱ्या चिंतेपेक्षा कर्तव्य कठोर गुरुत्वाची कसोटी अधिक मोठी होती. आपण उचललेलं हे शिवधनुष्य आपल्याला पेलेल की नाही, या आशंकेनं निवृत्तीनाथ बेचैन झाले होते. 'गुरू गहिनीनाथांशी याबाबतीत सल्लामसलत केली पाहिजे,' त्यांच्या मनात आलं. ते नक्कीच मार्ग दाखवतील. त्यांना विश्वास वाटला आणि त्यांचं मन शांत झालं. वाळवंटातून झपझप पावलं पडू लागली. निवृत्तीदादांच्या चेहऱ्यावरचं द्वंद्व ज्ञानेश्वरानं वाचलं. दादाच्या मनात काय चाललंय, याचा त्याला काहीसा अंदाज आला. क्षणभर त्याला वाटलं दादाला विचारावं; पण त्याचं धाडस झालं नाही. मुकाट पावलं टाकत तो दादाबरोबर चालला; पण सोपान? त्याचं तर इकडे लक्षच नव्हतं. निवृत्तीदादांनी आपल्याला शिष्य करून घेतलं, याचा विलक्षण आनंद त्याच्या चेहऱ्यावरून, त्याच्या देहबोलीतून स्पष्टपणे जाणवत होता. उत्साहानं, आनंदानं तो नुसता सळसळत होता. गंगेच्या वाळवंटात आज त्याची पडणारी पावलं त्या वाळूवर एक खोल ठसा उमटवत होती. जणू निवृत्तीदादाकडून ज्ञानाची दीक्षा घेऊन सोपान चराचरावर आपला असा ठसा उमटवणार होता.

तिघंही झोपडीजवळ आले. डोणीवर पाय धुऊन निवृत्तीदादा आत गेला. ज्ञानेश्वरानंही त्याचंच अनुकरण केलं. आपले तीनही भाऊ आले आहेत म्हणून त्यांना सामोरी आलेल्या मुक्ताशी दोघंही काही बोलले नाहीत; पण डोणीवर पाय धुऊन सोपान वळला आणि समोर मुक्ताला बघून त्याच्या आनंदाला जणू वाचा फुटली. उत्साहाला गती मिळाली आणि मुक्तीचे खांदे धरून तिला गोल-गोल फिरवत सोपान स्वत:ही फिरू लागला. मुक्तीला कळेना हा सोपानदादा आज असं काय करतोय?''

"अरेऽअरे! अरे दादा पडेन ना मी?" असे ती ओरडायला लागली तेव्हा सोपान भानावर आला. तिला फिरवणं आणि स्वत:चंही फिरणं थांबवून मोठ्या प्रसन्न मुद्रेनं तो मुक्तीकडे बघू लागला. त्याच्या डोळ्यांतून आनंद ओसंडत होता. ओठांतून हसू ओघळत होतं आणि चेहरा तेजानं ओथंबला होता. "दादा एऽदादा! काय झालं? सांग ना!" मुक्तीनं लडिवाळ आग्रह केला. सोपान जणू याची वाटच बघत होता. "मुक्तेऽ मुक्ते! अगं काय सांगू तुला? अगं आज मला इतका आनंद झालाय, की... मला खूप आनंद झालाय! अगं मुक्ते, अगं आज निवृत्तीदादानं माझा शिष्य म्हणून स्वीकार केला. आता ज्ञानादादासारखं तो मलाही शिकवेल. आता मलाही ज्ञानानं संपन्न करेल. माझ्याही ज्ञानाला गती येईल. दिशा मिळेल. माझ्या मनाचं अवकाशही ज्ञानाच्या कणांनी भरून जाईल. मुक्तेऽ मुक्ते मी गेले कित्येक दिवस या क्षणाची वाट बघत होतो, पण आज तो मला लाभला!" सोपाना भरभरून बोलत होतो; गेले कित्येक दिवस उदास राहणारा, अबोल राहणारा आपला हा लाडका भाऊ आनंदानं, उत्साहानं नुसता निथळतोय, हे बघून मुक्तीलाही आनंद झाला. तिनंही त्या आनंदात एक गिरकी घेतली. सोपानाच्या आनंदाची संगत तिलाही लागली आणि इवल्याशा झोपडीच्या त्या इवल्याशा अंगणात जणू आकाशमंडळ अवतरलं.

तो संपूर्ण दिवस तसाच गेला. आनंदानं मोहरलेला. त्या दिवशी रात्री निवृत्तीनं सोपानाला सांगितलं, "सोपाना, उद्या भल्या पहाटे आमच्याबरोबर गंगेच्या घाटावर यायचंस. उद्यापासून तुझं अध्ययन सुरू." सोपान दिवसभर तर आनंदलेला होताच, पण निवृत्तीदादानं असं सांगताच त्याचे डोळे आणखीच आनंदानं लकाकले. मोठ्या आनंदानं त्यानं होकारार्थी मान हलवली. हळूच मुक्तीकडे पाहिलं. ती त्याच्याकडेच बघत होती. नजरानजर होताच मुक्तीनं, "आहे बुवा!" अशी मान डोलावली. सोपानानं भिवया उंचावत 'मग!' अशी खूण केली. त्यांची ही नजरखेळी ज्ञानेश्वराच्या नजरेतून सुटली नाही 'हं!' असा हुंकार करत त्यानं दोघांना दम भरला. मग मात्र सोपान अंथरुणावर आडवा झाला. डोळे मिटले; पण मिटल्या डोळ्यांसमोर दिसत होता इंद्रायणीचा घाट, तिचं विस्तीर्ण पसरलेलं वाळवंट, लहरणारं तिचं पाणी आणि त्या काठावर बसलेले तिघं जण – निवृत्ती, ज्ञानेश्वर, सोपान. हे असं सगळं बघतच सोपान झोपी गेला. तो गंगेचा घाट डोळ्यांसमोर उलगडत असतानाच आपल्याला झोप कधी लागली, हे त्याचं त्यालाच कळलं नाही. गाढ झोपलेल्या सोपानकडे एकटक बघणाऱ्या निवृत्तीच्या डोळ्यांत मात्र नकळत अश्रूंचे थेंब उभे राहिले. त्याचं कारण त्याला स्वत:लाही कळलं नाही.

सोपानाला पडल्या पडल्या झोप लागली खरी; पण त्याला जाग मात्र अचूक आली. अंथरुणावर उठून बसून त्यानं हात जोडले –

कराग्रे वसते लक्ष्मी
करमध्ये सरस्वती
करमूले तू गोविंदम्
प्रभाते करदर्शनम्।

म्हणत त्यानं चेहऱ्यावरून हात फिरवला आणि डोळे उघडले. समोर निवृत्तीदादा आणि ज्ञानेश्वर उभे होते. त्यांना समोर बघून सोपानही चटकन उभा राहिला. खाली वाकून त्यानं निवृत्तीच्या पायांवर डोकं टेकवलं. निवृत्तीनं त्याला खांद्याला धरून उभं केलं आणि त्याच्या नजरेत नजर रोखून म्हणाला, "चला! निघायचं?" सोपानानं मूकपणे मान हलवली. निवृत्ती बाहेर पडला. पाठोपाठ ज्ञानेश्वर आणि त्या दोघांच्या पावलांच्या ठशांचा समन्वय साधत त्यावर आपली पावलं टाकत सोपान चालला. विठ्ठलपंत-रुक्मिणीबाईंचा धाकटा पुत्र, निवृत्ती-ज्ञानेशाचा धाकटा भाऊ, मुक्ताईचा सोपानदादा निघाला होता, ज्ञानमार्गाचा राजरस्ता गाठायला. भगवद्गीता, पुराणं, संस्कृत, व्याकरण, श्लोक हे सारं त्याला अवगत होते. त्याच्या बाबांनी त्याला ते शिकवलं होतं; पण आता त्याचा मोठा भाऊ निवृत्तीदादा, त्याचे गुरू निवृत्तीनाथ त्याला ज्ञानाच्या सागरात पोहायला शिकवणार होतं. वेद, उपनिषदं, शास्त्रं, हटयोग, कुंडलिनी, शांकर सूक्त. ज्ञानाचा हा महासागर. त्याचं बोट धरून त्याचे गुरू त्याला घेऊन जाणार होते. निवृत्ती- ज्ञानेशाच्या पाठोपाठ सोपानाची पावलं पडत होती. प्रत्येक पावलागणिक त्याच्या शरीरावर रोमांच उभे राहत होते. प्रत्येक पावलागणिक एक अनिवार ओढ, एक अनामिक हुरहुर जिवाला लागत होती. सोपानानं नकळत नजर उचलून समोर पाहिलं. पूर्व क्षितिज आपले विशाल बाहू पसरून आपल्याला कवेत घेण्यास उत्सुक आहे, असं त्याला वाटलं आणि त्याचा उत्साह शतगुणित झाला.

बघता-बघता गंगेचा घाट मागे पडला. वाळवंटही संपलं. पाण्यावरून येणारा वारा गारठा घेऊन येत होता. तो मात्र जाणवत होता. अजूनही काही खट्याळ चांदण्या आकाशात लुकलुकत होत्या. घाटही बराच मागे पडला आणि झाडी सुरू झाली. खरंतर ते जंगल अजून शांत होतं; पण त्या नीरव शांततेत या तिघांचे पायरव वाजायला लागले आणि अवघ्या जंगलाला जणू जाग आली. पाखरांची किलबिल सुरू झाली. त्यांच्या साम्राज्यात हालचालही सुरू झाली. निवृत्ती-ज्ञानेशाला हे सवयीचं असावं. पक्ष्यांच्या किलबिलाटाचं, त्यांच्या पंख फडफडण्याचं त्यांना काही विशेष वाटलं नाही; पण सोपाना? त्याला तर हे सगळंच नवीन होतं. एकतर एवढ्या पहाटे गंगेच्या घाटाच्या पुढे तो कधीच आला नव्हता आणि या जंगलात तर नाहीच नाही. त्यातच ती गर्द झाडी, आपण प्रवेशतानाची असलेली नीरव; पण गूढ शांतता आणि आपल्या पायरवनानं जंगलाला आलेली जाग! सगळं सगळंच त्याला नवीन होतं. पक्ष्यांचा किलबिलाट तर इतका गोड होता की, ज्ञानेशाच्या

मागून, त्याच्या पावलांच्या मुद्रांवर नजर ठेवून त्याला चालवेना. अभावितपणे त्याची नजर झाडांकडे वळू लागली. एखाद्या पक्ष्यांची किलबिल, एखाद्याची शीळ, एखाद्याचा वेगळा आवाज ऐकू आला की, त्याची नजर फांद्या-फांद्यांवरून भिरभिरत राहिली. त्या पक्ष्यांना शोधत राहिली. किती वेळ गेला कुणास ठाऊक? आता ते तिघंही गर्द झाडीत आले होते. निवृत्ती थांबला, ज्ञानेश्वरही थांबला आणि सोपानही थांबला. त्यानं सभोवती नजर फिरवली. त्या झाडीत मधोमध एक अंकणभर रिकामी जागा होती. तिथं तीन दिशेला तीन शिळा होत्या. त्यातल्या एका उंच शिळेवर निवृत्तीदादा जाऊन पद्मासन घालून बसला. दुसऱ्या शिळेवर ज्ञानादादा बसला आणि त्याने सोपानाला तिसऱ्या शिळेवर बसण्याची खूण केली. त्या दोघांना वंदन करून सोपाना त्या तिसऱ्या शिळेवर पद्मासन घालून बसला. त्याची नजर निवृत्तीदादाकडे लागली होती. काय नव्हतं त्या नजरेत? उत्सुकता होती; दादा काय-काय सांगतो याची, आतुरता होती; कधी सांगतो याची, अपेक्षा होती; लवकर सांगेल याची, प्रतीक्षा होती; तो सांगेल ते ग्रहण करण्याची, आस होती; नवीन काही शिकण्याची, अधीरता होती; प्रतीक्षा कधी संपते याची, विश्वास होता; निवृत्तीदादाच्या ज्ञानावर, निश्चिती होती; आपल्या उज्ज्वल ज्ञानसंपन्नतेची—एवढ्या सगळ्या भावनांना एकवटून सोपानाची नजर निवृत्तीदादाकडे लागलेली होती.

निवृत्तीनं हात जोडले. दीर्घ श्वास घेतला. डोळे मिटले. एक क्षणभर श्वासावर लक्ष केंद्रित करून त्यानं ओंकार लावला. उजळलेलं पूर्व क्षितिज, वातावरणातली नीरव शांतता, दवानं भिजलेल्या पानांचा येणारा मंद सुगंध, त्या शांततेला बारीकसा छेद देणारी पक्ष्यांची गोड किलबिल, झुंजुमुंजणारे आकाश आणि या सगळ्यांमध्ये भरून राहिलेला तो निवृत्तीचा ओंकार. सोपानाच्या अंगावर सर्रकन काटा आला. त्या ओंकारानं आकाशगर्भ भरून गेला होता. पृथ्वीची गती क्षणमात्र थांबली होती. पाखरांची किलबिल शांत झाली होती. वृक्ष, लता, वेली सगळ्यांच्याच पानांना कंप सुटला होता. जमिनीवरची तृणांची पातीही थरथरत होती. पानांच्या थरथरण्यानं त्यावरील दवबिंदू खाली ओघळू लागले आणि तिघांच्याही मस्तकावर त्याचं प्रोक्षण व्हायला लागलं. जणू 'शुद्धोदक स्नानं समर्पयामि।' बघता-बघता त्या ओंकारानं अवघं अवकाश व्यापलं. क्षणभर, क्षणभरच सोपानाच्या शरीरालाही कंप सुटला. निवृत्तीदादाने ओंकार लावताच मिटून घेतलेले डोळे सोपानानं खाडकन उघडले आणि अनिमिष नेत्रांनी तो बघतच राहिला. निवृत्तीदादा त्याच्या समोरच्याच शिळेवर बसला होता. त्याच्या पाठीमागे लता-वल्लरींची दाट जाळी होती; पण सोपानानं डोळे उघडले आणि त्या निमिषार्धात त्याला जे दिसलं ते अभूतपूर्व असं होतं. निवृत्तीच्या पाठीमागची लता-वल्लरींची दाट जाळी नाहीशी होऊन तिथं साक्षात कैलास पर्वत अवतरला होता. शुभ्र हिमानं आच्छादलेली त्याची शिखरं अपूर्व तेजानं

तळपत होती. निवृत्तीदादाच्या भाळावर अर्धचंद्र विराजमान होता, तर मस्तकावरून शुभ्र गंगेचा जलौघ ओघळत होता. सर्वांगाला चिता भस्म लावलेला, गळ्यात, हातात, दंडात रुद्राक्ष माळा बांधलेला, व्याघ्रजिनावर विराजमान झालेला साक्षात शिवशंकर सोपानाच्या समोर ओंकाराचा नाद लावत होता. सोपानाच्या पावलापासून मस्तकापर्यंत सर्रकन एक विजेचा लोळ सरसरत गेला. आपण पाहत आहोत ते सत्य आहे की भास? वास्तव आहे की दृष्टिभ्रम, साक्षात आहे की संभ्रम? असा त्याला प्रश्न पडला. कदाचित आपणच सावध नसून आपल्याला अर्धजागृत अवस्थेत असे भास होत असावेत, असं त्याला वाटलं. त्यानं क्षणभर, अगदी क्षणभर नजर वळवून ज्ञानेशाकडे पाहिलं, तर ज्ञानेश्वर पद्मासन घालून डोळे मिटून बसला होता. तिथं ज्ञानेश्वरच दिसतोय, हे बघून क्षणार्धात सोपानानं नजर पुन्हा निवृत्तीदादाकडे वळवली. अजूनही तिथं शिवशंकरच होता आणि त्याच्याभोवती त्या गर्जणाऱ्या ओंकाराची आवर्तनं घेऊन एक तेजोवलय फिरत होतं. स्वत:च्याही नकळत सोपानाचे हात जुळले. मस्तक झुकलं. अजुनी अवकाशात तो घनगंभीर ओंकार गर्जतच होता. हळूहळू त्याची लय कमी झाला. त्याचा स्वर कमी झाला. त्याचा गर्जणारा, घुमणारा नाद कमी झाली. सोपानानं क्षणभर डोळे मिटले. ते ओंकाराचं प्रत्ययकारी आवर्त त्यानं हृदयात भरून घेतलं, आणि त्यानं डोळे उघडले. समोर प्रसन्न चेहऱ्यानं निवृत्तीदादा बसला होता. सोपानाशी नजरानजर होताच तो हलकंच हसला. सोपानाच्या डोळ्यांतले विभूतिभाव त्यानं क्षणार्धात वाचले. पद्मासन सोडून तो सुखासनात बसला. क्षणभरच. त्यानं पुन्हा पद्मासन घातलं. तर्जनी आणि अंगठा जुळवून दोन्ही हात सुलटे करून गुडघ्यांवर ठेवून त्यानं खोल श्वास घेतला. क्षणभर. डोळे मिटले. मान झुकवून अनुमती घेतल्यासारखं केलं आणि डोळे उघडून तो सोपानाला म्हणाला, ‘‘सोपाना, ऐक. मी आता काय सांगतो ते ध्यानपूर्वक ऐक. डोळे मीट. तुझी दृष्टी नासिकाग्रावर केंद्रित कर. तुझं अवधान श्वास-उच्छ्वासाच्या लयीवर केंद्रित कर. श्वासाच्या उत्पत्तीचं मूळ जाणून घे. तुझं अवधान त्या मूलस्रोतापर्यंत ने आणि दीर्घ प्राणायाम कर आणि त्यानंतर तुझं सगळं अवधान मी काय बोलतोय, काय सांगतोय, यावर केंद्रिंत कर. सोपान, गुरू गहिनीनाथांची अनुमती घेऊन, गुरू गहिनीनाथांचा हा शिष्य निवृत्तीनाथ आजपासून तुझ्या ज्ञानदीक्षेला प्रारंभ करतो आहे. सोपाना, ओंकार कसा लावायचा, हे तर तू जाणतोसच; पण त्या ओंकाराचा मूलस्रोत मी तुला सांगतो. लक्षपूर्वक ऐक. ओंकार म्हणजे ईश्वराचा प्रत्यक्ष रव. ईश्वराचा साक्षात स्वर. या ओंकारात ‘अ’, ‘ऊ’ आणि ‘म’ हे तीन स्वर येतात. त्यातले अ आणि ऊ हे स्वर आहेत. तर म हे व्यंजन आहे. त्यातला अ हा स्वर म्हणजे अविनाशी तत्त्वाचा स्रोत आहे. अ हे अविनाशी तत्त्व आहे. जगात सर्व गोष्टी नाशवंत आहेत, नश्वर आहेत; पण ईश्वर किंवा परमात्मा हा

संजीवन आहे, चिरंतन आहे, अविनाशी आहे, म्हणून ओंकारातला अ स्वर अविनाशी स्त्रोताचं, म्हणजे ईश्वराचं अधिष्ठान आहे.

"ओंकारातला दुसरा स्वर आहे ऊ. ऊ हे उच्छ्वासाचं, त्यागाचं, समर्पणाचं, समर्पणशीलतेचं तत्त्व आहे. तादात्मयतेचा तो स्त्रोत आहे. अविनाशी तत्त्वाशी समरस होण्यासाठी, त्या चिरंतनात समर्पित होण्यासाठी आतुर असलेल्या आत्म्याचं अधिष्ठान ऊ या स्वराला लाभलेलं आहे, म्हणून ओंकारातल्या अ आणि ऊ या दोन स्वरसंगमातून आत्म्याचं परमात्म्याशी असलेलं समर्पण, आत्मा आणि परमात्मा याचं एक सुरेख अद्वैत तयार होतं आणि ओंकारातले तिसरं अक्षर आहे म. म हे व्यंजन आहे. 'म'चा उच्चार करताना वरचा ओठ खालच्या ओठाला स्पर्श करतो आणि प्राणतत्त्व कोंडलं जातं आणि ते कोंडलं गेलेलं प्राणतत्त्व हृदयाकडे जातं. म हा महामंडलाचा अधिदाता आहे. महानता, विशालता हे त्याचं तत्त्व आहे. आत्मा आणि परमात्मा यांच्या अद्वैतातून निर्माण होणाऱ्या महान, विशाल तेजोवलयाचं सगुण, साक्षात रूप म्हणजे ओंकार. आत्मा आणि परमात्मा यांनी अवघी जीवसृष्टी व्यापली आहे. या दोहोंचं अद्वैत, म्हणजे जीव सृष्टीचं गर्भागार. या दोहोंचं अद्वैत म्हणजे भूमंडळाला व्यापून उरलेला व्योम आणि हा व्योम म्हणजेच ओम्ः! अद्वैताचे महान शक्तिशाली, साक्षात रूप म्हणजे ओंकार.

"सोपाना, ओंकार उच्चारताना आपल्याला आपल्या मुखाचं, ओठांचं वर्तुळ करावं लागलं आणि हे वर्तुळ म्हणजे अवघं चराचर. यात गगनमंडळही येतं आणि भूमंडळही. मग त्या वर्तुळाकारात भरून ओंकार उच्चारलो जातो. या वर्तुळाकार गगनमंडळात, गोलाकार भूमंडळात, आपल्या तेजानं आणि भव्यतेनं ओंकार भरून राहिला आहे. म्हणूनच ओंकार हा चिरंतन आहे, शाश्वत आहे, संजीवक आहे, प्रेरक आहे. सर्व तेजाचा मूल स्त्रोत, सर्व अक्षरांचं मूळ अक्षर, सर्व ध्वनीचा मूल ध्वनी, सर्व तत्त्वातील प्राणतत्त्व आणि ईश्वराच्या सर्व रूपांचं अधिष्ठान हा ओंकार आहे. तो जसा तुझ्या श्वासांत आहे, तसाच माझ्याही तो जसा सृष्टीत आहे, तसा अवकाशातही तो जसा ईश्वरीय आहे, तसाच मानवीयही."

गुरूंच्या भूमिकेत उतरलेला निवृत्तीदादा, निवृत्तीनाथ बनून बोलत होता आणि त्याचा प्रत्येक शब्द सोपान आपल्या अवघ्या शरीराचा कान करून ऐकत होता. निवृत्तीचा प्रत्येक शब्द सोपानाच्या मनात एक संजीवक ऊर्जा निर्माण करत होता. त्याच्या शरीरातला अणुरेणू, शरीरातला रक्ताचा प्रत्येक थेंब, स्पंदनांतून होणारे प्रत्येक श्वास-उच्छ्वासाचे आवर्तन, दीर्घ प्राणायामामुळे तयार होत गेलेला प्रत्येक स्वेदन बिंदू, या सगळ्यांतून स्त्रवत निवृत्तीचा आवाज त्याच्या मस्तकातल्या संवेदनेच्या तारा झंकारत होता आणि पावसाच्या थेंबाला आसुसलेल्या चकोराप्रमाणे आसुसून सोपान ते ज्ञानामृताचे कण ग्रहण करत होता.

या रंगलेल्या अध्ययन सोहळ्याला नजरेत साठवत-साठवत चंद्र-चांदण्यांनी निरोप घेतला. तर हा सोहळा टिपण्यासाठी तो रवी आज जरा लवकरच पूर्व क्षितिजावर आला. एरवी सूर्योदयाचे वेळी चालणारी पाखरांची किलबिलसुद्धा आज शांत राहिली होती. कारण त्यांनाही हे अमृतकण वेचायचे होते. झाडा-फुलांच्या राज्यातली लगबगही आज स्तब्ध होती. कारण निवृत्तीचा शब्दन्‌शब्द त्यांना ऐकायचा होता. दवबिंदूचं ठिबकणंही थांबलं होतं, कारण धरेला त्या आवाजाचाही गोंगाट वाटत होता. त्या नीरव शांततेत फक्त आणि फक्त एकच आवाज निनादत होता. एकच ध्वनी गुंजत होता. एकच उच्चार घुमत होता. निवृत्तीदादाचा नव्हे, निवृत्तीनाथांचा. निवृत्तीदादा निवृत्तीनाथ होऊन शिकवत होता आणि सोपाना, त्यांचा लाडका सोपाना, सोपानदेव बनून शिकत होता. अवघी चराचर सृष्टी, अवघे गगनमंडळ, अवघं भूमंडळ जणू हा अध्ययन-अध्यापनाचा सोहळा डोळे भरून बघत होतं. कौतुकाचं कौतुक, अप्रुपाचं अप्रूप असं त्या गर्द गहिऱ्या झाडीत घडत होतं.

ज्ञानेशाचे डोळे मिटलेले होते, तरी तो निवृत्तीदादाचं बोलणं लक्षपूर्वक ऐकत होता. निवृत्तीदादाच्या मुखातून उमटणारा प्रत्येक शब्द, हा अमृताचा थेंब असतो, हे त्याला माहीत होतं, म्हणूनच तोही जिवाचं कान करून सगळं ऐकत होता. किती वेळ गेला आणि कसा वेळ गेला, ते कळलंच नाही. सूर्योदय होऊनही बराच वेळ झाला होता. क्षितिजाजवळ असलेला तो दिनकर बघण्यासाठी आता मानही उचलावी लागत होती आणि नजरही. त्या किरणांतली कोवळीकही आता संपली होती. हळूहळू त्यातली ऊब नाहीशी होऊन आच वाढायला लागली होती. ती देहाला जाणवायला लागली, तशी ज्ञानेशाला भान आलं आणि त्या पाठोपाठ आली मुक्ताची आठवण. ती आज घरी एकटीच होती. रोज सोपान तरी असायचा; पण आज तोही इथेच होता. आता घरी जायला हवं होतं. ज्ञानेशानं एकदा हात जोडले. डोळे मिटले. ईश्वराला आणि दादाला मनोमन नमस्कार केला आणि हळूच हाक मारली. "दाऽदा! दाऽऽदा! घरी जाऊ या? घरी मुक्ता एकटी आहे!" खरंतर रोज याच्या उलट व्हायचं. ज्ञानसाधनेत ज्ञानेश्वर इतका गुंगून जायचा की, त्याला त्यातून बाहेर काढायची वेळ निवृत्तीवर यायची; पण आज निवृत्तीदादा ज्ञानदानात इतका गुंगून गेला की, ज्ञानेशाला त्याला जागं करावं लागलं. ज्ञानेशाच्या हाकेने निवृत्तीला भान आलं. त्यानं पुन्हा एकदा प्रणव ओंकाराचा उच्चार केला. त्या उच्चारानं सोपानालाही भान आलं. त्यानं समोर पाहिलं. निवृत्तीदादा पद्मासन सोडून सुखासनात बसला होता. ते बघून सोपानानंही पद्मासन सोडलं. तोच निवृत्तीदादा म्हणाला, "सोपानदेव, चला आता! आजची ज्ञानसाधना इथंच थांबवू या. घरी मुक्ता एकटी आहे. काळजी करत असेल. चला घरी!" सोपान प्रसन्न चेहऱ्यानं हसला. आज दादा खूप आनंदी आहे आणि त्याला आपलं कौतुक वाटतंय, हे सोपानाच्या लक्षात

आलं. दादा असा कौतुकात बोलायला लागला, की अहो-जाहो म्हणायचा. सोपानदेव म्हणायचा. सोपान पटकन उठला. तिघं भाऊ घरी निघाले.

त्या गर्द झाडीतून सूर्याची किरणं आता जमिनीवर पडायला लागली होती. निवृत्ती पुढे चालत होता. त्याच्या मागे ज्ञानेश्वर आणि त्याच्या मागे सोपान. एकाच मुशीतून काढलेलं हे बावनकशी सोनं! तिघांच्याही मनांत वेगवेगळे विचार चालले होते. 'सोपान अतिशय बुद्धिमान आहे. अगदी ज्ञानेशासारखाच. त्याचा चेहराही अत्यंत संवेदनशील आहे. नेत्रही बोलके आहेत. आपण शिकवलेलं त्याला समजलं की नाही, ते लगेचच त्याच्या चेहऱ्यावरून, डोळ्यांवरून उमजतं! खरंच! माझे हे दोन्ही शिष्य म्हणजे माझ्या गुरुत्वाची कसोटीच आहे! ईश्वरा, मला सामर्थ्य दे! शक्ती दे!' निवृत्ती विचार करत होता, तर ज्ञानेशाच्या मनात वेगळेच विचार चालले होते, 'आता सोपानासुद्धा ज्ञानसाधना करण्याइतका मोठा झाला आहे. आता त्यालाही धर्मसभेचे रीतीरिवाज समजतील. आता उद्या धर्मसभेत जाऊन तिघांच्या मौंजीबंधनाचा विषय धर्ममार्तंडांसमोर काढावा. बाबांची ती इच्छा अजून अपुरीच आहे. माय-पित्यांची इच्छा अपुरी ठेवून लेकरं कितीही मोठी झाली, तरी ती क्षुद्रच ठरतात. आता घरी गेल्यावर हा विषय या दोघांजवळ काढू!' ज्ञानेशानं ठरवलं आणि त्याला मनोमन बरं वाटलं; पण सोपानाचे विचार या दोघांपासून वेगळेच होते. 'आज दादांचा प्रत्येक शब्द मी अमृतकणांसारखा टिपून घेतलाय. त्याचे प्रत्येक वाक्य म्हणजे सुवर्णतेजानं लखलखणारी विद्युल्लतेची रेखच जणू. आरपार जात हृदयापर्यंत पोहोचते. आज या पहिल्याच दिवशी मला समजलं की, गुरूशिवाय ज्ञान म्हणजे प्राणतत्त्वाशिवाय देह. आता रोज जेवढं शिकता येईल, तेवढं शिकायचं. घरी आल्यावर त्याचा कसून सराव करायचा. रोजच्या रोज दादांची शाबासकी मिळवायची!' सोपानानं असा निश्चय केला आणि त्याला उत्साह आला. तो उत्साह त्याच्या देहात उतरला आणि त्याची पावलं चटाचटा पडू लागली.

मुक्ती सकाळी जागी झाली. नेहमीप्रमाणे निवृत्तीदादा आणि ज्ञानादादा अंथरुणावर नव्हतेच; पण आज सोपानदादाही नव्हता. ती जरा गोंधळली. मग तिला आठवलं. रात्री झोपताना त्यानं हळूच मुक्तीच्या कानात सांगितले होतं, "मुक्ता, उद्या मी दादांबरोबर ज्ञानसाधनेसाठी जाणार आहे. अगदी ब्राह्ममुहूर्तावर! परतलो की, तिथं काय काय झाले, ते तुला सांगेन, काय?" मुक्ताच्या ते लक्षात आलं आणि ती उठली. अंगण सारवून सडा मारला. सुरेख रांगोळी रेखाटली. आत येऊन झोपडी झाडून घेतली. तोच कावेरीअक्का दूध घेऊन आल्या. त्या येताना कमळाचे कंद घेऊन आल्या होत्या. त्यांना कुणीतरी खूप आणून दिले होते म्हणे. मुक्तानं चूल पेटवली. आता तिला जमायला लागलं होतं. अक्कांच्या सांगण्यावरून तिनं ते कंद चुलीत भाजायला ठेवले. अक्का गेल्या. मुक्ता परसदारी गेली. जाईची वेल अंगभर

फुलांच्या चांदण्या लेवून डवरली होती. तिच्यावरून एकदा मायेनं हात फिरवून मुक्ता फुलं काढायला लागली. ओचाभर फुलं काढून झाली, तोच तिचे तिन्ही भाऊ आले. तिनं पाहिलं निवृत्तीदादाचा चेहरा प्रसन्न होता. ज्ञानादादा जरासा गंभीर, कोणत्यातरी विचारात गढल्यासारखा दिसत होता, तर तिच्या लाडक्या सोपानाच्या चेहऱ्यावर मात्र आनंदाचं कारंजं थुईथुई नाचत होतं. डोळ्यांत चमक होती. ओठांतून हसू ओघळत होतं, तरीही जे-जे घडलं, ते मुक्ताला कधी सांगतो, असंही त्याला झालं होतं आणि ती आतुरताही चेहऱ्यावर स्पष्ट उमटली होती. तिघांनी डोणीवर जाऊन पाय धुतले. माधुकरीची झोळी खांद्याला लावत निवृत्तीदादा म्हणाला, ''सोपाना, मी आणि ज्ञानेश्वर माधुकरीला जाऊन येतो. तू आता घरात थांब. मुक्तीला मदत कर. आम्ही आलो, की आपण बोलू, चल ज्ञाना!'' ज्ञानेश्वराचा हात धरून निवृत्ती बाहेर पडला. तशी सोपान पटकन मुक्तीजवळ आला. तिला हाताला धरून गरगर फिरवत ''आहाऽ! मुक्ते आहाऽ!'' असंच नुसतं म्हणायला लागला. शेवटी मुक्तानं त्याला थांबवलं. काहीशा रागानं म्हणाली, ''सोपानदादा, तू असं नुसतं गरगर फिरत हेच बडबडत राहणार आहेस? का काही सांगणार आहेस?'' तिचा स्वर ऐकून सोपान भानावर आला. त्याने दीर्घ श्वास घेऊन दम भरून घेतला आणि तो बोलायला लागला. सगळं, अगदी सगळं. आपण झोपडीतून बाहेर पडलो इथंपासून ते आपण परतलो इथंपर्यंत. त्याचं ते सांगणं मुक्ता लक्षपूर्वक ऐकत होती. निवृत्तीदादाच्या ठिकाणी आपल्याला शिवशंकर, कैलासेश्वर दिसला, हे सांगताना त्याचा स्वर काहीसा उत्तेजित झाला होता. चेहऱ्यावर तेज भरून आलं होते. डोळ्यांत चमक आली होती, तर मुक्ताची अवस्था याहून वेगळी नव्हती. तिचेही डोळे आश्चर्यानं विस्फारले होते. चेहऱ्यावरून अनावर उत्सुकता ओसंडून वाहत होती. निवृत्तीदादाच्या ठिकाणी प्रत्यक्ष शिवशंकर दिसला, हे सोपानाच्या तोंडून ऐकताना तिला त्या मागच्या प्रसंगाची आठवण झाली. या तीन भावांच्या जागी तिला ब्रह्मा-विष्णू-महेश दिसले होते. तेव्हाही निवृत्तीदादाचा चेहरा शंकरासारखाच तिलाही दिसला होता आणि आता सोपानही तेच सांगत होता. सांगता-सांगता सोपानानं विचारलं, ''मुक्ते, का गं दादाच्या ठिकाणी मला शिवशंकर दिसले? त्या वेळी तर दादा गुरू म्हणून माझ्यासमोर बसले होते. मग तिथं मला शिवशंकर का दिसावेत? मुक्ते, सांगशील याचं उत्तर?'' सोपानानं विचारलं. त्याच्या स्वरात अजिजी होती, उत्सुकता होती. अस्वस्थताही होती. या प्रश्नानं त्याला किती अस्वस्थ केलंय त्याचंच ते द्योतक होतं! मुक्तीनं ते सगळं वाचलं. आता याला काहीतरी उत्तर द्यायला हवं. किमान आपल्याला जेवढं कळतंय, तेवढंतरी सांगायला हवं. तिच्या मनानं कौल दिला. तिनं क्षणभर डोळे मिटले. क्षणार्धात तिला काहीतरी सुचलं. म्हणाली, ''सोपानदादा, हे बघ. यावरून लक्षात येतंय, की आपला निवृत्तीदादा

किती मोठा आहे ते! अरे, सगळ्या देवांचा गुरू तो श्रीगजानन बुद्धीचा दाता. शिवशंकर त्यांचे वडील, म्हणजे ते श्रीगजाननाचेही गुरू, कारण पहिले गुरू आई-वडील असतात! म्हणून शिवशंकर हे श्रीगजाननाचे गुरू आणि तुला निवृत्तीदादाच्या ठिकाणी शिवशंकर दिसले म्हणजेच, तुझे गुरू निवृत्तीदादा, हे गुरूंचेही गुरू आहेत. महागुरू आहेत. सोपानदादा, बघ तुझं भाग्य किती थोर! की तुला साक्षात शिवशंकरासारखा असलेला निवृत्तीदादा गुरू म्हणून लाभला.'' मुक्तीनं शंकानिरसन केलं खरं; पण लगेच तिचा खट्याळपणा जागा झाला. म्हणाली, ''सोपानदादा, तुला चांगला गुरू मिळाला रे; पण त्या गुरूंचं काय? त्याला चांगला शिष्य मिळाला की नाही कुणास ठाऊक? निवृत्तीदादा तुला चांगलं शिकवेल खरं; पण तुझ्या मस्तकात आत शिरतंय ना? की घसरून जातंय पाठीमागून?'' मुक्ताच्या उत्तरानं काहीसा सुखावलेला सोपान तिचं पुढचं बोलणं ऐकून चिडलाच. त्याच्या डोळ्यांत राग उमटला. ते बघून मुक्ता मात्र खुदुखुदु हसली आणि पर्णावली जोडायला बसली. रागावलेला सोपान मात्र तिथंच, तसाच धुसफुसत उभा राहिला ते निवृत्ती-ज्ञानेश्वर येईपर्यंत.

१४

निवृत्ती-ज्ञानेश्वर माधुकरी घेऊन आले, तरी सोपान रुसलेलाच होता. निवृत्तीदादानं आल्याबरोबर ओळखलं की, या सोपानाचं काहीतरी बिनसलं आहे. त्यांनी मुक्ताकडे पाहिलं. ती पर्णावली लावत बसली होती, पण तिच्या चेहऱ्यावर एक खट्याळ हसू होतं. निवृत्तीदादानं ओळखलं, 'या चिमुरडीनं या सोपानाची काहीतरी खोडी काढली असणार.' तो सोपानाजवळ गेला. म्हणाला, ''काय रे सोपान, अरे इतका समंजस तू आणि असा रुसका चेहरा करून काय बसला आहेस? माझं शिकवण्यात काही चुकलं का?'' तो प्रश्न ऐकून सोपान अस्वस्थ झाला. 'छे: छे:, दादा कसा चुकेल? हा काहीतरीच विचारतोय झालं!' त्याच्या मनांनं कौल दिला. तो दादाला काहीतरी उत्तर देणार, तोच मुक्ता म्हणाली, ''हेच, मी हेच म्हटलं त्याला! मी त्याला म्हटलं, दादासारखा महागुरू तुला गुरू म्हणून लाभलाय. तो तुला खूप-खूप चांगलं शिकवेल; पण तुझ्या मस्तकात त्यातलं काही शिरतंय का? की घसरून जातंय पाठीमागून? आता यात माझं काय चुकलं? दादा शिकवतोय ते त्याला समजलंय की नाही? उमजतंय की नाही, हे विचारायला नको का?'' मुक्तानं चेहरा भोळा केला. डोळ्यांत निरागस भाव आणले. स्वरात प्रांजलपणा आणला. ते बघून सोपान आणखीच चिडला. तिचा चेहरा बघून निवृत्तीला हसू फुटलं; पण त्यानं ते चेहऱ्यावर उमटू दिलं नाही. ओठांतून ओघळू दिलं नाही. नाहीतर सोपान आणखीच रुसला असता; पण ज्ञानेशानं मात्र सोपानाची बाजू घेतली. म्हणाला, ''मुक्ते, ते अध्ययन-अध्यापन बघायला जर तू असतीस ना, तर तू असं बोललीच नसतीस. अगं दादा जे शिकवत होते ना, ते सोपान अगदी एकचित्त होऊन ग्रहण करत होता. त्या तेवढ्या प्रहर-दीड प्रहरात तो जराही विचलित झाला नाही!'' ज्ञानेशाचं बोलणं ऐकून सोपानाचा चेहरा खुलला. तोच निवृत्तीदादा पुढे म्हणाला, ''मुक्ते, मी महागुरू आहे की नाही, ते मला माहीत नाही; पण हा सोपान मात्र आदर्श शिष्योत्तम आहे. अगं अगदी एकचित्त होऊन ज्या एकाग्रतेनं तो माझे शब्द ग्रहण करत होता, ते बघून मीही स्तिमित झालो. त्याची जिद्द, त्याची चिकाटी, त्याचा संयम अगदी वाखाणण्यासारखा

आहे बघ!'' निवृत्तीदादाचं बोलणं ऐकून आता मात्र सोपानाला जोर चढला. ''ऐकलंस मुक्ते? मिळालं तुझ्या प्रश्नाचं उत्तर?'' असं विचारून त्यानं मुक्तीला वेडावून दाखवलं. मग मात्र मुक्ता गंभीर झाली. हळूच म्हणाली, ''दादा, निवृत्तीदादा एक विचारू? रागावणार नाहीस ना?'' तिचा हळुवार स्वर, त्यातले मार्दव, चाचरत बोलणं, बोलताना अनुमती घेणं, हे सगळं निवृत्ती-ज्ञानेशाला नवीन होतंच; पण सोपानालाही नवल वाटलं. ''मुक्ते, अगं विचार की! अनुमती कसली मागतेस? विचार!'' निवृत्तीदादाच्या स्वरातलं अभय सगळ्यांनाच जाणवलं. ''दादा, तू मलापण शिकवशील? मलापण तुमच्यासारखं सगळं शिकावंसं वाटतं! आईनं मला भगवद्गीता शिकवली आहे. त्या वेळी जरी ती मला पूर्ण मुखोद्गत नसली, तरी आता आहे; पण मलाही सगळं शिकायचंय. तू मलापण शिकवशील?'' मुक्तीनं पुन्हा विचारलं! सोपानाचं डोळे विस्फारले. ज्ञानेशाच्या डोळ्यांत कौतुक उमटलं; पण निवृत्तीदादा शांत होता. तो काही बोलणार, तोच सोपान म्हणाला, ''मुक्ते, तू शिकणार? कठीण आहे गं बाई! अगं काही शिकण्यासाठी आधी तुला एका जागी स्थिर बसायला शिकायला हवं! दादा, या मुक्तीला शिकवायचं, म्हणजे वाऱ्याच्या पायात खोडा आणि विद्युल्लतेच्या नाकात वेसण घालण्यासारखं आहे!'' आता चिडवण्याची वेळ सोपानाची होती आणि रुसण्याची मुक्ताची. तिनं नेहमीप्रमाणं नाक उडवून सोपानाला चिडवून दाखवलं. ते बघून ज्ञानेश्वर-निवृत्ती खळखळून हसले. मग मात्र मुक्ताला फारच राग आला. निवृत्तीनं आपलं हास्य आवरतं घेतलं. निवृत्ती ज्ञानेश्वर-सोपानाला दटावत म्हणाला, ''अरे काय माझ्या छकुलीला असं चिडवताय? चला, आता सगळ्यानांच भूक लागली आहे आणि भूक लागलेली असली, की राग जास्तच येतो. होय ना मुक्ता? चला आता जेवण करू या.'' निवृत्तीच्या दटावण्याने ज्ञानेश्वर-सोपान बाहेर गेले. डोणीवर हात-पाय धुऊन आले. निवृत्तीकडे एक रुसवा कटाक्ष टाकून मुक्ता उठली आणि माधुकरीची झोळी काढून त्यातून अन्न काढू लागली. ज्ञानेशानं आत येऊन पर्णावली मांडल्या. सोपानानं पाण्याचे गडवे भरून घेतले. सगळे जेवायला बसले.

जेवणं झाली, तसा ज्ञानेशाचा चेहरा गंभीर झाला. मुक्तीनं मागचं सगळं आवरून घेतलं. तिघं भाऊ अंगणात शेवग्याखाली बसले होते. तिथं ती आली. ती आलेली पाहताच ज्ञानेश्वरानं बोलायला सुरुवात केली. ''दादा, सोपान, मुक्ता, मला आज एक विचार तुमच्यासमोर मांडायचा आहे. त्या विचाराला तुमची अनुमती असेल, तर तो अमलात आणता येईल. विचार असा आहे, की आपण तिघंही भाऊ आता ज्ञानसाधनेच्या वयात आहोत. गुरूशिवाय जशी ज्ञानसाधनेला दिशा नाही, तसेच उपनयन संस्काराशिवाय ज्ञानसाधनेला अधिकार नाही, आकार नाही. आपल्या बाबांचीपण तीच इच्छा होती आणि त्यासाठीच त्यांनी देहान्त प्रायश्चित्त घेतलं. तेव्हा

बाबांची ती इच्छा पूर्ण करणं, हे आपलं आद्य कर्तव्य आहे. आई-बाबांनी प्रायश्चित्त घेतलं आहे. म्हणजे अजाणतेपणी का होईना; पण हातून घडलेल्या अधर्माचं, क्षालन झालं आहे. तेव्हा ब्रह्मवृंदानी आपल्याला समाजात सामावून घ्यायला हवं आणि उपनयनाचा अधिकार द्यायला हवा. ते आपणहून देत नसतील, तर आपण तो मागायला हवा. तेव्हा आपण तिघं उद्या विनायकबुवांना घेऊन धर्मसभेत जाऊ. तिथं आपलं गाऱ्हाणं मांडू आणि धर्मसभेकडे न्याय मागू. बरेच दिवस माझ्या मनात हा विषय होता. दादा, तुमची अनुमती आहे ना? मी काही चुकीचं तर बोललो नाही ना?'' ज्ञानेशानं आपला विचार मांडला आणि निवृत्तीदादाला विचारलं.

निवृत्तीदादा होकारार्थी मान हलवत म्हणाला, ''नाही ज्ञानेशा! तू चुकीचं काहीच बोलला नाहीस. खरंतर माझ्याही मनात हा विचार उमटला होता; पण इतर काही विचारांमुळे राहून गेला. आपण उद्याच धर्मसभेत जाऊ आणि त्यांच्यासमोर आपलं म्हणणं मांडू. बघू या धर्ममार्तंड आपल्याला न्याय देतात का?'' म्हणत निवृत्तीनं ज्ञानेशाला दुजोरा दिला. सोपान काहीच बोलला नाही. त्याचा चेहरा आकसला होता. कपाळावर बारीकशी आठी होती. ''काय झालं सोपाना? तुझा चेहरा असा का दिसतोय?'' ज्ञानेशानं विचारलं. सोपानानं खाली मान घातली. आवंढा गिळला. जणू तो धाडस गोळा करत होता आणि एकवार नजर उचलून निवृत्तीदादाकडे बघून तो पुटपुटला, ''आणि धर्ममार्तंडांनी न्याय दिलाच नाही तर?'' सोपानाचं बोलणं ऐकून दोघांनी चमकून एकमेकांकडे पाहिलं. बोलण्यासारखं काही नव्हतंच. मनाच्या एका कोपऱ्यात दबा धरून बसलेली, काळीज कुरतडणारी शंका सोपानानं बोलून दाखवली होती. दोघंही काहीच बोलले नाहीत. बोलली ती मुक्ता. ''मग आपण त्याहीपेक्षा वरच्या धर्मसभेत जाऊन न्याय मागू!'' मुक्ताचं बोलणं ऐकून तिघांच्याही चेहऱ्यांवर दिलासा उमटला. खरंच! किती सहजपणे मुक्तानं यावर तोड काढली होती. हे कुणाच्याच लक्षात आलं नव्हतं. ''ठरलं तर मग! आपण उद्याच इथल्या धर्मसभेत जाऊ. त्यांच्यापुढे आपलं गाऱ्हाणं कथन करू आणि मग ठरवू काय करायचं ते!'' असं सांगत निवृत्तीनं हा विषय संपवला.

दुसरे दिवशी सकाळी दिवसाच्या दुसऱ्या प्रहरी धर्मसभेत जायचं ठरलं होतं. निवृत्ती-ज्ञानेश्वर तिथं कसं जायचं, विनायकबुवांनी तिथं काय सांगायचं, आपण तिथं जाऊन काय बोलायचं, याची चर्चा करत होते. तर सोपान एकटाच श्रीकृष्णाच्या मूर्तीसमोर डोळे मिटून पद्मासन घालून बसला होता. आज सकाळपासूनच तो नि:शब्दपणे वावरत होता. त्याच्या कानांवर मात्र दोघांचा संवाद पडत होता. निवृत्तीदादानं प्रश्न केला, ''ज्ञानेशा, तुला खरंच असं वाटतंय, की आपल्याला मौंजीबंधनासारख्या संस्कारांची आवश्यकता आहे? आपण आता जसं समाजापासून

अलिप्त होऊन राहतो आहोत, तसंच जन्मभर राहिलो तर? मग कशाला हवे आहेत हे समाजाभिमुख संस्कार? पाप आणि पुण्य हा ज्या-त्या आत्म्याचा आविर्भाव आहे. आपण काय केलंय, हे आत्म्याला विचारावं. त्याच्याकडून जे उत्तर येईल, ते खरं. मग कशाला हवी आपल्याला या समाजाची स्वीकृती?'' निवृत्तीनं विचारलेल्या या प्रश्नावर ज्ञानेश्वर काही बोलला नाही. पुन्हा निवृत्तीनं विचारलं, ''ज्ञानेशा, आपण त्या ईश्वराची परमभक्ती करतो. मी परवा तुला भक्ती संप्रदायाबद्दल सांगत होतो, तेव्हा तू काय म्हणाला होतास आठवतं?'' ज्ञानेश्वर खाली मान घालून बसला होता. निवृत्तीदादाच्या या प्रश्नावर त्याने चटकन मान वर केली. म्हणाला, ''होय दादा! चांगलंच आठवतंय. मी म्हणालो होतो –

देवाचिये द्वारी। उभा क्षणभरी।
तेणे मुक्तीचारी। साधियेल्या।।''

निवृत्तीच्या डोळ्यांत समाधान उमटलं. ''होय ना ज्ञानेदवा? मग हा उपनयन संस्काराचा, समाज समावेशाचा आग्रह कशासाठी?'' निवृत्तीच्या या प्रश्नावर ज्ञानेश्वराच्या चेहऱ्यावर हास्यरेषा उमटली. त्याच्या लक्षात आलं, दादा परीक्षा पाहताहेत. एक क्षण त्यानं विचार केला. म्हणाला, ''दादा, मला मान्य आहे की, आपण संन्यस्त वृत्तीनं राहिलो, तर या सगळ्याची काय आवश्यकता आहे; पण दादा, संन्यस्त वृत्तीनंही आपण राहणार, ते या समाजातच ना? ज्या समाजात अज्ञान, अंधश्रद्धा पसरलेली आहे त्याच समाजाला शहाणं, डोळस करण्यासाठी आपण प्रयत्न करणार आहोत ना? मग त्या समाजाचे काही नीतीनियम, आचारसंहिता आपण पाळायला नको? दादा, ही अनुमती आपण आपल्यासाठी नाहीच घेणार आहोत, तर आपल्याला समाजात मिसळूनच समाजमन जाणलं पाहिजे. तरच त्यातील मळ आपल्याला स्वच्छ करता येईल, त्यासाठी घेतो आहोत. खरं ना? मी सांगतोय ते बरोबर आहे ना दादा?'' ज्ञानेशानं नम्रपणानं विचारलं. निवृत्तीदादा हसला. त्यानं प्रसन्नतेनं मान हलवली. ''खरं आहे ज्ञानेशा तू म्हणतोस ते! आपण संन्यस्त वृत्तीनं राहिलो, तरी याच समाजात राहणार आहोत. आपण जाऊ या धर्मसभेत!'' निवृतीदादाची संमती मिळताच ज्ञानेशाला बरं वाटलं. तोच त्याच्या लक्षात आलं, की निवृत्तीदादा त्याला काहीतरी खुणावतोय. त्याने पाहिलं, त्याचा निर्देश सोपानाकडे होता. ज्ञानेशाच्या लक्षात आलं. सोपान डोळे मिटून बसला होता; पण त्यानं आपला संवाद ऐकला असणार, याची ज्ञानेशाला खात्री होती. म्हणूनच त्यानं मुद्दामच विचारलं, ''सोपान, तुझे काय विचार आहेत या विषयाबद्दल? आम्ही ऐकायला उत्सुक आहोत.'' ज्ञानेशाच्या बोलण्यावर सोपानानं डोळे उघडले. एकदा गोपाळकृष्णाला नमस्कार करून त्यानं पद्मासन सोडलं. तिथून उठून तो निवृत्तीदादाजवळ आला. दादाच्या चरणांवर डोकं ठेवून त्यानं प्रणाम केला. ज्ञानादादालाही त्यानं

प्रणाम केला. ज्ञानेशानं पुन्हा विचारलं. "सोपाना, राजा सांग ना? तुझं काय मत आहे?" सोपानानं एकदा निवृत्तीदादाकडे पाहिलं. म्हणाला, "ज्ञानादादा, तू म्हणतोस तेही खरं आहे आणि निवृत्तीदादा म्हणतो तेही बरोबर आहे; पण सांप्रत परिस्थितीत मला तुझंच म्हणणं सयुक्तिक वाटतंय; पण त्यामुळे ईश्वराचं अधिष्ठान कमी होत नाही आणि भक्तीचं प्रतिष्ठानही; कारण –

भक्ती हे सरति। जाति न सरती।
ऐसी आत्म स्थिती। स्वसंवेद्य।।

असं असताना भक्तीचं अधिष्ठान मानून अज्ञानाला उद्‌बोधन करावं आणि ते करण्यासाठी समाज स्वीकृती जरुरीची असेल, तर अवश्य घ्यावी." सोपान बोलत होता. सहजपणे बोलत होता आणि निवृत्ती-ज्ञानेश्वर डोळे विस्फारून बघत होते, तर मुक्ता अंगणात रांगोळी काढता-काढता आत आली आणि सोपानाचं विवेचन ऐकून तिलाही नवल वाटलं. सोपानानं बोलणं संपवलं. त्यानं निवृत्तीदादा आणि ज्ञानादादाकडे पाहिले; पण दोघंही नि:शब्द होते. मुक्ताही स्तिमित होऊन नि:शब्द उभी होती. काही क्षण त्या झोपडीत स्तब्धता पसरली. वाराही वाहायचा थांबला. तोही शांत झाला. छतातून पडणाऱ्या किरणांच्या कवडशांनीही आपला खेळ थांबवला. तेही नि:स्तब्ध झाले. जणू सूर्यानंही स्वत:ला थांबवलं. पृथ्वीचीही गती थांबली असावी. इतकी... इतकी नीरव शांतता, इतकी निर्ध्वनी स्तब्धता तिथं पसरली.

सोपान भांबावला. त्याला कळेना ही सगळी अशी मूक का झालीत? आपलं काही चुकलं काय? आपल्या हातून काही अगोचरपणा तर झाला नाही ना? एकदा त्याला वाटलं दोघांनाही विचारावं; पण त्याला धाडस झालं नाही. तो काही न बोलता हात जोडून नतमस्तक होऊन दोघांसमोर उभा राहिला. कोणी काहीच बोलत नव्हतं. सोपान मूक होता, एका अनामिक भीतीनं. तर निवृत्ती, ज्ञानेश्वर, मुक्ता नि:स्तब्ध होते भारावून गेल्यामुळे. चौघंही वेगवेगळ्या मन:स्थितीत असूनही चौघांच्या डोळ्यांतून अश्रू वाहत होते. यातून प्रथम सावरला निवृत्तीदादा. "सोपानाऽऽ! माझ्या बाळाऽऽ!!" अशी गहिवरल्या आवाजात साद घालून निवृत्तीदादांनी सोपानाला मिठीत ओढलं. पाठोपाठ ज्ञानेश्वरानंही त्या दोघांच्या मिठीत स्वत:ला झोकून दिलं. निवृत्तीदादा काही बोलत नव्हता. तो फक्त "सोपानाऽ सोपानाऽ" असं म्हणत सोपानाला कुरवाळत होता. ज्ञानेश्वर त्याच्या मस्तकावरून हात फिरवत होता, तर मुक्ता त्या तिघांच्या शेजारी उभी राहून डोळ्यांतून ओघळणाऱ्या अश्रूंची पर्वा न करता तिघांना एकटक बघत होती. आनंदाचा, कौतुकाचा, गहिवराचा, अश्रूंचा पहिला आवेग, पहिला भर ओसरला. सोपानाला आपल्या मिठीतून सामोरं करून निवृत्तीदादानं विचारलं, "सोपाना, ओवीबद्ध शब्दरचना? कधीपासून करतो आहेस रे? आणि कधी शिकलास? कुठं शिकलास? आणखी काय काय लिहलंयस?"

निवृत्तीदादाच्या प्रश्नांच्या माऱ्यानं आधीच त्याच्या मिठीत कोंडलेला सोपान आणखीच घुसमटला. ''दादाऽ दादा किती प्रश्न विचारशील? अरे तो बघ तरी कसा कावराबावरा झालाय? सोपाना खरं सांगू? माझा तर विश्वासच बसत नाहीय. दादा, आपला सोपान मोठा झाला, नाही रे? मुक्ता, बघितलंस का?'' ज्ञानेशालाही किती बोलू आणि किती नको असं झालं होतं. तोच सोपान संकोचत म्हणाला, ''दादा, मी-मी हे तुमचं आणि ज्ञानादादाचं बघूनच शिकलो. ज्ञानादादाची ओवी लिहून झाली, की मी हळूच वाचतो आणि मग मलाही काहीबाही सुचतं. ते मी लिहून ठेवतो. दादा, माझं काही चुकलं का?'' सोपानाचा कावराबावरा चेहरा, त्याचा कापरा स्वर, चेहऱ्यावरचा संकोच, हे सगळे बघून निवृत्तीला हसू आले म्हणाला, ''नाही सोपाना, नाही! अरे तुझं काहीच चुकलं नाही उलट... उलट ज्ञानेशा तुला सांगतो, मी जेव्हा सोपानाला शिकवण्याचं ठरवलं, तेव्हा मला वाटलं, की हा खूपच लहान आहे आणि वेद, उपनिषदं, अध्यात्म, हटयोग हे सगळं याला कसं समजणार आणि ते याला समजण्याइतपत सोपं करून मला सांगता येईल का? माझ्या मनात अशा शंका उत्पन्न होत होत्या; पण सोपाना, तुझी ओवीबद्ध शब्दरचना ऐकली आणि मला अति आनंद झाला आणि तोही द्विगुणित झाला!'' ''द्विगुणित झाला? तो कसा रे दादा?'' मुक्तीनं विचारलं.

''अगं या इवल्याशा सोपानानं ओवीबद्ध शब्दरचना केली त्याचा आणि आता याला शिकवणं, समजावणं मला सोपं जाईल याचा! सोपाना, आता उद्यापासूनच आपण वेदाच्या अभ्यासाला सुरुवात करू या. सोपाना, मी धन्य झालो. धन्य धन्य झालो! माझे दोन्ही शिष्य लोकोत्तर ठरणार, युगोत्तर ठरणार, याचा विश्वास मला मिळाला!'' निवृत्तीदादा भरभरून बोलत होता. त्याला झालेला आनंद त्याच्या चेहऱ्यावरून, डोळ्यांतून, देहबोलीतून ओसंडून वाहत होता. ज्ञानेशाचं मन आनंदानं फुलून आलं होतं. 'आज आई-बाबा हवे होते' क्षणभर त्याच्या मनात आलं; पण ते नक्कीच कुठूनतरी पाहत असतील. याचाही त्याला विश्वास वाटला आणि आई-बाबांच्या आठवणीने क्षणभर व्याकूळलेलं त्याचं मन पुन्हा प्रसन्न झालं. दादाला झालेला आनंद, त्यानं दिलेली शाबासकी, त्याला वाटलेली धन्यता आणि वेद शिकवण्याचं त्याचं वचन हे सगळं-सगळं सोपानाला नवी संजीवनी, नवी प्रेरणा, नवी स्फूर्ती देऊन गेलं आणि काहीसा लाजलेला, संकोचलेला, घुसमटलेला सोपान मोकळा झाला. उमलला, खुलला. तोच निवृत्तीदादानं पुन्हा विचारलं, ''सोपाना, उत्तर दिलं नाहीस?'' आता सोपान सावरला. दादाच्या प्रेमळ स्पर्शानं त्याचा आत्मविश्वास दुणावला. ''दादा, गेले काही दिवस ही शारदेची कृपा माझ्यावर झाली आहे. तुमच्या आणि ज्ञानादादाच्या मार्गदर्शनाखाली मला माझी प्रतिभा आणखी विकसित करायची आहे. येईल ना मला?'' सोपानाचं बोलण्यातलं मार्दव, आर्जवी

लाघव, नम्रता, तरीही आत्मविश्वासानं ओसांडून वाहणारा स्वर, 'खरंच हा आपला लहानगा सोपान आता खरोखरच मोठा झालाय!' निवृत्ती-ज्ञानेशा दोघांच्याही मनात एकच विचार एकदम आला. दोघांची नजरानजर झाली, आणि दोघांनी एकमेकांच्या मनातला विचार वाचला. दोघांच्या चेहऱ्यांवर उत्फुल्ल हसू उमटलं. "निश्चितच सोपाना! तथास्तु! तथास्तु!" दोघंही एकदम बोलले आणि कसा कुणास ठाऊक सोपान पुन्हा लहान झाला. दोघांनी 'तथास्तु' म्हटल्यावर आनंदानं त्यानं मुक्तीचा हात धरला आणि तिच्यासह तो गरगर फिरला. मुक्ताही त्याच्या आनंदात सामील होतीच. त्या झोपडीत भर माध्यन्हीला हास्याचं कारंजं फुललं. आनंदाला उधाण आलं. प्रसन्नतेचं चांदणं अवतरलं.

काही वेळ असाच गेला. तोच बाहेरून हाक ऐकू आली. "निवृत्तीऽऽ! ज्ञानेशाऽऽ! आहात काय रे घरात?" विनायकबुवा आले होते. "या भूदेव! आपले स्वागत आहे!" म्हणत निवृत्ती-ज्ञानेश्वर पुढे झालं. विनायकबुवा अंगणातच उभे राहिले. तिघं भावंडे अंगणात गेली. तिघांनीही विनायकबुवांना नमस्कार केला. "ज्ञानेशा, का निरोप धाडला होतास?" त्यानी विचारलं, "भूदेव, आपण इथं येण्याचे कष्ट का घेतलेत? मी आलो असतो. मी फक्त मला भेट घ्यायची आहे, असा निरोप पाठवला होता. क्षमा करा. आपल्याला इथं येण्याचे कष्ट पडले!" ज्ञानेशानं समर्थन केलं. "नाही ज्ञानेशा! मी इथून निघालोच होतो. वाटेत तुमची झोपडी बघितल्यावर निरोपाची आठवण झाली. म्हणून डोकावलो!" विनायकबुवांनी सांगितलं आणि विचारलं, "बोला बाळांनो. काय काम होतं?" त्यांचा प्रश्न ऐकून मात्र तिथलं वातावरण बदललं. तिघंही गंभीर झाली. निवृत्तीनं उत्तर दिलं, "भूदेव, आपली अनुज्ञा असेल, तर काही विचार मांडीन म्हणतो!" विनायकबुवा म्हणाले, "अरे बोल बाळा, निःसंकोच बोल!" त्यांचे अभय मिळताच निवृत्तीनं विषयालाच हात घातला, "भूदेव, आमच्यावरचं ग्रामण्य उठावं, समाजानं आमचा स्वीकार करावा आणि आम्हा तिघा भावंडांना आपल्यात समावून घेऊन आमच्या उपनयन संस्काराला अनुमती मिळावी, यासाठी, केवळ याचसाठी धर्मसभेनं दिलेली अपकर्माची शिक्षा स्वीकारून आमच्या आई-बाबांनी प्राणत्याग केला. म्हणजे धर्ममार्तंडांच्या मते त्यांनी केलेल्या अधर्माचं प्रायश्चित्त त्यांनी घेतलं आहे. मग अजून आमच्यावर ग्रामण्य का? आमच्यावरचं ग्रामण्य उठवावं, आम्हाला समाजात सामावून घ्यावं व आमच्या मौंजीबंधनाची अनुमती धर्ममार्तंडांनी द्यावी; यासाठी आम्ही चौघं जण विज्ञप्ती पत्र घेऊन धर्मसभेत जावं, असा विचार चालला आहे. आमच्यासवे आपण यावं, तरच आम्हाला तिथं प्रवेश मिळेल. ही विनंती करण्यासाठी आम्ही आपल्याकडे येणार होतो. आपण आमच्यासवे असलात, तरच आम्हाला धर्मपीठ प्रमुखांपर्यंत पोहोचता येईल. आमचा मानस त्यांना सांगता येईल. आमचं गाऱ्हाणं मांडता येईल. तेव्हा

भूदेव, आपण याल ना आम्हा भावंडांसोबत?'' निवृत्तीनं विचारलं.

विनायकबुवांनी संमतिदर्शक मान हलवली, तोच पाठीमागून कावेरीअक्कांचा आवाज आला, ''न यायला काय झालं? येईल तो! हे पुण्याईचं काम आहे. येईल हं तो!'' असं म्हणत लगबगीनं कावेरीअक्का पुढे झाल्या आणि मुक्तीला म्हणाल्या, ''मुक्ते, हे घे. थोड्या जोंधळ्याच्या लाह्या आणल्या आहेत. दामू गुरवानं यलगर दिलं होतं, पायली दोन पायली. मग कालच उमलं घातलं होतं. भल्या पहाटे उठून लाह्या फोडल्या. म्हटलं पोरांना द्याव्यात.'' कावेरीअक्कांच्या आवाजातून माया ओसंडत होती. त्यांनी चांगल्या दोन-तीन शेर लाह्या आणल्या होत्या. पोरांच्या चेहऱ्यावर आनंद उमटला होता. मुक्ता पळत आत गेली. उतरंडीवरचं एक रिकामं गाडगं घेऊन बाहेर आली. कावेरीअक्कांनी फडक्यातून बांधून आणलेल्या लाह्या तिनं त्यात ओतून घेतल्या. पोरांच्या चेहऱ्यावरून हात फिरवून, ''येईल हो विनायक तुमच्याबरोबर!'' असं आश्वासनं देऊन त्या गेल्या. विनायकबुवा म्हणाले, ''निवृत्ती-ज्ञानेशा, आपण आधी विज्ञप्ती पत्र तयार करू. उद्या पैठणाहून कोणी धर्ममार्तंड येणार आहेत. तेव्हा आपण उदईक दुसऱ्या प्रहरी धर्मसभेत जाऊ. मी तेवढा काशी-विश्वेश्वराला अभिषेक घालून येतो. मग आपण त्या संबंधात बोलू!'' निवृत्ती ज्ञानेशानं होकारार्थी मान हलवली, तसे विनायकबुवा गेले; पण त्यांचं बोलणं ऐकून निवृत्ती-ज्ञानेश्वर, सोपान तिघांनाही बरं वाटलं. तोच निवृत्तीदादा म्हणाला, ''चला, आपण पत्राचा मजकूर तयार करू या!'' ज्ञानेश्वर म्हणाला, ''दादा, मजकूर असा तयार करू या... असा तयार करू या की...!''

''तो मजकूर वाचूनच धर्मपीठानं आपल्यावरचं ग्रामण्य मागं घ्यावं! होय ना?'' सोपानानं ज्ञानेशाला मध्येच थांबवत विचारलं. ''अगदी योग्य बोललास सोपाना! निवृत्तीदादा, आपण अगदी योग्य वेळी योग्य मार्गानं धर्मसभेत जातो आहोत ना?'' ज्ञानेशानं विचारलं. त्याच्या स्वरात उत्साह होता. त्याला त्याच उत्साहानं निवृत्तीनं दुजोरा दिला. मुक्तानं धावत जाऊन मसीपत्र (दौत) आणि लेखणी आणली. कर्गजाची गुंडाळी (कागद) घेऊन आली आणि तिघंही भाऊ विज्ञप्ती पत्र तयार करण्यात गुंतले.

दुसऱ्या दिवशीची सकाळ उजाडली तीच मोठा उत्साह घेऊन. आज धर्मसभेत जायचं होतं. चौघंही आपली अगदी योगाभ्यासापासून ते पाठांतरापर्यंतची सगळी आन्हिकं आटोपून तयार होती. विनायकबुवा आलेच. चौघांनीही त्यांना वंदन केलं आणि एकवार गोपालकृष्णाला मनोमन साकडं घालून आई-बाबांना मनोमन वंदन करून चौघंही बाहेर पडले. धर्मसभेत आज धर्ममार्तंडांची गर्दी होती. पैठणहून तिथल्या धर्मसभेचे दोन ज्येष्ठ आचार्य, पंडित मोरेश्वरशास्त्री आणि आचार्य बोपदेवाचार्य आले होते. आळंदीचा सगळा ब्रह्मवृंद आज धर्मपीठात हजर होता. विनायकबुवांनी

चौघा भावंडांना घेऊन धर्मागारात प्रवेश केला. या चौघांना बघून अनेकांनी कपाळाला आठ्या घातल्या. काहींनी नाकं मुरडली. काहींनी भुवया चढवल्या, तर काहींनी, ''विनायकबुवा, हे पाप या पुण्यस्थानी कशाला घेऊन आलात?'' असं विचारलं, तर काहींनी, ''ही घाण इथं कशाला आली?'' असं विचारलं.

धर्मसभेत प्रवेश करताना चौघा जणांची मन:स्थिती मोठी विचित्र होती. एक अनामिक भीती, एक विचित्र भय मनांत थैमान घालत होतं. अनेक चांगल्या-वाईट शंका-कुशंकानी मनाला ग्रासलं होतं. आपला अपमान होणार, तिरस्कार केला जाणार, याची वेदना काळीज कुरतडत होती. तरीही एक अनावर उत्सुकता मनात दाटली होती. 'काय होईल? कसं होईल? काय निर्णय लागेल?' असे अनेक प्रश्न मनांत उद्भवत होते. एक अनामिक हुरहुर, एक-एक विचित्र जाणीव मनावर पसरली होती. निवृत्ती-ज्ञानेश्वर, सोपान-मुक्ता सगळ्यांच्याच मनात हे भाव रुंजी घालत होते. चौघांनी एकमेकांचे हात घट्ट धरले होते. त्या घट्ट बंधनातून प्रत्येक जण दुसऱ्याला आधार देत होता आणि दुसऱ्याचा आधार घेत होता. तो अतूट स्पर्श दिलासा देतही होता आणि दिलासा मागतही होता.

चौघांना घेऊन विनायकबुवांनी धर्मसभेच्या धर्मागारात प्रवेश केला आणि ते महाद्वारातून आत थोडंसं पुढं जाऊन उभे राहिले. त्या धर्ममंडपात एक कोपरा रिकामा होता. तिथं पाणी साचलं होतं. विनायकबुवांनी या चौघांना तिथं उभं राहायला सांगितलं. 'कुणाला स्पर्श होणार नाही, याची काळजी घ्या' असं हळूच सांगायला ते विसरले नाहीत. निवृत्तीचा चेहरा गंभीर झाला. ज्ञानेशाच्या भालप्रदेशावर एक आठी उमटली. सोपानानं खालचा ओठ दाताखाली दाबला, तर मुक्तीच्या डोळ्यांत पाणी उभं राहिलं; पण याला पर्याय नव्हता. जे-जे होईल ते पाहावं लागणार होतं, जे-जे घडेल ते सोसावं लागणार होतं. समाजाच्या कठोर नियमांना मनात असो वा नसो, स्वीकारावं लागणार होतं.

धर्मसभा भरली होती. काही नवीन मुद्दे मांडले जात होते. जुनं बदललं जात होतं. नवीन संकेत ठरत होते. जुने पुसले जात होते. आचार्य बोपदेव आणि पंडित मोरेश्वरशास्त्री मार्गदर्शन करत होते. सामाजिक शास्त्राचे काही मुद्दे समजावून देत होते. ब्रह्मसभेत नीरव शांतता होती. झाडाचं पान पडलं, तरी त्याचा आवाज येईल, इतकी प्रगाढ शांतता होती. मुद्दे सांगून संपले, तशी मोरेश्वरशास्त्री बोलू लागले, ''विप्रजन हो! आजची ही धर्मसभा आपल्या कर्मकांडात होणारी काही स्थित्यंतरे कथन करण्यासाठी बोलावलेली आहे. आता आचार्यांनी जे काही विवेचन केलं आहे, त्याबद्दल किंवा इतर काही शंका असल्यास पुढे येऊन विचारावं!'' त्यांचं हे आवाहन संपते तोच विनायकबुवा पुढे झाले, ''आचार्य प्रणाम! मी विनायकबुवा बोडस! मी काही गाऱ्हाणं घेऊन आपल्यासमोर मांडू इच्छितो. अनुमती असावी.''

विनायकबुवांनी वंदन करून आचार्यांना विनंती केली. मोरेश्वरशास्त्री हात उंचावून म्हणाले, "अनुमती आहे! बोला बुवा!" अनुमती मिळताच विनायकबुवांनी निवृत्तीला हातानं पुढं बोलावलं. निवृत्ती पुढे झाला. त्याच्यापाठोपाठ ज्ञानेश्वर, सोपान, मुक्ताही आले. या चौघांना पाहताच धर्मसभेची शांतता मोडली. "अरे ही कार्टी इथं कशी आली? आणि कशाला? ही पापाची फळं या पुण्यस्थानी का आलीत? ही धर्म बुडव्याची पोरं इथं का आलीत? यांना आत कुणी येऊ दिलं? यांना आधी इथून बाहेर काढा! यांना इथून हाकलून द्या! यांच्यामुळे ही अवघी धर्मसभा बाटेल, विटाळेल! यांना इथून हाकलाऽ! हाकलून द्याऽऽ! बाहेर काढाऽऽ! ही चांडाळ आहेत. ही धर्मबुडवी आहेत. हाड! अरे हाडऽहाडऽऽ! हाकला यांना कुणीतरी! एक वेळ या धर्मसभेत श्वान येऊ शकेल; पण ही चार कार्टी नाहीत. या या हरामखोर विनायक बोडसानं यांना इथं आणलंय! त्याच्यावरही ग्रामण्य घाला. बहिष्कार घाला. समाजातली ही घाण इथं आणताना याला काहीच कसं वाटलं नाही? या सगळ्यांना इथून आधी हाकलून द्या." इतका वेळ एक निरामय स्तब्धता असलेल्या त्या धर्मपंडितांच्या सभागृहात या चार भावंडांनी प्रवेश केला आणि एकच गदारोळ उठला. जो-तो उठून बोलायला लागला, या चौघा भावंडांना तिथं आलेलं बघून त्या धर्ममार्तंडांच्या सभेत जमलेल्या आळंदीच्या त्या रूढिप्रिय ब्रह्मवृंदाच्या तळपायाची आग मस्तकाला गेली. चौघांचं इथं येणं हा धर्मावर, धर्माचरणावर, धर्मसभेवर मोठा आघात झाल्यासारखं वाटायला लागलं. या चौघांच्या इथं येण्याला आक्षेप घेऊ लागला आणि विद्वत्जनांच्या, शास्त्री-पंडितांच्या, आचार्य-गुरुंच्या, धर्मगुरूंच्या त्या सभेत एकच हल्लकल्लोळ माजला. व्यासपीठावर विराजमान धर्मसभेच्या प्रमुखांनाही कळेना की हे काय चाललंय? तोच आळंदीच्या धर्मपीठाचे प्रमुख आचार्य शंकरशास्त्री सोमण व्यासपीठावर उठून उभे राहिले आणि त्यांनी आवाज उंचावून सर्वांना शांत राहण्याचं आवाहन केलं.

गलका काहीसा शांत झाला; पण "या घाणेरड्यांना बाहेर काढा" असे आवाज अधूनमधून उठत होतेच. कालांतरानं तेही शांत झालं. आता सभेची सूत्रं सोमणशास्त्रींच्या हातात आली. पंडित मोरेश्वरशास्त्रींनी सोमणशास्त्रींना विचारलं, "पंडितजी, हा काय प्रकार आहे? इथं जमलेले सगळे विद्याविभूषित शास्त्री-पंडित असताना अज्ञानी इतरेजनांसारखं वर्तन करताहेत. हा काय प्रकार आहे? असं झालंय तरी काय, ज्यामुळे हे विद्वत्जन असे संतापले आहेत?" मोरेश्वर पंडितांनी विचारलं. हळू आवाजात सोमणशास्त्रींनी सगळा प्रकार त्यांना कथन केला. मग मात्र सभेची सगळी सूत्रं पंडित मोरेश्वरशास्त्रींनी आपल्या हातात घेतली. तीव्र स्वरात त्यांनी सर्वांना शांत राहण्यास सांगितलं, "विद्वत्जन हो! शांत राहा. गलका करणं, हल्लकल्लोळ माजवणं, आरडाओरडा करणं, ही व्युत्पन्नांची लक्षणं नव्हेत. ज्ञानवंतांची लक्षणं

नव्हेत. या धर्मपीठासमोर अनेक न्यायनिवाडे होतात. आजवर झालेले आहेत. यापुढेही होत राहतील. या धर्मसभेपुढे येऊन आपलं गाऱ्हाणं मांडण्याचा अधिकार कोणालाही, अगदी इतरजनांनाही आहे. मग ग्रामण्यात असली, तरी ही विठ्ठलपंतांचीच मुलं आहेत ना? तेव्हा त्यांचं म्हणणं काय आहे, हे धर्मसभा नक्कीच ऐकेल. तेव्हा सर्वांनी शांत राहावं.'' पंडितजींनी असं आवाहन केल्यावर मात्र मंडळी शांत झाली. आता पंडितजींनी आपला रोख विनायकबुवांकडे वळवला. ''आपण विनायकबुवा ना? आपण बोलावं! बोला काय गाऱ्हाणं आहे आपलं?'' ''गुरुदेव मी या...''

''भूदेव थांबावं! आमचं गाऱ्हाणं आम्हालाच मांडू द्यावं, अशी आमची धर्मसभेला विनंती आहे!'' ज्ञानेशानं विनायकबुवांना मध्येच थांबवलं. मोरेश्वर पंडित आणि आचार्य बोपदेवांचे लक्ष त्या आवाजाच्या दिशेनं गेलं. साधारण सहा वर्षांपासून ते बारा वर्षांपर्यंतच्या वयात असलेली चार मुलं, त्यात तीन मुलं आणि एक मुलगी अशी चौघं एकमेकांचे हात घट्ट धरून उभी होती. चौघांचेही चेहरे तेज:पुंज, पण चेहऱ्यावर पूर्ण चंद्राची शीतलता, डोळे अत्यंत तेजस्वी, पण तान्ह्या बाळाची निरागसता, निर्व्याजता त्यात भरलेली, आवाज खणखणीत, उच्चार स्पष्ट; पण स्वरात अवघ्या विश्वाचं मार्दव भरलेलं. उभं राहण्यातली ऐट तितकीच, पण त्यातली नम्रता लक्षवेधी.

या चार लेकरांना बघून पंडित मोरेश्वरशास्त्री आणि आचार्य बोपदेव स्तिमित झाले. देवी अन्नपूर्णेला दिसलेली ब्रह्मा-विष्णू-महेश यांची बालरूपं अशीच असतील. बोपदेवांच्या मनात आलं, तर खणाचाच; पण ठिकठिकाणी विरलेला, फाटलेला परकर आणि खणाचीच इवलीशी चोळी परिधान करून उभ्या असलेल्या मुक्ताकडे त्यांचं लक्ष गेलं आणि तिचं तेज बघून आपोआप त्यांची मान झुकली. साक्षात आदिमायेचं बालरूप असेच दिसत असेल. त्यांच्या मनानं घेतलं. त्यांच्याही नकळत ते आसनावरून उठले. त्यांच्या मनातल्या विचारापासून अनभिज्ञ असलेली ही चौघं जण मात्र नतमस्तक होऊन हात जोडून उभी होती आणि या कपाळकरंट्या धर्मबुडव्यांना धर्मसभेच्या बाहेर काढायचं सोडून ही दोघं आचार्य त्यांच्याकडे नुसतं बघत काय बसलेत, हेच तिथं जमलेल्या ब्रह्मवृंदाला कळेना. धर्मागारात मात्र पुन्हा एकदा नीरव शांतता पसरली होती. अगदी नीरव शांतता.

१५

त्या नीरव शांततेचा भंग केला आचार्यांनी. एकमेकांचे हात धरून पुढे येऊन उभ्या राहिलेल्या चौघांकडे बघून त्यांनी विचारलं, "बाळांनो, तुम्ही कोण आहात? आणि इथं कशासाठी आला आहात? ही धर्मसभा आहे. इथं सगळे धर्ममार्तंड आणि विद्वत्‌जन येतात. इथं लहान मुलांचं काय काम? तुम्हाला काही हवं आहे काय?" आचार्यांनी प्रेमळपणे विचारलं आणि चौघांच्या तोंडून एकदमच शब्द बाहेर पडले. "होय आचार्यदेव, आम्हाला न्याय हवा आहे!"

"काय? तुम्हाला न्याय हवा आहे? अरे तुम्ही तर निरागस लहान मुलं आहात. तुमच्यावर कोणी अन्याय केलाय? सांगा! नि:संकोचपणे सांगा." बोपदेवांनी जणू अभय दिलं. तशी निवृत्तीदादा पुढे झाला. मस्तक झुकवून आचार्यांना प्रणाम करून तो म्हणाला, "आचार्यदेव, आमच्यावर या धर्मसभेनंच अन्याय केला आहे. त्याबद्दलचं वृत्त सविस्तर सांगण्याची अनुमती मिळावी." त्याच्या बोलण्याचं, नम्रतेचं, स्वरातील मार्दवाचं आचार्यांना कौतुक वाटले. ते म्हणाले, "सांग बाळ! तुला अनुमती आहे; पण त्या आधी तुम्ही स्वत:ची ओळख सांगा." निवृत्तीने मान झुकवली. दोन पावलं पुढे येऊन हात जोडून तो म्हणाला, "आचार्यदेव, मी विठ्ठलपंत आणि रुक्मिणीबाई कुलकर्णी यांचा ज्येष्ठ पुत्र आणि गहिनीनाथांचा शिष्य निवृत्तीनाथ!" त्याचं सांगून झालं आणि ज्ञानेश्वर पुढे झाला. "आचार्यदेव, मी विठ्ठलपंत-रुक्मिणीबाईंचा द्वितीय पुत्र आणि निवृत्तीनाथांचा शिष्य ज्ञानेश्वर." नतमस्तक होऊन हात जोडून ज्ञानेश्वरांनी आपली ओळख सांगितली. आता वेळ सोपानाची होती. तो पुढे झाला.

त्याचं वय असेल जेमतेम सात-आठ वर्षांचं, चंद्रासारखा शीतल चेहरा, डोळ्यांतले निरागस भाव, धर्मसभेत आल्यामुळे की काय; किंचित कावरीबावरी झालेली नजर, महिरपीसारखे पातळ ओठ-ओठांची रचना अशी, की जणू या ओठांतून सतत हसू ओघळतंय आणि त्यामुळेच की काय, सोपानाची मुद्रा प्रसन्न दिसायची. आश्वासक दिसायची. हात जोडून मस्तक झुकवून त्यानं नमस्कार केला आणि म्हणाला, "आचार्यदेव, मी विठ्ठलपंत आणि रुक्मिणीआईचा कनिष्ठ पुत्र

आणि निवृत्तीनाथांचा शिष्य सोपान. सोपानदेव!'' असे सांगून त्यानं क्षणभर नेत्र उचलून बोपदेवांकडे पाहिलं. बोपदेवांच्या नजरेला त्याची नजर मिळाली. क्षणभरच! क्षणभरच. त्या नजरानजरेत एक द्वंद्व उमटलं. निरागसतेचं कटुतेशी, भक्तीचं धर्मशास्त्राशी, श्रद्धेचं कर्मकांडाशी, विश्वासाचं कट्टरतेशी आणि अपेक्षेचं हेटाळणीशी. बोपदेवांची अनुभवी नजर सोपानाच्या नजरेत रुतली होती आणि ठाव घेत होती त्याचा. त्या नजरेतला आत्मविश्वास, सच्चेपणा, निरागसता आणि हृदयाचा ठाव घेणारं ते लाघवी आर्जव बघून बोपदेवांनाही गलबलून आलं. आपल्या हृदयाचा तळ कुणीतरी ढवळून काढतंय, असं त्यांना वाटायला लागलं. या सात-आठ वर्षांच्या पोराच्या, सोपानाच्या नजरेला आपण फार काळ नजर देऊ शकणार नाही, असं त्यांना वाटून गेलं. त्याच्या नजरेतली अपेक्षा आपण पूर्ण करू शकणार नाहीच, पण त्याच्या नजरेतल्या प्रश्नांना आपल्याजवळ उत्तरं नाहीत, याची त्यांना जाणीव झाली. अपराधीपणाच्या भावनेने त्यांनी नजर झुकवली.

तोच अचानक त्यांची सुटका झाली. मुक्ता पुढे आली. जमिनीवर डोकं टेकवून लहान मुली करतात तसा तिनं नमस्कार केला. हात जोडून उभी राहिली. म्हणाली, ''आचार्य, मी विठ्ठलपंत-रुक्मिणी या माय-तातांची कन्या. मुक्ता माझं नाव!'' तिचे वय असेल सहा-सात वर्षांचं. तो निरागस चेहरा, ते निष्पाप भाव, ती निर्व्याज मुद्रा! आता मात्र बोपदेवांना राहवेना. ''अरे! अरे बाळांनो, तुम्ही एवढी लहान आहात आणि तुमच्यावर कुणी रे अन्याय केला? शास्त्रीपंडितांनी? की धर्ममार्तंडांनी?'' बोपदेवांनी तीव्र स्वरात पृच्छा केली.

मग मात्र निवृत्ती पुढे झाला आणि म्हणाला, ''आचार्यदेव, अनुमती असावी. मी साद्यंत हकिकत सांगतो. माझे तात विठ्ठलपंत कुलकर्णी यांनी पत्नीची मूक संमती गृहीत धरून संन्यास घेतला. त्यानंतर पुन्हा महद्गुरूस्वामी श्रीधरपंत यांच्या आज्ञेनं ते गृहस्थाश्रमी बनले. त्यानंतर आम्हा चार भावंडांचा जन्म झाला. त्यामुळे समाजानं त्यांना बहिष्कृत केलं व त्यांच्यावर ग्रामण्य घातलं. माझ्या तातांनी तीन कृच्छे, तीन चांद्रायणे, जातकर्मादि विधी केले. गुरूंच्या आज्ञेनुसार प्रायश्चित्तही घेतलं; पण समाजाचा बहिष्कार उठला नाही. समाजाकडून अवहेलना, अत्याचार, अपमान, तिरस्कार सोसतच आम्ही मोठे झालो. मौंजीबंधनाचं माझं वय झालं, तेव्हा तात या धर्मपीठात आले. धर्ममार्तंडांना भेटले. त्यांना माझ्या उपनयन संस्काराची अनुमती देण्याची हात-पाय जोडून विनंती केली. त्यांनी धर्मशास्त्राचा धांडोळा काढून त्यासाठी त्यांच्याकडून घडलेल्या धर्मबाह्य वर्तनासाठी देहान्त प्रायश्चित्ताची शिक्षा सुनावली.'' बोलता-बोलता निवृत्तीचा आवाज कापरा झाला. त्याच्या खांद्यावर हात ठेवून ज्ञानेश्वर पुढं बोलू लागला –

''धर्मसभेच्या आदेशानुसार माझ्या माय-तातांनी, माझ्या आई-बाबांनी देहान्त

प्रायश्चित्त घेतलं. त्यांनी आपले देह प्रयाग क्षेत्री गंगेला अर्पण केले. त्या वेळी हा निवृत्तीदादा दहा वर्षांचा, मी ज्ञानेश्वर आठ वर्षांचा, हा सोपान सहा वर्षांचा आणि... आणि ही चिमुरडी मुक्ता केवळ... केवळ...'' ज्ञानेशाला पुढे बोलवेना. त्याचा कंठ दाटून आला. डोळ्यांत पाणी भरलं. त्याच्या खांद्यावर थोपटत सोपान पुढे झाला –

''आणि मुक्ता केवळ चार वर्षांची होती आचार्यदेव! आम्हा चार भावंडांना पोरकं करून, अनाथ करून आमचे आई-बाबा देहान्त प्रायश्चित्त घेऊन निघून गेले. त्यांनी धर्मबाह्य वर्तन केलं होतं, हे खरं मानलं, तरी नंतर त्यांनी धर्माचा, धर्मशास्त्राचा, धर्मसभेचा मान ठेवून दिलेली शिक्षा मुकाट भोगली. ती शिक्षा भोगत असताना आम्हा लहान लेकरांसाठी त्यांचं काळीज तुटलं नाही असं नाही; पण आपल्या लेकरांना समाजानं सामावून घ्यावं, म्हणूनच आमचे आई-बाबा आम्हाला सोडून गेले आणि आम्ही चौघं जण पोरके... अगदी पोरके झालो...!'' सोपानाला पुढे बोलवेना. त्याच्या डोळ्यांतून घळाघळा अश्रू वाहायला लागले; पण तोवर निवृत्तीदादा सावरला होता. ''आचार्यदेव, धर्मसभेची आज्ञा शिरसावंद्य मानून आमच्या आई-बाबांनी देहान्त प्रायश्चित्त घेतलं खरं! पण त्यानंतरही धर्मसभेनं आमच्यावरचा बहिष्कार, आमच्यावरचं ग्रामण्य उठवलं नाही.'' निवृत्तीदादा पुन्हा भावुक झाला. ज्ञानेशानं ओघळणारे अश्रू मघाच पुसले होते. त्यानं पुढे बोलायला सुरुवात केली. ''आई-बाबांविना पोरकी, अनाथ झालेली आम्ही भावंडं समाजाकडून अन्याय, अवहेलना, तिरस्कार झेलत जगत आहोत. माधुकरी मागून दोन घास खातो आहोत. ती माधुकरीसुद्धा इतरेजनांकडूनच मिळते आहे. आमच्या वडिलांनी दिलेलं शिक्षण, आईनं केलेले संस्कार, हीच आमची शिदोरी आहे. तिच्यावरच... आम्ही... आम्ही दिवस... कंठतो... आहेत.'' ज्ञानेशा पुन्हा गहिवरला; पण आता सोपान सावरला होता. ''आचार्यदेव, आमच्या आई-बाबांनी जे धर्मबाह्य वर्तन केलं, त्याचं त्यांनी प्रायश्चित्त घेतलं. प्रायश्चित्तानं पापं धुतली जातात ना? त्यांनी देहान्त प्रायश्चित्त घेतलं. मृत्यूनंतर वैर संपतं, असं म्हणतात ना? मग देव, आई-बाबांच्या प्रायश्चित्तानं त्यांचं पापं धुतलं गेलं नाही? त्यांच्या मृत्यूनंतर समाजानं आमच्याशी मांडलेलं वैरत्व का संपवलं नाही? आणि हे जर बरोबर असेल, तर आई-बाबांच्या देहान्त प्रायश्चित्ताला काही अर्थच राहणार नाही आणि त्यांच्या मृत्यूला जर देहान्त प्रायश्चित्ताचा अर्थ नसेल, तर त्यांचा मृत्यू म्हणजे हत्या ठरेल, असं नाही का वाटत आपल्याला!'' ज्ञानेशानं पाहिलं. सोपान अत्यंत संयमानं, मार्दवानं, नम्रतेनं बोलत होता; पण त्याच्या भालावरची शीर तणाणली होती. चेहरा लाल झाला होता. हाताची बोटं मिटली गेली होती. ज्ञानेशानं सोपानाला हाताला धरून जवळ घेतलं. मुक्ताच्या हातात त्याचा हात दिला आणि तिला नजरेनं खुणावून आपण बोलायला सुरुवात

केली, "क्षमा आचार्यदेव! तो अजून लहान आहे. त्याचं बाल्य संपलेलं नाही; पण तरीही प्रायश्चित्तानं पापातून मुक्ती मिळते हे जर सत्य असेल, तर आम्हाला चौघांना बहिष्कारातून मोकळं केलं पाहिजे. आमच्यावरचं ग्रामण्य काढून आम्हाला समाजात सामावून घेतलं पाहिजे, हे तरी सयुक्तिक आहे ना? मृत्यूनं साऱ्या पापांपासून मुक्ती मिळते आणि वैरत्व संपतं, हे तरी योग्य आहे ना? मग आचार्यदेव, आमच्यावरचं ग्रामण्य का संपलं नाही?" ज्ञानेश्वर क्षणभर बोलायचा थांबला. मग मात्र निवृत्तीदादा पुढे झाला आणि हात जोडून म्हणाला, "आचार्यदेव, आम्हा चौघांची आपल्याला, या धर्मसभेला, या धर्ममार्तंडांना अशी हात जोडून विनंती आहे की, आमच्यावरचं ग्रामण्य उठवावं. आम्हाला समाजात सामावून घ्यावं आणि आम्हा तिघांच्या उपनयन संस्काराला अनुमती द्यावी. आपण हे केलंत, तर आम्ही आपले शतशः ऋणी राहू." निवृत्तीदादानं बोलणं संपवलं आणि चौघेही जण नतमस्तक होऊन हात जोडून उभी राहिली. त्या चौघांचे चेहरे आता मात्र अगदी केविलवाणे दिसत होते. त्यांचे चेहरे बघून बोपदेवांच्या काळजात तुटलं. त्यांनी शंकरशास्त्री सोमणांना तिथल्या तिथे आदेश दिला, "शास्त्रीबुवा, सगळ्या पोथ्या चाळा, सगळी धर्मशास्त्रे धुंडाळा, सगळे शास्त्रार्थ पाहा आणि या मुलांना परत समाजात सामावून घेण्यासाठी शास्त्राधार पहा. आम्हीही पैठणला जाऊन शास्त्रं-पुराणं शोधतो. बाळांनो, तुम्ही निश्चिंत राहा. काहीतरी शास्त्राधार सापडेल. त्या बरहुकूम धर्मसभा तो अमलात आणेल. तुम्ही दोन दिवसांनी या आणि शास्त्रीबुवांना भेटा." एवढं बोलून बोपदेवांनी साऱ्या धर्मसभेला आज्ञा केली. "दोन दिवसांनी ही मुलं धर्मसभेत येतील, तेव्हा आज झाला त्या प्रकाराची पुनरावृत्ती होऊ नये. याची धर्ममार्तंडांनी दक्षता घ्यावी!" आचार्य बोपदेव उठून उभे राहिले. त्यांनी दोन्ही हात वर उचलले. धर्मसभा संपल्याची ती खूण होती. सर्वांनी आचार्यांना वंदन केलं. आचार्य धर्मागाराच्या बाहेर पडले. त्यांच्याबरोबर छत्रचामधारी सेवकही होता. त्यांच्यापाठोपाठ पंडित मोरेश्वरशास्त्री बाहेर पडले. नंतर मात्र शंकरशास्त्री सोमणांनी विनायकबुवांना सांगितलं, "विनायकबुवा, मुलांना घेऊन तुम्ही आधी बाहेर पडा. उगीच ब्रह्मक्षोभ व्हायला नको." विनायकबुवांनी सोपान-मुक्ताचा हात धरला आणि निवृत्ती-ज्ञानेशाला पुढे घालून ते झपाट्यानं धर्मगाराबाहेर पडले. मागे राहिलेल्या शास्त्री-पंडितांच्यात मात्र झाल्या प्रकाराबद्दल जोरदार चर्चा सुरू झाली. अजून कशात काही नसताना ही चार भावंडं आज चर्चेच्या केंद्रस्थानी होती. भविष्याची ही झलकच होती हे खरं!

आणि या सर्वांपासून अनभिज्ञ असलेली ते चौघे मात्र आपल्या त्याच निरागसपणानं आणि त्याच निष्पाप मनानं झोपडीकडे परतली; पण चौघांच्या चेहऱ्यांवर समाधान होतं. निदान मनात खदखदणाऱ्या प्रश्नांना वाचा तरी फुटली होती. मनात उद्भवणाऱ्या वादळाचा निचरा तरी झाला होता. आता निर्णय काही लागो. अर्थात त्या निर्णयावर

या चौघांचं काही फारसं अवलंबून होतं असं नाही; पण निदान आपल्यावर होत असलेला अन्याय चारचौघांसमोर मांडता आला होता. मनाचा होणारा कोंडमारा, जिवाची होणारी घुसमट, विचारांची छळणारी आवर्तनं, भविष्याविषयीच्या कुशंका, चक्रावून टाकणारी वर्तमानातली वादळं आणि याला कारणीभूत असलेली भूतकाळातली अंधारभूतं. मनात खदखदणाऱ्या प्रश्नांचा उच्चार झाल्यामुळे निदान या सर्वांपासून तरी मुक्तता मिळणार होती आणि याच समाधानात चौघेही घरी परतली.

दोन दिवस असेच गेले. रोजचं दैनंदिन कामकाज सगळ्यांचंच चालू होतं; पण तरीही मनाच्या एका कोपऱ्यात कुठेतरी रुखरुख होती. संदिग्धता होती. अनिश्चितता होती. अशांतता होती. तरीही रोजचा सराव, रोजचा अभ्यास, रोजची उजळणी चालूच होती. निवृत्ती-ज्ञानेश्वर-सोपान रोज पहाटे ब्राह्ममुहूर्तावर उठून गंगेच्या घाटाच्या पलीकडच्या जंगलात जात असत. रोजचा सराव, उजळणी करत असत. या दोन दिवसांत विशेष काही घडलं नाही.

तिसरे दिवशी पुन्हा चौघं भावंडं धर्मसभेत गेली. सोमणशास्त्र्यांना भेटली. यांनी धर्मसभेत प्रवेश केल्यावर काही जणांनी भुवया चढवल्या. काही जणांनी आठ्या घातल्या; पण प्रत्यक्ष बोललं कुणीच नाही. चौघे जण आलेली पाहताच सोमणशास्त्रींनी निवृत्तीला बोलावलं. तो धर्मपीठासमोर जाऊन उभा राहिला. सोमणशास्त्री म्हणाले, "हे बघ, आम्हाला कुणालाच तुमच्या प्रश्नाचं उत्तर सापडलं नाही. कोणत्याही धर्मग्रंथात सापडलं नाही आणि शास्त्राधार ज्याला नाही असा कोणताही निर्णय आम्ही घेऊ शकत नाही, कारण शास्त्रार्थ बदलण्याचा वा नवीन बनवण्याचा आम्हाला अधिकार नाही. तो अधिकार पैठणच्या धर्मपीठाला आहे. तेव्हा तुम्ही तिथंच जा आणि तिथं आचार्य बोपदेव आहेतच. त्यांना सगळी पार्श्वपीठिका विदित आहेच. तेच तुमच्या या प्रश्नावर तोडगा काढतील. तेव्हा तुम्ही भावंडं पैठणालाच जा आणि तिथंच तुमच्या प्रश्नांची उत्तरं मिळवा." सोमणशास्त्रींनी सांगितलं आणि तिथं जमलेल्या ब्रह्मवृंदानं सुटकेचा श्वास सोडला. आता हे सोमणशास्त्रींनी खरंच सांगितलं होतं की ब्रह्मक्षोभ टाळण्यासाठी कुणास ठाऊक? पण पैठणला जावं लागणार, हे निश्चित झालं आणि चौघं घरी परतली. "हे असं काहीतरी होणार, असं मला वाटतंच होतं. आक्षेप टाळण्यासाठीच हे असं सांगितलं असणार!" सोपाननं आपल्या मनात खदखदणारी भावना बोलून दाखवली. निवृत्तीदादा काही बोलला नाही. ज्ञानेश्वरानं मात्र संमतिदर्शक मान डोलावली. मुक्ताच्या नाकाच्या शेंड्यावर जमा झालेला राग तिच्या डोळ्यांतही उतरला होता. तोच पुन्हा सोपान पुढे म्हणाला, "दादा, खरं सांगू? एका परीनं हे झालं ते बरंच झालं! तुम्ही काय, ज्ञानादादा काय, तुम्ही साक्षात ज्ञानसूर्य आहात आणि आळंदीच्या ब्रह्मवृंदांकडून आपण अनुमती मागणं, म्हणजे साक्षात सूर्यानं उगवण्यासाठी चंद्राची अनुमती मागण्यासारखं आहे.

सूर्यानं उगवण्यासाठी आकाशाचीच अनुमती घेणं उचित आहे. तेव्हा पैठणक्षेत्री जाऊन तिथल्या धर्मपीठातून आपण अनुमतिपत्र आणू!'' सोपानाच्या या बोलण्याला ज्ञानेश्वरानं दुजोरा दिला, ''खरं आहे सोपाना तू म्हणतोस ते! पैठण क्षेत्रातूनच आपल्याला अनुमतिपत्र मिळालं की, इथल्या ब्रह्मवृंदाच्या अनुमतीची गरजच असणार नाही आणि पैठणच्या धर्मपीठाचा निर्णय त्यांना मानावाच लागेल! खरं ना दादा?'' ज्ञानेशानं निवृत्तीदादाची साक्ष काढली. मग मात्र निवृत्तीदादा म्हणालाच, ''ठीक आहे. आपण लवकरात लवकर पैठणला प्रस्थान करू आणि बोपदेवाचार्यांना भेटून साद्यंत हकिकत विदित करू! ठरलं आता! परंतु तोवर आपला विद्याभ्यास चालूच राहील. सोपाना, उद्याच तुला मी वेदाभ्यास शिकवण्यास प्रारंभ करेन. एका परीनं हे बरंच झालं!'' असं बोलून निवृत्तीदादा क्षणभर थांबला आणि त्याच्या काहीतरी लक्षात आलं. तो लगेच पुढं म्हणाला, ''ज्ञानेशा, एक गोष्ट तुझ्या लक्षात आली का? आपल्या सोपानाला आता अर्थ आणि अन्वयार्थ लगेचच समजू लागलेत आणि घडल्या गोष्टीची पूर्वपीठिका आणि उत्तपीठिका यांचा संयुक्तपणे विचार करून तो आता त्यातून निष्कर्षही काढू लागलाय!'' दादाचं बोलणं ऐकून सोपान संकोचला; पण ज्ञानेश्वर मात्र म्हणाला, ''होय दादा, तुम्ही जसा जसा त्याचा विद्याभ्यास घेऊ लागला आहात, तशी त्याची बुद्धी आणि प्रतिभा दोन्हींची व्याप्ती वाढलीय आणि अभिव्यक्तीही!'' आपल्या प्रशंसेनं संकोचलेला सोपान तिथून उठला आणि झोपडीत गेला. मुक्ता मात्र तिन्ही भावांकडे कौतुकानं बघत होती.

दुसरे दिवशी सकाळी सोपानाला अगदी लवकर जाग आली. त्यानं आन्हिक उरकलं. निवृत्तीदादा, ज्ञानादादा आणि मुक्ता अजून निजलेच होते. आन्हिक उरकून सोपान बाहेर पडला. झपझप चालू लागला. गाव मागे पडलं, गंगेचा घाट मागे पडला. सोपान जंगलाच्या रस्त्याला लागला. अगदी गाढ शांतता होती. अवघं गाव, इंद्रायणीचं पाणी, काठाचं वाळवंट, झाडं, वेली, पाखरं सगळी गाढ निद्रेत होती. कुणी कुणी जागं नव्हतं. अवघं चराचर शांत निजलं होतं आणि सात-आठ वर्षांचा हा सोपान त्या नीरव शांततेला जराही धक्का न लावता, गाढ निजलेल्या त्या चराचराला जराही चाहूल न देता, आपल्या पावलांचा जराही आवाज होणार नाही, याची काळजी घेत, तरीही झपझप पावलं टाकत चालला होता. त्याचं सगळं लक्ष, सगळे विचार, सगळं अवधान आज दादा शिकवणार असलेल्या वेदाभ्यासाकडे होतं. रोज पहाटे तिघेही विद्याभ्यास करायला बसले की, दादा सर्वप्रथम उजळणी घ्यायचा. आधी शिकवलेलं त्याला आणि ज्ञानेश्वराला कितपत आकलन झालंय, कितपत मुखोद्गत झालंय, याची चाचपणी करायचा आणि त्यानंतर नवीन विद्याभ्यासाला सुरुवात व्हायची; पण दादा आज वेद शिकवायला सुरुवात करणार होता. सोपानाला या विचारानंच लवकर जाग आली होती. त्याचं मन रोमांचित झालं होतं. उत्सुक

झालं होतं. आसुसलं होतं.

वेद म्हणजे ज्ञानाचा सागर आहे, हे तो ऐकून होता; पण आजपासून त्याची वेदांशी ओळख होणार होती. वेदांतील ओळींना, श्लोकांना 'ऋचा' म्हणतात, हे त्यानं ऐकलं होतं. 'ऋचा' ही संज्ञाच त्याला फार आवडली होती आणि त्याच ऋचा दादा आज शिकवणार होता. सोपान रोमांचित होता, उत्साहित होता, आसुसला होता. ते स्थान आलं. त्यातल्या त्याच्या नेहमीच्या दगडी बैठकीवर सोपान जाऊन बसला. दादा ज्या आसनावर बसायचा, त्या आसनाला त्यानं वंदन केलं आणि उजळणीला सुरुवात केली.

"ॐ भूर्भुवःस्वः।
तत्सवितुर्वरेण्यं।
भर्गो देवस्य धीमहि।
धियो यो नः प्रचोदयात्।।"

गायत्रीनं त्यानं पठणास सुरुवात केली. गायत्रीच्या १०८ मात्रा झाल्या आणि पातंजलभ्याष्यातील उच्चार शुद्धीचा आरोह, अवरोह, उदात्त, अनुदात्त आणि स्वरित या आघातांचे महत्त्व सांगणारा श्लोक त्यानं म्हणायला सुरुवात केली. निवृत्तीदादाने त्याला समजावलं होतं, की मुखोद्गत ज्ञानामध्ये उच्चाराला, स्वराघाताला फार महत्त्व आहे आणि हे सांगणारा पातंजलभ्याष्यातील हा संदर्भही त्यानं सांगितला होता. सोपानानं त्याचे उच्चारण सुरू केलं.

एकः शब्द :स्वरतो वर्णतो वा मिथ्याप्रयुक्तः स तमर्थमाह।
स वाग्वज्रं यजमानं हिनस्ति यथेन्द्रशत्रुः स्वरतोऽपराधात्।।

(शब्द, स्वर अथवा वर्ण यांचा उच्चार चुकीचा अथवा खोटा केला, तर त्याचा अर्थ बदलतो आणि ज्या कार्यसिद्धीसाठी हे कर्म केलं जातं ते कार्य सिद्धीस न जाता त्याचा उलटा परिणाम होतो.)

त्याच्या त्या उच्चारणातले स्वराघात, आरोह, अवरोह, उदात्त, अनुदात्त, स्वरित, स्वरसंकोच हे सारं-सारं तो अगदी नेमकं आणि शुद्धतेनं उच्चारत होता. वाणी-वैखरीचं सामर्थ्यच त्यातून प्रतीत होत होतं. ते शुद्ध उच्चारण झालं. आणि गीतेच्या पठणाला सुरुवात केली.

"धर्मक्षेत्रे कुरुक्षेत्रे समवेता युयुत्सवः।
मामकाः पाण्डवाश्चैव किमकुर्वत संजय।।
दृष्ट्वा तु पाण्डवानीकं व्यूढं दुर्योधनस्तदा।
आचार्यमुपसंगम्य राजा वचनमब्रवीत्।।"

गीतेचे शुद्ध स्वर त्या वातावरणात भरून राहिले आणि अवघं वातावरण गीतामय झालं. सोपानाच्या उच्चारांचा प्रतिध्वनी झाडांतून, पानांतून, मातीतून,

अवकाशातून, क्षितिजातून, दिशादिशांतून उमटत राहिला. तो अवघा परिसर जणू कुरुक्षेत्र बनला होता. झाडं, पानं, फुलं, गवताची थरारणारी पाती, ही जणू सैन्य बनली होती. निळ्या आकाशातला चंद्र आणि चांदण्या दशावतारी सुमुखं होती आणि या भारलेल्या वातावरणात, या मंगलमय बनलेल्या चराचरात सोपानाचा स्वर एक वेगळी अनुभूती घेऊन झंकारत होता. खरंतर हे उच्चारण रोजचंच होतं. रोजच अवघी सृष्टी हे सगळं ऐकत होती; पण आज सोपानाच्या उत्साहाला उधाण होतं. मन अत्यंत प्रसन्न होतं. हृदय रोमांचित होतं. स्वरात आवाहन होतं. उच्चारात आव्हान होतं. ध्वनीत आर्तता होती. विचारात उत्कटता होती आणि हे सारं-सारं ऐकण्यासाठी अवघं चराचर लक्षलक्ष कान देऊन ऐकत होतं. सोपानाचं गीतेचं उच्चारण संपत आलं आणि निवृत्तीदादा आणि ज्ञानेश्वर तिथं पोहोचले. त्यांनी जंगल-झाडीत प्रवेश केल्यापासूनच भारलेलं वातावरण त्यांच्या लक्षात आलं होतं. त्या जंगल-झाडीतल्या हवेत, पाना-पानात, दवबिंदूच्या मोत्यात तो स्वर निनादत होता. गुंजत होता. अंथरुणावर सोपान नाही, हे जेव्हा निवृत्तीनं पाहिलं, तेव्हाच सोपान विद्याभ्यासासाठी गेला असणार, याचा त्याला अंदाज आला. त्याने तो ज्ञानेशाला बोलूनही दाखवला. त्यानंतर दोघं जण तत्परतेनं आन्हिकं आटोपून जंगल-झाडीच्या रस्त्याला लागले. वाट चालू लागले आणि जंगल-झाडी रस्त्यापर्यंत आल्यावर मात्र ते भारलेलं वातावरण, ती शहारलेली गवताची पाती, ती थरथरणारी पानं-फुलं, हे पाहिल्यावर त्यांची खात्रीच पटली, की सोपान इथं आला आहे आणि त्या ज्ञानसाधनेच्या स्थानी आल्यावर सोपानाला पद्मासनात बसून गीता पाठांतर करताना बघून त्याला सोपानाचा विलक्षण अभिमान वाटला.

गीतेचा अठरावा अध्याय संपला –

"इति श्रीमद्‌भगवद्‌गीता सूपनिषत्सु ब्रह्मविद्यायां योगशास्त्रे
श्रीकुष्णार्जुनसंवादे 'मोक्षसंन्यासयोगे' नाम अष्टदशोऽध्याय:।।"

सोपानाचे डोळे मिटलेले होते. चेहरा लाल होता. पद्मासनात बसलेली त्याची बालमूर्ती अत्यंत तेजस्वी दिसत होती. सोपानाच्या पाठीमागच्या क्षितिजावर लाली पसरली होती आणि तेजाचा तो रंग सोपानाच्या मस्तकाभोवती पसरला होता. जणू तेजाची प्रभावळच. सोपानानं हात जोडले. वंदन केलं आणि डोळे उघडले. समोर निवृत्तीदादा आणि ज्ञानेश्वर उभे होते. त्या दोघांना समोर बघून सोपानानं पद्मासन सोडलं. त्या दगडी आसनावरून उठून तो उभा राहिला आणि निवृत्तीदादाच्या चरणावर त्यानं मस्तक टेकवून वंदन केले. तसंच ज्ञानेशालाही केलं. निवृत्तीदादानं त्याच्या खांद्याला धरून उचललं, उठवलं उभं केलं. म्हणाला, "सोपाना, आज अगदी लवकर आलास? झालं सगळं पाठांतर? झाली सगळी उजळणी?" सोपानानं या प्रश्नांची उत्तरं नुसतीच होकारार्थी मान हलवून दिली आणि लगेचच पुढं

विचारलं, "दादा, आज वेदाभ्यासाला सुरुवात करायची आहे ना? वेद-उपनिषदं कधी आत्मसात करेन असं मला झालंय."

"अरे वा! त्यासाठी एवढ्या लवकर इथं येऊन उजळणी संपवलीस होय? निवृत्तीदादा सांभाळा हं! हा तुमचा शिष्य तीव्र बुद्धी, अगाध इच्छाशक्ती आणि अपार आकलनशक्तीचा आहे आणि माझ्या अंदाजानं त्याला विद्याभ्यासाचा भस्म्या रोग जडलाय!" ज्ञानेशानं गंमत केलेली बघून निवृत्तीदादाला हसू आलं; पण सोपान मात्र रडवेला झाला. हिरमुसल्या चेहऱ्यानं म्हणाला, "निवृत्तीदादा-ज्ञानादादा, मला भस्म्या रोग झालाय की नाही; मला माहीत नाही पण हे सारं ज्ञान, ही सारी विद्या, हे सारं-सारं मी कधी शिकेन, कधी आत्मसात करीन असं झालंय. कारण... कारण... कारण दादा आई-बाबांच्या देहान्तानं, चिमुकल्या मुक्ताला सांभाळण्याचं कर्तव्य पार पाडण्यात काही दिवस असेच गेले आहेत. नवनवीन विद्या, नवं ज्ञान न शिकता. आता त्या मधल्या दिवसांची पोकळी, मधल्या दिवसांची झालेली खोटी भरून काढायची आहे. म्हणूनच दादा मला सगळं लवकर शिकायचं आहे!" बोलता-बोलता सोपानाच्या डोळ्यांत पाणी भरलं. ते डोळ्यांतून गालावर ओघळलं आणि बोलता-बोलता सोपान स्फुंदायला लागला. निवृत्तीलाही भरून आलं. खरंच असं झालं होतं!

आई-बाबा गेले, तेव्हा सोपान अगदीच लहान होता. त्यामुळे आपण आणि ज्ञानेश्वर विद्याभ्यासाला जात असताना त्यालाही न्यावं, असं लक्षातच आलं नाही आणि मुक्ता तर तेव्हा अगदीच लहान होती. तिच्याकडे लक्ष देण्यासाठी कुणीतरी घरी थांबायला हवं होतं. म्हणूनही कदाचित सोपानाला आपल्या बरोबर न्यावं, असं वाटलं नसावं; पण सोपानाचे ते दिवस मात्र नवीन काही न शिकता बाबांनी शिकवलेलं नुसतंच उजळणीत गेलं होतं, हे खरं होतं. कधीकधी निवृत्तीला त्याबद्दल खंतही वाटायची; पण त्या दिवसाची भर सोपाना अशी भरून काढतोय, हे बघून त्याला अतिशय आनंद झाला. तो लगेच म्हणाला, "सोपाना, असं आहे तर आता एक क्षणही जाऊ न देता आपण वेदांच्या अभ्यासाला आरंभ करू या. ज्ञानेशा, तूही बस. तुझाही वेदाभ्यास राहिलाच आहे," असं म्हणून निवृत्ती त्याच्या आसनावर जाऊन बसला. त्याची अनुमती घेऊन ज्ञानेश्वर, सोपानही आपापल्या आसनांवर पद्मासन घालून बसले आणि निवृत्तीदादानं ज्ञानदानाला सुरुवात केली.

"सोपाना ऐक. वेद म्हणजे देववाणी. प्रत्यक्ष देवांच्या मुखातून उमटलेली अमृतवाणी, म्हणजे वेद. 'सः वदतो इति वेद!' म्हणजे 'तो' जे वदला ते वेद. म्हणूनच वेद हे सर्व ज्ञानाचा, सर्व विद्यांचा, सर्व कलांचा, सर्व औषधांचा मूल स्रोत आहे. धर्म, अर्थ, काम, मोक्ष या चार पुरुषार्थांचा अधिपती म्हणजे वेद. तर सलोकता, सरूपता, समीपता आणि सायुज्यता या चार मोक्षांचे अधिष्ठान म्हणजे

वेद, कर्माचं संस्थान म्हणजे वेद आणि धर्माचं प्रतिष्ठान म्हणजे वेद. म्हणूनच मानवी जीवनाची मूल्याधिष्ठीत साक्ष म्हणजे वेद. म्हणून सोपाना, वेदांचं अध्ययन म्हणजे मानवी मूल्यांचं अध्ययन आणि वेदांचं उच्चारण म्हणजे मानवी विचारांचं, आचारांचं उच्चारण. मानवी जीवनाच्या जशा चार अवस्था आहेत, मानवी जीवनात जसे चार पुरुषार्थ आहेत, मोक्ष जसे चार आहेत आणि साधनेचा जशा चार पायऱ्या आहेत, तसेच वेदही चार आहेत. ऋग्वेद जो सर्व वेदांचा उद्‌गाता आहे. मग यजुर्वेद, सामवेद आणि अथर्ववेद.'' निवृत्तीदादा बोलत होता आणि सोपानाच्या बोलक्या चेहऱ्यावर त्याच्या ज्ञानदानाचं हुबेहूब प्रतिबिंब उमटत होतं. एकाएकी सोपानाच्या चेहऱ्यावर एक प्रश्न उमटलेला निवृत्तीदादानं बघितला. तत्काळ त्याने विचारलं. ''बोल सोपाना बोल! काय प्रश्न आहे तुझ्या मनात?'' ज्ञानेशाला दादाच्या निरीक्षणशक्तीचा आदर वाटला. तोच सोपानानं विचारलं. ''दादा, देवांनी या वेदांचं उच्चारण का आणि कधी केलं?'' निवृत्तीदादांना अतिशय आनंद झाला. वेद शिकवतानाच हा मूळ गाभा त्यांनी मुद्दाम सोडला होता. त्यांना सोपानाची परीक्षा घ्यायची होती आणि सोपानानं नेमकं तेच विचारलं होतं. मोठ्या प्रसन्न मनानं निवृत्तीदादांनी उत्तर दिलं, ''सोपाना, तुझ्याकडून मी याच प्रश्नाची अपेक्षाही करत होतो आणि प्रतीक्षाही करत होतो. सोपाना, देवांमध्येसुद्धा काही देव वेगळे होते. ते ऋत्विक किंवा ऋत्विज होते. ऋत्विज म्हणजे नियमित यज्ञ करणारे आणि यज्ञातून पंचमहाभूतांना, श्रेष्ठ देवी-देवतांना प्रसन्न करून घेणारे आणि हे ऋत्विज यज्ञ करताना जे उच्चारण करीत असत, ते उच्चारण म्हणजे वेद. प्रत्येक वेदाचा एक-एक ऋत्विज आहे. जसा ऋग्वेदाचा 'ऋत्विज' 'होता', तर यजुर्वेदाचा ऋत्विज 'अध्वर्यु', सामवेदाचा ऋत्विज 'उद्‌गाता', तर अथर्ववेदाचा ऋत्विज 'ब्रह्मा' आणि या चार ऋत्विजांचं उच्चारण, म्हणजे हे चार वेद. उमजलं सोपाना?'' निवृत्तीदादांनी विचारलं.

खरंतर त्यांचं हे विचारणं तसं व्यर्थच होतं, कारण त्यांनी जे सांगितलं, ते सगळं समजल्याची, उमजल्याची प्रचिती सोपानाच्या चेहऱ्यावर उमटली होती. निवृत्तीदादांनी सांगितलेलं सगळं-सगळं आकलन झाल्याची साक्ष त्याच्या डोळ्यांत उमटली होती. ती समजून घेऊन निवृत्तीदादा पुढे म्हणाले, ''हं! तर सोपाना, आता मात्र आपण वेदांच्या ऋचांचं उच्चारण सुरू करू या. मी प्रथम उच्चारतो तू पाठोपाठ अनुकरण कर!'' निवृत्तीदादांनी सांगितलं. सोपानानं मूकपणे मान डोलावली. त्याच्या मनातले प्रश्न, शंका या सगळ्यांची उत्तर नीट आणि नेमकी मिळाली होती आणि आता वेदांतील ऋचांचं उच्चारण करायला आरंभ करायचा आहे, या विचारानंच तो उत्तेजित झाला. आता आपल्याला वेद मुखोद्‌गत होणार, त्याच्या अर्थ अन्वयासह! 'वेद म्हणजे ज्ञानाचं भांडार आहे,' असं त्यानं कित्येकदा त्याच्या बाबांच्या तोंडून

ऐकलं होतं आणि आज त्याच ज्ञानभांडाराची कवाडं त्याच्यासाठी उघडली जाणार होती. ही तर आनंदाची गोष्ट होतीच; पण ती कवाडं उघडणाऱ्या हात त्याच्या दादाचे होते, ही त्याहीपेक्षा आनंदाची गोष्ट होतीच; आणि या द्विगुणित आनंदाने भारलेला सोपाना वेदांच्या ऋचा उच्चारण्यासाठी सिद्ध झाला. त्याच्या चेहऱ्यावरची उत्सुकता, डोळ्यांतली आतुरता, देहाला सुटलेली थरथर, मनाला लागलेली आस आणि अनावर उल्हासाने थुईथुई नाचणारं हृदय, सोपाना असा अवघा, अवघा वेदांच्या ऋचांच्या उच्चारणासाठी आसुसला होता आणि हे सगळं निवृत्तीदादांच्या नजरेतून सुटलं नाहीच. त्यांच्या चेहऱ्यावर एक प्रसन्न स्मित उमटलं. त्यांनी एक धावता कटाक्ष ज्ञानेश्वराकडे टाकला. त्याच्याही चेहऱ्यावर कमालीची उत्सुकता, सोपानाबद्दलचं अपरंपार कौतुक आणि निवृत्तीदादांबद्दल निरातिशय आदर उमटला होता. एकवार ज्ञानेशाकडे कटाक्ष टाकून निवृत्तीदादांनी डोळे मिटले. एक हात आपल्या हृदयावर ठेवला आणि एकवार त्या गोपालकृष्णाचं स्मरण करून त्यांनी ऋग्वेदाची ऋचा उच्चारायला सुरुवात केली.

“ॐ अग्निमीळे पुरोहितं यज्ञस्य देवमृत्विजम्।
होतारम् रत्नधात मम्।
अग्निपूर्वेभिऋषिभिरीऽयोनूतनैरूत।
स देवां एह वक्षति।”

निवृत्तीदादा ऋचांचं उच्चारण करत होते आणि पाठोपाठ सोपान त्यांचं अनुकरण करत होता. निवृत्तीदादांचा गंभीर स्वर अवघ्या चराचराला भेदून आकाशगामी होत होता. त्या स्वरानं अवघ्या चराचराला थरथर सुटली होती. अवघं चराचर व्यापून तो स्वर गगनमंडळात भरून राहिला होता. त्या स्वरानं झाडं, पानं, वेली, फुलं, गवताची पाती अवघ्या सृष्टीच्या थरकाप उडाला. स्वर प्रलय होतोय की काय, अशी शंका सृष्टीच्या मनात उद्भवली. इतक्यात पाठोपाठ सोपानाचा अनुनासिक, कोवळा मुलायम स्वर त्या प्रलयंकारी स्वरावर पसरला आणि सहस्र रश्मीच्या तेजामुळे हुळहुळणाऱ्या त्वचेवर चंद्रकिरणांच्या शीतलतेचं लेपन केल्यासारखं झालं आणि अवघ्या सृष्टीनं आनंदानं, प्रसन्नतेचा, उन्मुक्ततेचा, उत्फुल्लतेचा श्वास घेतला. निवृत्तीदादांच्या घनगंभीर ध्वनीने तेजोवलयांकित स्वरमंडळ रेखावं आणि आपल्या अलवार, कोवळ्या स्वरानं सोपानानं त्या तेजोवलयांकित स्वरमंडळाला नाजूक, शीतल अशा प्राजक्ताच्या फुलांची माला बनवावी. निवृत्तीदादांनी आपल्या आकाशगामी ध्वनीनं गगनमंडळात नवग्रहांची तेजस्वी माला चितारावी आणि सोपानानं आपल्या मऊशार, लाघवी, स्निग्ध आणि नाजूक कोंबाची कोवळीक असणाऱ्या स्वराने त्या ग्रहमंडळावर श्रावणसरींची रिमझिम आणि कोवळेशार सूर्यकिरण, यांच्या दृक्श्राव्य संमेलनातून उगवलेल्या इंद्रधनूचे रेखाटनं करावं. निवृत्तीचं ऋचा उच्चारण आणि

सोपानाचं अनुकरण, यातून असं ध्वनिसंमेलन घडत होतं. अवघ्या सृष्टीला धन्यता वाटत होती. अवघं चराचर पुलकित होत होतं. अवघ गगनमंडळ रोमांचित होत होतं आणि स्वत: ध्वनी तो तर कृतार्थ-कृतार्थ होत होता.

"सप्तहस्तश्चतु: शृङ्ग: सप्तजिव्हो द्विशीर्षक:।
त्रिपाद प्रसन्नवदन: सुखासीन: शुचिस्मित:।।
स्वाहां तु दक्षिणे पार्श्वे देवी वामे स्वधां तथा।
ब्रिभ्रद् दक्षिणहस्ते तु शक्तिमन्नं शुचं श्रुवम्।।"

वेदातलं अग्नीचं हे वर्णन निवृत्तीदादा उच्चारत होते आणि त्यांच्या घनगंभीर स्वरापाठोपाठ सोपानाचा कोवळा स्वर ऋचा म्हणत होता. सोपानाचा वेदाभ्यासाचा असा अप्रुपाचे अप्रूप असणारा, कवतिकाचं कवतिक सांगणारा प्रारंभ झाला होता.

१६

एकदा पैठणक्षेत्री जाऊन तेथील धर्मसभेत आपलं गाऱ्हाणं मांडावं, असं नक्की झालं आणि सगळी त्या तयारीला लागली. मुक्तानं कावेरीअक्कांकडून पीठ मागून दशम्या करून घेतल्या. त्यांनी दिलेल्या लाह्या होत्याच. त्याही घेतल्या. तिची चाललेली लगबग बघून सोपानानं विचारलं, ''मुक्ता, आमची तिघांची अक्षयपात्रं घेतलीस का? ती बरोबर असली, की कुठे काही चिंता नाही.'' त्याच्या विचारण्याचं मुक्ताला नवल वाटलं. 'अक्षयपात्र? ते तर श्रीकृष्णाने द्रौपदीला दिलं होते. ते आपल्याजवळ कुठे आहे? कशाबद्दल बोलतोय हा?' मुक्तीच्या मनात प्रश्न उद्‌भवले. तिनं विचारलंच! ''दादा, अरे अक्षयपात्र आपल्याकडे कुठली? ती तर श्रीकृष्णानं द्रौपदीला दिली होती. ती आपल्याकडे कशी असतील? तू तर काहीही विचारतोस?'' मुक्तीनं फणकाऱ्यानं नाक उडवलं!

''वाटलंच मला! तुला नाहीच कळणार मुक्ते! अगं आपल्याकडेसुद्धा अक्षयपात्रं आहेत. एक नव्हे तीन-तीन आहेत. अगं, आमच्या तिघांच्या माधुकरीच्या झोळ्या, म्हणजे आपली अक्षयपात्रंच आहेत. खरं ना?'' सोपानानं स्पष्टीकरण केलं. मग मात्र मुक्ताला हसू आलं आणि भावाचं कौतुकही वाटलं. खरंच! 'अक्षयपात्र! किती चपखल शब्द वापरला आहे यानं?' तिच्या मनात आलं, ''होय रे दादा! घेतलीत हो तुमची अक्षयपात्रं! आता निवृत्तीदादा आणि ज्ञानादादा आले की, त्यांना सगळी तयारी दाखवते आणि आपण उद्या ब्राह्ममुहूर्तावर निघू या! कसं?'' मुक्तीनं मान वेळावून विचारलं. सोपानानं मान हालवून होकार दिला आणि तो पर्णावली लावत बसला.

लावता-लावता अचानक त्याच्या तोंडून शब्द बाहेर पडले. ''अरे, आज असं का होतंय? मुक्ते, मी पर्णावली जोडताना चुकतो आहे. मनही उदासलं आहे. चित्त स्थिर होत नाहीये. पर्णावली लावताना मी वेद मुखोद्‌गत करतो आहे. पण आज अधनंमधनं काहीतरी चुकतंय. मुक्ते, मी उच्चारतोय...

ॐ त्र्यंबकम् यजामहे। सुगंधीम् पुष्टी वर्धनम्।

पण हे उच्चारल्यावर मला पुढची ऋचा स्मरणात येईना. खरंतर मला ती मुखोद्गत होती पण...! काय घडलंय कळत नाही. काय घडणार आहे, समजत नाही; पण मुक्ते, काहीतरी घडणार आहे आणि ते वेदनादायक असणार आहे खास!'' सोपानाच्या बोलण्याकडे मुक्ताचं लक्षच नव्हतं. तिच्याही मनात काहूर माजलं होतं. काय होतंय, हे समजत नव्हतं. असं का होतंय हेही उमगत नव्हतं; पण एक अनामिक भय, एक विचित्र आशंका मन पोखरत होती. निवृत्तीदादा, ज्ञानादादा माधुकरीसाठी गेले होते. तिथं तर काही विपरीत...? सोपान-मुक्तीच्या मनाला कुशंकेनं ग्रासलं. हातातल्या कामात लक्ष लागेना. लक्ष घातलं तरी काम धड होईना, शेवटी दोघांनी हातातलं काम टाकलं. एकमेकांसमोर पद्मासनं घालून बसले. हस्तमुद्रा दोन्ही गुडघ्यांवर ठेवल्या आणि भगवद्गीतेचा पंधरावा अध्याय म्हणायला सुरुवात केली –

''उर्ध्वमुलम् अध:शाखम् अश्वत्थं प्रादुररव्ययम्।
छन्दासी यस्य पर्णानि यस्तं वेद स वेदवित्।।''

दोघांचे स्वर तीव्र होते; पण त्यात थोडा कंप होता. आवाज खणखणीत येत होता; पण थोडी आशंका होती. उच्चार स्पष्ट होते, पण थोडा गहिवर होता. स्वरोह, स्वराघात सुस्पष्ट होते; पण त्यात किंचित थरथर होती. काय घडणार होतं? काय घडलं होतं? नुकतीच कुठे सगळी सावरली होती. समंजस झाली होती. आपापला मार्ग आखून रेखून त्यावरून प्रत्येकानं आपली वाटचाल सुरू केली होती. आई-बाबांच्या अकाली जाण्याचं दु:ख, पोरकेपणाची वेदना, अनाथ असल्याची खंत, एकाकी असल्याची जीवघेणी जाणीव आणि आपले कुणीच नसल्याची जखम, हे सगळं हळूहळू बाजूला ठेवून आता कुठं जगण्याची सुरुवात केली होती. भविष्याचा विचार केला होता. वर्तमानाचा प्रारंभ केला होता आणि आज...? आज आता नवीन कोणतं संकट येऊ घातलं होतं? सोपान-मुक्ता दोघेही धडधडत्या काळजानं आणि हुरहुरत्या काळजीने गीतापठण करत होते आणि अचानक...

अचानक वावटळीसारखा ज्ञानादादा आत शिरला. तो आत शिरला, ते तडक झोपडीत गेला आणि त्यानं झोपडीचं कवाड लावून घेतलं. सोपान-मुक्ता दोघांना आधी काही समजेनाच. ज्ञानादादा आला आणि काही न बोलता, मुक्ताच्या हातात माधुकरीची झोळी न देता, डोणीवर हात-पाय न धुता तडक विजेसारखा झोपडीत शिरला आणि त्यानं झोपडीचे कवाड लावून घेतलंय, हे त्यांना उमजतंय तोच पाठोपाठ निवृत्तीदादाही धावत आला आला तोच, ''अरे ज्ञानेशाऽ थांब, अरे ज्ञानेश्वरा ऐक माझं,'' असं ओरडतच. काय चाललेय? काय झालंय? ज्ञानादादा असा का आत गेला? निवृत्तीदादा पाठोपाठ पळत का आला? तो ज्ञानादादाला 'थांब-थांब' का म्हणतोय? काहीच कळेना. निवृत्तीदादा आला आणि झोपडीच्या बंद कवाडावर थाप मारून ज्ञानादादाला हाका मारू लागला.

"ज्ञानेशाऽऽ! अरे ज्ञाना, अरे कवाड उघड! असा संतापू नको! ऐक माझं! कवाड उघड! मी काय सांगतो ते समजून घे!'' असं म्हणत ज्ञानेशाला विनवू लागला. मग मात्र सोपान भानावर आला. काहीतरी विपरीत घडलेय खास! त्याशिवाय ज्ञानादादा असा संतापायचा नाही. काय झालंय ते नंतर पाहावं, आधी ज्ञानादादाला कवाड तरी उघडायला लावावं, म्हणून मग सोपानही त्याला हाका मारू लागला. "ज्ञानादादा ए ज्ञानादादा! अरे कवाड उघड! बघ मला आज शान्तिपर्व मुखोद्गत झालंय! मला ते तुला म्हणून दाखवायचंय! दाखवू का? ऐक हं!

आनृशंस्यमहिंसा च प्रमाद: संविभागिता।

श्राद्धकर्मातिथेयं च सत्यमक्रोध एवच॥

दादा उघड ना कवाड!'' सोपानाचा आवाज ऐकून ज्ञानेशानं आतूनचं उत्तर दिलं! "सोपाना, मला हाका मारू नकोस! मला आता जगायचं नाही. मला माझ्या जीविताचा शेवट करायचा आहे. माझ्या सहनशक्तीचाही अंत झाला आहे. आई-बाबांनी स्वत: पवित्र असतानाही केवळ धर्मपीठाचा निर्णय म्हणून देहान्त घेतला. त्या दोघांचं चरित्र गंगेसारखं निर्मळ होतं. त्यांचं शील पवित्र, स्वच्छ होतं. त्यांनी देहार्पण केलेलं असूनही आपला छळ झाला. आपल्याला बहिष्कृत केलं गेलं. दगड मारले. आपला तिरस्कार केला, अपमान केला, माधुकरीत शेणगोळे वाढले; पण आपण तक्रार केली नाही; पण आज मात्र हद्द झाली. आज आपल्या आईच्या शीलावर आणि बाबांच्या चारित्र्यावरच लोकांनी शिंतोडे उडवले. आता मला हे सहन होत नाही आणि यापुढे असं उपेक्षेचं जिणं मला जगायचं नाही. या जीवनाचा मला अंत करायचा आहे.'' बोलता-बोलता ज्ञानेश्वराला भरून आलं. गहिवरून आलं. त्याचा आवाज कापायला लागला. नक्कीच-नक्कीच त्याच्या डोळ्यांतून अश्रू ओघळत असणार. कोणालाच काय करावं सुचेना.

मुक्ता भांबावली. हुंदका तिच्या गळ्यात दाटून आला. तिच्या पाठीवरून हात फिरवत निवृत्तीदादा म्हणाला, "ज्ञानेशा, ऐक बाळा! असा अविचार करू नको. कवाड उघड. अरे मी तुझा दादा, मोठा भाऊ आणि तूही मला गुरू मानलंयस ना? मग माझी आज्ञा आहे, असं समजून दार उघड! ज्ञानेशा, अरे बघ ही लहानगी मुक्ता हुंदके देते आहे. तू तिच्यापेक्षा लहान झालायस का? उघड बरं दार!'' निवृत्तीदादाही समजूत घालून थकला. आता सोपानाही रडवेला झाला. "ज्ञानादादा, उघड रे कवाड! अरे तूच मला सांगितलं होतंस ना की संन्याशानं राग-लोभाच्या पलीकडे गेलं पाहिजे म्हणून! आणि आता तूच...? संताप आवर दादा! अरे आपल्या पायानं विष्ठा तुडवली म्हणून आपण पाय कापतो का? पाय धुऊन स्वच्छ करतो ना? मग समाजानं तुला दु:ख दिलं म्हणून तू स्वत:ला का शिक्षा करतो आहेस? त्यापेक्षा त्या समाजालाच स्वच्छ कर! ऐक ज्ञानादादा, उघड रे कवाड!'' सोपान बोलत होता

आणि निवृत्तीदादा कौतुकानं त्याच्याकडे पाहत होता. 'हा आपला लहानसा सोपाना एवढा मोठा, समंजस कधी झाला? अगदी ज्ञानेशाला उदाहरणं देऊन समजावण्याएवढा? पण याला शाबासकी नंतर द्यावी. आधी ज्ञानेशाकडे पाहिलं पाहिजे!' असं मनाशी म्हणत निवृत्तीदादा पुन्हा ज्ञानेशाला हाक मारू लागला. तोच मुक्ता पुढे आली आणि म्हणाली, "निवृत्तीदादा तू आता म्हणालास ना ज्ञानदादाला की तू मुक्तापेक्षा लहान झालाएस का म्हणून? मग मी आता त्याच्यापेक्षा मोठी झाले ना? मग त्याची समजूत मलाच काढू दे." असं म्हणून मुक्ता पुढे झाली आणि तिनं कवाड वाजवलं. आतून काहीच प्रतिसाद आला नाही. मग मात्र निग्रहानं तिनं डोळे पुसले. एकवार निवृत्तीदादाकडे आणि सोपानदादाकडे पाहिले. किंचित मान झुकवून त्यांना वंदन केलं. आणि तिनं ज्ञानादादाची तिच्या लाडक्या ज्ञानादादाची, समजूत घालायला सुरुवात केली...

"योगी पावन मनाचा। साही अपराध जनाचा।।
विश्व रागे झाले वन्हीं। संती सुखे व्हावे पाणी।।
शब्दशस्त्रे झाले क्लेश। संती मानावा उपदेश।।
विश्वपट ब्रह्म दोरा। ताटी उघडा ज्ञानेश्वरा।।"

मुक्ताच्या तोंडून इतकी सशक्त निर्दोष आणि स्वच्छ अभंगरचना, तिचा लडिवाळ आविर्भाव, तिचा गहिरा स्वर, भावनेनं ओथंबलेला आवाज आणि शब्दांतली आर्तता! ज्ञानेश्वरच काय, पण झोपडीच्या भिंतींनाही पाझर फुटला आणि मुक्ताच्या 'ताटी उघडा ज्ञानेश्वराऽऽ!' या आर्त हाकेनं आपलं काम केलं. राग सोडून, रुसवा सोडून, संताप विसरून ज्ञानेश्वर बाहेर आला. सगळ्यांचे डोळे पाण्यानं भरले होते. ज्ञानादादाला समोर बघितल्यावर मुक्ता तर घळाघळा रडायलाच लागली. ज्ञानादादा बाहेर आला. त्यानं निवृत्तीदादाच्या पायांवर डोकं ठेवून त्याची माफी मागितली. सोपानाची गळाभेट घेतली. सोपानाच्या डोळ्यांतून वाहणारे अश्रू आपल्या हातानं पुसून चेहऱ्यावर हलकं स्मित आणून त्यानं विचारलं, "सोपाना, काय सांगत होतास. तुला शान्तिपर्व मुखोद्गत झालंय! छान!" असं म्हणून त्याच्या गालावरून हात फिरवून ज्ञानादादा मुक्ताजवळ गेला. स्फुंदत असलेल्या मुक्तीला त्यानं जवळ घेतलं. आपला चेहरा त्याच्या कुशीत घालून ती स्फुंदत होती. ज्ञानेशानं तिचा चेहरा आपल्या ओंजळीत धरला आणि हाक मारली, "मुक्ताईऽऽ" आणि त्याचाही बांध फुटला. त्यालाही हुंदका आवरेना. मग मात्र घळाघळा रडणारी मुक्ता शांत झाली. समंजस झाली आणि तिनं ज्ञानेशाची समजूत घालायला सुरुवात केली. हा सारा भावनेचा कल्लोळ ओसरला. सगळी शांत झाली आणि मग अचानक सोपानाला भान आले. "अगं मुक्ते तू...तू... अभंगरचना? निवृत्तीदादा, ज्ञानादादा, मुक्तीनं अभंग रचलेत. तेही ताटीचे. ज्ञानादादा, तुला तिनं ताटीचे अभंग गाऊनच शांत केलं

ना?'' सोपानाचं बोलणं ऐकून निवृत्तीदादाला आणि ज्ञानादादालाही हे भान आलं, आणि त्यांच्या आनंदाला पारावार राहिला नाही. काही क्षणांपूर्वी जिथं दु:खाचं, निराशेचं राज्य होतं तिथं आता आनंदाचं, कौतुकाचं साम्राज्य पसरलं होतं. काही क्षणांपूर्वी जिथे असाहाय्यतेचा, वेदनेचा अंधार पसरला होता, तिथंच आता सुखाचं चांदणं पसरलं होतं. ज्ञानादादाचा राग मावळला होता. कवाड उघडून तो प्रसन्न मनानं बाहेर आला होता आणि मुक्ताईनं अभंगरचना केली होती. चौघंही जण प्रसन्नचित्त होती. फक्त प्रत्येकाच्या मनात, हृदयाच्या एका कोपऱ्यात, 'आज बाबा असते तर?' अशी भावना ठुसठुसत होती. हुरहुर लावत होती.

दुसऱ्या दिवशी सकाळी चौघांनी पैठणला जाण्यासाठी आळंदी सोडली. आळंदीहून मजल दरमजल करत ही चौघं जण आपेगावला आली. तिथं त्यांचं वडिलोपार्जित घर होतं. पण तिथंही त्यांना हेटाळणीच मिळाली. विठ्ठलपंतांनी घेतलेला संन्यास आणि त्यानंतर पुन्हा त्यांनी स्वीकारलेला गृहस्थाश्रम, ही धर्माच्या विरोधी घडलेली बाब अजून आपेगावच्या ब्रह्मवृंदांच्या पचनी पडली नव्हती. त्या दोघांनी घेतलेल्या देहान्त प्रायश्चित्तानंतरही त्यांच्यावरचा कलंक पुसला गेलेला नव्हता आणि या निरागस लेकरांकडे बघूनही कुणाच्याच हृदयाला पाझर फुटला नव्हता. आपलं मूळ गाव, आपल्या वडिलांचं गाव, विठ्ठलपंत कुलकर्णी आपेगांवकर असं बाबा मोठ्या अभिमानानं सांगत ते गाव. सोपान भिरभिरत्या नजरेनं पाहत होता. त्याच्या नजरेत कुतूहल होतं, औत्सुक्य होतं; निरागसता होती. पण त्याच्याकडे, त्याच्या भावंडांकडे पाहणाऱ्या त्या आपेगावच्या ब्रह्मवृंदाच्या नजरेत मात्र होता तिरस्कार, हेटाळणी, संताप, कुत्सितता. त्या सगळ्यांच्या नजरेचे असे विखारी घाव झेलत चौघं जण गावाबाहेर पडली.

गावाबाहेर बरंच पुढे गेल्यावर गर्द झाडी होती. खाली जमिनीवर पानांचा सडा पडला होता. थोडं पुढे हिरवेगार शेत डुलत होते. पाटाचं पाणी झुळझुळ वाहत होतं. तिथे काही घटका विसावा घ्यावा, म्हणून चौघं तिथं थांबली. एका झाडाखाली बसली. मुक्तानं दशम्यांची शिदोरी सोडली, ते बघून सोपान पटकन उठला. आजूबाजूला पडलेल्या पानांच्या ढिगाऱ्यातून त्याने त्यातल्या त्यात कमी वाळलेली पिवळसर झालेली पळसाची पानं गोळा केली. एक धाट घेऊन त्याच्या काड्या काढल्या आणि ती पानं जोडून त्यानं पर्णावली तयार केल्या. त्या पिवळ्या सोनेरी पानांच्या सुबक पर्णावली अतिशय सुंदर दिसत होत्या. निवृत्ती, ज्ञानेश्वर दोघंही सोपानाच्या या कारागिरीकडे कौतुकानं बघत होते. त्यानं लावलेल्या पर्णावलीकडे एकटक बघत निवृत्तीदादा म्हणाला, "ज्ञाना! बघितलंस, सोपानानं पर्णावली किती नीटस लावल्या आहेत त्या! ज्ञाना, जसं शब्दाला शब्द नेमक जोडावे लागतात तसंच पानाला पानं जोडताना त्यात नेटकेपणा असावा लागतो. तरच त्यातून सुबक

कलाकृती निर्माण होते. तुला उमगलं ना मी काय म्हणतो ते?'' निवृत्तीदादाचं हे बोलणं ऐकून ज्ञानेशाच्या चेहऱ्यावर हास्य पसरलं. सोपानाच्या सुबक कामगिरीकडे तोही एकटक पाहत होता; पण त्या छोट्याशा प्रसंगातून निवृत्तीदादानं किती मोलाचा संदेश सांगितला होता. ज्ञानेशानं हसून मान डोलावली. त्याच्या मनात आलं, 'खरंच सोपानाला इतक्या सुबक पर्णावली बनवायला कशा बरं येतात? इतक्या नेटक्या पर्णावली बनवायला तर मला आणि निवृत्तीदादालासुद्धा येत नाहीत.' त्याच्या मनातली ही उत्सुकता त्याला स्वस्थ बसू देईना. मुक्तानं पर्णावलीवर वाढलेल्या दशमीचा घास प्रेमानं सोपानाला भरवत त्यानं तो प्रश्न त्याला विचारलाच, ''सोपाना, तुला कशा रे इतक्या सुबक पर्णावली बनवता येतात? निवृत्तीदादा, इतक्या सुबक पर्णावली तर आपल्या दोघांनाही येत नाहीत, मग हा कुठून शिकला?''

ज्ञानेशाच्या या बोलण्यावर निवृत्तीदादानं दुजोरा दिला. तो म्हणाला, ''खरंच रे ज्ञाना, खरंच आपल्याला इतक्या सुबक पर्णावली जोडायला येत नाहीत. सोपाना, कुठं रे शिकलास असं नेटकं काम करायला?'' निवृत्तीदादाच्या या बोलण्यावर सोपाना उत्तर देणार, तोच मुक्तीनं मध्येच तोंड घातलं. ''निवृत्तीदादा, ज्ञानादादा तुम्हाला दोघांना माहिती आहे का, की ब्राह्ममुहूर्तावर गंगेच्या घाटावर जाऊन नुसती ज्ञानसाधना करणं, म्हणजे ज्ञानार्जन केलं असं होतं नाही. त्यासाठी आईच्या हाताखाली पण थोडं-थोडं काम शिकावं लागतं. सोपानदादा तसाच शिकलाय. होय ना रे सोपानदादा?'' सोपानानं उत्तर देण्याआधीच मुक्तानं मोठ्या फणकाऱ्यानं उत्तर दिलं. आठ-दहा वर्षांची असेल मुक्ता, पण जशी तिची समजही मोठी होती, तसाच तिचा फणकाराही. तिचा तो फणकारा बघून निवृत्तीला हसूच आलं. ज्ञानेश्वरानं मात्र तिचा कान धरला आणि म्हणाला, ''हो का मुक्ताबाई? आम्हाला नव्हतं माहीत? मग तो पाणीदार भात करायला तुम्ही आईच्या हाताखालीच शिकलात वाटतं?'' ज्ञानेश्वरानं त्या प्रसंगाची आठवण करून दिली आणि सगळी खळखळ हसली. कारण, एकदा मुक्तीनं भात म्हणून जे काही केलं होतं, ते पेज म्हणून प्यावं लागलं. अशा काही गोष्टी करत चौघांची जेवणं चालू होती. मैना, साळुंकी, पोपट, चिमणी, कावळा ही सगळी जण एकेक करून येऊन हे दृश्य डोळे भरून बघून जात होती. वाराही क्षणभर थांबला. त्या चौघांभोवती गोल फिरला. आपल्या चंचल मनाच्या एका कोपऱ्यात हे दृश्य साठवलं आणि पुन्हा वाहायला लागला. सूर्यही क्षणभर झाडामागे विसावला. पानांच्या आडून कवडसे पाडून त्यानंही हे दृश्य मनात साठवलं. पाटातून झुळुझुळु वाहणाऱ्या पाण्यानं एक उसळी मारली. त्या चौघांना आपल्या पारदर्शी नजरेनं न्याहाळलं आणि पुन्हा झुळुझुळु वाहायला लागलं. धरेनं तर त्या लेकरांना बसण्यासाठी पानांच्या रूपानं रजई अंथरून त्यांना आपल्या मांडीवरच बसवलं होतं. आपल्या कवडशातून त्या चौघांना डोळे भरून बघणाऱ्या

सूर्याला झाकोळून एक निळासावळा चुकार ढग आकाशाचा प्रतिनिधी बनून आला आणि या चौघांना न्याहाळून लगबगीनं क्षितिजापार गेला. माणसांच्या जगातला अवघा निसर्ग आपले सगळे पाईक बरोबर घेऊन या निरागस लेकरांवर मायेची उधळण करत होता आणि निसर्गाच्या जगातली माणसे मात्र या लेकरांची हेटाळणी करत होती, उपेक्षा करत होती, त्यांचा तिरस्कार करत होती.

मजल दरमजल करीत हे चौघं जण पैठणला पोहोचले. दोन्ही तीरांच्या काठापर्यंत येऊन गोदावरीनं त्यांचं स्वागत केलं. पैठणला विठ्ठलपंताचं आजोळ होतं. विठ्ठलपंतांचे मामा कृष्णाजीपंत देवकुळे पैठणला राहत असत. त्यांनीही आपल्या या नातवंडांना वाड्यात प्रवेश दिला नाही. मामींनी मात्र मामांच्या विरोधाला न जुमानता गोठ्याजवळची खोली या मुलांना उघडून दिली आणि त्यांची जेवणा-खाण्याची व्यवस्था केली. मामांनी या मुलांना पाहिल्यावर कपाळावर घातलेल्या आठ्या, 'तुमच्या बापानं संन्यासाश्रम सोडून गृहस्थाश्रमात प्रवेश केला, तेव्हाच तो मला मेला. त्यामुळे तुमचा माझा काहीही संबंध नाही' असं त्यांनी सांगणं आणि मामींनी मामांच्या विरोधाला न जुमानता या चौघांवर माया करणं हा सगळा विरोधाभास सोपानाला अस्वस्थ करून गेला. मामींनी खोली उघडून दिल्यावर चौघं जण आत जाऊन बसली खरी; पण सोपान अस्वस्थच होता. विचारांच्या उलटसुलट आवर्तनानं त्याची कासाविशी आणखी वाढली. ती त्याच्या डोळ्यांत दिसली. चेहऱ्यावर उतरली. हालचालीत जाणवली. निवृत्तीदादाच्या लक्षात आलं. त्याला राहवलं नाही. त्यानं विचारलं, "सोपाना, काय झालं रे? असा अस्वस्थ का दिसतो आहेस?" दादाचा प्रश्न ऐकून सोपानाच्या डोळ्यांत पाणी तरारलं. "दादा, माणसांच्या स्वभावातील विरोधाभास बघून मी अस्वस्थ झालो आहे. हे मामाआजोबा आपल्या बाबांचे सख्खे मामा ना? त्यांनीही आपल्या बाबांना समजून घेऊ नये? तेही ठीक आहे; पण आई-बाबांनी प्रायश्चित्त घेतल्यानंतरही त्यांनी आपल्यालासुद्धा नाकारावं? आपलीच माणसं आपल्याच माणसांशी असं का वागतात?" सोपानाची कासाविशी त्याच्या शब्दा-शब्दातून प्रतीत होत होती. निवृत्तीदादांना कौतुक वाटलं. 'हा आपला सोपाना बारीकसारीक गोष्टींचा किती विचार करतो आहे,' आणि त्याचबरोबर त्यांना आनंदही झाला, कारण अशाच लहान-लहान विचारांतून अनुभवाचं शिक्षण त्याला मिळणार होतं. "सोपाना, तुझी कासाविशी मला समजली, पण बाळा, समाजात वावरायचं असेल, तर आपल्या मनाचा कल पाहण्यापेक्षा समाजाच्या मनाचा कौल विचारात घ्यावा लागतो. त्यातच धर्मकर्मकांडाचा विळखा इतका जबरदस्त असतो, की तिथं आपला-परका याचं भान राहत नाही आणि कुठल्याही कार्याला विचाराला, कृतीला आपलीच माणसं प्रथम विरोध करतात आणि मग इतर; पण म्हणूनच

चांगलं कार्य करणाऱ्या व्यक्तीला समजुतीनं, विवेकानं आपल्या माणसांचा विरोध मोडून काढणं सोपं जातं.'' निवृत्तीदादाच्या या विश्लेषणानं सोपानाचं समाधान झालं; पण पुन्हा त्याच्या डोळ्यांत एक प्रश्न उभा राहिला. ''दादा! हे झालं मामाआजोबांबद्दल; पण मग मामी आजीचं काय? आजोबांचा विरोध पत्करून तिनं आपल्यावर माया केली. ते कसं काय?'' सोपानाच्या याही प्रश्नाला निवृत्तीनं उत्तर दिले, ''सोपाना! प्रत्येक स्त्रीमध्ये एक आई, एक माता दडलेली असते. कुठल्याही बालकाला पाहिलं की, तिचं मातृत्व, तिच्या हृदयातलं वात्सल्य जागं होतं आणि मातृत्वासमोर आणि वात्सल्यासमोर जगातले सगळे प्रश्न, सगळे विरोध शरण जातात, समजलं?'' आता मात्र सोपानाला खरंच समजलं होतं. त्याच्या हृदयातली कासाविशी, मनातली अस्वस्थता, डोळ्यांतल्या शंका आणि चेहऱ्यावरचे प्रश्न नाहीसे झाले होते आणि त्याची जागा प्रसन्नतेनं घेतली होती.

संध्याकाळ झाली. मामींनी तुळशीवृंदावनाजवळ सांजवात केली आणि त्या आत निघून गेल्या. तुळशीवृंदावनातल्या गोपाळकृष्णाला चौघांनी नमस्कार केला आणि वाडा चौघांच्याही आवाजात उच्चारलेल्या सुस्पष्ट मंत्रोच्चाराने दुमदुमून गेला. ओंकारनाद झाला. गायत्रीचा जप झाला आणि भगवद्गीतेच्या उच्चारणाला सुरुवात झाली.

''धर्मक्षेत्रे कुरुक्षेत्रे धर्मवेता युयुत्सवः।
मामकाः पाण्डवाश्चैव किं कुर्वत संजयः॥''

तिघांचे उन्मलित, उत्स्फूर्त स्वर, स्वरोह, आरोह, अवरोह, स्वरघात यांचा कटाक्ष ठेवून त्या वाड्यात निनादू लागले. त्या स्वरांच्या जोडीला मुक्तीचा कोवळा स्वर किणकिण निनादणाऱ्या घंटेप्रमाणे गुंजत होता. गीतोच्चार करताना त्यांनी प्रत्येक वर्ण शुद्ध आणि त्याचे प्रत्येक उदात्त, अनुदात्त आणि स्वरित हे आघात आत्यंतिक उच्चारशुद्धतेनं उच्चारले जात होते. या मंत्रपठणानं अवघा वाडा रोमांचित झाला. भिंती थरारल्या, सारवलेल्या जमिनीवर शुभचिन्हे उमटू लागली. या उच्चारांची ध्वनिस्पंदनं अंगण ओलांडून पडवी, सोपा, माजघर पादाक्रांत करून देवघरापर्यंत जाऊन पोहोचली. ते ध्वनिस्पंदनांचं सिंचन इतकं मंगलमय होतं, की त्यातल्या प्रत्येक स्पंदनातून आपल्यावर पंचामृताचं प्रोक्षण होतं आहे, असं देवघरातील देवांना वाटलं आणि त्या मूर्ती उजळून गेल्या. त्या ध्वनिस्पंदनांतून निर्माण झालेली ऊर्जा देवघरात लावलेल्या समईच्या वातीत शिरली आणि समईतलं तेल संपलं होतं, तरीही वात जळत राहिली. ज्योत उजळत राहिली आणि ज्योतीतून पसरणारा प्रकाश अंगभर लेवून अवघा देव्हारा लख्ख तेजानं उजळून गेला. पडवीतल्या झोपाळ्यावर रामरक्षा म्हणत बसलेले कृष्णाजीपंत हा सगळा प्रकार बघून स्तिमित झाले. आपल्या भाच्याची ही चार लेकरं, म्हणजे दुसरी-तिसरी कोणी नसून प्रत्यक्ष ईश्वराचे अवतार आहेत, याकडे त्यांच्या मनाचा कौल झुकायला लागला; पण तरीही अजूनही

कुठेतरी कर्मकांडाचा विळखा त्यांच्या भोवती होताच. तो सुटायला दुसरा दिवस उजाडावा लागला.

गीतापाठ म्हणून झाल्यानंतर चौघांनी पुन्हा एकवार गोपाळकृष्णाला नमस्कार केला. झोपाळ्यावर बसलेल्या मामाआजोबांना लांबून दंडवत घातला. माजघराच्या दाराशी उभ्या असलेल्या मामीआजीलाही नमस्कार केला. आता रात्र झाली होती. मामाआजीनं चौघांनाही जेवण वाढून दिलं. जेवणं झाली. चालून थकलेले पाय बोलायला लागले. लहानगी मुक्ता पटकन निजली. निवृत्ती, ज्ञानेश्वर पैठणच्या धर्मसभेबद्दल बोलत असताना डोळे मिटून पडलेला सोपान चटकन उठून बसला. त्याच्या डोळ्यांत किंचित भय दिसत होतं. निवृत्तीदादानं विचारलं, "का रे सोपाना! का उठून बसलास? पाय जास्त दुखतात का? नीज येत नाही का?" पण सोपानाचं दादाच्या बोलण्याकडे लक्षच नव्हतं. अचानक त्यानं निवृत्तीदादाचा हात धरला आणि म्हणाला, "दादा, पैठणच्या धर्मसभेनंसुद्धा आपल्याला नाकारलं, शुद्धिपत्र दिलं नाही, तर आपण काय करायचं? की समाजानं टाकलेलं ग्रामण्य सांभाळत असंच जगत राहायचं? काय करायचं रे आपण?" सोपानाच्या प्रश्नानं निवृत्तीदादा विचारात पडला; पण उत्तर ज्ञानादादानं दिले. तो म्हणाला, "पैठणच्या धर्मसभेत आपल्याला नाकारलं आणि शुद्धिपत्र दिलं नाही, तर आपण काशीला महासभेत जाऊ. तिथं आपलं गाऱ्हाणं मांडू. आपल्या आई-बाबांनी भगवान पाराशर ऋषींच्या शास्त्रार्थाप्रमाणे तीन कृछ्रे, तीन चांद्रायणे आणि जातकर्मादी संस्कार करून तर प्रायश्चित्त घेतलं होतंच, पण आळंदीच्या धर्मसभेनं सांगितलेली देहान्त प्रायश्चित्तसुद्धा घेतलेलं आहे. तिथं जाऊन हे सगळं विशद करू आणि काशीतल्या ब्रह्मवृंदाकडे न्याय मागू." ज्ञानेशाचा स्वर ठाम होता. निवृत्तीदादालाही ते पटलेलं असावं; पण सोपानाच्या मनात पुन्हा एक प्रसंग आला. "निवृत्तीदादा, ज्ञानादादा, मी सारखे प्रश्न विचारतो आहे, म्हणून रागवू नका. आपण उच्च कोटीची ज्ञानसाधना करून समाजाला शहाणं करावं, ही बाबांची इच्छा होती. मग किती दिवस? आणखी किती दिवस आपलं आयुष्य शुद्धिपत्र आणण्यासाठी आपण खर्ची घालायचं? काशीला जाणं, ही सहजसाध्य गोष्ट नाही. ज्ञानसाधनेसाठी आपण आसुसलेलं असताना आणि समाजाला उद्बोधित करण्याचं आपलं कर्मकर्तव्य आहे, असं ठरवलेलं असताना आपण शुद्धिपत्र आणण्यामध्ये आयुष्याचा किती काळ खर्ची घालावयाचा? मी तुम्हा दोघांपेक्षा लहान आहे, सान आहे, अजाण आहे, तरीही माझ्या मनाला हे सयुक्तिक वाटत नाही." आपल्या मनातली शंका व्यक्त करून सोपानानं खाली मान घातली. कदाचित आपला हा प्रश्न चुकीचा असेल, या विचारानं तो खाली मान घालून बसला; पण निवृत्तीदादाला सोपानाचा विचार पटला असावा. तो लगेचच म्हणाला, "तुझा विचार योग्य आहे सोपाना. काशीला जाऊन शुद्धिपत्र आणण्याची

वेळ आपल्यावर येऊ नये, अशा पद्धतीनं पैठणच्या धर्मसभेला आपण आपलं गाऱ्हाणं समजावून सांगितलं पाहिजे. त्यासाठी काहीतरी करावं!'' आता ज्ञानेशालाही हा विचार पटला असावा. तो म्हणाला, ''निवृत्तीदादा, सोपाना, तुम्हा दोघांचाही विचार सयुक्तिक आहे; पण आळंदीच्या धर्मसभेनंही सगळी धर्मशास्त्रं, सगळे शास्त्रार्थ, सगळे शास्त्राधार पाहिले आहेत आणि त्यात त्यांना कोणताच मार्ग सापडला नाही. कदाचित पैठणच्या धर्मसभेतही असंच उत्तर मिळेल. तसं जर झालं, तर आपण पुढे काय करायचं?'' ज्ञानेशानं विचारलेला प्रश्न निरुत्तर करणाराच होता. काही क्षण तिथं स्तब्धता पसरली. तिला छेद देत सोपान हळूच म्हणाला. ''दादा, या सगळ्या धर्मग्रंथांच्या पलीकडे जाऊन सगळ्या शास्त्रार्थाला मागे टाकेल आणि धर्मशास्त्र कर्मकांड हे सगळं विसरलं जाऊन समाज आपल्याला आपलंसं करेल, असं काहीतरी करावं लागेल. आपल्याला हटयोग येतो, योगाभ्यासही येतो. त्याचं सामर्थ्य वापरून आपलं समाजोपयोगी अस्तित्व सिद्ध केलं तर?'' सोपान बोलत होता. त्याच्या डोळ्यांत एक वेगळी चमक होती. स्वर लहान होता, पण उत्साहित होता. उच्चारात हळुवारपणा होता, पण विचार ठाम होता. विचाराला एक सुस्पष्ट दिशा होती; पण सोपानाचं बोलणं ऐकून ज्ञानादादाच्या कपाळावर एक बारीकशी आठी उमटली. ''म्हणजे? तुला काय सुचवायचं आहे सोपाना? माझ्या थोडं थोडं लक्षात यायला लागलंय, तरीही तू सांग!'' ज्ञानादादाकडून असं अभय मिळताच सोपानाला उत्साह आला. ''हे बघ ज्ञानादादा, सूर्य रोज पूर्वेला उगवतो; पण तो एखादे दिवशी पश्चिमेला उगवला तर? लोक अचंबित होतील आणि पश्चिमेला उगवलेला सूर्य, हा लोकांच्या आकर्षणाचा केंद्रबिंदू ठरेल. म्हणजे रोज घडणाऱ्या घटनांचा लोकांवर काही परिणाम होत नाही; पण काहीतरी वेगळं, काहीतरी अघटित घडलं, की लोक तिकडे आकर्षिले जातात. लोकांचं, समाजाचं प्रबोधन, उद्‌बोधन करणं, हे आपलं कर्मकर्तव्य आहे, असं आपण जर ठरवलंय आणि लोकांना ज्ञान देऊन त्यांचं अज्ञान दूर करायचं, हे आपलं जीवितकार्य आपण ठरवलंय, तर मग ते पूर्णत्वाला नेण्यासाठी लोकांनी आपलं ऐकलं पाहिजे आणि ते आपलं ऐकतील, आपल्याकडे आकर्षित होतील, असं काहीतरी आपण केलं पाहिजे.'' सोपाना बोलत होता. त्याच्या उच्चारात सुस्पष्टता होती, मांडणीत ठामपणा होता, शब्दांत सुसंगती होती, विचारात तर्कशुद्धता होती. त्याला काय म्हणायचं आहे, ते ज्ञानेशाला उमजलं असावं; पण ते त्याला अजूनही पटलं नव्हतं! ''सोपाना, अघटित घडवायचं, त्यावर लोकांना विश्वास ठेवायला लावायचा, म्हणजे लोकांचं अज्ञान दूर करण्याऐवजी त्यांना अंधश्रद्ध बनवायचं, असं तर तुला सुचवायचं नाही ना?'' ज्ञानादादाचा स्वर किंचित कठोर होता. ''नाही दादा! मुळीच नाही; पण... पण हा सूर्य रोज उगवतो, हे लोकांना माहिती आहे. नव्हे ते त्यांनी गृहीत

धरलं आहे; पण तो उगवतो म्हणजे काय होतं, हे फक्त सूर्यमालिकेचा अभ्यास करणाऱ्यालाच माहीत आहे. ते आपण लोकांना समजावून सांगितलं, तर रोज घडणाऱ्या सहज घटनेला एक अघटित अर्थ प्राप्त होईल. पाऊस पडतो, ही सहज घटना आहे, असं लोकांना वाटतं; पण सृष्टिचक्र त्यांना समजावून सांगितलं, तर ते त्यांना अघटित वाटेल. रोजच्या सामान्य घटनेमागचं तार्किक कारण लोकांना अघटित वाटेल. म्हणजे दादा आपण त्यांना अंधश्रद्ध न बनवता डोळस बनवत आहोत. फक्त त्यांना माहीत नसलेलं माहीत करून देऊन! तसंच आत्मिक ऊर्जा, आध्यात्मिक ऊर्जा, पारमार्थिक उर्जा जी मानवी देहात वास करते तिचं सामर्थ्य किती आहे, ते आपण लोकांना माहीत करून देऊ. या सगळ्या ऊर्जेचा स्रोत मानवी देहात आहे, हे त्यांना दाखवू. अर्थात, हे दाखवताना त्या ऊर्जेच्या सामर्थ्यानं काहीतरी अघटित घडेलच. समाज त्याला कदाचित चमत्कार म्हणेल; पण समाजाचं अवधान आपल्याकडे आकर्षित करण्यासाठी हे जरुरीचं आहे आणि दादा समाजाला या अज्ञानातून आणि कर्मकांडातून बाहेर काढायचं असेल, तर त्यांचं अवधान आपल्याकडे आकर्षित होणं जरुरीचं आहे. तरच या कर्मकांडापलीकडे जाणारा, धर्मशास्त्रापलीकडे पाहणारा, मानव्य जपणारा एक नवा समाज निर्माण होईल. नवा समाज! आणि... आणि मग पुन्हा कोण्या विठ्ठलपंत-रुक्मिणीला देहान्त प्रायश्चित्त घ्यावं लागणार नाही. पुन्हा... पुन्हा कुणाची लेकरं अनाथ होणार नाहीत. पुन्हा कुणी निवृत्ती-ज्ञानेश्वर-सोपान-मुक्ताला बहिष्कृत करणार नाही आणि... आणि हे जर असं घडायला हवं असेल, तर ऊर्जेचं सामर्थ्य समाजाला दाखवणं, योगसामर्थ्य समाजाला समजावून देणं, हे नितांत गरजेचं आहे.'' बोलता-बोलता सोपानाचा आवाज गहिवरला. ऊर भरून आला. गळ्यात हुंदका दाटला. कुठल्याही क्षणी तो घळाघळा रडायला लागेल, असा त्याचा चेहरा झाला. सोपानाचा प्रत्येक शब्द ज्ञानेशाच्या मनात घर करत होता. त्याच्या प्रत्येक शब्दागणिक ज्ञानेशाचा चेहरा उजळत होता. जणू गर्द अंधाऱ्या रात्रीला छेदून एखादी प्रकाशरेषा जावी. तोच स्वतःला सावरून सोपाना पुन्हा म्हणाला, ''आणि... आणि असं जर घडलं ना दादा, तर ना शुद्धिपत्राची मिरास राहील आणि ना काशीच्या धर्मसभेत जावं लागेल!'' सोपानानं बोलणं संपवलं. पालथ्या हातानं ओघळणारे अश्रू पुसले आणि निवृत्तीदादाकडे पाहिलं. त्याची आणि निवृत्तीदादाची क्षणभर नजरानजर झाली आणि दुसऱ्या क्षणी सोपान निवृत्तीदादाच्या मिठीत कोसळला. त्याच्या पाठीवर प्रेमानं थोपटत, मध्येच त्याच्या कुरळ्या केसातून हात फिरवत निवृत्तीदादा पुटपुटत होता. ''ज्ञाना, ज्ञानेशा, आपला सोपान आता मोठा झाला रे! आपला सोपान आता मोठा झाला बघ!'' निवृत्तीदादाच्या हातावर आपला हात ठेवून सोपानाला कौतुकानं न्याहाळणारा ज्ञानादादा मान हलवत म्हणत होता, ''खरंच! दादा आपला सोपान मोठा झाला बघ!'' आणि

विचारानं मोठा झालेला सोपान मात्र निवृत्तीदादाच्या कुशीत एखाद्या लहान बाळासारखा स्फुंदत होता. हुंदके देत होता. अंथरुणावर निजलेल्या आणि या तिघांच्या बोलण्याच्या आवाजानं मघाच जागी झालेल्या मुक्ताला मात्र आपल्या डोळ्यांतून ओघळणारं पाणी पुसण्याचंही भान नव्हतं.

१७

दुसऱ्या दिवशी सकाळी मुलांना जाग आली, ती त्या आवाजानं. ती मामीआजी कोणाशीतरी बोलत होती. गेले वीस-बावीस दिवस मजल दरमजल करत केलेली वाटचाल, चालून-चालून दमलेले पाय, थकलेलं शरीर, शीणलेला जीव आणि त्याहीपेक्षा शीणलेलं मन, जिथं मुक्काम केलेला असेल, तिथं माधुकरी मागून कसेबसे दोन घास खायचे, गावाबाहेर, मंदिराच्या ओसरीवर, धर्मशाळेच्या पटांगणात आणि अगदीच कुठं जमलं नाही, तर एखाद्या झाडाखाली मुक्काम करायचा आणि पहाटे उठून पुन्हा मार्गस्थ व्हायचं. असा गेले वीस-बावीस दिवस त्यांचा दिनक्रम होता त्यातही कोणी हटकलं, काही बोललं, तर पुन्हा तिथून मुक्काम हलवायचा. मनात एकच, पैठणला जायचं होतं. मामाआजोबांच्या वाड्यातली गोठ्याशेजारची का होईना खोली मामीआजींनी दिली आणि हा सगळा शीणवटा पोरांच्या अंगावर आला आणि त्यांना सकाळी जागच आली नाही.

जाग आली, तेव्हा वाड्यात काहीतरी गडबड चालली होती. मामी आजी गुरवीणीशी बोलत होत्या. निवृत्तीनं पुढे होऊन विचारलं, "मामीआजी कसली गडबड चालू आहे? आज काही विशेष आहे की काय?" निवृत्तीच्या बोलण्यावर मामीआजी म्हणाली, "होय रे बाळा! आज आपल्याकडे श्राद्ध आहे, म्हणून ब्राह्मण जेवायला यायचे आहेत. त्यासाठी माझी स्वयंपाकाची गडबड सुरू आहे. तुम्हीही तुमची आन्हिकं आवरा आणि ब्राह्मण भोजन झालं, की जेवायला या." निवृत्तीनं मान डोलावली. तो खोलीत आला. ज्ञानेश्वर, सोपान, मुक्ता सगळी उठली होती. त्यानं या तिघांना श्राद्धाबद्दल सांगितलं. ज्ञानेश्वर काही बोलला नाही, तर सोपानाच्या चेहऱ्यावर चिंता उमटली. ती मुक्तीनं टिपली. तिला राहावलं नाही. तिनं विचारलंच, "सोपानदादा, काय झालं रे? तुझा चेहरा असा सचिंत का झाला?" सोपान क्षणभर घुटमळला. गप्प राहिला. ते निवृत्तीच्या लक्षात आलं. "सोपाना बोल! काय तुझ्या मनात आहे ते सांग!" सोपान क्षणभर गप्प बसला मग म्हणाला. "दादा, आज मामाआजोबांकडे श्राद्ध आहे, असं तुम्ही म्हणालात; पण दादा, आपण... म्हणजे

आपण चौघं इथं या वाड्यात मामाआजोबांच्या घरात आहोत. आपल्या इथं असण्यानं काहीतरी विपरीत घडू नये म्हणजे झालं!'' सोपानानं मनातली शंका बोलून दाखवली आणि सगळ्यांनाच त्या गोष्टीचं गांभीर्य लक्षात आलं. काही क्षण कुणीच बोललं नाही; पण मग ज्ञानेशानं उत्तर दिलं, ''सोपाना, तू म्हणतोस ते बरोबर आहे. आपल्या इथं असण्यामुळे काहीतरी विपरीत घडण्याची शक्यता आहे; पण तूच काल म्हणालास ना, की काहीतरी अघटित घडलं, तरच लोक आपलं ऐकून घेतील म्हणून! मग जर आज काही विपरीत घडलंच, तर आज काही अघटितही घडेल!'' ज्ञानेश्वर बोलत होता. निवृत्तीदादाच्या चेहऱ्यावर प्रसन्नता उमटली. सोपानाच्या चेहऱ्यावर थोडी शंका, थोडा आनंद आणि मुक्ताच्या चेहऱ्यावर अभिमान; पण ज्ञानादादाचा चेहरा मात्र शांत होता. तरीही त्यावरचं तेज वाढलं होतं. सोपानाच्या लक्षात आलं, ही वादळापूर्वीची शांतता आहे. तिघांनीही डोळे मिटले आणि योगसाधना सुरू केली.

मामीआजींचा स्वयंपाक झाला. माध्यान्ह उलटून गेली. मामाआजोबा ब्राह्मणांची वाट पाहत होते; पण त्यांचा पत्ता नव्हता. ते पुन्हा सगळ्यांना बोलावायला बाहेर पडले; पण सगळ्यांनी स्पष्ट नकार दिला. 'बहिष्कार घातलेली नातवंडं तुमच्या वाड्यात मुक्कामाला आहेत. म्हणून आम्ही येणार नाही,' असं त्यांनी सांगितलं. मामाआजोबा संतापानं पाय आपटतच घरी आले. ते ब्राह्मणांना बोल लावत होते, तसाच मामीआजीलाही! खोलीच्या दाराशी बसून सोपान हे पाहत होता. त्यानं आत वळून ज्ञानेशाला सांगितलं, ''ज्ञानादादा, मला वाटतं विपरीत घडलं आहे. श्राद्धासाठी कोणीही आलेलं नाही.'' ज्ञानेश्वर पद्मासन घालून बसला होता. त्यानं एकवार दीर्घ श्वास घेतला आणि उठून बाहेर आला. बाहेर अंगणात मामआजोबा संतापानं पुटपुटत फेऱ्या घालत होते. श्राद्ध विधी तर होणारच नव्हता; पण मामीआजींनी केलेली सगळी भोजनाची सिद्धता वाया जाणार होती. ज्ञानेशानं पुढं होऊन विचारलं, ''मामाआजोबा काय झालं? काही विपरीत घडलं आहे काय?'' त्याच्या या विचारण्यानं मामाआजोबांच्या संतापाचा स्फोट झाला. ''तुमच्यामुळे! तुम्ही पोरं इथं राहिल्यामुळे हे सगळं घडलंय! श्राद्धाला कोणीही ब्राह्मण यायला तयार नाहीत. आज... आज तुमच्यामुळे माझे पितर उपाशी राहणार. त्यांना अन्नोदक मिळणार नाही. त्याचं पाप माझ्या माथी बसणार! हे सगळं तुमच्यामुळे... तुमच्यामुळे!'' मामाआजोबा संतापानं ओरडले. ''आणि आमच्याचमुळे स्वर्गस्थ पितरांना अन्नोदक मिळालं तर?'' ज्ञानेशानं दृढ आवाजात विचारलं! मामाआजोबांच्या चेहऱ्यावर संताप तसाच होता. ते काहीच बोलले नाहीत. ज्ञानेशानं डोळे मिटले आणि सोपानाला आज्ञा केली, ''सोपाना, जा आणि मामाआजोबांच्या स्वर्गस्थ पितरांना बोलावून आण! आज फक्त त्यांच्या वडिलांचंच श्राद्ध असलं, तरी आज इथं त्यांचे

सगळेच पितर येऊन जेवतील! जा!'' ज्ञानादादाच्या आज्ञेनं सोपान उठला. वाड्याबाहेर गेला. मामाआजोबांना काय वाटले कुणास ठाऊक. श्राद्ध विधी सिद्धतेच्या ताटातून त्यांनी तीळ उचलले आणि अंगणातूनच त्यांनी ते दाराबाहेर टाकले आणि स्पष्ट उच्चारात आवाहन केलं.

''आगच्छंतु श्राद्धकाले पितृपितामहप्रविता महा:। आगच्छाम:।

अस्मत् पितृपितामहप्रवितामहस्थाने क्षणं दत्वा भवभ्दि: प्रसाद: कर्तव्य:।''

त्यांच आवाहन अजून पूर्ण झाले नव्हतं; पण पुढचे श्लोक उच्चारायचं भान मामाआजोबांना राहिलं नाही! ज्या दारातून सोपान बाहेर गेला होता, त्याच दारातून त्यांचे पितर एकेक करून आत येऊ लागले! भान हरपून मामाआजोबांनी मामीआजीला हाक मारली. त्यांच्या आवाजातला बदल ऐकून मामीआजी गडबडीनं बाहेर आल्या आणि बाहेरचं दृश्य बघून गांगरल्याच. तोच मुक्तानं पुढे होऊन मामीआजींचा हात धरला. म्हणाली, ''मामीआजी, या सगळ्यांना वाढू या ना?'' मामीआजी सावध झाल्या. लगबगीनं त्यांनी पाट मांडले. सर्व पितर आसनस्थ झाले. पर्णावली, द्रोण मांडून सगळ्यांना भोजन वाढलं. सगळी शांतपणे जेवू लागली. अन्नाचा सुवास बाहेर दरवळू लागला. आपण कोणीच गेलेलो नसताना कृष्णाजीपंतांच्या घरात पंगत कुणाची बसलीये, हे पाहायला ब्राह्मण तिथं जमले आणि समोरचं दृश्य पाहून त्यांनी तोंडात बोटं घातली. त्यांनी पाहिलं वाड्याबाहेर सोपान आणि वाड्याच्या अंगणात ज्ञानेश्वर हात जोडून, डोळे मिटून उभे होते आणि वाड्याच्या पडवीत पंगत चालली होती आणि पंक्तीला चक्क कृष्णाजीपंतांचे पितर जेवायला बसले होते. त्यांचा आपापल्या डोळ्यांवर विश्वास बसत नव्हता. प्रत्येक जण एकमेकाला विचारत होता आणि स्वत:ला चिमटे काढून बघत होता; पण समोर घडत असलेले सूर्यप्रकाशाइतके सत्य होतं. पितर जेवून उठले. कृष्णाजीपंतांनी त्यांना मनोभावे प्रणिपात केला. पितर पुन्हा स्वर्गस्थ झाले आणि सोपान आत आला.

मामाआजोबांना राहवलं नाही. त्यांनी चौघाही भावंडाना हृदयाशी धरलं. चौघांची क्षमा मागितली. चौघांना जेवू घातलं. आज कितीतरी दिवसांनी असं गोडधोड, असं स्वादिष्ट अन्न मिळत होतं. तेही इतक्या प्रेमानं! आजी-आजोबांनी आग्रह करून चौघांना जेवायला घातलं. मामीआजीनं तर चौघांना आपल्या हातानं घास भरवून आपली मातृत्वाची भूक शमवून घेतली. जेवणं झाली. मामाआजोबांना भेटायला आणि झाल्या प्रकाराबद्दल बोलायला काही मंडळी आली होती. मामाआजोबा त्यांच्याशी बैठकीवर बोलत बसले. दमलेली मामीआजी वामकुक्षी घेत होती. चौघं जण खोलीत बोलत बसली होती निवृत्ती म्हणाला, ''ज्ञानेशा अघटित ते तू घडवून दाखवलंस. कदाचित आता तरी लोकांचे डोळे उघडतील!'' ज्ञानेश्वर काही बोलला नाही तोच मुक्तानं विचारलं, ''सोपानदादा तू बाहेरच का थांबला होतास. त्या

सगळ्यांची जेवणं झाल्यावर ती सगळी मार्गाला लागल्यावर तू आत आलास! बाहेर काय करत होतास?'' मुक्ताच्या या प्रश्नाचं उत्तर देताना सोपान थोडा संकोचला; पण ज्ञानादादा म्हणाला, ''सांग सोपाना, सांग तिला! या मार्गातले अडथळे तिलाही समजले पाहिजेत!'' मग मात्र सोपानानं उत्तर दिलं, ''मुक्ते, ज्ञानादादानं मला आज्ञा केली, त्याप्रमाणे मी मामाआजोबांच्या स्वर्गस्थ पितरांना आवाहन केलं. ज्ञानादादानं आपल्या योगसामर्थ्यानं त्यांना या भूतलावर आणलं; पण त्यांच्याबरोबर काही पाशवी शक्तीही भूतलावर, मामाआजोबांच्या घरी येऊ पाहत होत्या. त्या जर आल्या असत्या, तर श्राद्ध कर्मात बाधा आली असती. मामाआजोबांना पुण्य लाभलं नसतं. त्या शक्तींना रोखून धरण्यासाठी मी वाड्याबाहेर थांबलो होतो!'' मुक्ताच्या डोळ्यांत कौतुक उमटलं, तर निवृत्तीदादाच्या डोळ्यांत अभिमान. काही क्षण असेच गेले आणि कृष्णाजीपंतांची हाक ऐकू आली. चौघंही बाहेर आले. कृष्णाजीपंत म्हणाले, ''निवृत्ती, ज्ञानेशा, सोपाना, मुक्ता, चला माझ्याबरोबर. आपण धर्मसभेत जायचं आहे. इथं घडलेला सारा वृत्तान्त आचार्यांच्या कानांवर गेला आहे. आपण त्यांना भेटून येऊ!'' चौघांनाही अतिशय आनंद झाला. मामीआजी हे सगळे ऐकत होत्या. 'आता ही लेकरं धर्मसभेत निघाली आहेत. तिथं कट्टर धर्ममार्तंड बसले आहेत. कसा निभाव लागणार या लेकरांचा तिथं? कोण ऐकून घेणार याचं? या लहानग्यांची दाद कोण घेईल तिथं?' मामीआजीच्या मनात हजारो प्रश्नांनी थैमान मांडलं! शंकांनी काहूर उठवलं! पण मामी आजीला कुठं माहीत होतं की, वेळच अशी येणार आहे, की धर्मसभेला या लहानग्यांची दाद घ्यावीच लागेल.

मामा आजोबाबरोबर चौघं जण पैठणच्या धर्मसभेत गेली. गेले कित्येक दिवस या ठिकाणी येण्याची त्यांनी तयारी केली होती. मैलोगणती पायपीट केली होती आणि आता तो क्षण, ती वेळ आली होती. स्वत:ला सिद्ध करण्याची! धर्मसभेत त्यांनी प्रवेश केला. धर्मसभेच्या आचार्यपीठावर आचार्य बोपदेवशास्त्री बसले होते. दुसऱ्या आसनावर रामशास्त्री बसले होते. कृष्णाजीपंतांनी आचार्यांना वंदन केलं. चौघांनी त्यांचेच अनुकरण केलं. कृष्णाजीपंतांनी या चौघांना इथं घेऊन येण्याचं प्रयोजन सांगितलं. आचार्यांनी प्रत्येकाला आपापली ओळख सांगण्यास सांगितलं. प्रथम निवृत्ती पुढे झाला. आचार्यांना वंदन करून म्हणाला, ''मी विठ्ठलपंत आणि रुक्मिणी यांचा ज्येष्ठ पुत्र आणि गहिनीनाथांचा शिष्य निवृत्ती, म्हणजे निवृत्तीनाथ.'' आता ज्ञानेश्वर पुढे आला. त्यानं धर्मपीठाला वंदन केलं आणि स्वत:ची ओळख करून दिली. ''मी विठ्ठलपंत आणि रुक्मिणी आईचा दुसरा पुत्र आणि निवृत्तीनाथांचा शिष्य ज्ञानेश्वर.'' यानंतर पुढे आला सोपान. त्यानं धर्मपीठाला वंदन केलं आणि म्हणाला, ''आचार्य, मी विठ्ठलपंत आणि रुक्मिणी आईचा कनिष्ठ पुत्र आणि निवृत्तीनाथांचा शिष्य सोपान, म्हणजे सोपानदेव.'' आता मुक्ताची वेळ होती. ती पुढे

झाली. तिनंही धर्मसभेला प्रणाम केला आणि म्हणाली, ''आचार्य, विठ्ठलपंत आणि रुक्मिणी आईची मी कनिष्ठ कन्या मुक्ता.'' चौघांनी आपली ओळख करून दिली. इतका वेळ धर्मसभेत शांतता होती.

चौघांची नावं ऐकून कुणीतरी खवचटपणे म्हणालं, ''वा, वा! काय पण त्या संसारी संन्याशानं मुलांची नावं ठेवली आहेत! मोठा पुण्यवानच लागून गेला की नाही? कृती सगळी अधर्माची आणि मुलांची नावं ही अशी! वा! वा! तू कोण हं! सोपान नाही का? हं! काय रे? काय म्हणून तुझ्या आई-बापानं तुमची ही अशी नावं ठेवलीत? तुला तरी सांगता येईल का?'' विचारणाऱ्याच्या स्वरात हेटाळणी, उपहास काठोकाठ भरला होता. आपलं नाव घेतलेलं बघून सोपान पुढे झाला. हात जोडून प्रणाम करून म्हणाला, ''भूदेव, आचार्य, आपली अनुमती असेल, तर मी या भूदेवांच्या शंकेचं निरसन करू का?'' आचार्यांनी मानेनंच संमती दिली. सोपान पुढे झाला हात जोडून म्हणाला, ''भूदेव, माझ्या आई-वडिलांनी आम्हा भावंडांची ही नावं ठेवलीत, त्याची संगती सांगण्याचा मी प्रयत्न करतो. माझे गुरू व ज्येष्ठ बंधू निवृत्तीदादा यांना प्रणाम करून मी सुरुवात करतो. निवृत्ती, ज्ञानेश्वर, सोपान आणि मुक्ता. यांची सुसंगती अशी आहे की, भौतिक संसारातून निवृत्ती घेऊन पारमार्थिक ज्ञान प्राप्त केलं की, अध्यात्माचा सोपान चढून गेल्यावर मनुष्यप्राणी मुक्त होतो. याची ही प्रतिनिधीक संज्ञा आहे भूदेव!'' सोपानानं केलेलं विश्लेषण ऐकून सारी धर्मसभा चकित झाली; पण अजून त्यांच्यातली कट्टरता गेली नव्हती.

पुन्हा एकानं विचारलं, ''काय रे पोरट्यांनो, काय म्हणून या धर्मसभेनं तुमचा न्याय करावा? याचं कारण देऊ शकतोस का?'' आता ज्ञानेश्वर पुढे झाला. हात जोडून उभा राहिला, म्हणाला, ''आचार्य धर्म हा मानवकल्याणार्थ आहे आणि तो ईश्वर सर्व चराचरांत भरून राहिला आहे. तसाच तो मनुष्यप्राण्यातही आहे या मनुष्यस्थित ईश्वराच्या अधिष्ठानासाठी तरी आम्हाला न्याय द्या.'' ज्ञानेश्वराचं अस्खलित संभाषण साऱ्या धर्मसभेला विचार करायला लावणारं होतं; पण तरीही तिथं अजून काही विकृत विचारांचे धर्ममार्तंड होतेच. तिथून एक पाणीवाला आपल्या रेड्यावर पखाली बांधून चालला होता. त्याला हाकारून त्या धर्ममार्तंडांनी त्याच्या रेड्याचं नाव विचारलं. त्याने 'ज्ञाना' असं सांगताच सगळी कुत्सितपणानं हसली. पुन्हा त्यांनी ज्ञानेशाला डिवचलं आणि त्यानंतर जे घडलं ते न भूतो न भविष्यती असं होतं.

रेड्याच्या पाठीवर आसूड मारले, तर ज्ञानेशाच्या पाठीवर उठले आणि त्यानं रेड्याच्या मस्तकावर हात ठेवताच तो रेडा वेदोच्चार करू लागला. मग मात्र धर्मसभेची मती गुंग झाली. त्या एका घटनेनं सारं चित्रच बदललं. ज्ञानेश्वर आणि त्याच्या तीन भावंडांची योग्यता किती मोठी आहे, हे सगळ्यांना समजून चुकलं. जी धर्मसभा या भावंडांची हेटाळणी करत होती, तीच धर्मसभा या चौघांच्या पायांशी

झुकली. संन्याशाची पोरं ही तिरस्काराची संज्ञा बाजूला पडली आणि निवृत्तीनाथ, ज्ञानेश्वर माउली, सोपानदेव आणि मुक्ताई अशी आदराची, प्रेमाची, भक्तिपूर्ण नावं धर्मसभेनं मोठ्या आदरानं उच्चारली आणि अत्यंत भक्तिभावनेनं या चौघांसाठी शुद्धिपत्र देण्याचे नक्की केलं.

पुन्हा सगळे मामाआजोबांच्या घरी आली. मामाआजीनं सगळ्यांची दृष्ट काढली. दोघांनी सगळ्यांना जवळ घेतलं. मामीआजीच्या कुशीत विसावलेला ज्ञानादादा हळूच जवळ असणाऱ्या सोपानाला म्हणाला, "सोपाना, विपरीत घडलेलं सावरण्यासाठी अघटित घडवावं लागलं आणि या अघटितानं आणखी एक अघटित घडवलं. आता तरी लोक आपल्याला आपलं म्हणतील ना?" सोपानानं होकारार्थी मान हलवली आणि पुढे म्हणाला, "दादा, झाडाला चांगली फळं-फुलं येण्यासाठी काय करावं लागतं? त्या झाडाला वेळोवेळी पाणी घालावं लागतं. तसंच या लोकांना पूर्ण शहाणं करायचं असेल, तर त्यांना अधनंमधनं असे धक्के द्यावे लागतील अजून!" ज्ञानादादा काही बोलणार, तोच "काय रे काय कुजबुजता आहात आपसात?" असं मामीआजीनं विचारलं आणि "काही नाही गं, भूक लागलीय असं म्हणत होतो!" असे सांगून ज्ञानादादानं तो विषय तिथेच संपवला.

दुसरे दिवशी मोठ्या आदरानं आणि पूज्य भावनेनं पैठणच्या धर्मसभेनं आचार्य बोपदेवांच्या नेतृत्वाखाली एक शुद्धिपत्र तयार करून ते निवृत्तीनाथ, ज्ञानेश्वर, सोपान आणि मुक्ता यांना सुपुर्द केलं. त्या वेळी चौघांच्याही आनंदाला पारावार राहिला नाही. यानंतर पैठणवासीयांच्या आग्रहावरून ज्ञानादादानं तिथं प्रवचन, संकीर्तन केलं. त्यानंतर चौघांचा परतीचा प्रवास सुरू झाला; पण हा प्रवास येतानाच्या प्रवासासारखा कठीण, खडतर नव्हता, तर या चौघांची आणि विशेषत: ज्ञानादादाची कीर्ती सगळीकडे पसरली होती. त्यामुळे लोकांचे प्रेम, श्रद्धा, आग्रह, आदरातिथ्य काय असतं, याचा पदोपदी प्रत्यय यांना येत होता. वाटेतही एक-दोन ठिकाणी ज्ञानादादाला असे अघटिताचे साक्षात्कार लोकांना दाखवावे लागले. त्यात नेवाशातले सच्चिदानंद कुलकर्णी या मृत व्यक्तीला जिवंत केलं, वेद म्हणणाऱ्या रेड्यानं वाटेत आळेगावी प्राण सोडला, त्याला मुक्ती दिली. ज्ञानादादाच्या या योगसामर्थ्याची, तो घडवत असलेल्या साक्षात्काराची कीर्ती चहूकडे पसरत गेली आणि समाजाचा या चार भावंडांकडे पाहण्याचा दृष्टिकोनच बदलला; पण एक गोष्ट मात्र झाली. समाज जसजसा या भावंडांजवळ यायला लागला, तसतसा सोपान मात्र अंतर्मुख होत गेला. त्याचं स्वत:च्या मनाशीच द्वंद्व सुरू झालं. सगळी जण पुन्हा आळंदीला परतली. इथंही त्यांचं भक्तीनं स्वागत झालं. आळंदीला आल्यावर त्यांचा पूर्वीचा दिनक्रम सुरू झाला. फक्त दोन गोष्टींत बदल झाला होता. एक म्हणजे माधुकरीची

झोळी सुटली होती. आता माधुकरी मागायला जावं लागत नव्हतं. शेराशेरानं धान्य, शिधा सगळं झोपडीत येऊन पडत होतं. इतकं की, वाटून टाकायला लागत होतं आणि दुसरा बदल असा, की संध्याकाळचा वेळ लोकांसाठी, त्यांना प्रबोधन करण्यासाठी, कीर्तन-प्रवचन करण्यासाठी ठेवावा लागत होता. एकीकडे अध्ययन चाललं होतं, तर त्याच वेळी समाजाचं लोकांचं प्रबोधनही चाललं होतं. त्यातच विसोबासारखा एखादा खोडसाळ गृहस्थ ज्ञानादादानं पाठीवर मांडे भाजलेले बघून शरण येत होता. लोकांच्या मनांतला भक्तिभाव, आदर वाढतच होता. सोपान मात्र आता अधिकाधिक अंतर्मुख होत होता. त्याचा स्वत:चा स्वत:शीच संवाद अधिक चालायचा. निवृत्तीदादाबरोबर त्याची ज्ञानसाधना सुरूच होती; पण पैठणच्या धर्मसभेत ज्ञानादादानं रेड्यामुखी वेद वदवल्यानंतर त्याची ज्ञानादादाकडे बघण्याची दृष्टीही बदलली. रेड्यामुखी वेद वदवणं, म्हणजे अंतर्गत ऊर्जेला एकवटून तिचा परकाया प्रवेश करायचा, हे हटयोगाचं सामर्थ्य आहे, हे सोपान जाणून होता; पण त्या दिवशी त्या ठिकाणी त्याला जे दिसलं, ते केवळ अभूतपूर्व असंच होतं. क्षणोक्षणी सोपानाला तो प्रसंग आठवत होता. आताही तो वेदाध्ययनाला बसल्यावर सोपानाला तो प्रसंग अगदी जसाच्या तसा आठवला.

रेड्याच्या पाठीवर आसूड ओढल्यावर ज्ञानादादाच्या पाठीवर वळ उठले. तरीही त्या कुत्सितांचं समाधान झालं नाही. त्यांनी पुन्हा ज्ञानादादाला डिवचलं आणि विचारलं, ''तुझं नावही ज्ञानेश्वर आहे. या रेड्याचं नावही ज्ञाना आहे. तू वेद- शास्त्र- पुराणं जाणतोस असं तुझं म्हणणं आहे. मग तुला जर वेद येतात, तर ते या रेड्यालाही आले पाहिजेत. कारण ईश्वर सर्व प्राणिमात्रांत आहे, असा तुझा दावा आहे ना? मग तुझ्यात जो ईश्वराचा अंश आहे, तोच या रेड्यातही असला पाहिजे, म्हणजे तुला जे येतंय, ते या रेड्यालाही आलं पाहिजे. म्हणजेच तुला वेद येतात, मग या रेड्यालाही आले पाहिजेत. तू वेद म्हणतोस, ते वेद या रेड्यानंही म्हटले पाहिजेत. मग सांग बघू त्याला वेद म्हणायला.'' कुत्सित लोकांचं ते बोलणं या सगळ्यांच्याच जिव्हारी लागलं. सोपाना सचिंत झाला. मुक्ताच्या डोळ्यांत पाणी उभं राहिलं. शांत होता तो निवृत्तीदादा. आणि ज्ञानादादा? तो तर प्रसन्नचित्तच होता. त्यानं एकवार व्यासपीठाकडे पाहिलं. आचार्यांना प्रणाम केला. या शंका काढणाऱ्यांकडे बघून 'आज्ञा भूदेव' म्हणत वंदन केलं आणि त्यानं निवृत्तीदादाकडे नजरेनंच अनुमती मागितली. निवृत्तीदादानं ती नजरेनंच दिली. ज्ञानादादानं सोपानाकडे पाहिलं. 'हीच ती योग्य वेळ' असं जणू सोपानाची नजर त्याला सुचवत होती. दोघांच्याही चेहऱ्यांवर स्मित उमटलं. ज्ञानादादा पुढे झाला. त्यानं हात जोडले. दीर्घ श्वास घेतला. आपल्या शरीरातली सगळी ऊर्जा एकवटली आणि त्यानं त्या रेड्याच्या मस्तकावर हात ठेवला. एक क्षण... एक क्षण सगळीकडे नीरव शांतता पसरली. इतकी, की

एकमेकांचे श्वास एकमेकांना ऐकू यायला लागले आणि दुसऱ्या क्षणी... दुसऱ्या क्षणी पहिल्यांदा ज्ञानादादाचा कोवळा, पण खणखणीत स्वर आणि पाठोपाठ रेड्याचा खर्जातला, खरखरीत स्वर त्या धर्मसभेत उमटला.

"ॐ अग्निमीळे पुरोहितं यज्ञस्य देवमृत्विजम्।
होतारम् रत्नधातमम्।।
अग्निः पूर्वेभिर्ऋषिभिरीडयो नूतनैरुत।
स देवां एह वक्षति।।"

ज्ञानादादा आणि तो रेडा दोघंही वेद म्हणत होते. सोपानाचे डोळे अश्रूंनी भरले होते आणि त्याच्या अश्रूभरल्या डोळ्यांना ते दिसले. सोपानानं डोळ्यांतलं पाणी पुसलं आणि आपल्याला जे दृश्य दिसतंय तो आभास नव्हता, हे त्याला कळलं. त्या धर्मसभेत त्या रेड्याच्या मस्तकावर हात ठेवून खरंतर ज्ञानादादा उभा होता; पण सोपानाला त्या ठिकाणी दिसला होता शंख, चक्र, गदा आणि पद्म धारण केलेला श्रीविष्णू. त्याच्या हातातलं सुदर्शन चक्र फिरत होतं, तर त्याच्या चेहऱ्याभोवती तेजाची प्रभावळ होती. चेहऱ्यावर प्रसन्न हास्य होतं, तर डोळ्यांत शांत स्निग्ध भाव. सोपाना डोळे विस्फारून ते दृश्य बघत राहिला. कधी सोपानाला तिथं त्याचा ज्ञानादादा दिसायचा, तर कधी भगवान विष्णू. मागे एकदा जंगलात त्याला निवृत्तीदादाच्या ठिकाणी भगवान शिवाचं दर्शन झालं होतं आणि आता ज्ञानादादाच्या जागी भगवान विष्णू! सोपानाचे अंगांग थरारलं! ईश्वर भक्तीनं भारलेलं मन बंधूप्रेमानं भरून गेलं आणि त्यानं एक धावती नजर मुक्ताकडे टाकली. तिलाही तेच दिसत असावं. तिच्याही डोळ्यांतून घळाघळा अश्रू वाहत होते. सोपानाचे डोळे पुन्हा पुन्हा भरून येत होते. डोळ्यांतलं पाणी पुसलं, की भगवान श्रीविष्णू दिसायचा आणि डोळे पाण्यानं भरले, की विष्णू पुसट होऊन तिथं त्याचा ज्ञानादादा दिसायचा. वेदातल्या काही ऋचा म्हणून झाल्या. ज्ञानादादा शांत झाला. रेड्याचाही आवाज थांबला. सगळी सभा चकित झाली होती. सुन्न झाली होती आणि त्यानंतर जे घडले, ते अलौकिक होतं. अभूतपूर्व होतं. जो तो ज्ञानादादाचे पाय धरण्यासाठी धडपडत होता. त्याच्या समोर लोटांगण घालत होता. अर्थात सोपान-मुक्ता- निवृत्तीदादानं जे पाहिलं, ते या लोकांनी पाहिलं नव्हतं; पण त्यानंतरही कित्येक दिवस सोपान वेद पाठांतराला बसला की, त्याच्या डोळ्यांसमोर भगवान श्रीविष्णूच्या रूपातली ज्ञानादादाची मूर्ती उभी राही आणि तो सगळा प्रसंग जसाच्या तसा त्याला आठवत असे.

लौकिक अर्थानं, पारमार्थिक अर्थानं, आध्यात्मिक अंगानं आणि ज्ञानसंपादनानं ही चौघंही मोठी होत होती; पण ती जितकी समाजाभिमुख होत गेली, तितका त्यांचा स्वशी संवाद वाढत होता. स्वअध्ययन वाढत होतं. सोपानाही त्याला अपवाद नव्हता. उलट ज्ञानादादा जेवढा अधिकाधिक समाजाभिमुख होत होता. सोपान

तेवढाच अंतर्मुख होत होता. अध्यायी बनत होता. स्व-संवेदी बनत होता.

एक मात्र झालं, की ज्ञानादादाची कीर्ती सर्वदूर पसरली आणि त्याला भेटायला येणाऱ्यांची वर्दळ सुरू झाली. आसपासच्या गावातले प्रतिष्ठित आणि भगवद्भक्त यांच्याबरोबरच अगदी सामान्यातल्या सामान्य माणसांपर्यंत सगळ्यांना ज्ञानादादाला भेटायचं असायचं. त्याच्याबरोबरच ती सगळी जण निवृत्तीदादाला, सोपानाला आणि मुक्ताईलाही भेटत.

यातच एक दिवस पंढरपुराहून नामदेव म्हणून कोणी भेटायला आले. हे नामदेव मोठे भगवद्भक्त होते. त्यांना विठ्ठलाचा सखा म्हणत असत. उंच, शिडशिडीत बांध्याचे, पगडी घालणारे, निर्मळ मनाचे नामदेव दामाशेटीचे चिरंजीव होते. त्यांच्या घरात वारी होती. भक्त पुंडलिकानं स्थापित केलेला वारकरी धर्म ते पाळत असत. म्हणूनच जाती-धर्माच्या पलीकडे त्यांचे विचार होते. सर्व समावेशक असलेला, 'वसुधैव कुटुम्बकम्' मानणारा वारकरी धर्म, म्हणजे विठ्ठलभक्तांची मिरास होता; पण भक्त पुंडलिकाच्या महानिर्वाणानंतर हा वारकरी धर्म काहीसा पुसट झाला होता. त्यातच चक्रधरांच्या महानुभाव पंथानं जोर धरला होता. त्यामुळे या वारकरी संप्रदायाला, भागवत धर्माला काहीशी उतरती कळा लागली होती. खरंतर घराघरात वारकरी होते. घराघरांत विठ्ठलभक्त होते; पण त्यांची एकतानता नव्हती. एकसंघता नव्हती. ज्ञानादादाची कीर्ती वाढत होती. त्याला भेटायला येणाऱ्यांची वर्दळही वाढत होती. चर्चा-उपचर्चा होत होती. वाद-संवाद होत होते. प्रश्न-उत्तरं झडत होती; पण यातून ठोस काहीतरी पुढे येत नव्हतं. म्हणून ज्ञानादादा अस्वस्थ होता. ती त्याची अस्वस्थता सोपानानं ओळखली.

एके दिवशी रात्री जेवणं झाल्यावर चौघं जण अंगणात चांदण्यात बसले होते आणि सोपानानं विचारलं, ''ज्ञानादादा, गेले कित्येक दिवस मी पाहतोय, तू अस्वस्थ आहेस. विमनस्क आहेस. काही घडलंय का?'' सोपानाच्या स्वरात चिंता होती. ज्ञानादादा किंचित हसला, म्हणाला, ''नाही रे सोपाना, तसं विशेष काही नाही; पण काहीतरी मोठं, काहीतरी ठोस असं समाजाच्या कल्याणाचं काही घडत नाहीये. सनातन वैदिक धर्मानं कर्मकांडाचा केलेला अतिरेक सामान्यजनांचा छळ करतोय. मनात असूनही त्यांना देवभक्ती करता येत नाही. त्यांचा कोंडमारा होतोय आणि ते बघून माझा जीव घुसमटतोय. असं काहीतरी करायला पाहिजे, की ज्यायोगे या समाजातले जातिभेद, धर्मभेद तर मिटतीलच; पण या कर्मकांडांना टाळून त्यांना देवभक्ती करता येईल; पण काय करावं सुचत नाहीय. म्हणून मी थोडासा अस्वस्थ आहे. असो, पण सोपाना तू दोन दिवसांपूर्वी मला काहीतरी सांगणार होतास. या भेटीला येणाऱ्या मंडळींमुळे मला तुझ्याशी निवांत बोलताच आलं नाही. काय सांगणार होतास तू?'' ज्ञानादादानं विचारलं आणि सोपानाला एकदम आठवलं.

उत्साहित स्वरात तो म्हणाला, "बसवेश्वर! श्री गुरू बसवेश्वर! दादा शतकापूर्वी बसवेश्वर नावाच्या महात्म्यानं लिंग पूजेचं महत्त्व विशद केलं आणि वीरशैव पंथाला नवी दिशा दिली. चक्रधर स्वामींनी महानुभव पंथाची स्थापना करून एक नवीन संप्रदाय समाजात रूढ केला. ते वाचत असताना दादा, मला एकदम असं वाटलं, की असं काहीतरी नाही का घडू शकत? हेच मी तुला सांगणार होतो!" सोपानाचं बोलणं ऐकून ज्ञानादादाचे डोळे चमकले. चेहऱ्यावर प्रसन्न हास्य उमटलं. "सापडला सोपाना, मार्ग सापडला. काहीतरी ठोस, मजबूत, कायमस्वरूपी टिकणारं असं करण्याचा मार्ग सापडला. सोपाना, मार्ग सापडला. माझ्या मनातला अंधार नष्ट झाला आणि तिथं स्वच्छ सूर्यप्रकाश पसरलाय!" ज्ञानादादाचा उत्साह ओसंडून वाहत होता. सोपानालाही आनंद झाला. तोच ज्ञानादादा म्हणाला, "ठरलं सोपाना ठरलं! भक्तश्रेष्ठ पुंडलिकानं स्थापन केलेला वारकरी संप्रदाय जो आज काहीसा झाकोळून गेलाय, त्याला आपण पुन्हा उजाळा देऊ या. भगवान श्रीकृष्णानं भगवद्‌गीतेत सांगितलेली 'वसुधैव कुटुम्बकम्'ची संकल्पना आपण समाजात रूढ करू या. वारकरी संप्रदायाला प्रतिस्थापित करणारा भागवत धर्म आपण पुनरुज्जीवित करू या. नव्यानं उजळू या. ठरलं सोपाना ठरलं! या सनातन वैदिक धर्मसंस्थेला सुधारणंचं वावडं आहे. धर्मशास्त्राप्रमाणे कर्मकांड हेच आणि हेच त्याचं ध्येय आहे. त्यात कालानुरूप परिवर्तन करायला ते तयार नाहीत. ठीक आहे! तर मग आपण भागवत धर्माच्या झेंड्याखाली एकत्रित येण्याचं बहुजन समाजाला आवाहन करू या. धर्म, पंथ, वंश, जात या पलीकडे जाणारा मानवधर्म हाच आपल्या आवाहनाचा विषय असेल. आता जे काही करायचं, ते या मानवधर्मासाठीच. या मानवधर्माला नजरेसमोर ठेवूनच. सोपाना, आपल्याला आपलं उद्दिष्ट गवसलंय! जगण्याचं कारण सापडलंय! जीवितकार्य सापडलंय!" ज्ञानादादा उचंबळून बोलत होता. त्याच्या प्रसन्न चेहऱ्यावरून आनंद ओसंडून वाहत होता. सोपानाचे खांदे धरून त्याला गदागदा हलवत ज्ञानादादा बोलत होता. त्याचं ते हर्षभरित रूप सोपान आपल्या नजरेनं साठवत होता. कितीतरी दिवसांनी, आज कितीतरी दिवसांनी ज्ञानादादाचा असा प्रसन्न चेहरा सोपाना बघत होता. ईप्सित साध्य गवसल्याचा जणू त्याला आनंद झाला होता. त्याच्या प्रसन्नतेनं सोपानही प्रसन्न झाला. अतिप्रसन्न झाला. त्याच प्रसन्नतेनं त्याला झोप लागली.

दुसरे दिवशीची सकाळ मोठी प्रसन्न होती. पंढरपूरहून नामदेव, जनाबाई आणि त्यांच्यासोबत चोखोबा, सावता, गोरोबाबाकाका इत्यादी मंडळी आली. निवृत्तीदादानं त्यांचं स्वागत केलं. संतांचा हा मेळा आपल्या अंगणात जमलेला बघून सगळ्यांना अतिशय आनंद झाला. मुक्ता त्यांचं आगतस्वागत करण्यात गुंगली, तर जनाबाई लगेच तिच्या मदतीला धावल्या. सगळ्यांनी निवृत्तीदादा, ज्ञानादादाच्या चरणांवर

डोकं ठेवून त्यांना नमस्कार केला. सोपानाला गळामिठी घालून त्याची उराउरी भेट घेतली. सगळी मंडळी झोपडीच्या अंगणात गोल करून बसली. तोवर मुक्तानं जनाबाईंच्या मदतीनं बनवलेले दहीपोहे द्रोणांतून भरून आणून प्रत्येकाच्या समोर ठेवले. बरोबर भाजलेल्या शेंगा होत्या. लसूण-मिरचीचा ठेचा होता. असा सगळा बेत बघून संतमंडळीही आनंदली. खाता-खाता गप्पांना जोर आला. वेगवेगळे विषय निघू लागले. तोच चोखोबांनी भीत-भीत विचारलं, "माउली, एक गोष्ट इचारायची आहे. तुमची आज्ञा असंल, तर इचारीन म्हणतो!" चोखोबाचा किंचित भ्यायलेला स्वर, प्रश्न विचारतानाची संकोचली अवस्था, तरीही नजरेतली उत्सुकता बघून त्यांना काय विचारायचे आहे, हे ज्ञानादादानं ओळखलंच. "चोखोबा, मला समजलंय तुम्हाला काय विचारायचं आहे ते? आम्ही ब्राह्मण असूनही विटाळ मानीत नाही, स्पृश-अस्पृश्यता हा भेद पाळत नाही, तुम्हा सर्वांसवे बसतो, बोलतो, खातो, जेवतो, हे कसं काय? असंच ना तुम्हाला विचारायचं आहे?" चोखोबांनी मूकपणे होकारार्थी मान डोलावली. ज्ञानादादा पुढे म्हणाला. "मंडळी, आज हेच तुम्हाला सांगण्यासाठी मी उत्सुक आहे. खरंतर मी हे वेगळं किंवा वेगळेपणानं सांगायची गरजच नाही. कारण ते तुमच्याजवळच आहे. तुमचंच आहे. फक्त त्याची तुम्हाला जाणीव नाही किंवा माहिती नाही. म्हणूनच ते मी तुम्हाला सांगावं, असं त्या गोपालकृष्णाच्या मनात असावं. नामदेवा, इथं तुम्ही जे सगळी जमला आहात, त्या सर्वांच्या घरी पंढरीची वारी करण्याची प्रथा आहे ना? परंपरा आहे ना? मग हे सगळं तुम्हाला नक्की समजेल. ते समजलं, की मात्र ती एका नव्या युगाची नांदी ठरेल. एका नव्या युगाची सुरुवात असेल!"

ज्ञानादादा बोलत होता आणि सगळ्यांचं अवधान जणू ज्ञानादादाच्या मुखातून बाहेर पडणाऱ्या शब्दांवर एकवटलं होतं. शांतता इतकी होती, की शेवग्याच्या झाडाचं पानं पडलं, तरी आवाज ऐकू येईल आणि त्या शांततेत केवळ ज्ञानादादाचाच पार अगदी हृदयापर्यंत पोहोचणारा स्नेहसुधा वर्षणारा आवाज ऐकू येत होता. सोपान एकटक ज्ञानादादाकडे पाहत होता. 'योगसामर्थ्याची अपरिमित साक्ष असलेला दादा प्रत्येक वेळी वेगळाच भासतो.' सोपानाच्या मनात आलं आणि त्याला आठवला काही दिवसांपूर्वीचा प्रसंग.

महान हटयोगी चांगदेव भेटायला येत आहेत असा निरोप आला. त्यांच्या अमाप भक्तगणांसह ते येत असून, ते स्वतः वाघावर स्वार आहेत, हे कळल्यावर मुक्ता म्हणाली होती, "दादा, ते वाघांवर बसून येत आहेत, मग आपण त्यांना पायी-पायीच सामोरं जायचं?" हा संवाद चाललेला असताना चौघंही जण एका घराच्या पडक्या भिंतीवर बसले होते. दादा म्हणाला होता, "बरोबर आहे मुक्ते तुझं! आपण या भिंतीवरच स्वार होऊन जाऊ या!" आणि त्यानं भिंतीला आदेश दिला

होता. ''चल बाई. आम्हाला घेऊन चल!'' आणि ती भिंत चालू लागली होती. ते बघून चांगदेव दादाला शरण आले होते. सर्वांना आश्चर्य वाटलं होतं, पण निवृत्ती-सोपान-मुक्ता शांत होते. ''या देहामध्ये चैतन्य नसेल, तर तो देह, तो अचेतन देह एखाद्या भिंतीप्रमाणेच असतो; पण त्यात प्राणतत्त्व भरलं, चैतन्य भरलं, की तो देह सचेतन होतो आणि सर्व क्रिया करू लागतो. तद्वतच अचेतन असलेल्या त्या भिंतीमध्ये, जड असलेल्या त्या भिंतीमध्ये चेतना भरल्यावर ती जड भिंतही सचेतन झाली आणि चालू लागली.'' प्राणतत्त्वाचं हे सामर्थ्य चौघंही जाणून होते; पण ज्ञानादादानं योगशक्तीवर विलक्षण सामर्थ्य मिळवलं होतं. म्हणूनच त्या अचेतनं भिंतीमध्ये तो चैतन्य भरू शकला. अर्थात ज्ञानादादाच्या योगसामर्थ्याची ही साक्ष तर होतीच; पण हटयोगावर प्रचंड हुकूमत असूनही केवळ अहंकारानं ती विद्या काळवंडलेला चांगदेवांच्या अहंकारावरचा तो उताराही होता.

''काय सोपाना, तुझं काय म्हणणं आहे यावर?'' ज्ञानादादाच्या या प्रश्नानं सोपान भानावर आला. त्याचं मन एकीकडे विचार करत असलं, तरी त्याची बुद्धी ज्ञानादादाच्या बोलण्याकडे लागलेली होतीच. म्हणूनच ज्ञानादादाच्या प्रश्नाला सोपानानं अचूक आणि नेमकं उत्तर दिलं, ''ज्ञानादादा, भक्तिसंप्रदायाला, भगवद्भक्ताला, त्याच्या भक्ती परंपरेला एक वेगळं अधिष्ठान यातून मिळणार आहे, हे निश्चित. तेव्हा तुझा हा विचार अत्यंत नेमका आणि संयुक्तिक आहे.'' सोपानाचं उत्तर ऐकलं आणि तिथं जमलेली संतमंडळी चकित झाली. सोपान वेगळ्या विचारात होता, हे त्यांनी पाहिलं होतं. तरीही त्यानं माउलीच्या प्रश्नाला नेमकं सयुक्तिक उत्तर कसं दिलं, याचं त्यांना नवल वाटलं. तोच ज्ञानादादा म्हणाला. ''उत्तम! सोपाना, तू अगदी माझ्या मनातलं बोललास. तेव्हा आता ठरलं! भगवद्भक्ताला आणि वारकरी परंपरेला एक वेगळं अधिष्ठान मिळवून देण्यासाठी योग्य ठिकाण पंढरपूर! श्रीविठ्ठलाच्या रूपातला तो गोपालकृष्णही तिथं आहे. त्याच्या संमतीनं आणि साक्षीनं हे साध्य करू या!'' ज्ञानादादानं समारोप केला आणि पुन्हा एकवार गळाभेट घेऊन मंडळींनी एकमेकांचा निरोप घेतला, तो पुढची भेट पंढरपुरात, असा निश्चय करूनच.

१८

पंढरपुरात त्या दिवशी एक अभूतपूर्व सोहळा झाला. पंचक्रोशीतली सगळी संत मंडळी, भगवद्भक्त, वारकरी तिथं जमले होते. ज्ञानादादाची कीर्ती अवघ्या पंचक्रोशीत पसरली होती. त्याला पाहायला, त्याला ऐकायला, त्याला वंदन करायला, त्याचा आशीर्वाद मागायला, एकवार तरी त्याचा हात आपल्या मस्तकावर पडावा म्हणून अशी अनेकविध कारणांनी तिथं माणसं जमली होती; पण सगळ्यांचं अवधान ज्ञानादादावर केंद्रित झालं होतं. आता हेटाळणी कधीच संपली होती. उपेक्षा कधीची थांबली होती. तिरस्कार तर केव्हाच लोप पावला होता. आता सर्वत्र एकच नामघोष घुमत होता – 'ज्ञानेश्वर माउली, ज्ञानोबा माउली!'

ज्ञानादादाचे तेज, त्याचं ज्ञान, त्याचं लाघवी बोलणं, त्याचा विनम्र स्वभाव, दुसऱ्याला चटकने आपलंसं करणारी त्याची गोड भाषा, त्याची मुद्दा विस्तारानं समजावून सांगण्याची हातोटी, त्याचा आश्वासक स्पर्श. सगळं सगळं लोकांना आवडणारं, भावणारं! संमोहित झाल्याप्रमाणे लोक त्याच्याभोवती जमायचे. तो सांगेल ते करायचं, तो सांगेल तसं वागायचं. लोकशिक्षणाचा, समाजशिक्षणाचा एक वेगळा आविष्कार बघायला मिळत होता. त्या दिवशी पंढरपुरातही तसंच झालं. भगवद्भक्ताचं आचरण सांगणारा भागवत धर्म अगदी पुरातन काळापासून अस्तित्वात असलेला. तर वारकरी परंपरेला भक्त पुंडलिकापासून उजाळा मिळालेला; पण तरीही वैदिक सनातन धर्माचं कर्मकांडाचं अतिक्रमण, यादव काळातलं सुखासीन आयुष्य आणि महानुभाव पंथांचा प्रचार, यामुळे आपला प्राचीन भागवत धर्म आणि वारकरी परंपरा झाकोळल्यासारखी झालेली; पण ज्ञानादादानं या दोन्हींची उत्तम सांगड घातली. भगवंताची भक्ती करतो तो 'भागवत' आणि वारी करतो तो 'वारकरी' एवढ्याच सीमित संज्ञेवर न थांबता भगवंताची भक्ती करणारा आणि त्यासाठी नेमानं वारी करणारा अशा दोघांना एकत्र आणून या दोन्हीतला गाभा, या दोन्हीतलं सारतत्त्व एकत्र आणून ज्ञानादादानं वारकऱ्यांचं, भगवद्भक्तांचं उद्बोधन केलं आणि सर्व धर्मांच्या, सर्व जातींच्या, सर्व पंथांच्या, लोकांना सामावून घेणारा,

आपलंसं करणारा, सर्वसमावेशक असा भागवत धर्म भक्तीच्या ध्वजपताकेखाली प्रतिस्थापित केला. लोकांना अतिशय आनंद झाला. इथं सगळे फक्त वारकरी होते. भगवंताचे भक्त होते. हीच त्यांची जात होती. हाच त्यांचा धर्म होता. सगळेच भक्तीच्या एका समान पातळीवर होते. कुणी उच्च नव्हता, कुणी नीच नव्हता, कुणी ब्राह्मण नव्हता, कुणी अंत्यज नव्हता. या धर्मात अंधश्रद्धेला स्थान नव्हतं. डोळस श्रद्धा, हे याचं अधिष्ठान होतं. तत्त्वनिष्ठा ही याची आधारशीला होती. नामजप हे याचं साधन होतं. आत्मशुचिता हे याचं पालन होतं. विठ्ठलाची भक्ती ही याची मिरास होती. अखिल मानवजातीचं कल्याण हे याचं उद्दिष्ट आहे. शास्त्रानं निषिद्ध मानलेल्या वस्तूंचा प्रेमाने स्वीकार करून त्या वस्तूंना प्रतिष्ठा मिळवून देणारा हा धर्म. याने काशाचे टाळ भजनासाठी घेतले, कळकाची काठी ध्वजपताकेसाठी वापरली. भोपळ्याची वीणा झाली, चामड्याचे आच्छादन करून मृदुंग बनवला. कोळशाचा बुक्का कपाळी लावला. वैदिक सनातन धर्मानं नाकारलेल्या भगवद्‌भक्तांना या धर्मानं प्रतिष्ठा मिळवून दिली, त्याचंच हे द्योतक होतं. ज्ञानादादाच्या बरोबर सोपानही या प्रतिस्थापनेच्या कार्यात सक्रिय झाला. आपल्या हातून केवढ्या मोठ्या प्रचंड कार्याचा पाया रचला जातोय, याची त्या दोघांनाही कल्पना नव्हती.

भागवत धर्म आणि वारकरी संप्रदाय यांची सुसंगतीनं सांगड घालून भागवत धर्माला नवं रूप देऊन झालं. अठरापगड जातींचे भगवद्‌भक्त या झेंड्याखाली जमले. एका नव्या युगाची ही नांदी होती. एका क्रांतीच्या पर्वाची सुरुवात होती. एका मानवीय युगाचा आरंभ होता. सगळे भगवद्‌भक्त आनंदानं न्हाऊन निघाले. त्यांच्या भक्तीला एक नवीन अर्थ मिळाला होता. श्रद्धेला पाठबळ लाभलं होतं. विश्वासाला आधार मिळाला होता. अस्तित्वाला नाव मिळालं होतं. जीवनाला साफल्य मिळालं होतं आणि मृत्यूलासुद्धा सार्थकता आली होती. या सगळ्या आनंद-सोहळ्यात दुपार उलटून गेली. ज्ञानेश्वर, निवृत्तीदादा, सोपान, मुक्ता आणि इतर काही निवडक मंडळी नामदेवाच्या घरी जेवणास गेली. नामदेवाची पत्नी राजाई, आई गोणाई, वडील दामाशेटी सगळे आनंदले होते. मोठ्या अगत्यानं आणि प्रेमानं त्यांनी या मंडळींचं स्वागत केलं. जनाबाई सगळी धावाधाव करत होत्या. नामदेवांची बहीण आऊबाईनं मुक्ताला हाताला धरून आत नेलं. निवृत्तीदादा, ज्ञानादादा यांच्या सभोवती संतमंडळींचा गराडा पडला होता. नामदेवांनी त्या दोघांनाही हाताला धरून आत नेलं. त्यांना बैठकीवर बसवून काही दोन गोष्टी बोलत नामदेव तिथेच थांबले. निवृत्तीदादाच्या मागून शांतपणे पावलं टाकत, सगळीकडे नजर फिरवून अवलोकन करत सोपान येत होता. तोच नामदेवांची दोन्ही मुलं धावत वाड्याच्या दाराशी आली. सोपान अजून आत यायचाच होता. तोच नामदेवांच्या दोन्ही मुलांनी सोपानाचं हात धरले आणि मोठ्या लाघवीपणे दोघं जण म्हणाली, ''काकाऽऽ! चला ना आत!

तुम्ही... तुम्ही सोपानकाका ना? म्हणजे... म्हणजे सोपानदेव ना? म्हणजे तुम्ही सोपानकाकाच! सोपानकाका चला ना आत! काका चला नाऽऽ!'' नामदेवांची दोन्ही मुलं नारा, विठा मोठी लाघवी, प्रेमळ होती. सोपानाच्या हाताला धरून ती त्याला आत घेऊन आली. नामदेव सोपानाला आणायला जाण्यासाठी मागे वळले, तोच समोर सोपान! त्याचे दोन्ही हात दोन्ही मुलांनी धरले होते. नामदेव मागे वळलेलं बघून नारा म्हणाला, ''बाबा, आम्ही तुमचं काम केलं! आम्ही सोपानकाकांना हाताला धरून आत घेऊन आलो. होय किनई हो सोपानकाका?'' नारानं लाघवीपणानं विचारलं. सोपानानं हलकेच हसून मान डोलावली. तोच नाराच्या बोलण्याचा धागा पकडून गोरोबा म्हणाले, ''अरे वा! सोपानकाका का? बरं झालं! याऽ या! सोपानकाका, या असं इथं बसा!'' जोत्यावर आऊबाईच्या शेजारी मुक्ता बसली होती. तिनं हे ऐकलं! लगेच म्हणाली, ''अय्याऽऽ! सोपानदादाचा सोपानकाका झाला का? अगदी समर्पक नाव मिळालं सोपानकाका तुम्हाला! नाहीतरी अलीकडे तू सतत एखाद्या दुढ्ढाचार्यासारखाच वागतोस आणि बोलतोस! हे नाव तुला छान शोभून दिसतंय! सोऽपाऽनऽकाऽकाऽऽऽ! होय ना रे निवृत्तीदादा?'' सोपानाची छेड काढायची संधी सोडेल, ती मुक्ता कसली? तिनं सोपानाची छेड तर काढलीच; पण त्यासाठी निवृत्तीदादाची साक्षही काढली. तीही इतक्या खुबीनं आणि इतक्या लडिवाळपणानं, की निवृत्तीदादाला 'होय' म्हणावंच लागलं. निवृत्तीदादानंही होकार देताच सोपान थोडासा हिरमुसला. त्याच्या चेहऱ्यावरून ते निवृत्तीदादानं ताडलं. अत्यंत प्रेमानं आणि अभिमानानं आपल्या या धाकट्या भावाकडे बघत निवृत्तीदादा म्हणाला, ''मुक्ते, मस्करी बाजूला राहू दे; पण काका, हे संबोधन मिळायलाही मोठं भाग्य लागतं. कारण काका म्हणजे चुलता आणि चुलता म्हणजे दुसरा पिताच असतो. आपल्याला कुणी काका म्हणणं, हा आपला बहुमान असतो सोपाना! या निरागस लेकरांनी 'सोपानकाका' असं संबोधून तुला त्यांच्या वडिलांची जागा दिली आहे. तुझ्या विचारी, समंजस, मितभाषी स्वभावाला तर हे संबोधन मोठं शोभून दिसतंय. तुझ्या वागण्या-बोलण्यातलं प्रौढत्व, विचारांची सखोलता आणि ज्ञानाची विशालता तुला या सगळ्यांचाच तीर्थरूप स्वरूप होण्याचा संकेत देत आहे!'' निवृत्तीदादाचं हे बोलणं ऐकून सगळ्यांनी आनंदानं टाळ्या वाजवल्या. चोखोबा आपल्या जागेवरून उठून उभे राहिले आणि म्हणाले, ''हे अगदी आमच्या सगळ्यांच्या मनातलं बोललात महाराज तुम्ही! खरंतर हे लेकरू आमच्या सगळ्यांपरीस ऱ्हान हाय! पर सोपानकाका ह्येच नाव यांना शोभून दिसतंया! माउली, तुम्हाला पन असंच वाटतंय ना?'' चोखोबांचं बोलणं सगळ्यांनाच पटलं! ज्ञानादादाच्या चेहऱ्यावर स्मित उमटलं! मोठ्या प्रसन्न चेहऱ्यानं ज्ञानादादा म्हणाला, ''योग्य, अगदी योग्य बोललात चोखोबा तुम्ही! आमचा सोपाना आम्हा सगळ्यांपेक्षा जरी लहान असला, तरी ज्ञानानं,

विचारानं, वर्तनानं आणि समंजपणानं तो आमच्यापेक्षा जराही लहान नाही. त्याला सोपानकाका हे नामोनिधान अगदी शोभून दिसतंय! सोपाना, तुला आवडलं ना हे संबोधन?'' आता बोलायची वेळ खरंतर सोपानाची होती; पण तो संकोचला. इतका, की तो काहीच बोलला नाही. मग मात्र नामदेवांनी त्याला पुन्हा विचारलं, ''सोपानदेव, तुम्ही काही बोलत का नाही?'' आता मात्र सोपानाला बोलावंच लागलं. खाली मान घालून संकोचल्या स्वरात तो म्हणाला, ''निवृत्तीदादा, ज्ञानादादा मी काय बोलू? माझ्यासारख्या एका कोवळ्या वयाच्या कुमाराला या सर्वांनी काका ही उपाधी दिली. आपल्या वडिलांच्या जागी मला मानलं, हा माझा मोठा बहुमान आहे, असं मला वाटतं! या बहुमानाला मी पात्र आहे की नाही, हे मी जाणत नाही; पण या दोन छोट्या, निरागस मुलांनी मला सोपानकाका म्हणून संबोधलं आणि तुम्ही सगळ्यांनी उचलून धरलंत. निवृत्तीदादा, ज्ञानादादा, सगळ्यांसाठी सोपानकाका असलेला हा सोपानदेव तुमच्यासाठी मात्र सोपानच असू दे!'' सोपानानं काहीसं संकोचत सांगितलं. तोच पुन्हा खट्याळपणे मुक्तानं विचारलंच, ''आणि माझ्यासाठी तू सोपानदादा की सोपानकाका?'' ज्ञानादादानं तिचं नाक चिमटीत पकडलं आणि म्हणाला, ''मुक्ते, हे नाक मध्येमध्ये खुपसलंच पाहिजे का?'' तशी सगळे हसले. वातावरण मोठं प्रसन्न झालं होतं. हसत-खेळत, गप्पागोष्टी करत जेवणं झाली.

सोपानाशेजारी जेवायला बसलेली मुक्ता मात्र अधूनमधून त्याला खट्याळपणे ''काय सोपानकाका? काय सोपानकाका?'' अशा हाका मारत होती. या प्रसंगानं मात्र एक झालं. ज्ञानादादाबरोबरच सगळ्यांना बाकी तिघांबद्दल किती आदर आहे, किती स्नेह आहे, हे सिद्ध झालं आणि सोपान सगळ्या लहान-मोठ्यांचा सोपानकाका झाला. सगळे जण त्याला 'सोपानकाका' असे संबोधू लागले.

सगळ्या भगवद्भक्तांच्या, सगळ्या वारकऱ्यांच्या त्या मनोमीलनातून भागवत धर्माची पताका कायम फडकत ठेवायची, असं त्या दिवशी पंढरपुरात विठुरायाच्या साक्षीनं नक्की झालं आणि भागवत धर्माचा प्रचार आणि प्रसार सर्वत्र करायचा आणि त्याचबरोबर पांडुरंगाची भक्ती करायची, असं सर्वानुमते ठरलं. हे सगळं होईपर्यंत दिवस मावळला. बाकीची मंडळी परतली. निवृत्ती, ज्ञानेश्वर, सोपान, मुक्ता हे चौघं जण नामदेवाच्या घरी राहिली.

दुसरे दिवशी सकाळी जनाबाई अंगणात सडा घालत होत्या. अजून सूर्यनारायण यायचे होते. वातावरणात नीरव शांतता होती. जनाबाईच्या सडा मारण्याचा सप्-सप् असा आवाज त्या शांततेला छेदत होता आणि अचानक मंदिरातून ॐकार ध्वनी ऐकू यायला लागला. हळूहळू त्या ध्वनीची तीव्रता वाढली. अवघ्या वातावरणात तो ॐकार नाद भरून राहिला. लोकांची पावलं आपोआपच मंदिराकडे वळली.

मंदिराच्या गर्भागारात निवृत्ती, ज्ञानेश्वर, सोपान आणि मुक्ता पद्मासनं घालून बसले होते. गर्भागारात तेवणाऱ्या समईच्या मंद प्रकाशाची प्रभावळ चौघांच्या चेहऱ्यांभोवती पसरली होती. ध्वनीची स्पंदनं वाढली, की ती समईची ज्योत थरथरायची. तिची आभा मागे-पुढे व्हायची आणि त्या हलणाऱ्या प्रकाशात विठूच्या सावळ्या चेहऱ्यावर भाव उमटल्यासारखे दिसायचे. कितीतरी वेळ हा छाया-प्रकाशाचा आणि ध्वनिस्पंदनांचा खेळ चालला होता. मंदिरात जमलेले लोक अनिमिष नेत्रानं हे सारं पाहत होते. बघता-बघता सारी आवर्तनं संपली. शांतिपाठ म्हणून झाला आणि पांडुरंगाला साष्टांग दंडवत घालून चौघं जण बाहेर आले. बाहेर आल्यावर लोकांनी चौघांना प्रणाम केला. चौघांनी तिथं जमलेल्यांना वंदन केलं. मंदिराचा सभामंडप भरून गेला होता. गर्भागाराच्या दाराशी चौघं जण पद्मासन घालून बसले.

अचानक ज्ञानादादानं बोलायला सुरुवात केली, "लोकहो, आजची सकाळ मोठी प्रसन्न आहे. आज जाग आल्याबरोबर आम्हाला पांडुरंगाचं दर्शन झालं. या प्रसन्नतेला द्विगुणित करण्यासाठी आमचा सोपान आणि तुमचा सोपानकाका आता नमनस्तोत्र सांगणार आहे. मी काय बोलतो कसं बोलतो, ते तुम्ही अनुभवलेलं आहेच. आता आमचा सोपान किती सुंदर आणि नेमकं बोलतो, ते अनुभवा. सोपाना, सांगतोस नमनस्तोत्र? मंडळी तुझी प्रतीक्षा करताहेत." ज्ञानादादानं एकदम असं सांगितलं आणि क्षणभर सोपान बावरलाच. त्याच्या लक्षात आलं, निवृत्तीदादा आणि ज्ञानादादा दोघं मिळून आपली चाचपणी करताहेत, परीक्षा घेत आहेत. त्यानं एक क्षण नजर उचलून निवृत्तीदादाकडे पाहिलं. त्याच्या डोळ्यांत आदेश होता, विश्वास होता आणि अभिमानही. निवृत्तीदादाने हलकेच मान लववली. सोपानानं त्याची आज्ञा शिरसावंद्य मानली. त्यानं तिथूनच निवृत्तीदादाला, ज्ञानादादाला नमस्कार केला. मागे वळून विठुरायाला वंदन केलं. क्षणभर डोळे मिटले. पद्मासन घातलं. हात जोडले. दीर्घ श्वास घेतला. एकवार डोळे उघडून समोर उत्सुकतेनं बसलेल्या श्रोतृवर्गालाही वंदन केलं आणि बोलायला सुरुवात केली –

"माय-पित्यांनो, निवृत्तीनाथांचा शिष्य आणि ज्ञानादादाचा धाकटा भाऊ मी सोपानदेव आपल्याला विनम्र वंदन करतो. साक्षात ज्ञानसूर्य असं ज्याचं नामोनिधान आहे. आणि श्रेष्ठ गुरू अशी ज्याची योग्यता आहे, त्या ज्ञानादादा आणि निवृत्तीदादाच्या आज्ञेवरून मी नमनस्तोत्र गुंफण्याचा एक केविलवाणा प्रयत्न करणार आहे. अजाण बालक समजून माझे विचार चुकले, तरी पोटात घाला आणि तुमच्यासमोर मी धाडसानं शब्दकळा मांडू शकेन, असा मला आशीर्वाद द्या!" अत्यंत भावुक आवाजात, लाघवी शब्दांत श्रोत्यांना अशी विनवणी करून सोपान क्षणभर थांबला. एकवार डोळे मिटले आणि हळुवार आवाजात त्यानं नमनस्तोत्राला सुरुवात केली.

नमो ज्योतिर्मय ब्रह्मा। आनंद ईश्वर पुरातना।

नमो नारायणा कमळ कोंदणा। नमो नमो स्वामिया।।
नमो सद्गुरु निवृत्ती। नमो रखुमाईच्या पती।
नमो ज्ञान मूर्ती। अगम्या पुरुषा।।
नमो भक्ती मुक्ती चैतन्य माया। नमो हर्ता कर्ता काया।
नमो आदि पुरातन माया। परब्रह्मा।।
नमो विराट पुरुषा पुरातना। नमो जगज्जीवना करुणाघना
चराचर पालका गहना। माझिया।।
नमो ब्रह्मांड व्यापका। नमो गुणातीत मातांका।
चुकवी जन्ममरण एका। तारी विश्व अंगे।।
नमो जळस्थळ रक्षिता। आदि अवसानी तारिता।
नमो रोमारोम अव्यक्ता। नमो नमो दीन बंधू।।
नमो विराट महद्ब्रह्मा। निष्कलंक समुद्रुमा।
योगियांच्या सुखधामा। नमोनमो दयाळा।।
औट हाती ध्वनी। नमो नमो अंत:करणी।
नमो सत्रावी त्रिवेणी। त्रिपुटी जेथे।।
नमो विटेवरी सदटा। नमो वैकुंठीचिये पीठा।
आदिअंती एकटा। नमो आदिपुरुषा।।
आदिअंती शेवटी! सहस्त्रदळी गुह्य पीठी।
नमो उघडी दृष्टी। स्वरूपी तुझ्या।।
नमो पायी घडली मिठी। नमो बांधिली हृदयी गाठी।
साठवी पोटी। गुणदोष स्वामी।।
नमो गेले आले। नमो झाले ते झाले।
नमो तुझे त्वां केले। सांभाळुनि।।
ॐ शांति: शांति: शांति:।। रामकृष्ण हरी। रामकृष्ण हरी।।

सोपानानं शांतिपाठाचा उच्चार केला. नमनस्तोत्र पूर्ण झालं होतं. रामकृष्ण हरीचा गजर झाला. सोपानानं जोडलेले हात सोडले. गुडघ्यावर मुद्रा स्थितीत ठेवले. दीर्घ श्वास घेतला, डोळे उघडले. सर्वप्रथम त्याची नजर श्रोतृवर्गावर पडली. सगळ्यांचे डोळे मिटलेले होते. हात जोडलेले होते. 'रामकृष्ण हरी'च्या गजरात सगळी तल्लीन झाली होती. सगळ्यांची जणू भावसमाधी लागली होती. एक क्षणभर सोपानाची नजर त्या श्रोतृवर्गावर खिळली. तोच एक अलगद नि:श्वास त्याला ऐकू आला. त्या अस्पष्ट आवाजासरशी सोपानानं मान वळवली आणि त्याच्या नजरेनं निवृत्तीदादाचा मागोवा घेतला. निवृत्तीदादाच्या चेहऱ्यावर प्रसन्नता होती, समाधान होतं, डोळ्यांत अपेक्षापूर्तीचा आनंद होता. आपल्या धाकट्या

भावाबद्दल कौतुक होतं, तर लाडक्या शिष्याबद्दल अभिमान होता. आपला शिष्य कसोटीला उत्तमरीत्या उतरला याची पावती त्यांच्या डोळ्यांतून वाहणारा प्रत्येक अश्रूंचा थेंब देत होता. सोपानाची नजर निवृत्तीदादाच्या नजरेला भिडली, क्षणभरच! पण त्या एका क्षणात मातृत्वाच्या, वात्सल्याच्या, कोडकौतुकाच्या, शाबासकीच्या सहस्त्र धारा आपल्या अंगावर वर्षत आहेत, दादाच्या प्रेमाचं प्रोक्षण आपल्यावर करताहेत, गुरूच्या अभिमानानं दिलेल्या शाबासकीच्या तीर्थजलाचं सिंचन आपल्यावर होतेय आणि या सर्वांच्या वर्षावात आपण न्हाऊन निघतोय, असं त्या एका क्षणात सोपानाला वाटून गेलं आणि धन्यता कशाला म्हणतात, कृतार्थता म्हणजे काय, याची एक प्रसन्न जाणीव त्या क्षणानं त्याला करून दिली. निवृत्तीदादाच्या शेजारी ज्ञानादादा बसला होता. त्या क्षणी सोपानाला तो साक्षात ज्ञानसूर्य भासला; पण त्याच्याही डोळ्यांत सोपानाबद्दलचा अभिमान ओसंडून वाहत होता. इतका, की तो अभिमान अश्रुरूपानं आपल्या डोळ्यांतून ओघळतोय आणि गालांवरून वाहतोय, याचंही त्याला भान नव्हतं. 'परवा-परवापर्यंत आपल्याला एकसारखे प्रश्न विचारून भंडावून सोडणारा, लहानसहान गोष्टींवरून मुक्तीशी भांडणारा, तिच्या खोड्या काढणारा आणि त्याच वेळी आईच्या मायेनं तिचा सांभाळ करणारा हा सोपान आज साक्षात सरस्वतीच्या मुखातून स्त्रवाव्यात, तशा नमनस्तोत्राच्या ओव्या रचतो आणि गातो... आपल्याला असं का होतंय,' हे ज्ञानादादाला उमगत नव्हतं; पण गळ्यात काहीतरी प्रचंड दाटून आलंय आणि ते बाहेर पडायला धडपडतंय एवढंच त्याला जाणवत होतं. मुक्तानं मात्र ज्ञानादादाचा हात घट्ट धरला होता. आपल्या मनात, हृदयात उचंबळणाऱ्या भावना त्या घट्ट हातात आपल्याला धरून ठेवता येतील, अशी एक भाबडी समजूत तिची असावी. कारण आपल्या डोळ्यांतून नुसतेच घळघळा अश्रू वाहत नाही, तर आपण चक्क हुंदके देतो आहोत, याचंही तिला भान नव्हते. नामदेवांनी भानावर येऊन विठ्ठल-विठ्ठलचा गजर केला आणि लोक पांगले.

आता सभामंडपात होते निवृत्ती, ज्ञानेश्वर, सोपान, मुक्ता आणि नामदेव. अर्थात या सगळ्या अप्रुपाचा प्रमुख साक्षीदार होता, तो सावळा विठ्ठल. नामदेवांनी पाहिलं, विठ्ठलाच्या मुखावरही अतिप्रसन्न हास्य होतं. जणू कुणीतरी अपरंपार कौतुकानं त्याची आराधना केली असावी. काही क्षण तसेच स्तब्धतेत गेले. कुणीच काही बोललं नाही. कुणालाच काही बोलायचं भानच नव्हतं. यातून प्रथम भानावर आली मुक्ता. डोळे पुसून ती म्हणाली, "सोपानदादा, आता आज तुझी दृष्ट काढायची वेळ माझी आहे. मी परवा ताटीचे अभंग केले आणि ज्ञानादादाची समजूत काढली तेव्हा तू माझी दृष्ट काढली होतीस. आज मी तुझी दृष्ट काढणार आहे." तिच्या म्हणण्याला दुजोरा देत ज्ञानादादा म्हणाला, "यथायोग्य मुक्ते! तू अगदी योग्य बोललीस! आज खरोखरच सोपानानं दृष्ट लागण्यासारखी कामगिरी केली आहे. खरंच! त्याची घरी

गेल्यावर आज तू दृष्ट काढ.'' ज्ञानादादाचं बोलणं ऐकून सोपान संकोचला, पण निवृत्तीदादाने वेगळंच सांगितलं म्हणाला, ''सोपाना, तू रचलेलं हे नमन स्तोत्र अर्थाच्या दृष्टीनं उत्तम आहे. पण शब्दरचनेच्या दृष्टीनं त्यात अजून नेमकेपणा यायला हवा. शब्दरचना अजूनी बांधेसूद आणि आटोपशीर हवी. साडेतीन ओवीची रचना तू जर करणार असशील तर साडेतीन ओवीची नेटकी रचना व्हायला हवी. पहिली ओळ मोठी किंवा लहान किंवा दुसरी ओळ लहान आणि तिसरी ओळ अधिक मोठी असं करून ओढून-ताणून ती ओवी साडेतीन मात्रेची अशी रचना असून योग्य नाही. तुझ्याकडे शब्दप्रभुत्व आहे. भाषाप्रभुत्व आहे. नेमकी रचना करायला शीक. खूप छान रचना करशील!'' निवृत्तीदादाचं बोलणं गुरूला शोभेल असंच होतं. ते ऐकूण सोपानाला ही आनंदच झाला. आपला दादा आपल्याला प्रत्येक क्षणी मार्गदर्शनासाठी सिद्ध आहे याचा फार मोठा दिलासा त्याला मिळाला. नामदेव मात्र या भावंडाचं हे कौतुक नवलाईनं न्याहाळत होता. प्रसंगी भावंडं, प्रसंगी गुरू आणि प्रसंगी माता-पिता अशा अनेक भूमिका ही सगळे जण एकमेकांसाठी करत होते. नव्हे, जगत होते आणि यायचं त्याला मोठं अप्रूप वाटत होतं.

तो दिवस असा सगळा अप्रुपाचा, कौतुकाचाच होता. भागवत धर्माची प्रतिष्ठापना झाल्यामुळे समाजात विशेषत: बहुजनसमाजात फार मोठी क्रांती होणार होती. सूर्यनारायण हळूहळू माथ्यावर येऊ लागला होता. गावातली अनेक प्रतिष्ठित मंडळी नामदेवांच्या वाड्यासमोर जमली. आता भागवत धर्माचं पुढचं उद्दिष्ट ठरवायचं होतं. त्या दृष्टीनं योजना आखण्याची जबाबदारी ज्येष्ठ या नात्यानं आणि गुरू या जबाबदारीनं निवृत्तीदादांवर होती. त्यानं बोलायला सुरुवात केली. ''माय-बाप-बंधू-सखा-मित्र हो! काल भागवत धर्माची प्रतिस्थापना झाल्यावर आता आपलं उद्दिष्ट आणि उद्दिष्ट-पूर्तीसाठीची योजना यांचा विचार करायचा आहे. भागवतधर्माचं स्वरूप मुळातच आपण सर्वसमावेशक असं स्थापित केलं आहेच; पण त्याला सर्वव्यापक असं रूप देण्यासाठी याचा सर्व दूर प्रचार आणि प्रसार व्हायला हवा. यासाठी संकोचितपणा सोडून आपल्याला तीर्थाटन करावं लागेल. दूरदूरच्या तीर्थस्थळांना भेटी देऊन तिथे, त्या-त्या ठिकाणी भागवत धर्माचा प्रसार करावा लागेल. त्याची समग्र माहिती सांगावी लागेल. भागवत धर्म प्रतिस्थापित झाल्यानंतर त्याचा सर्वदूर प्रचार आणि प्रसार हेच आपलं उद्दिष्ट असेल. ध्येय असेल. तेव्हा सर्वप्रथम तीर्थाटनाची योजना अमलात आणायला हवी. तेव्हा आपण सर्व जण तीर्थाटनाला जाण्यासाठी तयार होऊ या.'' निवृत्तीदादाच्या या बोलण्यानं सर्वांनाच आनंद झाला आणि त्याच्या तीर्थाटनाला जाण्याच्या योजनेला सर्वांनी संमती दिली. एखादा चांगलासा दिवस बघून प्रस्थान करायचं असा बेत नक्की करून मंडळी घरी परतली.

आता सगळ्यांच्या घरात तयारी सुरू झाली तीर्थयात्रेला जाण्याची. निवृत्ती,

ज्ञानेश्वर, सोपान, मुक्ता ही चौघे तर जाणार होतेच; पण त्यांच्यासमवेत जाणार होते नामदेव, गोरोबा, सावता ही संतमंडळी आणि गावातली इतर काही जण. चार दिवसानंतरचा प्रस्थान-मुहूर्त निघाला आणि सगळ्यांच्या घरी तयारी सुरू झाली. नामदेवाच्या घरी तर गोणाई, राजाई आणि जनाबाईच्या हाताला जराही उसंत नव्हती. ओला शिधा, कोरडा शिधा, तहानलाडू, भूकलाडू, दशम्या, पोहे, कोरड्या चटण्या, धपाटे, बिट्ट्या, रेवड्या, सारनोळ्या असं सगळं करायचं होतं. कुठून-कुठून जायचं? कसं-कसं जायचं याच्या योजना चालल्या होत्या. अवघं पंढरपूर जणू यात्रेच्या तयारीत गुंतलं होतं. जाणारी होती मोजकीच; पण प्रत्येकाच्या घरचं कुणीतरी निघाल्यासारखं घराघरात वातावरण होतं. सगळीकडे उत्साह होता, आनंद होता, उत्सुकता होती, गडबड होती, उल्लास होता, योजना केल्या जात होत्या. चर्चा होत होत्या, वाद-संवाद झडत होते. सर्वसमावेशक असा भागवत धर्म असा अवघा आनंदीआनंदी घेऊन आला होता.

सगळ्यांची जोरदार तयारी सुरू होती, तोच नेवाशाहून सच्चिदानंदबाबा आले आणि त्यांनीही तीर्थाटनाला येण्याची इच्छा प्रकट केली. सर्वांनी त्यांचं स्वागत केले. मृत्यूला मिठी मारून पुन्हा केवळ ज्ञानादादाच्या हस्त स्पर्शानं जिवंत झालेले सच्चिदानंदबाबा सर्वांच्या परिचयाचे आणि आपल्या ऋजू स्वभावामुळे सर्वांना प्रिय झाले होते. त्यांच्या येण्यानं सर्वांनाच आनंद झाला. तीर्थाटनाची सर्व तयारी पूर्ण झाली होती. मंडळी निघाली. पंढरपूरहून आळंदीला आली. तिथून पुन्हा एकवार पैठणला जाताना वाटेत नेवासे इथे मोठा मुक्काम पडला, कारण बहुजन समाजाला भगवद्गीतेतलं ज्ञान कळावं, म्हणून ज्ञानादादानं भगवद्गीतेवर अनुवाद आणि विश्लेषण करून टीका करण्याचा संकल्प सोडला आणि शतकातल्या एका महान कार्याला सुरुवात झाली. ज्ञानादादानं गणेशस्तवनानं सुरुवात केली –

"ॐ नमोजी आद्या। वेद प्रतिपाद्या।
जय जय स्वयंवेद्या। आत्मरूपा॥"

आणि एका पाठोपाठ एक ज्ञानधारा त्याच्या मुखातून स्रवू लागल्या. सच्चिदानंदबाबा मसीपात्र घेऊन लिहायला बसले आणि बघता-बघता श्रीमद्भगवद्गीतेच्या १८ अध्यायांतल्या ७०० ओव्यांवर आधारित भावार्थदीपिकेची मिरास सांभाळणारा ९१३४ ओव्यांचा 'ज्ञानेश्वरी' हा ग्रंथ तयार झाला. भगवद्गीतेच्या प्रत्येक ओवीवर नेवासे येथे जमलेल्या प्रचंड श्रोतृवर्गासमोर ज्ञानादादा भाष्य करत होता आणि सच्चिदानंदबाबा मोठ्या भक्तिभावानं ते लिहून घेत होते. आतापर्यंत बहुतांश लोकांना अप्राप्त असणारा, बहुतेक जणांना दुष्प्राप्य असणारा, दुर्बोध वाटणारा, श्रीमद्भगवद्गीतेसारखा महान ग्रंथ आता मराठीची मिरास मिरवत सामोरा येत होता. युगायुगांमध्ये अभूतपूर्व ठरेल, अशी ही अलौकिक घटना होती. अलौकिक प्रतिभेचा तो आविष्कार, म्हणजे

एका महापर्वाची नांदी होती. आपण या आविष्काराचे साक्षीदार होत आहोत, या विचारानंच सोपान रोमांचित झाला. आपल्या ज्ञानादादाच्या अलौकिक प्रतिभेचं त्याला विलक्षण अप्रूप वाटलं. 'ज्ञानेश्वरी' लिहून झाली आणि नेवासेकरांचा भावपूर्ण निरोप घेऊन मंडळी पुढे निघाली. ज्ञानेश्वरीची चर्चा करण्यात, काही मनन-चिंतन करण्यात ज्ञानादादा गुंगलेला असायचा. अशा वेळी सभोवती जमलेल्या श्रोतृवृंदाला उद्‌बोधन देण्याची, प्रबोधन करण्याची जबाबदारी सोपानावर यायची आणि मग त्याच्याही प्रतिभेला बहर यायचा. याच प्रवासात मग सोपानानं हरिपाठाचे काही अभंग रचले.

या जनार्दने पाठें। जाई जे वैकुंठे।
हरिनाम गोमटे। मुखी घेई।।
वायाचे भ्रमसी। कां रे गुणरासी।
वेगी केशवासी। भजत जाय।।
शरीर पोसीसी। कबाड उपसीसी।
हे न ये कामासी। अंती तुझ्या।।
सोपान सांगत। ऐक तू दृष्टान्त।
हरीच मुखात। गाय वेगी।।

आणि या वेळी मात्र रचनेची सुबकता, अर्थाची प्रवाहिता, शब्दांचा नेमकेपणा आणि ओवीच्या साडेतीन मात्रा यांचा एक सुरेख संगम सोपानाच्या या अभंगात झाला. पहिले चार अभंग रचून ते निवृत्तीदादाला दाखवल्यावर निवृत्तीदादानं प्रेमभरानं मिठी घालून सोपानाला जवळ घेतलं आणि ती मिठी, तो स्पर्श, तो आवेग, तो आनंद, तो अभिमान या सर्वांनी जणू एकत्रितपणे सोपानावर गारूड केलं. निवृत्तीदादानी मारलेल्या त्या मिठीमध्ये बंधूप्रेमाची उत्कटता तर होतीच होती; पण गुरुकृपेची अनुपम साक्षही होती. आपला शिष्य आता पारंगत झाला असल्याची ती उत्कट साक्ष सोपानाला एक वेगळेच अस्तित्व देऊन गेली. वेगळे अस्तित्व! सर्वांपासून! अगदी निवृत्तीदादा, ज्ञानादादापासूनसुद्धा!

संसारी आलीया। कां रे नोळखीसी
नरहरी न म्हणसी। एक भावे।।
जप नाम विद्या। विद्या जप नाम
संसारी हा जन्म। गेला वृथा।
एकासी भजावे। परमालागी जोडावे
हे वर्मबीज सांगावे। कवणे ते।।

वय अवघं चौदा-पंधरा. ओठ पिळले, तर दूध निघेल, असं कोवळं वय; पण पारमार्थिक ज्ञानानं ओसंडून वाहणारे शब्द, अगदी कुणालाही समजेल, अशी सोपी

भाषा आणि लालित्य घेऊन गुंजणारी शब्दरचना. सोपान असा अवघा खुलत होता. उमलत होता. फुलत होता.

बघता-बघता यात्रा संपली. तीर्थाटन संपलं. ज्ञानादादाने आपल्या अलौकिक योगसामर्थ्याची साक्ष अनेक ठिकाणी देऊन लोकांना आपलंसं केलं. त्याच्या बुद्धिवैभवानं लोक भारावून जात. त्याच्या शब्द सौंदर्यानं लोक भारले जात असत. त्याच्या ज्ञानवैभवानं लोक दिपून जात असत, तर त्याच्या शब्द लाघवानं मंत्रमुग्ध होत असत. यातल्या प्रत्येक क्षणी सोपान, ज्ञानादादासमवेत असायचाही आणि नसायचाही. असायचा अशा रीतीनं, की ज्ञानादादाच्या प्रत्येक कार्यात, प्रत्येक क्षणी सोपान सावलीसारखा त्याच्यासोबत राही; पण ज्ञानादादाचा प्रत्येक शब्द, त्याची प्रत्येक हालचाल, त्याचं प्रत्येक ठिकाणचं बोलणं लक्षपूर्वक ऐकत असतानाच तो तटस्थपणेही सर्वांचा विचार करे. एक प्रकारे एकलव्यासारखं सोपानही स्वयंशिक्षण घेत होता. आत्मअध्ययन करत होता.

मंडळी यात्रेहून परतली. पार अगदी उज्जैन, प्रयाग, द्वारका हस्तीनापूर सगळीकडे जाऊन सर्वसमावेशक अशा भागवत धर्माची पताका रोवून आली. बरेच महिने लोटले होते. सगळी आपापल्या घरी परतली. निवृत्तीदादाही तिन्ही भावंडांना घेऊन आळंदीला परत आला. पूर्वीचा रोजचा दैनंदिन कार्यक्रम सुरू झाला; पण आता सोपान आत्मअध्ययनातच रमत होता. आळंदीला आल्यावर त्यानं एक दिवस एकटाक बसून हरिपाठाचे अभंग पूर्ण केले.

आम्ही नेणो काया। नेणो गती माया
ब्रह्मी ब्रह्मलया। आम्हामाजी।।
मी तू पण गेले। ब्रह्मी मन ठेले।
वासना ती जाणे। ब्रह्म झाली।।
बीज सर्व भाव। आपणचि देव
केला अनुभव। गुरुमुखे।।
सोपान हा ब्रह्म। वर्ततसे सम
प्रपंचाचे काम। नाही नाही।।

सोपान लिहीत होता आणि निवृत्तीदादा तिथं आला. सोपानाचं लक्षच नव्हतं. तो लिहिण्यात इतका मग्न झाला होता, की निवृत्तीदादानं येऊन त्यानं लिहून ठेवलेलं पानं उचलून वाचलं, तरी त्याचं लक्ष नव्हतं. निवृत्तीदादानी पानं उचललं. डोळ्यांसमोर धरलं आणि सर्वप्रथम त्याच्या नजरेत भरलं ते सोपानाचं सुंदर हस्ताक्षर! अगदी सुस्पष्ट, नीटनेटकं. एकसारखं. एखादी सुंदर मोत्यांची माळ दोरा तुटून विखुरावी आणि नंतर पुन्हा कुणीतरी ते विखुरलेले मोती एकाजवळ एक असं

क्रमानं लावून ठेवावेत, तसं सोपानाचं हस्ताक्षर होतं. स्वच्छ, सुंदर, नितळ अगदी सोपानाच्या मनासारखं! निवृत्तीदादानी वाचायला सुरुवात केली.

सागरीचे तोय। जगी निववीत
मागुता भरत। पूर्णपणे।।
तैसे आम्ही दास। तुजमाजी उदास
तू सर्व निवास। आमुचा देवो।।
तुजमाजी विरू। सुख:दुख विसरू
तुझ्यानामे तरू। याची जन्मी।।
सोपान ऐसा। बोलूनी सरळ
तिष्ठत गोपाळ। अभय देत।।
दिव्य व्योम तारा। ग्रहणे शेषी
एक ऋषीकेशी। सर्व आम्हा।।
ब्रह्मविण नाही। रिता ठाव पाही
या निवृत्तीच्या पायी। बुडी दे कां।।
निखळ हे सर्व। आत्माराम सर्व
नाही देहभावा। विकल्पता।।
सोपान निकट। गुरुनाम पेठ
नित्य हे वैकुंठ। जवळी असे।।

वाचता-वाचता निवृत्तीदादाला भरून आलं. घशात गहिवर दाटला. काळजात हुंदका कोंडला. कितीतरी दिवसांनी, आज कितीतरी दिवसांनी निवृत्तीदादाला असं भरून आलं होतं. सोपानदेवाचं सुरेख हस्ताक्षर, स्वच्छ लिखाण, नेमकी शब्दरचना, सखोल अर्थ आणि अन्वयार्थ म्हणजे तर, पारमार्थिक निर्गुण अनुभूतीचे स्वाभाविक उद्‌गार होता तो! निवृत्तीदादाच्या डोळ्यांतून अश्रू ओघळू लागले. एक अस्फुट हुंदकाही फुटला आणि तो अस्फुट ध्वनी सोपानानं ऐकला. त्यानं चमकून नजर उचलून समोर पाहिलं. निवृत्तीदादाला समोर बघितल्यावर सोपान संकोचला; पण दादाच्या डोळ्यांतून वाहणारे पाणी बघून सोपानालाही भरून आलं. त्यानं आपल्या हातातलं पान निवृत्तीसमोर धरलं. त्यात लिहिलं होतं.

निवृत्ती सोपान। परिसा भागवत
पंढरी निवांत। विठ्ठल गाती।।
धन्य तेचि नामा। ज्ञानदेव पाही
सनकादिक बाही। उभे देखा।।
पुंडलिक भक्त। देव मुनी सर्व
शुद्ध चरणी भाव। अर्पिताती।।

सोपान डोंगर। आनंदे नाचत
प्रेमे ओवाळित। हरिच्या दासा।।

कोणत्याही प्रकारची क्लिष्ट शब्दरचना न करता, कोणत्याही उत्प्रेक्षा, अलंकारांचा, रूपक-प्रतिमांचा आधार न घेता, अगदी सामान्यातल्या सामान्य जिवाला समजावी अशी सुभग रचना होती ती. आपला हा धाकटा भाऊ त्याच्या निष्पाप, निर्व्याज मनासारखी स्वच्छ, निर्मळ शब्दरचना करतोय, हे निवृत्तीदादाच्या लक्षात आलं आणि या सोपानाचं मन आणि अभंग खरोखरच किती पारदर्शी आहेत, याचं कौतुक त्याच्या नजरेत उमटलं. तो कौतुकाचा कटाक्ष सोपानाकडे टाकून निवृत्तीदादांनी त्याच्या कुरळ्या केसांतून प्रेमानं हात फिरवला आणि तो आत गेला. नंतर कितीतरी वेळ, कितीतरी वेळ दादाच्या स्पर्शात आपल्याला आईचा स्पर्श कसा जाणवला, या विचारात सोपान बुडून गेला आणि हा विचार करताना आपल्या डोळ्यांतून अश्रू ओघळताहेत, याचंही भान त्याला राहिलं नाही.

११

आता सोपानाचा तो रोजचा कार्यक्रम झाला. आता माधुकरी मागायची गरज नव्हती. घरातलं इतर कामकाजही करावं लागत नव्हतं. एकतर मुक्ताच सगळं करायची किंवा इतर कोणी मायभगिनी येऊन तिला मदत करायच्या. तशातच ज्ञानादादा सतत लोकांमध्ये असायचा. सतत त्यांच्या काही चर्चा, संवाद चालत असे. त्यामुळे आता सोपानाला वेळही मिळायचा आणि एकांतही. मग एकांतात बसून सोपानाचं मनन-चिंतन सुरू व्हायचं. मग वेद, उपनिषदं, शांडिल्यभक्तिसूत्र, मनुस्मृती, नारदसूत्र, चण्डीशतक, तैत्तिरीयारण्यक, याज्ञवल्कस्मृती, रामायण, महाभारत इ. ग्रंथांचा अभ्यास सुरू व्हायचा. समजणाऱ्या मुद्द्यांचा परामर्श व्हायचा, तर न समजणाऱ्या मुद्द्यांची चर्चा निवृत्तीदादाबरोबर करता यायची. त्यातच सोपानाचं स्वतःचं लिखाणही सुरूच होतं. मग त्यात कधी –

नश्वर हा देह। साधका साधनी
एक तत्त्व धरुनी। तत्त्व बोध।।
सांडी मांडी तत्त्वी। न करी रे सर्वथा
एक तत्त्वी चित्ता। हरी पावे।।
देहाचेनी मापे। पावे एक वृत्ती
जीव शीव समरस। ऐक झाले।।
सोपान निमाला। अंबरी अंबर
ब्रह्म तदाकार। ऐक्य झाला।।

अशी या नश्वर, देहाची नाशवंत देहाची खूण तो सांगे, तर कधी –

ज्याचे मुखी हरी। धन्य तेचि जगी
तरेल पै वेगी। विठ्ठल नामे।।
हरी हाचि आत्मा। तत्त्व पै सोपे
हरतील पापें । हरिनामे।।
वैकुंठीचे सुख। न लगे पै चित्ती

हरी हाचि मूर्ती। विठ्ठल घ्यावा ॥
या नामी स्मरण। कैवल्य साचार ।
सोपान विचार। हरी जपा

असा विठ्ठलभक्तीचा, नामजपाचा महिमा तो सांगत असे, तर कधी –

मोक्षालागी धन। वेचावे नलगे
रामकृष्ण वोळगे। जपी जेसू॥
रामकृष्ण मुखी। तया अनंत सुख
जाईल निःशंक वैकुंठ भुवना॥
वेगेचेनि वेगे। जपा लाग वेगे
प्रपंच वाऊगे। हरिनामे॥
सोपान संचित। रामानामामृत
नित्यता सेवित। हरिकथा॥

असा रामकृष्ण हरीचा जप आणि त्या जपामुळे मिळणारा मोक्ष, याचं अत्यंत मार्मिक शब्दरचनेतून तो विवेचन करत असे. काहीही लिहून झालं, की त्याची पहिला श्रोता असायची ती मुक्ता. आपण लिहिलेलं सगळं तिला एकदा वाचून दाखवलं आणि तिनं मान वेळावून, डोळे विस्फारून, "छान लिहलंयस हं सोपानदादा!" अशी प्रतिक्रिया दिली, की मग सोपान ते लिखाण घेऊन निवृत्तीदादाकडे जात असे. एकदा मुक्तीनं शाबासकी दिली, की त्याला धाडस येई. साहस येई आणि मग निवृत्तीदादानं ते लिखाण वाचून त्याची पाठ थोपटली, की सोपानाला दिलासा मिळायचा. निवृत्तीदादानं दिलेली प्रत्येक शाबासकी, त्यानं दिलेली प्रत्येक कौतुकाची थाप, त्याचा सोपानाला शाबासकी देणारा प्रत्येक उद्गार, हा सोपानाला बळ देऊन जाई, विश्वास देऊन जाई. त्याच्या आत्मविश्वासाला पाठबळ देऊन जाई; पण सोपानाच्या एक गोष्ट मात्र लक्षात आली होती. एरवी आपल्याशी प्रेमानं बोलणारा, आईच्या मायेनं वागणारा निवृत्तीदादा, काही शंका विचारली, की तिचं निरसन करताना, काही नवीन लिहिलेलं दाखवलं, की ते वाचताना, त्याची समीक्षा करताना शिक्षकाच्या भूमिकेत शिरायचा. गुरूच्या नजरेन सगळं पाहायचा, मार्गदर्शकाच्या दृष्टीनं सगळं तपासायचा. एखादा मुद्दा, एखादा शब्द, एखादी रचना, कुठेतरी चुकली असेल, तर ती सुधारून द्यायचा; पण खरं सांगायचं, तर निवृत्तीदादा गुरूच्या भूमिकेत असला, की सोपान संकोचून जायचा; पण एकदा निवृत्तीदादा दादाच्या भूमिकेत आला, की सोपान खुलायचा, फुलायचा, मोकळा-मोकळा असायचा.

एक दिवस असं घडलं की, निवृत्तीनाथांनाच नव्हे, तर ज्ञानादादाला आणि मुक्ताईलासुद्धा सोपानाच्या स्वतंत्र विचारांची बैठक समजली. त्याच्या विचारातला

ठामपणा, त्याच्या मताची पक्की आधारशीला दिसून आली. झालं होतं असं, की ब्राह्मण समाजाचे कुलाचार आणि संस्कार यांबद्दल काही संवाद चालला होता. ब्रह्म जाणतो तो ब्राह्मण, ही व्याख्या म्हणण्यापेक्षा, ही संज्ञा ज्ञानादादानं मांडली आणि इतर तिघांनी ती मान्य केली. पुढे ज्ञानादादा म्हणाला, "ब्रह्म जाणतो तो ब्राह्मण; पण म्हणूनच ते ब्रह्म जाणण्यासाठी त्याची तशी मनोधारणा व्हायला हवी. तशी मानसिक बैठक तयार व्हायला हवी आणि ती होण्यासाठी व्रतबंधनासारखे, उपनयन संस्कार त्याच्यावर होणं गरजेचं आहे. कारण ब्रह्म जाणून घेणं, ही सोपी गोष्ट नाही. त्यासाठी ब्रह्मचर्याचं पालन होणं गरजेचं आहे आणि त्यासाठीच उपनयन संस्कारांची गरज आहे. नव्हे, ब्रह्म जाणू इच्छिणाऱ्या ब्राह्मणाला ते अनिवार्यच आहेत!" यावर कोणीच काही बोलले नाही. निवृत्तीदादाचं लक्ष सोपानाकडे होतं. त्याच्या चेहऱ्यावर एक बारीक विरोधाची छटा उमटून गेली. निवृत्तीदादाच्या ते लक्षात आलं. त्यानं विचारलं, "सोपाना, काय झालं? तुला यापेक्षा काही वेगळं सांगायचं आहे काय? तुझं काही वेगळं मत असेल, तर आम्हाला समजू दे! सांग बरं!" निवृत्तीदादाचा आदेश शिरसावंद्य मानून सोपानानं त्याला आणि ज्ञानादादाला वंदन केलं. म्हणाला, "ब्रह्म जाणतो तो ब्राह्मण, हे सर्वथा सत्य आहे; पण फक्त ब्राह्मण म्हणून जन्माला आला, म्हणून तो ब्रह्म जाणेलच असे नाही किंवा कुणी अंत्यज म्हणून जन्माला आला आणि तो ब्रह्म जाणून घेऊ इच्छित असेल किंवा जाणत असेल, तर त्याच्यावर तो ब्राह्मण नसल्यामुळे, उपनयन संस्कार झाले नाहीत, म्हणून ब्रह्म जाणून घेण्याची त्याची धारणा होणार नाही, असं नाही. ज्ञान जाणून घेण्यासाठी उपनयनासारखे संस्कारच व्हायला पाहिजेत, असं नाही. भक्तीच्या अधिष्ठानावर समतेची संकल्पना उभी राहिली, तर असा समाज अधिक सशक्त, अधिक निरोगी होईल, असं मला वाटतं!" सोपानानं अत्यंत नेमक्या शब्दांत चपखलपणे आपला विचार मांडला. एवढंच नव्हे, तर हा विचार सिद्ध करण्यासाठी –

कर्माचे पेटारे। किती वहावे शिरी
लटके गा मुरारी। न जाय ओझे।।
घे कर्मसी दोरी। तुजची वाहीन
नित्यता सेवीन। चरण तुझे।।
न होता परिपूर्ण। बाधतसे बाधा
एक तू मुकुंदा। आम्हा पुरे।।
सोपान म्हणे। कर्म ब्रह्म एक
वेदाचा विवेक। ब्रह्म एक।।
पृथ्वी सोवळी। आकाश सोवळे
मन हे वोवळे। अभक्तांचे।।

ब्रह्म हे सोवळे। न देखो वोबळे
असो खेळेमेळे। इये जनी।।
ब्रह्मांड पंढरी। सोवळी ही खरी
तरसी निर्धारी। एक्या नामे।।
सोपान अखंड। सोवळा प्रचंड
न बोले वितुंड। हरिवीण।।

अशी चपखल अर्थाची अभंगरचना करून दाखवली. सोपानाचं बोलणं, विचार मांडणं नेमक्या शब्दांचा उच्चार करणं आणि त्यासाठी अशी निर्दोष, सशक्त, अर्थवाही अभंगरचना करणं, हे इतकं प्रभावशाली होतं, की सारे पाहतच राहिले. त्याची तीव्र प्रतिभा आणि बुद्धिमत्तेची झेप सोपाना आता परिपूर्ण झाल्याचंच दर्शवत होती. वाद-संवादाचा विषय बाजूलाच राहिला आणि निवृत्तीदादा आणि ज्ञानादादा त्याच्याकडे बघतच राहिले. काही क्षण तिथं शांतता पसरली. ती भेदली मुक्तानं. 'आपलं काही चुकलं तर नाही ना? दोन्ही भाऊ काहीच बोलत नाहीत,' या विचाराने कावराबावरा झालेल्या सोपानाच्या पाठीत धबका मारून मुक्ती म्हणाली, "हं! आता मला खरं कळलं, की तुला सगळी जण सोपानकाका का म्हणतात ते?" तिच्या त्या धबक्यानं सोपानं दचकला आणि निवृत्तीदादा आणि ज्ञानादादाला हसताना बघून तोही त्यांच्या हास्यात सामील झाला; पण त्या प्रसंगानं सोपानालाही एक स्वतंत्र अस्तित्व आहे, त्याचीही एक वेगळी ओळख आहे, तो फक्त आपला धाकटा भाऊच नाही, तर तोही सोपानदेव नाव धारण करणारं, एक बुद्धिमान व्यक्तित्व आहे, याचा साक्षात्कार सगळ्यांना झाला. सोपानानं पुन्हा गुरुमहिमा गायला.

मी नेणे ते भक्ती। नेणे त्या मुक्ती
तुझ्या नाथपंथी। मार्गू मना।।
तेजाकार दिशा। बिंबी बिंब एक
निवृत्तीने चोख। दाखविले।।

निवृत्तीदादाच्या लक्षात आलं की, सोपानाची प्रतिभा आता पौर्णिमेच्या चंद्रासारखी तेजस्वी आणि पूर्णरूप झाली आहे. आता तर सोपानानं ज्ञानदेवीचा अभ्यास सुरू केला होता. निवृत्तीला त्याचं कौतुक वाटलं. त्याचा सतत स्वत:ला विकसित करण्याचा, स्वत:चं ज्ञान परिपूर्ण करण्याचा प्रयत्न चाललेला असे. 'आपण तसं गुरू म्हणून याला थोडसंच शिकवलं. असा गुरू म्हणून याला आपला सहवास तरी कितीसा लाभलाय? पण सोपानानं एकलव्याप्रमाणे स्वत:चं शिकून ज्ञान संपादन केलं. आपली आपणच ज्ञानसाधना केली आणि आत्मअध्ययन केलं. खरंच हा आपल्यापेक्षा अगदीच तसा लहान. यामुळेच याच्याकडे म्हणावं तसं लक्ष आपल्याला देता आलं नाही. त्यातच माय-तात गेले आणि चिमुरड्या मुक्ताची संपूर्ण जबाबदारी

याच्यावर पडली. त्या वेळी हा लहान आणि घरात चिमुकली मुक्ता त्यामुळे या दोघांना पर्णकुटीत सोडून आपण ज्ञानेशाला घेऊन ज्ञानसाधनेसाठी जात असू. खरंच आपलं सोपानाकडे काहीसं दुर्लक्ष झालं काय? आताचे त्याचे ज्ञानसंपादनासाठी चाललेले प्रयत्न बघितले की वाटतं, आपणच कुठे कमी पडू की काय?' निवृत्तीच्या मनात विचारांचा कल्लोळ उठला होता. त्याच्यासमोर बसून सोपाना अभंग लिहीत होता. त्याच्या चेहऱ्यावरचं निरागस भाव बघून निवृत्तीला गहिवरून आलं.

सोपानाचं अध्ययन चालूच होतं, तर ज्ञानादादानं जणू स्वत:ला समाजाच्या उद्धारासाठी वाहून घेतलं होतं. ज्ञानेश्वरीचं लिखाण झाल्यावर निवृत्तीदादाच्या सांगण्यावरून त्यानं 'अमृतानुभव' लिहिला. हाही ग्रंथ म्हणजे ज्ञानादादाच्या अलौकिक बुद्धिवैभवाची आणि दैवदुर्लभ प्रतिभेची साक्ष होती. सोपानाचंही ज्ञानेश्वरीवाचन चालूच होतं. आता तर त्याला ज्ञानेश्वरी मुखोद्गतही झाली होती; पण ज्ञानेश्वरी वाचताना, ती मुखोद्गत करताना मिळणाऱ्या आनंदाला एक शंकेची किनार होती आणि एक दिवस त्या शंकेला तोंड फोडलं चोखोबांनी. सोपान ज्ञानेश्वरीचं वाचन करत बसला होता. चोखोबा, सावता माळी, जनाबाई अशी भोवती बसली होती. ज्ञानादादा आणि नामदेव बाहेर गेले होते. सोपान ज्ञानेश्वरी वाचून त्यातला अर्थही समजावून सांगत होता. तोच चोखोबा म्हणाले, "देवा, ज्ञानेसरी तुमी वाचताय आणि अर्थ समजावून देताय म्हणून आम्हाला समजतंय; पण ज्ञानोबा माउलीची भाषा निसती वाचून कुणालाच समजत न्हायी. त्या भाषेचं वैभवच एवढं मोठं आहे, की वाचतानाच डोळे दिपून जातात; पण समजत न्हायी काही." चोखोबांच्या बोलण्याला सावता माळ्यानेही दुजोरा दिला. तोच चोखोबा पुन्हा म्हणाले, "देवा, मीच नव्हे, तर अनंतभट पण हेच म्हणत होते." सोपान काहीच बोलला नाही; पण निवृत्तीदादाला विचारून याचं काहीतरी करावं असं त्याच्या मनानं नक्की केलं.

एक दिवस निवृत्तीदादाजवळ त्यानं विषय काढलाच, "दादा, एक गोष्ट बऱ्याच दिवसांपासून तुझ्याजवळ बोलायची होती. तू अनुमती देत असलास, तर बोलीन म्हणतो." निवृत्तीदादाला नवल वाटलं. एवढी अनुमती घेऊन याला काय बोलायचं आहे? "अरे बोल की! विचार तुला काय विचारायचंय ते! अगदी नि:संकोच बोल." दादानं मन:पूत अनुमती दिली आणि सोपानानं बोलायला सुरुवात केली. "दादा, मला ज्ञानेश्वरीबद्दल बोलायचं आहे. ज्ञानादादानं श्रीमद्भगवद्गीतेवर भाष्य करून ज्ञानेश्वरी लिहिली. ती लिहिण्यापूर्वी

'माझी मराठीची ये बोलू कौतुके। परि अमृतातेही पैजा जिंके।
ऐसी अक्षरे रसिके। मेळवीन॥'

असं वचन त्याने श्रोतृवृंदाला दिलं आणि त्यानं ते राखलंही! खरोखरच ज्ञानदेवाची मराठी भाषा अमृतालाही जिंकेल अशी आहे. दादा, अमृताची अवीट

माधुरी तिच्यात आहे. अमृताचं चिरंजीवित्वही तिच्यात आहे आणि अमृताचं शुद्धत्वही तिच्यात आहे; पण दादा, त्याचबरोबर अमृताची अप्राप्यताही तिच्यात आहे. दादा, ज्ञानदेवीची मराठी, म्हणजे ज्ञानादादाच्या अलौकिक प्रतिभेचा, त्याच्या अभिजात मराठी भाषेच्या ज्ञानाचा, शुद्ध बावनकशी, चोख आविष्कार आहे; पण दादा, दादाच्या मराठी भाषेचं रूप हे प्राकृत आहे. नागर मराठी बोलणाऱ्या वा समजणाऱ्यांना ही भाषा समजणं कठीण जातंय. ज्ञानदेवीतलं ज्ञान अगाध आहे. विशुद्ध आहे; पण तरीही दादा, ते ज्ञान प्राकृतात आहे, म्हणून काहीसं दुर्बोध आहे. आकलनापलीकडचं आहे. सर्वसामान्य माणसाला, बहुजन समाजाला ते समजण्या- उमजण्यापलीकडचं आहे. दादा, भगवद्गीता हे ज्ञानाचं भांडार आहे. त्या भांडाराचं, त्या ज्ञानाच्या खजिन्याचं दर्शन ज्ञानादादानं ज्ञानदेवीतून विस्तृत रूपात दिलं आहे; पण हेच ज्ञान अधिक सोप्या नागर लोकांना समजेल, अशा भाषेत लिहिलं तर? तर आपला सर्वांचा जो उद्देश आहे, की सर्वांसाठी ज्ञानाची कवाडं उघडली गेली पाहिजेत, तो उद्देश सफल होईल. मी म्हणतो ते... ते कदाचित गैरही असेल दादा; पण माझ्या मनात गेले कित्येक दिवस हा प्रश्न रुंजी घालतोय. ज्ञानेश्वरी मी खूपदा वाचली. आता तर मला ती मुखोद्गत झाली आहे; पण तरीही मी जेव्हा इतरांसाठी ज्ञानदेवीचे वाचन करतो, तेव्हा वाचल्या-वाचल्या ती बहुतांश सामान्य जनांना समजत नाही. निवृत्तीदादा, ज्ञानादादाची ज्ञानदेवी मराठीत आहे आणि ती मराठी अमृताला लाजवेल अशीच आहे; पण दादा, अमृत तर सहजसाध्य असत नाही ना? दुसरं असं, की अमृताचं सेवन ईश्वरीय जनांनाच जमतं. सर्वसामान्य नागर जन हे गोमातेचं किंवा माहिषीचंच दूध जाणतात, दूध वापरतात आणि दूध पितात. मग हे ज्ञान त्यांना दुधासारखं वाटलं पाहिजे, तर ते त्यांना अधिक जवळच वाटेल, अधिक सवयीचं, अधिक सोयीचं आणि अधिक सुलभ वाटेल आणि तरच ते ज्ञान ते आपलंसं करतील, जाणून घेतील, जाणून घेण्याबद्दल उत्सुकता दाखवतील. जाणून घेण्यातला आनंद उपभोगू शकतील. नपेक्षा अशा सर्वसमान्य नागर जनांच्या हातात ज्ञानदेवी देणं, म्हणजे अनभिज्ञ असलेल्या अभिमन्यूला चक्रव्यूहाचा भेद करायला पाठवण्यासारखं आहे. दादा, मला क्षमा करा. मी लहान तोंडी मोठा घास घेतोय; पण माझ्या बालबुद्धीला समजेल आणि बोली भाषेत उतरेल, अशी सुलभ आणि सुबोध टीका भगवद्गीतेवर करता आली तर? नागर जनांना ती अधिक भावेल, अधिक सुलभ वाटेल ना?'' सोपान बोलत होता आणि निवृत्तीदादा स्थिर नजरेनं त्याच्याकडे बघत होता. सोपान काहीसा अबोल, मितभाषी आहे, हे तो जाणून होता, तरीही आपला मुद्दा पटवून देण्यासाठी, समजावून सांगण्यासाठी तो इतकं उत्तम विश्लेषण करू शकतो, इतकं सुसंगतपणे, इतकं मुद्देसूद आणि इतकं अस्खलित आणि सलग बोलू शकतो, हे बघून निवृत्तीदादालाही नवल वाटल आणि आनंदही! अर्थात,

ज्ञानदेवीबद्दल सोपानाने मांडलेले मुद्दे बिनचूक आणि बिनतोड होते. यात शंकाच नव्हती. त्याचा एकही मुद्दा खोडून काढायला जागा नव्हती; पण तरीही ज्ञानदेवीचं आणि अमृतानुभवाचं इतकं लिखाण झाल्यावर ज्ञानेशाला पुन्हा एकदा ज्ञानदेवी सुबोध करून लिही म्हणून सांगणं केवळ अशक्य होतं. तरीही सोपान म्हणतोय ते दुर्लक्ष करण्यासारखं नव्हतं. क्षणभर निवृत्तीदादाही विचारात पडला. काय करावे त्याच्या लक्षात येईना. तोच सोपानाचाच एक रचलेला अभंग त्याला आठवला.

निष्काम निश्चळ। निश्चित स्वरूप
तेथे निर्विकल्प। मन गेले।।
ध्येय गेले ध्यान। ध्यातामाती पूर्ण
आपण सनातन। होऊन ठेला।।
निर्गुण निरालंब। निर्विकार फळ
आपणचि सकळ। होऊन ठेला।।
सोपान जिव्हाळे। मनाचे ते आळे
परब्रह्म सावळे। तया माजी।।

आणि त्याचबरोबर आठवला असा समरस होऊन, आत्मशोधाच्या आनंदात, आत्मसुखाच्या आस्वादात, अंतर्यामी सावळ्या विठ्ठलाला साठवत, परब्रह्माला आठवत, मनी मानसी रामनामाचे स्मरण करत अभंगरचना करणारा सोपानही! निवृत्तीदादानी एक कौतुकाचा कटाक्ष सोपानाकडे टाकला आणि म्हणाले, ‘‘सोपाना, भगवद्‌गीता तुला मुखोद्‌गत आहे. त्याचा अर्थ आणि अन्वयार्थही तू जाणतोस. अभंगरचना साडेतीन मात्रेच्या ओवीत तूही करतोस. मग जे तुझ्या मनात आहे, ते तूच का करत नाहीस? मला वाटतं तुलाच ते शक्य होईल. खरंच सोपाना, तू करू शकशील. तुझ्या ओवी लिखाणात सुबोधता आहे. ज्या मराठीत तू लिहतोस, ती नागर मराठी आहे. मग सोपाना, जे आपल्याला वाटतंय ते दुसऱ्या कुणी करावं, अशी अपेक्षा करण्यापेक्षा ते आपणच का करू नये? आणि सोपाना, मला विश्वास आहे, की ते तुला नक्की जमेल. सोपाना, तीर्थाटनाच्या वेळचा विसोबांचा तो प्रसंग तुला आठवतोय ना?’’ निवृत्तीदादांनी विचारलं आणि सोपानाला तो प्रसंग जसाच्या तसा आठवला –

तीर्थयात्रेच्या एका मुक्कामात ज्ञानादादा आणि निवृत्तीदादा काही चिंतन-मननात दंग होते. संतमंडळी आली आहेत, म्हणून त्या गावची मंडळी जमली होती. देवळात गर्दी झाली होती. अशा वेळी विसोबा खेचरांनी आदिनाथांची आरती म्हटली. त्यात त्यांनी ‘प्रपंच मिथ्या आहे म्हणून त्याज्य आहे. प्रपंचात राहण्यानं माणूस रसातळाला जातो,’ असं वर्णन केलं. देवळात संतसमुदायाबरोबरच काही साधू-संन्यासीही होते. त्यांनी विसोबांना मोठा दुजोरा दिला आणि त्यांच्या आरतीची मोठी

वाहवा केली; पण सोपानाला ही गोष्ट पटली नाही. त्यानं तिथल्या तिथं –

आशेविण निराशा केवि हो जाली
प्रेमेविण सप्रेम कैसी बुडाली।।
आकाराविण निराकार कैसी उफराटी चाली
वाऊगेही बोली विनार्थ गेली।।

असं चपखल उत्तर दिलं आणि प्रपंच आणि परमार्थ यांचा संबंध 'एकमेका साहाय्य करू' असा आहे, हे समजावून सांगितलं. प्रपंचात राहूनही आपली प्राप्त कर्तव्य निष्काम भावनेनं करणं, हाच खरा परमार्थ आहे, हे पटवून दिलं आणि त्याचं हे विश्लेषण इतकं समर्पक होतं, की तिथे जमलेल्या साधू-संन्याशांनीही मान खाली घातली.

निवृत्तीदादांनी प्रसंगाची आठवण करून दिली आणि दादाचं म्हणणं सोपानालाही पटलं. 'खरंच आपणही हे काम करू शकतो' त्याच्या मनानं निर्वाळा दिला आणि दादाच्या पायाशी बसून सोपानानं विचारलं, ''दादा, खरंच माझ्याच्यानं हे जमेल? तुला खात्री आहे?'' सोपानाचा आर्त स्वर, विचारण्यातला प्रामाणिकपणा निवृत्तीदादाच्या मनाला स्पर्शून गेला. सोपानाचा माथ्यावर प्रेमानं हात फिरवत दादा म्हणाला, ''सोपाना, मला पूर्ण खात्री आहे की, जे तुझ्या मनात आहे, ते तूच करू शकशील. नव्हे ते तू करावंस. जरूर करावंस, अशी माझी इच्छा आहे. सोपाना, बाळा, खरं सांगू तुला? तू नमनस्तोत्र रचलंस, हरिपाठाचे अभंग रचलेस; पण तू असं काहीतरी कर, की तुझे नाव चिरंजीव होईल. या दृष्टीनं तू जो विचार करतो आहेस, तो संयुक्तिकच आहे. तू जरूर हे कार्य करावंस. श्रीमद्‌भगवद्‌गीतेवर तू तुझ्या शब्दांत टीका लिहावीस, असं मला वाटतं आणि सोपाना तुला माझा आशीर्वाद आहे!'' निवृत्तीदादानं सांगितलं आणि सोपान समाधान पावला. निवृत्तीदादाचा हात तसाच डोक्यावर धरून सोपानानं उत्कट स्वरात विचारलं, ''दादा, आता मलाही विश्वास वाटतोय, की मी हे कार्य करू शकेन, पण दादा, त्यासाठी मला तुझी आणखी एक अनुमती हवी आहे. दादा, ज्ञानादादासारखी अलैकिक बुद्धिमत्ता आणि अभिजात प्रतिभा माझ्याकडे नाही. मला त्यासाठी चिंतन-मनन करावं लागेल. म्हणूनच दादा, मी सिद्धबेटावर जाऊन राहू इच्छितो. आपल्या आई-बाबांची पर्णकुटी तिथं आहेच. तिथं एकांतात राहून मी हे लिखाण करू इच्छितो. दादा, चालेल मी पर्णकुटीवर गेलो तर?'' सोपानाचा स्वर इतका लाघवी, इतका आर्जवी होता आणि त्याचं म्हणणंही सयुक्तिकच होतं, की निवृत्तीदादाला नाही म्हणणं शक्यच झालं नाही. त्यानं अनुमती दिली आणि पौर्णिमेच्या चांदण्यासारखा सोपानाच्या चेहऱ्यावर आनंद पसरला. त्याच्या डोळ्यांसमोर सिद्धबेट तरळू लागलं.

सोपानाचं हे मागणं त्याच्या स्वभावाला साजेसंच होतं. काहीसा मितभाषी, पण

अबोल नव्हे, एकांतप्रिय, पण माणूसघाणा नव्हे, मनन-चिंतनात सतत गढलेला, पण तुटक नव्हे, असा सोपानाचा स्वभाव. त्या सिद्धबेटावरच्या त्या रमणीय एकांतात आपल्या हातून नक्की काहीतरी चांगले कार्य घडणार, याची ग्वाही त्याच्या मनानं दिली आणि सोपान तयारीला लागला. सोपान सिद्धबेटावर काही काळ वास्तव्य करण्यासाठी जाणार, हे समजल्यावर ज्ञानादादा म्हणाला, ''सोपाना, खरंच तू अगदी योग्य निर्णय घेतला आहेस बघ. मलासुद्धा तुझ्यासवे त्या सिद्धबेटावरच्या पर्णकुटीत राहायला यायचा मोह होतो आहे; पण अजून अमृतानुभवाचं काम अपूर्ण आहे; पण सोपाना, त्या सिद्धबेटावरच्या आपल्या आठवणी अगदी सुखाच्या आहेत रे! आई-बाबांच्या वास्तव्याने पुनीत झालेली, त्यांच्या तिथं राहण्यानं पवित्र झालेली ती पर्णकुटी आजही माझ्या मनातून जात नाही. माझ्या नजरेसमोरून हलत नाही. सोपाना, तू तिथं जाशील, तेव्हा आई-बाबांचं तिथलं वास्तव्य, आई-बाबांचा तिथं सगळीकडे झालेला स्पर्श, त्यांचा तिथला वावर, हे सगळं सगळं अनुभव. हे सगळं जाणून घे आणि परतल्यावर आम्हाला तो स्पर्श, तो अनुभव दे!'' ज्ञानादादाचा कंठ बोलता बोलता भरून आला. मुक्तीनं मात्र वेगळंच सांगितलं. म्हणाली, ''सोपानदादा, तुला तिथं गेल्यावर आई भेटेलच. तिला सांग, की मुक्ता आता सगळं करायला शिकली आहे. तिला आता सगळं करायला येतंय. अगदी चूल-पोतेऱ्यापासून, सडा-संमार्जनापासून ते अगदी पुरणा-वरणाच्या स्वयंपाकापर्यंत. सांगशील ना? आणि आई काय म्हणाली, ते परत येशील तेव्हा मला सांग. एवढं माझं काम नक्की कर हं!'' मुक्तानं तोंड फिरवून डोळे पुसले. त्या सिद्धबेटाबद्दल आपल्या सर्वांच्या मनात किती ओल्या भावना आहेत, हेच या सगळ्यांतून लक्षात येत होतं. सोपानाही गहिवरला. तोच मुक्ता पुढे म्हणाली, ''आणि हो! जाताना दशम्या आणि पोहे घेऊन जा. आणखी चार पदार्थ करून देते. नाहीतर बसशील भूक-भूक करत आणि लिखाण राहील बाजूला!'' मुक्तीनं चिडवलंच. सोपानानंही तसेच उत्तर दिले, ''मुक्ताई, तू नको हं काळजी करू. तिथं आई आहे माझ्या भुकेची काळजी करायला आणि फळझाडंही पुष्कळ आहेत. खाईन मी काहीतरी.'' दोघांची एकमेकांशी लटकी भांडणं चालली होती. तोच निवृत्तीदादा आला. म्हणाला, ''सोपाना, फार मोठं काम करायला जातो आहेस. मी चार दिवसांनी सिद्धबेटावर येईन. त्या वेळी तुझे थोडंफार लिहून झालेलं असेल. ते मला दाखव. एक नाथपंथी साधुपुरुष आहेत. त्यांना मी घेऊन येणार आहे. मोठे सिद्धयोगी आहेत ते. तुलाही त्यांचा आशीर्वाद लाभेल; मात्र तिथं गेल्यावर जंगल भागात, गर्द झाडीत जास्त हिंडू नकोस. जंगली श्वापदं आहेत. काळजी घे!'' असे सांगून घाईघाईनं निवृत्तीदादा बाहेर पडला. तो जाण्यापूर्वी सोपानानं त्याच्या पावलांवर मस्तक टेकवून त्याचा आशीर्वाद घेतला. ज्ञानादादाचाही आशीर्वाद घेतला. मुक्तीचा निरोप घेऊन आपली पडशी आणि झोळी घेऊन सोपाना

सिद्ध झाला सिद्धबेटावर जाण्यासाठी.

सिद्धबेट, संन्यासाश्रमानंतर पुन्हा गृहस्थाश्रमात प्रवेश केल्यावर विठ्ठलपंत रुक्मिणीचा संसार जिथे फुलला, फळला, ते हे सिद्धबेट. आळंदी जवळचं एक रमणीय ठिकाण. सोपाना सिद्धबेटावर पोहोचला, तेव्हा सूर्यनारायण मावळतीकडे झुकला होता. त्याचा सोनेरी प्रकाश अवघ्या वातावरणात पसरला होता. त्यामुळे अवघ्या वातावरणाला झळाळी आली होती. सिद्धबेटावरची झाडी अधिकच गर्द, गहिरी वाटत होती. पक्षिगण घरट्याकडे परतत होते. त्यांची लगबग चालली होती. त्यांच्या मंजुळ किलबिलाटानं सारा आसंमत भरून गेला होता. आसमंतात मोठी प्रसन्नता दरवळत होती. सोपानाही प्रसन्न झाला. तो पर्णकुटीजवळ आला. पर्णकुटीची थोडीशी पडझड झाली होती. अधूनमधून निवृत्तीदादा इथं राहायला येत होता. म्हणून बऱ्यापैकी ती धड राहिली होती; पण गोठा मात्र पार मोडकळीला आला होता. सोपाना पर्णकुटीसमोर उभा राहिला. अंगणातलं तुळशीवृंदावन जणू त्याची प्रतीक्षा करत होते. वृंदावनात तुळस नव्हतीच. तुळशीच्या जागी गवत उगवलं होतं. सोपानाचे डोळे पाण्यानं भरले. तो पुढे झाला. त्यानं तुळशीवृंदावनावरून प्रेमानं हात फिरवला. त्याच्या हाताला कंप सुटला होता. शरीराला थरथर सुटली होती. हृदय आतल्या आत आक्रंदत होतं. तुळशीवृंदावनाच्या सभोवती सारवलेल्या जमिनीवर पुसट-पुसट अशा पावलांचे ठसे दिसत होते. उमलणाऱ्या कमलकळीसारखी निमुळती, टोकदार पावलं! हे पावलांचे ठसे आईचेच! सोपानाला भरून आलं. त्या पावलांच्या ठशावरची धूळ हलक्या हातानं बाजूला करून त्यानं उत्तरीयानं त्या ठशांवरची बारीक माती बाजूला केली आणि ओणवा होऊन त्या पाऊलमुद्रांवर आपलं मस्तक टेकवलं! एक क्षण, एकच क्षण! आणि दुसऱ्या क्षणी सोपान हुंदके देऊन घळाघळा रडायला लागला. 'आईऽऽ आई' अशा हाका मारून तो ढसाढसा रडायला लागला. त्याला आठवलं. त्या ठशांचा प्रसंग...

अगदी लहान होता, तो पाच-सहा वर्षांचा. त्या दिवशी संध्याकाळी तुलसीविवाह होता. त्याची कथा आईनं सकाळीच सांगितली होती. निवृत्तीदादा, ज्ञानादादा, सोपान, अगदी चिमुरडी मुक्तासुद्धा तयारीत मदत करत होती. निवृत्तीदादा, ज्ञानादादा झेंडूच्या फुलांच्या माळा करत बसले होते. सोपानानं अवघं अंगण लख्ख झाडून घेतलं होतं. मुक्ता उगीचच आईबरोबर आत-बाहेर खेपा घालत होती. सोपानाचा केर काढून झाला होता. आईनं पाटीमध्ये गोमय कालवून आणलं होतं. आता त्या वृंदावनासभोवतीची जागा ती छान सारवणार होती आणि मग त्यावर रांगोळी रेखाटणार होती. आईनं सारवायला सुरू केलं. क्रमाक्रमानं पुढची पुढची जागा ती सारवत होती. गोमयाची गोल-गोल रिंगणं त्या जागेवर उठत होती. तोच आईपाठोपाठ

मध्येमध्ये लुडबुड करणारी मुक्ता त्या सावरलेल्या ठिकाणी चालत आली आणि तिची इवली-इवली पावलं त्या नितळ जमिनीवर उमटली. मुक्ताला ते बघून गंमत वाटली आणि तिने त्या ठिकाणी नाचायलाच सुरुवात केली. आई सारवत होती आणि मुक्ता टाळ्या पिटून त्यावर नाचत होती. मग मात्र आई रागावली. रागवून तिनं मुक्ताला एका बाजूला उभं राहायला सांगितलं. मुक्ता पर्णकुटीच्या दाराशी जाऊन उभी राहिली. आईनं पुन्हा वृंदावनाचा भवताल सारवून घेतला. आता तर गोमयाचे थर एकावर एक चढल्यामुळे सारवण चांगलं दाट झालं होतं. मुक्ती पर्णकुटीच्या दाराशी उभी राहिली होती खरी; पण स्वस्थ उभी राहील, ती मुक्ता कसली? दाराशी आणून ठेवलेली चिरमुऱ्याची छोटी मातीची तपेली तिने लवंडली होती. चिरमुरे सगळे पर्णकुटीच्या दारात पसरले होते आणि ते बघून न राहवून त्या दाट सारवलेल्या जमिनीवर आपली पावलं टेकून कमरेवर हात ठेवून आई उभी राहिली आणि, "हद्द झाली हो मुक्ते तुझ्यापुढे! अरे निवृत्ती, ज्ञाना, अरे एक जण हिला सांभाळा आणि एक जण ते चिरमुरे भरा पाहू! मीच भरले असते; पण माझे हात गोमयाचे आहेत. ते हाराचं काम जरा बाजूला ठेवा बघू!" अशा हाका मारत आई तिथंच कमरेवर हात ठेवून उभी राहिली होती. तिच्या पावलांचे चांगले खोलवर ठसे त्या जमिनीवर उमटले होते. ते लक्षात आल्यावर आईनं कपाळावर हात मारून घेतला होता आणि हाताचं गोमय कपाळाला लागलं होतं. ते बघून सोपान-मुक्ता खो-खो हसायला लागले होते. आतून धावत आलेले निवृत्ती-ज्ञानेश्वरही हसायला लागले होते आणि या चौघांच्या हास्यात आईही सामील झाली होती. हसणं संपल्यावर आई पुन्हा मागे वळली होती आणि आपल्या पावलांचे खोलवर उमटलेले ठसे त्यावरून गोमय फिरवून ती पुसणार, तोच सोपान म्हणाला होता, "आई थांब! राहू देत त्या मुद्रा तशाच! तू आता कमरेवर हात ठेवून उभी होतीस ना, तेव्हा अगदी तसबिरीतल्या रुक्मिणीदेवीसारखी दिसत होतीस. ते ठसे पुसू नकोस! त्या मुद्रा तशाच राहू देत. जशी रुक्मिणी मातेची पावलं आहेत, तशीच ही तुझी पावलं! नाहीतरी तुझं नावही रुक्मिणीच आहे ना?" सोपनाचं बोलणं ऐकून आई पुन्हा हसली होती! "माझं बाळ वेडं म्हणू की शहाणं?" असं म्हणून तिनं ते पावलांचे ठसे तसेच ठेवले होते आणि वृंदावनाची पलीकडची बाजू ती सारवू लागली होती. तेच ठसे, त्याच तिच्या पावलाच्या मुद्रा होत्या त्या. ज्यावर डोके ठेवून सोपाना ढसाढसा रडत राहिला. त्याच्या डोळ्यांतून घळघळ अश्रू वाहत होते. त्या वाहणाऱ्या अश्रूंचे थेंब त्या पावलांच्या मुद्रांवर पडत होते. सोपाना जणू आईच्या पावलांना अश्रूंनी अभिषेक घालत होता. त्याच्या डोळ्यांतल्या पाण्यानं ते ठसे ओलावत होते. त्याच्या डोळ्यांतून वाहणाऱ्या पाण्यात मधली सगळी वर्षं जणू वाहून गेली. समाजानं घातलेलं ग्रामण्य, आई-बाबांनी घेतलेले देहान्त प्रायश्चित्त, समाजाने केलेली अवहेलना,

तिरस्कार, इवल्याशा मुक्तासह सगळ्यांना आलेलं पोरकेपण, पैठणपर्यंत केलेली पायपीट, ज्ञानादादानं योगसामर्थ्याची दाखवलेली साक्ष आणि त्यानंतरचे बदललेले दिवस! सारं सारं त्या ओघळणाऱ्या अश्रूंतून वाहून गेलं. सोपान उन्माळून रडत राहिला. आईच्या पावलांच्या ठशांवरून प्रेमानं हात फिरवत राहिला. त्या ठशांमध्ये आईचा स्पर्श शोधत राहिला. अश्रू ढाळणाऱ्या सोपानाला रात्रीच्या अंधारानं आपल्या कुशीत ओढून घेतलं.

सकाळी पक्ष्यांच्या किलबिलाटानं सोपानाला जाग आली. तो तसाच तिथेच अंगणात तुळशीवृंदावनाजवळ, आईच्या पावलांच्या ठशांवर डोके टेकवून तसाच निजला होता. पक्ष्यांच्या स्वरांनी तो जागा झाला. उठून बसला. क्षणभर आपण कुठे आहोत, हेच त्याला उमगेना; पण समोर पर्णकुटी दिसताच त्याला भान आलं. आपण आळंदीत नसून सिद्धबेटावर आहोत, याची जाणीव झाली, आणि पाठोपाठ आपण इथं का आलो आहोत, याचंही भान आलं. आईच्या चरणमुद्रा समोर बघून त्याचे डोळे पुन्हा भरून आले; पण अंहं! आता अश्रू ढाळायचे नव्हते. आता काहीतरी लोकोत्तर कार्य करायचं होतं. आईच्या या चरण मुद्रांच्या साक्षीनं आपली नाममुद्रा उमटवायची होती. आईच्या पावलांच्या ठशांना समोर ठेवून समाज मनावर आपल्या नावाचा ठसा उमटवायचा होता. आपल्या कार्याचा ठसा खोलवर उमटवायचा होता आणि हे सगळं करायचं, तर असं अश्रू ढाळत बसून चालणार नव्हतं!

सोपाना तडफेनं उठला. मागच्या परसात विहीर होती. थोडा गाळ साचला होता. रहाटावरचा दोर तुटला होता. मातीच्या घटाला तडे गेले होते. सोपाना जोमानं कामाला लागला. जंगलात शिरून वाखा आणून त्यानं दोर बनवला. तो रहाटाला बांधला. पर्णकुटीत एक-दोन मातीचे घडे बऱ्यापैकी अभंग होते. त्यातला एक घडा गवसणी घालून त्यानं रहाटाच्या दोरीत अडकवला. थोडे खळबळून गढूळ पाणी बाजूला ढकलून त्यानं चांगलं पाणी शेंदलं! भडाभडा डोक्यावर ओतून घेतलं. पंचानं अंग कोरडं करून तोच पंचा गुंडाळून त्यानं स्तोत्रं म्हणायला सुरुवात केली आणि अवघा आसमंत स्तब्ध झाला. सोपानाचा आवाज त्या देखण्या परिसरात घुमू लागला. त्या साऱ्या आसमंतानं अवघ्या अणुरेणूचे कान केले आणि सोपानाचा शब्दन्‌शब्द त्या आसमंतात शोषला जाऊ लागला. सगळं म्हणून झालं, शांतिपाठ झाला आणि सोपानानं ओंकार लावला. आणि त्या आकाशगामी ओंकाराला तशाच ओंकार स्वरात प्रतिध्वनी देऊन आसमंतानं सोपानाचा ओंकार आपल्या अणुरेणूत शोषून घेतला. एवढे होईपर्यंत सूर्यनारायण चांगला वर आला होता. सोपानानं भगवद्‌गीता म्हणायला सुरुवात केली. ओळीनं अठरा अध्याय म्हणेपर्यंत माध्यान्ह उलटून गेली; पण आज सोपान भगवद्‌गीता नुसतीच तोंडानं म्हणत नव्हता, तर त्यातला प्रत्येक श्लोक आपापल्या अर्थासह त्याच्या नजरेसमोर उलगडत होता.

त्यातला प्रत्येक प्रसंग, त्यातल्या सर्व व्यक्तिरेखांसह त्याच्या नजरेसमोर साकार होत होता. एवढंच नव्हे, तर त्यानं गीतेतला एक श्लोक म्हटला, की त्याचा सरळ अर्थ आणि ज्ञानदेवीतला विश्लेषणासहित भावार्थ त्याच्या मनातल्या अंतर्मनात गुंजत होता आणि गीतेतला श्लोक, त्याचा अर्थ, ज्ञानदेवीतली ओवी, तिचं विश्लेषण या सर्वांचा एकत्रितपणे होणारा अन्वयार्थ, एकसंधपणे तयार होणारा भावार्थ यांची एक सुरेख सांगड सोपानाच्या मनात गुंफली जात होती. या गुंफणीत शब्दरचनेचे आडवे धागे आणि अर्थरचनेचे उभे धागे, यांची सुंदर वीण बनत होती आणि भगवद्गीतेतल्या पहिल्या अध्यायातल्या पहिल्या श्लोकापासून एकेक रचना, नवे शब्द, नवी रचना, नवा आकार आणि नवा अन्वय घेऊन नवीन रूपात साकार होऊ लागली. मग मात्र सोपाना थांबला नाही. मसीपात्र घेऊन तो लिहायलाच बसला आणि श्रीमद्भगवद्गीतेचा पहिला अध्याय, त्यातला पहिला श्लोक, महाराज धृतराष्ट्र संजयला कुरुक्षेत्रावरची परिस्थिती विचारत आहेत, ही परिस्थिती पाहून, महाराज धृतराष्ट्राला सांगता यावी, म्हणून भगवान श्रीकृष्णाने संजयाला दिव्यदृष्टी दिली आहे. त्या दिव्यदृष्टीच्या आधारे कुरुक्षेत्रावर चाललेलं कौरव-पांडवांचं युद्ध संजय धृतराष्ट्राला सांगतो आहे. पहिल्या श्लोकात धृतराष्ट्र विचारतो –

धर्मक्षेत्रे कुरुक्षेत्रे समवेता युयुत्सव:
मामका पाण्डवाश्चैव किमकुर्वत संजय ॥१॥

भागवताची ही सुरुवात आठवली आणि सोपानाच्या मनात चार मात्रेच्या ओवीतले शब्द रुंजी घालू लागले. सोपानाचे डोळे मिटलेले होते. नजरेसमोर कुरुक्षेत्र, कौरव-पांडवांची समोरासमोर उभी ठाकलेली सेना, मधोमध उभा असलेला धनुर्धारी अर्जुनाचा रथ, सारथ्याच्या जागेवर स्वत: भगवान श्रीकृष्ण, राजमहालात सिंहासनावर बसलेले महाराज धृतराष्ट्र आणि त्याच्या समोर विनम्रभावानं उभा असलेला संजय, हे सगळं एखाद्या चित्रमय लिपीसारखं साकार होऊ लागलं आणि त्याचबरोबर शब्दही हातात हात घालून आले आणि सोपान लिहू लागला –

धृतराष्ट्र म्हणे संजया। धर्मक्षेत्र कुरुक्षेत्र ठाया।
कौरव पांडव मिळोनिया। तेथे काई करताति॥

याला संजयानं उत्तर दिलं,

दृष्टा तु पाण्डवानिकं व्युढं दुर्योधनस्तदा
आचार्यमुपसङ्गम्य राजा वचनमब्रवीत।

आणि सोपानानं लिहिलं,

संजय म्हणे रायासी। पांडव सैन्य दृढ देखिले परियेसी
राजा दुर्योधने द्रोणापासि। जाऊनि सांगता जाला॥

एका पाठोपाठ एक असे भागवतातले श्लोक पुढे येत होते आणि त्या

पाठोपाठ सुबोध, सोप्या, नागर मराठीतले शब्द, त्या श्लोकांचा भावार्थ लेऊन सोपानाच्या लेखणीतून उतरत होते.

पश्यैतां पाण्डुपुत्राणामाचार्य महती चमूम्।
व्यूढां द्रुपदपुत्रेण तव शिष्येण धीमता।। ३।।

आणि सोपानानं लिहलं.

द्रोणाचार्य हे पांडवसैन्य पाहे। द्रुपदपुत्रे रचना केली आहे।
हा तुझा शिष्य होवे। बुद्धी अधिकु।।३।।

अत्र शूरा महेष्वासा भीमार्जुनसमा युधि।
युयुधानो विराटश्च द्रुपदश्च महारथः ।।४।।

पांडवसैन्य वीर जाण। युद्ध करणार भीमार्जुन।
तया समान विराट युयुधान। द्रुपदही महारथी।।४।।

सोपान लिहीत होता, लेखणीतून भराभर अक्षरं उमटत होती. शब्दरचना उलगडत होती. मोत्यासारखं सुंदर अक्षर भगवद्गीतेचं एक वेगळं वैभव आणि त्या वैभवाला कोंदण ठरेल, असा अन्वयार्थ घेऊन ते अक्षर मिरवत होतं. मिरास दाखवत होतं. सोपाना लिहीत होता. लिहीत राहिला....

२०

सीदन्ति मम गात्राणि मुखं च परिशुष्यति।
वेपथुश्च शरीरे मे रोमहर्षश्च जायते।। १:२८

समोर सगळे सगे-सोयरे बघून अर्जुनाची झालेली अवस्था तो सांगतोय. सोपानाच्या नजरेसमोर थरथर कापणारा, आत्मविश्वास हरवलेला अर्जुन उभा राहिला.

दु:ख होतसे माझिया गात्रासि। मुख शोषते जी ऋषीकेशी
कंप रोमांच आले अंगासि। ऐसी स्थिती झाली माझी।। २८

आपण धनुर्धारी आहोत, हे विसरलेला तो धनुर्धारी पुढं सांगतो आहे,

गाण्डीवं स्रंसते हस्तात् त्वक् चैव परिदह्यते।
न च शक्नोम्यवस्थातुं भ्रमतीव च मे मन:।। २९
निमित्तानि च पश्यामि विपरीतानि केशव।
न चे श्रेयोऽनुपश्यामि हत्वा स्वजनमाहवे।। ३०
न कांक्षे विजयं कृष्ण न च राज्यं सुखानिच।
किं नो राज्येन गोविंद किं भोगैर्जीवितेने वा।। ३१

अर्जुनाची अवस्था बघून सोपानाचे डोळे भरून आले. मोठा गहन प्रश्न त्याच्यासमोर उभा होता. भारावल्या अवस्थेत सोपानानं लिहिलं –

धनुष्य पडतें हातीहुनी। त्वचा धडधडी दीप्ती करूनी।
मज शक्ती नाही उभे राहावया लागोनी। मन माझे भ्रमतसे।। २९
आपुले स्वजन म्या मारुनि। सुख व्हावें ऐसें मज नुपजे मनी
विपरीत चिन्हे दिसती नयनी। केशवराया मजप्रती।। ३०
कृष्णा मज विषयाची चाड नाही। आणि राज्यसुखाची गोडी कांहीं।
राज्य आणि भोग सकळही। न लगती मज।। ३१

अर्जुनासारखा पराक्रमी धनुर्धर, धनुष्य-बाण खाली टाकून मनाच्या दोलायमान अवस्थेत गलितगात्र झाला. सोपानाला वाटलं, खरंच स्वकीयांशी वैर पत्करताना माणसाची अशीच स्थिती होत असेल. अर्जुनाला उपदेश करणारा भगवान श्रीकृष्णासारखा

सखा, मार्गदर्शक तरी होता; सर्व सामान्यांचं काय? त्यांना कोण मार्गदर्शन करणार? आणि सोपानाच्या मनात उठलेल्या या प्रश्नाचं उत्तर सोपानानं स्वत:च दिलं. सर्वसामान्य माणसाला प्रत्येक समस्येत मार्गदर्शक ठरेल, अशीच तर भगवद्गीता आहे. फक्त ती सर्वसामान्यांपर्यंत पोहोचली पाहिजे.

एवमुक्त्वाऽर्जुनः सङ्ख्ये रथोपस्थ उपाविशत् ।
विसृज्य सशरं चापं शोकसंविग्नमानसः।। ४७

अर्जुनाच्या मन:स्थितीचं सविस्तर वर्णन करून झाल्यावर संजयानं मग धृतराष्ट्राला सांगितलं –

संजय म्हणे गा राया। ऐसे अर्जुने कृष्णप्रती बोलोनिया
धनुष्य बाण टाकुनिया। रथाखाले शोक करीत बैसला।। ४७

सोपानानं पहिला अध्याय संपवला. एकवार डोळे मिटून भगवान श्रीकृष्णाचं स्मरण केलं. "कृष्णार्पणमस्तु।" म्हणत नमस्कार केला आणि डोळे उघडून सभोवार बघितलं, तेव्हा सूर्य अस्ताचलाला चालला होता. पश्चिम दिशा त्याला निरोप देत होती. पक्षिगण घरट्याकडे परतत होते. झाडांच्या लांब सावल्यांनी अंगण भरून गेलं होतं. सभोवतीच्या वातावरणाचं भान आलं आणि सोपानाच्या लक्षात आलं आपल्याला प्रचंड भूक लागली आहे. तो उठला एकवार अंग मोकळं केलं आणि आपलं लिखाण आवरतं घेतलं. सगळं साहित्य गोळा केलं. पर्णकुटीत नेऊन ठेवलं. विहिरीच्या काठाला असलेल्या डोणीत त्यानं सकाळीच पाणी भरलं होतं. ते दगडी डोणीतलं गार पाणी चेहऱ्यावर, डोळ्यांवर मारून घेतल्यावर त्याला बरं वाटलं. उत्तरीयानं तोंड पुसत तो पर्णकुटीत आला. त्यानं आपली टापशी खोलली. मुक्तीनं दशम्या आणि चटणी बांधून दिली होती. तो पुन्हा अंगणात आला. पडलेली पळसाची चार-पाच पानं गोळा केली. खिराच्या काड्या वेचल्यान आणि पर्णावली तयार केली. डोणीतल्या पाण्यानं ती धुऊन कोरडी केली आणि तीत दशमी आणि चटणी घेऊन तो अंगणात आला. तुळशीवृंदावनाजवळ बसला आणि खायला सुरुवात केली. पोटात अन्न गेल्यावर त्याला बरं वाटलं. तो पुन्हा पर्णकुटीत आला. कोनाडे धांडळले. एक धड ठावकं सापडलं. तिथलंच एक चिरगुलं फाडून त्यानं वात बनवली. मुक्तीनं तेल दिलं होतं. त्यातलं थोडं त्यानं ठावक्यात घातलं. चकमक घेऊन वात पेटवली आणि ते ठावकं घेऊन तुळशीवृंदावनाजवळ आला. वृंदावनाजवळ ठावकं ठेवून तो तिथं बसून राहिला, शांतपणे, प्रसन्न मन:स्थितीत. गार वारं सुटलं होतं. पक्ष्यांची किलबिल चालू होती. मध्येच गाईच्या हंबरण्याचाही आवाज येत होता. अंधार दाटून आला. रात्र अंगणात उतरली. रानफुलांचा मंद गंध सुटला होता. त्या गंधानं सोपानावर निद्रेची मोहिनी घातली.

रात्रीचा तिसरा प्रहर संपला आणि सोपानाला जाग आली. पक्ष्यांची किलबिल

चालू झाली होती. मधूनच गाईचं हंबरणंही ऐकायला येत होतं. सोपाना उठून बसला. विहिरीवर जाऊन त्यानं पाणी शेंदलं. फांद्या काढून अंगण स्वच्छ लोटलं. पर्णकुटी लोटली. सगळं आवार स्वच्छ केलं. पाणी मारलं. मातीचा मंद गंध सुटला होता. अंघोळ केली. त्यानं दोन-चार रानफुलं तोडली. आईच्या चरणमुद्रांवर ठेवली. नमस्कार केला. गोपालकृष्णाचं स्मरण केलं. सगळी स्तोत्रं म्हणून झाली आणि तो लिखाण करायला बसला. आज दुसरा अध्याय लिहायचा होता.

तं तथा कृपयाविष्टमश्रुपूर्णाकुलेक्षणम्
विषीदन्तमिदं वाक्यमुवाच मधुसूदन: ।।१।।

अर्जुनाची हताहत स्थिती संजय धृतराष्ट्राला सांगतो आहे.

संजय म्हणे धृतराष्ट्राते। अर्जुने वेष्टिला मोहे बहुते।
अश्रु आले नेत्रांते। ते देखोनी श्रीकृष्ण बोलता जाला ।।१।।

अर्जुनाची ही अवस्था बघून भगवान श्रीकृष्ण म्हणाले –

कुतस्त्वा कश्मलमिदं विषमे समुपस्थितम्
अनार्यजुष्टमस्वर्ग्यमकीर्तिकरमर्जुने ।।२।।

अर्जुना हे किल्मिष तुज कोठोनी। उपजले विषमकाळी राहोनी
हे स्वर्गति नासुनी। तुज अपकीर्ती देईन।।२।।

आणि अशा बोलण्यानं भगवान श्रीकृष्णांनी अर्जुनाची समजूत घालायला सुरुवात केली आणि तू ज्यांना मारणार आहेस, ते धर्माचे शूत्र आहेत आणि मृत्युमुखी पडणार आहेत ती फक्त त्यांची शरीरं, कारण आत्मा हा अविनाशी आहे, हे सांगण्यासाठी भगवान श्रीकृष्णांनी सांगितलं...

वासांसि जीर्णानि यथा विहाय
नवानि गृह्याति नरोऽपराणि।
तथा शरीराणि विहाय जीर्णा
न्यन्यानि संयाति नवानि देही।। ।।२२।।
नैनं छिन्दन्ति शस्त्राणि नैनं दहति पावक:
न चैनं क्लेदयन्त्यापो न शोषयति मारुत:।। ।।२३।।

भागवतातले हे श्लोक वाचले आणि सोपाना अंतर्मुख झाला. खरंच आत्म्याच्या अविनाशत्वाबद्दल भगवंतांनी हे केवढं सत्य सांगितलं आहे. प्रत्येक माणूस हे जर जाणून घेईल, तर स्वार्थ, लोभ, इच्छा, वासना, सगळं लयाला जाईल. मी, माझं, हे माझं हे तुझं, ही भावनाच राहणार नाही. देह त्यागणं म्हणजे आत्म्यानं केवळ वस्त्र बदलणं! खरंच! केवढी सखोल आणि उदात्त कल्पना आहे ही!

जैशी वस्त्रें जीर्ण जालियावरी। पुरुष नवी वस्त्रे परिधाने करी।

तैसे देहभोग त्यजुनि दुरी। आत्मा आणिक देहिं वर्ते।।२२।।
तो शस्त्री न तुटे कहीं। आग्निमाजी न जळे पाही
जळामाजि बुडणार नाही। वायुनें न शोषितों।।

अविनाशी आत्म्याचं, चिरंजीव आत्म्याचं असं चपखल वर्णन लिहून झालं आणि सोपान काही क्षण अविचल बसून राहिला. 'आत्म्याचं अविनाशत्व, चिरंजीवत्व जर सगळ्यांना कळलं तर? तर पुन्हा कुणी विठ्ठलपंत-रुक्मिणी बहिष्कृत होणार नाहीत. पुन्हा कुणी निवृत्ती-ज्ञानेश्वर-सोपान-मुक्ता पोरकी, अनाथ होणार नाहीत. पुन्हा कुठल्याही लहान, निरागस बालकाला समाजाची अवहेलना, अपमान, तिरस्कार सोसावा लागणार नाही आणि पुन्हा कुणी माता-पित्यांना आपल्या निरागस, अजाण बाळांना सोडून देहान्त प्रायश्चित्त घ्यावं लागणार नाही. खरंच! असं झालं, तर समाज किती सुखी होईल?' लिहिता-लिहिता थांबून सोपान विचार करत होता.

हतो वा प्राप्स्यसि स्वर्गं जित्वा वा भोक्ष्यसे महीम्।
तस्मादुत्तिष्ठ कौन्तेय युद्धाय कृतनिश्चय:।।३७।।
सुखदु:खे समे कृत्वा लाभालाभौ जयाजयौ।
ततो युद्धाय युज्यस्व नैवं पापमवाप्स्यसि।।३८।।

भगवान श्रीकृष्ण अर्जुनाला युद्धासाठी उद्युक्त करताहेत.

मेलिया होईल स्वर्गप्राप्ती। जालिया होईल पृथ्वीपती।
ऐसे धरुनि चिती। ऊठ अर्जुना युद्धासि।।३७।।
सुख दु:ख सम करुनि। लाभालाभ न धरी मनी।
जयो अपजयो सांडूनि। युद्ध करी पाप नाही।।३८।।

अत्यंत निरलसपणे, नि:स्वार्थीपणे, स्वत:च्या भविष्याची चिंता सोडून केलेलं कार्य पाप नसतं. म्हणून तू युद्ध कर, असं भगवान अर्जुनाला सांगताहेत. म्हणूनच,

कर्मण्येवाधिकारस्ते मां फलेषु कदाचन
मां कर्मफलहेतुर्भूर्मा ते संगोऽस्त्वकर्मणि।४७।।

कर्म करीत राहणं, त्याच्या फळाची अपेक्षा न धरणं, हेच सामान्य माणसाने जीवितकार्य मानावं.

कर्म अधिक होऊनि। त्याचे फळ न धरी मनी।
फळ विरहित होऊनि। कर्मे आचरावी।।४७।।

कर्माची अपेक्षाच धरली नाही, की अपेक्षाभंग होत नाही आणि क्रोध येत नाही, कारण –

क्रोधाद्भवति सम्मो: सम्मोहात्स्मृतिविभ्रम:।
स्मृतिभ्रंशाद बुद्धिनाशो बुद्धिनाशात्प्रणश्यति।।६३।।

म्हणूनच रागावणं, संताप करणं, क्रोध करणं योग्य नाही. म्हणूनच ज्ञानादादाला

संताप आला, तेव्हा मुक्ताईनं त्याला क्रोध आवरायला सांगितला. कारण क्रोध याचं मूळ मोह आहे. कारण –

क्रोधापासुनि उपजे मोह। तो स्मृत्याचे ठाई भ्रांति ठावो।
स्मृती बुडालिया बुद्धीचा तुटे भावो। बुद्धिज्ञान बुडालिया नरकी राहाती।।

सुखाचं मूळ कर्मपूर्ती, दुःखाचं मूळ क्रोध, वासना असं सांगून भगवंतांनी अर्जुनाला उपदेश केला.

तिसरा अध्याय होता कर्मयोगाचा. तो सांगताना भगवान अर्जुनाला म्हणाले,

लोकेऽस्मिन्द्विविधा निष्ठा पुरा प्रोक्ता मयाऽनघ।
ज्ञानयोगेन सांख्यानां कर्मयोगेन योगिनाम। ३.३

सोपानाला अतिशय आनंद झाला, कारण भगवंतांनी कर्मयोगाची सांगितलेली सगळी लक्षणं त्याच्या ज्ञानादादात होती. सोपानानं लिहिलं,

लोकांमाजी द्विधा निष्ठता। यापूर्वी सांगितल्या भारता।
सांख्यमति ज्ञान ज्ञाता। योगियासी कर्मयोग बोलिजे।।३।।

असा अवघा कर्माचा, कर्मकर्तृत्वाचा सिद्धान्त सांगून भगवान अर्जुनाला म्हणाले,

इन्द्रियाणि पराण्याहुरिन्द्रियेभ्य: परं मन:।
मनसस्तु परा बुद्धिर्यो बुद्धे: परतस्तुस:।। ३:४२

सोपानाला याचा अर्थ लिहिताना अगदी मनापासून पटला, कारण –

इंद्रियाहूनि बोलिजे मन। मनाहूनि बुद्धी अधिक जाण।
बुद्धीहूनी अंत:करण। सर्वोत श्रेष्ठ।।

सरळ अंत:करणाच्या, निरागस मनाच्या, मितभाषी सोपानाला हा अर्थ आवडला नसता तरच नवल. 'आपण लिहीत जातो आहे. आपल्याला वाटतंय आपल्याला जमतंय; पण एकदा निवृत्तीदादाला विचारायला हवं. हे वाचून त्यानं शाबासकी दिली, की आपण भरून पावलो. खरंतर आता लिहिताना मोठा उत्साह वाटत आहे.' सोपाना मनाशी संवाद साधत होता आणि सोपानानं चौथा अध्याय लिहायला घेतला. आता भगवंत ज्ञानकर्म संन्यासयोग सांगत होते आणि त्याच वेळी अर्जुनाला आणि पर्यायानं आपल्या सगळ्या भक्तांना एक अभिवचन देत होतं. त्यांनी अर्जुनाला सांगितलं...

यदायदाहि धर्मस्य ग्लानिर्भवति भारत
अभ्युत्थानमूधर्मस्य तदात्मानं सृजाम्यहम् ।।४:७
परित्राणाय साधूनां विनाशाय च दुष्कृताम्
धर्मसंस्थापनार्थाय सम्भवामि युगे युगे ।।४:८

सोपान भगवंताच्या वचनाला, अभिवचनाला शब्दबद्ध करू लागला. आपल्या

नागर मराठीमध्ये –

जे जे काळीं धर्मासी। स्थानभ्रष्ट होय परियेसी।
ते ते काळी अवतरूनी तयासी। स्थापिता होय॥४.७॥
पवित्र साधू तरावे। आणि दुष्टासी नाश करावे
धर्मासी स्थापन व्हावे। म्हणूनि युगायुगी मी अवतरे॥४.८॥

जेव्हा सर्वसामान्यांना भगवंतांनी दिलेलं हे अभिवचनं समजेल, उमजेल तेव्हा जगातल्या पवित्र शक्तीवर त्यांचा विश्वास बसेल. श्रद्धा बसेल. त्याला त्या श्रद्धेनं एक नवीन दृष्टी मिळेल. नवीन ज्ञान मिळेल आणि

न हि ज्ञानेने सदृशं पवित्रमिह विद्यते।
तत्स्वयं योगसंसिद्धः कालेनात्मनि विन्दति। ४.३८

भगवतांनी सांगितलं आणि सोपानानं नागर मराठीत लिहिलं –

तरी ज्ञानासारखे पवित्र। आणि नाही गा सर्वत्र।
त्या ज्ञानासि याग करिताही निरंतर। ज्ञाने करु ब्रह्म पाविजे॥४.३८

सोपानाला भगवंताचं नवल वाटल्याशिवाय राहिलं नाही. मानवी कल्याणाची किती सखोल मीमांसा त्यांनी केली होती. चौथ्या अध्यायाची समाप्ती झाली आणि सोपानाला भुकेची जाणीव झाली. सूर्यनारायण माथ्यावर आले होते. सोपानानं सरपण गोळा केलं. तीन दगड गोळा केले. चूल मांडली. मुक्तीनं तांदूळ-डाळीचं मिश्रण करून भरड दळून दिलं होतं. सोपानाने त्यातले दोन मुठी घेतल्या. पर्णकुटीतून एक मोडकंतोडकं गाडगं आणलं आणि त्यात ते शिजत टाकलं. आजूबाजूला उगवलेल्या तुळशी, कुरडू, ओव्याची पानं तोडून त्यात टाकली. थोडं सैंधव घातलं आणि पुन्हा लिहायला बसला. आता पाचवा अध्याय लिहायचा होता. अर्जुन विचारतोय भगवंताला,

संन्यासं कर्मणां कृष्ण पुनर्योगं च शंससि
यच्छ्रेय एतयोरेकं तन्मे ब्रूहि सुनिश्चितम्॥५.१॥

आता सोपान अर्जुनाच्या भूमिकेत शिरला,

अर्जुन म्हणे श्रीकृष्णनाथा। पूर्वी संन्यास आणि कर्मयोग सांगितला होता।
तरी कर्म की संन्यास आता। तो मज सांग निश्चयेसी॥

पण सोपानाला आता उत्सुकता होती, ती भगवंत काय उत्तर देतात याची. त्यानं पुढचा श्लोक वाचला,

संन्यासः कर्मयोगश्च निःश्रेयसकरावुभौ।
तयोस्तु कर्मसंन्यासात्कर्मयोगे विशिष्यते।५.२।

आणि त्याला आत्यंतिक समाधान वाटलं. सामान्य मानवाच्या भूमिकेत अर्जुन आणि गुरूच्या भूमिकेत प्रत्यक्ष श्रीकृष्ण, ही युती मानवाच्या कल्याणासाठी किती कमालीची उपयुक्त ठरली आहे, हे सोपानाच्या लक्षात आलं, कारण –

श्रीकृष्ण म्हणे गा पार्था। कर्मसंन्यास उभयतां।
फल एक दोहोचि विचारिता। परंतु कर्म श्रेष्ठ।।

अशी भगवंतांनी ग्वाही दिली. शेवटी भगवंतांनी असंही सांगितलं...

यतेन्द्रियमनोबुद्धिर्मुनिर्मोक्षपरायणः।
विगतेच्छाभयक्रोधो यः सदा मुक्त एव सः।।२८।।
भोक्तारं यज्ञतपसां सर्वलोकमहेश्वरम्।
सुहृदं सर्वभूतानां ज्ञात्वा मां शान्तिमृच्छति।।२९।।

सोपानानं लिहिलं –

आणि इंद्रिये मनबुद्धी। इच्छा भय क्रोध हे जिंकिले आधी
तो मोक्ष परीक्षण शुद्धी। जीवनमुक्त बोलीजे।।२८।।
यज्ञफळ तयासीच जाले। इहलोकी ईश्वर तयासीच म्हणिवले।
सर्वभूमी मित्रत्व लाधले। जाणावे ते पावले शांतिपद।।२९।।

कर्म आणि संन्यास या उभयतांची अशी मनोहर सांगड घालून सर्वसामान्याला रुचेल आणि पचेल असं तत्त्वचिंतन सांगून भगवंतांनी पाचवा अध्याय संपवला. सोपानानंही लेखणी खाली ठेवली. खिचडी झाली होती आणि चूलही विझली होती. सोपानानं पर्णावली बांधली. त्यावर ती खिचडी ओतून घेतली आणि पुढच्या अध्यायाचं चिंतन करत त्यानं खिचडी खाऊन घेतली. त्याला पुन्हा गाईच्या हंबरण्याचा आवाज आला आणि त्याच्या लक्षात आलं, की जिथं मागच्या बाजूला त्यांचा गोठा होता. तिथं आज त्याला ताजं गोमय दिसलं. त्यानं त्या वेळी एवढे लक्ष दिलं नव्हतं; पण तो इथे या सिद्धबेटावर आल्यापासून रोज गाईच्या हंबरण्याचा आवाज त्याला ऐकू यायचा. आताही आला. मग मात्र सोपानाला राहवेना. एक क्षणभर त्यानं डोळे मिटले. स्मृतींना ताण द्यायचा प्रयत्न केला आणि त्याला आठवली 'गंगा!' त्याच्या आईनं सांभाळलेली गाय गंगा! पांढरीशुभ्र, पण कपाळावर काळं बेलपान असलेली. ही गंगा तर नसेल? क्षणभर त्याला वाटून गेलं. त्यानं शोध घ्यायचं ठरवलं आणि तोंडाजवळ हात नेऊन आवाज दिला, "गंगाऽऽऽ, गंगाऽऽऽऽ!" पुन्हा त्याला हंबरण्याचा आवाज आला. त्या आवाजाच्या दिशेनं तोंड करून त्यानं पुन्हा आवाज दिला, "गंगाऽऽऽऽ एऽऽ गंगाऽऽऽऽ!" आणि जंगलातली झाडंझुडपं तुडवत, शिंगानं फांद्या ढकलत एक गाय त्याच्यासमोर दत्त म्हणून येऊन उभी राहिली. त्याच्या जवळ अगदी जवळ आली. त्याला हुंगू लागली. सोपानानं पाहिलं, पांढरा दुधी रंग, कपाळावर काळा बेलपानाचा ठसा, हडकलेली, वाळलेली गंगाच त्याच्या समोर उभी होती. सोपानाच्या डोळ्यांना धारा लागल्या. गंगानं त्याला चार-पाच वेळा हुंगलं आणि तिला ओळख पटली असावी. ती हलकंच हंबरून सोपानाला प्रतिसाद द्यायला लागली. सोपाना तिच्या माथ्यावरून, तिच्या पाठीवरून

हात फिरवत राहिला. तिची पाळी खाजवत राहिला आणि मान हलवून गंगा त्याला प्रतिसाद देत राहिली. काही क्षण असेच गेले. शेवटी सोपाना तिला बिलगला आणि त्याच्या डोळ्यांतल्या अश्रूंना गंगाच्या नितळ डोळ्यांतले अश्रू मिळाले आणि क्षणभर सोपानाला वाटलं आपण आईलाच बिलगलो आहोत. सोपानानं तिच्या पाठीवर थाप दिली आणि उरलेली खिचडी तिच्यासमोर ठेवली. गंगाने ती चाटून पुसून खाल्ली आणि मुकाट्यानं त्या पडझड झालेल्या गोठ्यात जाऊन बसून रवंथ करायला लागली. तिचा चेहरा शांतवला होता. डोळ्यांत आपल्या घरी आल्याचं समाधान होतं. तिच्याकडे एक प्रेमाची नजर टाकून सोपान पुन्हा लिखाणाला बसला. आता सहाव्या अध्यायाला सुरुवात झाली होती.

अना: श्रित: कर्मफले कार्य कर्म करोति य:
स संन्यासी च योगी च न निरग्निर्न चाक्रिय:।६.१।

याचा अर्थ लिहिताना सोपानाला वाटलं, भगवंतांनी हा श्लोक आपल्यासाठीच लिहिला आहे.

जो कर्माचे फळ नुपेक्षित कर्म करी। तया म्हणती संन्यासी अवधारी
तोचि सान्हिक कर्म करी। कर्मत्यागी तो नव्हे॥

आणि या अध्यायाच्या शेवटी भगवतांनी जे सांगितलं, ते वाचून तर सोपानाला वाटलं, की हे आपल्यालाच, आपल्यासाठीच आहे भगवंत म्हणतात...

योगिनामपि सर्वेषां मद्गतेनान्तरात्मना।
श्रद्धावान्भजते यो मां स मे युक्ततमो मत:॥ ६.४७।

आणि याचा सरळ अर्थ सोपानानं लिहिला,

सर्व योगेश्वरा माझारी। माझे ठायी अंत:करण ठेवी निर्धारी।
तेचि भक्तियुक्त अवधारी। तो योगी मज मानला॥

सहावा अध्याय संपला आणि सोपानाचा उत्साह दुणावला. सुरुवातीला आपल्याला जमेल की नाही, अशा विचारानं सोपाना थोडा साशंक होता; पण आपल्याबद्दल आपल्यापेक्षा निवृत्तीदादालाच विश्वास अधिक आहे, हे बघूनच त्याला धीर आला होता आणि त्याच्या आशीर्वादावरच आणि पाठबळावर हे शिवधनुष्य उचलायचं असं त्यानं होतं ठरवलं. आता आपल्याला हे जमतंय बघून त्याचा उत्साह वाढला. त्यानं सातवा अध्याय वाचायला आणि लिहायला घेतला.

रसोऽहमप्सु कौन्तेय प्रभाऽस्मि शशिसूर्ययो:।
प्रणव: सर्ववेदेषु शब्द: खे पौरुषं नृषु॥७.८।
पुण्यो गन्ध: पृथिव्यांच तेजश्चास्मि विभावसौ
जीवनं सर्वभूतेषु तपश्चास्मि तपस्विषु॥७.९।

भगवान श्रीकृष्ण आपल्या अस्तित्वाचं, चराचरात भरून राहिलेल्या आपल्या

अस्तित्वाबद्दल सांगताहेत. ज्ञानादादानं सांगितलेलं ईश्वर चराचरात भरून राहिला आहे, हे तत्त्व भगवंतांनी अधिक विस्तृत, अधिक व्यापक करून सांगितलंय. त्यासाठी चराचरातल्या सर्वसमावेशक चिन्हांचा, वस्तूंचा पदार्थांचा त्यांनी केलेला उल्लेख, म्हणजे चराचरातील सूक्ष्म, अति सूक्ष्म वस्तूंचा केलेला सखोल विचार. सोपानाला भगवंतांचं हे अति सूक्ष्मातलं अस्तित्व बघून ज्ञानादादाची आठवण झाल्यावाचून राहिली नाही. त्यानं लिहिलं –

मी सर्व रसाची गोडी। अर्जुना चंद्रसूर्य तेज ते माझी प्रौढी।
पुरुषी पुरुषत्व वेद बीज गाढी। ॐ कार उच्चारतो जाण मी।।
पृथ्वीचा गंध विषयो। अग्रीच्या ठायी तेज जयो।
जिवाचा जीवपण ठावो। तपस्वीयांचे तप तें मी।।७.९।

सोपानानं बघितलं ईश्वराचं सर्वव्यापकत्व आणि तो स्तिमित झाला. दिवस आता मावळला होता. सोपानानं ठावक्यात वात लावली. तुळशीवृंदावनाजवळ ठेवली. तिचा मंद प्रकाश विखुरला आणि त्या प्रकाशाच्या कणांनी भवतालचा अंधार उजळून टाकला. सोपानानं पुन्हा चूल पेटवली. चुलीतला सोनेरी जाळ त्याच्या चेहऱ्यावर पडला त्या सुवर्णकणांनी उजळलेला सोपानाचा चेहरा एखाद्या देवदूतासारखा दिसत होता. त्यानं पुन्हा खिचडी बनवली. आता जरा जास्त. आपण अर्धी खाल्ली, गाईला अर्धी घातली. तिनंही हंबरून पसंत असल्याचं सांगितलं. तिच्या पाठीवर प्रेमानं थोपटून सोपानानं तिथंच अंग टाकलं. थंडगार वाहणारा वारा, रानफुलांचा मंद गंध, डोक्यात आठव्या अध्यायाचं विचारमंथन आणि आज असलेली गंगेची सोबत. सोपानाला अगदी अलगद झोप लागली.

दुसरे दिवशीची सकाळ मोठी प्रसन्न होती आणि आज तर सोपानाला गंगेची चालती-बोलती सजीव सोबत होती. तो भल्या पहाटेच उठला. अवघं अंगण लोटून काढले. गंगेचा गोठा स्वच्छ केला. आसपासचं गवत तोडून तिचा चारा घातला. विहिरीवर जाऊन स्नान केलं आणि तो गंगेजवळ गेला. गंगेच्या नितळ डोळ्यांत प्रेम होतं. वात्सल्य होतं आणि कृतज्ञतासुद्धा. त्याचं प्रतीक म्हणूनच की काय, सोपानाच्या हाताचा स्पर्श होताच तिच्या आचळातून दुधाच्या धारा ओघळू लागल्या आणि ते बघून सोपानाच्या डोळ्यांतून अश्रूंच्या. सोपानानं पर्णकुटीतून छोटीशी लोटकी आणली. थोडीशी भंगलेली; पण लहानशी असल्यामुळे बऱ्यापैकी धड होती. सोपानानं गंगाच्या दुधाच्या धारा त्यात घेतल्या आणि त्या ताज्या गोरसानं त्याच्या चितवृत्ती अति प्रसन्न केल्या. त्याच प्रसन्नतेत सोपान लिहायला बसला. अर्जुनानं भगवान श्रीकृष्णाला प्रश्न विचारला,

किं तद्ब्रह्म किमध्यात्मं किं कर्म पुरुषोत्तम।
अधिभूतं च किं प्रोक्तमधिदैवं किमुच्यते।।८.१।

सोपानाला आता अर्जुनाची भूमिका आवडायला लागली. एखाद्या हुशार, पण आज्ञाधारक विद्यार्थ्यासारखा तो श्रीकृष्णाला प्रश्न विचारत होता आणि त्याचं उत्तर म्हणजे सर्वसामान्याला मार्गदर्शन होतं. सोपानानं लिहिलं –

अर्जुने म्हणे गा पुरुषोत्तमा। कैसा निवाड अध्यात्म आणि कर्मब्रह्मा
आधीभूत आधी दैवत आम्हा। निवडूनी सांगा।।

भगवान श्रीकृष्णानं याचं दिलेलं उत्तर म्हणजे खरंच अध्यात्म आणि कर्म यांची विलक्षण सांगड होती. भगवान म्हणाले –

वेदेषु यज्ञेषु तपःसु चैव।
दानेषु यत्पुण्यफले प्रदिष्टम्।
अत्येति तत्सर्वमिदं विदित्वा
योगी परं स्थानमुपैति चाद्यम्।।८.२८।

भगवान श्रीकृष्णानं दिलेल्या उत्तराला, विश्लेषणाला नागर मराठीत आणायला सोपाना उत्सुक होता,

वेदयज्ञ तन आणि दान। त्याचे जे बोलिले आहे पुण्य
जया असे शुक्ल कृष्ण गतीचे ज्ञान। ते पुण्य पावन परमगती पावे।।

सोपानानं लिहिलं आणि आठवा अध्याय समाप्त झाल्यावर त्याला वाटलं, की आणखी एक अध्याय लिहावा आणि एकदा निवृत्तीदादाला दाखवून यावं. त्यानं सगळं ठीक आहे, सगळं बरोबर आहे, असं सांगितलं, म्हणजे आपलं हे लेखन तर सार्थकी लागलंच; पण पुढचं अध्याय लिहायलाही आपल्याला बळ येईल. सोपानानं नववा अध्याय घेतला. इथंही भगवंतांनी आपलं सर्वसमावेशक अस्तित्व पुन्हा एकदा अर्जुनाला दाखवलं,

पिताहमस्य जगतो माता धाता पितामहः।
वेद्यं पवित्रमोंकार ऋक्साम यजुरेव च।।९.१७।

भगवान श्रीकृष्णानं सांगितलं आणि सोपानानं ते सरळ नागरी मराठीत लिहिलं –

मी जयाचा मातापिता। पितामह श्रेष्ठ कर्ता।
मी पवित्र ओंकार असता। ऋग, यजु, साम वेद मी।

आणि भगवंतांचे हे सर्वव्यापक अधिष्ठान बघून सोपानाचे डोळे भरून आले. खरंच अशी सर्वसमावेशकता आहे, म्हणूनच तो सर्वव्यापी आहे हेच खरं! पुढे भगवंतांनी म्हटलं.

अनन्याश्चिन्तयन्तो मां ये जनाः पर्युपासते।
तेषां नित्याभियुक्तानां योगक्षेमं वहाम्यहम्।। ९:२२

या श्लोकात भगवंतांनी त्यांच्या भक्ताला दिलेला दिलासा, म्हणजे सर्वसामान्य

माणसाला सुनिश्चितपणे जगण्यासाठी दिलेलं पाठबळ होतं. सोपान गहिवरला.

आणिक ठायी मन न घालिती। माझे चिंतने उपासना करीती।
त्याचा योगक्षेम निश्चिती। मी चालविता होय।।

यापेक्षा भगवद्‌भक्ताला आणखी काय पाहिजे असतं? त्या सर्वसाक्षी, दयाळू परमेश्वरानं दिलेलं हे अभिवचन भगवद्‌भक्ताला जगण्याचं साधन आहे. नऊ अध्याय होत आले आणि सोपानाला वाटलं, या अनुवादात आपली नाममुद्रा घालावी. भविष्यात कुणी वाचलं, तर त्याला समजावं, की सोपान म्हणून कुणीतरी होता जो या भगवद्‌गीतेवर मनापासून प्रेम करत होता आणि ही संस्कृतातली भगवद्‌गीता सर्वसामान्यांना समजावी, म्हणून त्यानं नागर मराठी भाषेत त्याचा अनुवाद केलाय. म्हणून नवव्या अध्यायाच्या शेवटी सोपानानं लिहिलं,

ऐसे गृह्य जाण। अर्जुनाप्रती सांगे श्रीकृष्ण।
सोपान म्हणे श्रोतिया लागून। सादरे श्रवण करावें।।

नववा अध्याय लिहून झाला आणि दिवसही मावळला; पण सोपानाला आता निवृत्तीदादाची आठवण येऊ लागली होती. आपण जे काही लिहिलं आहे, ते दादाला दाखवायला तो अतिउत्सुक होता. दादानंही सांगितलं होतं, की तो मध्ये एकदा येऊन जाणार आहे म्हणून. सोपानाला आता निवृत्तीदादाची प्रतीक्षा होती. त्याच मनाच्या अवस्थेत रात्र आली; पण आज सोपानाला थंड वाऱ्याचं, रानफुलांच्या गंधाचं अप्रूप नव्हतं. तुळशीवृंदावनात तेवणाऱ्या पणतीच्या मंद प्रकाशाकडे एकटक स्थिर नजरेनं बघत सोपान निवृत्तीदादाची प्रतीक्षा करत होता. आज त्याला मुक्तीचीही खूप आठवण येत होती आणि ज्ञानादादाची पण! निवृत्तीदादाचं मार्गदर्शन करणं, ज्ञानादादाचं समजावून सांगणं मुक्ताचं छेड काढणं त्याला राहून राहून आठवायला लागलं आणि त्या सगळ्यांच्या आठवणीनं जणू त्याच्याभोवती फेर धरला आणि त्यात बुडलेला सोपाना निद्रादेवीच्या कुशीत कधी शिरला, हे त्याचं त्याला कळलं नाही.

रात्र अधिक गहिरी झाली. सोपान शांत निजला होता आणि एक विलक्षण घटना घडली. सोपानाच्या डोळ्यांसमोर एक दिव्य स्त्री येऊन उभी राहिली. तिची मुद्रा अत्यंत तेजस्वी होती. तिच्या चेहऱ्याभोवती तेजाचं वलय होतं. डोळ्यांत स्निग्ध भाव होते. तिला चार बाहू होते. एका हातात वीणा होती, दुसऱ्या हातात लेखणी, तिसऱ्या हातात पांढऱ्या फुलांची माळ होती आणि चौथा हात आशीर्वादासाठी उचललेला होता. त्या स्त्रीच्या चेहऱ्यावर एक प्रसन्न स्मित होतं. तिनं अत्यंत प्रेमानं हाक मारली, "सोपानऽ एऽ सोपान! ऊठ बाळा! ऊठ! एऽऽ सोपान!" तिच्या हाकेनं सोपान खडबडून जागा झाला. त्यानं डोळे उघडले. समोर त्या दिव्य स्त्रीला बघून तो उठून बसला. त्याने हात जोडून तिला वंदन केलं. "प्रणाम माते!" सोपाना

बोलला. ती स्त्री प्रसन्न झाली. म्हणाली, ''सोपाना, तू हाती घेतलेले काम अतिशय अपूर्व आहे. परमार्थाच्या मार्गावरून चालणाऱ्यांना, अध्यात्माच्या मार्गावरून जाणाऱ्यांना तुझं हे लेखन म्हणजे सोपान ठरणार आहे. अध्यात्माची उंची गाठण्यासाठी चढायला सोपा सोपान! तुझं हे कार्य युगानुयुगं लोकांच्या स्मरणात राहील आणि जोपर्यंत या पृथ्वीतलावर भगवान श्रीकृष्णाचं अस्तित्व अधिष्ठित असेल, जोपर्यंत या पृथ्वीतलावर श्रीमद्‌भगवद्‌गीतेचं स्थान लोकांच्या मनात सुस्थापित असेल, तोपर्यंत तुझं हे कार्य अबाधित राहील. एका फार मोठ्या कार्याला तू सुरुवात केली आहेस आणि तुझ्याच हस्ते ते संपन्नही होणार आहे. सोपाना, तू साक्षात सरस्वतीचा, शारदेचा पुत्र आहेस. माझा तुला आशीर्वाद आहे. कार्यसिद्धीभव!'' एवढं बोलून ती स्त्री अंतर्धान पावली. सोपाना हात जोडून तसाच बसून राहिला होता. त्याचं जणू भान हरपलं होतं. डोळ्यांतून अश्रू ओघळत होते. शरीराला कंप सुटला होता. मनात विचारांची आवर्तनं थैमान घालत होती. गीतेचा पहिला अध्याय लिहायला घेतल्यापासून त्याच्या मनात एक रुखरुख होती. एक हुरहुर होती. आपण हे लिहायला घेतलंय खरं; पण एक तर ते अजून दादानं पाहिलं नाहीय. इतर कुणाला दाखवावं तर इथं आसपास तसं कुणी नाहीय. त्यामुळे हे लिखाण कितपत योग्य झालंय? झालंय की नाही? याबद्दल कुणाचाच अभिप्राय त्याला समजला नव्हता आणि निवृत्तीदादा आल्याशिवाय आणि ते पाहिल्याशिवाय त्याचाही अभिप्राय समजणार नव्हता. या लिखणासाठी दिशादर्शक, मार्गदर्शक कुणीच नव्हतं. म्हणून सोपान मनातून काहीसा अस्वस्थ होता; पण आज प्रत्यक्ष शारदेनं, सरस्वती मातेनं स्वप्नात येऊन त्याला दृष्टान्त दिला आणि सोपानाचं हृदय भरून आलं. एक प्रकारची प्रसन्नता त्याच्या मनावर पसरली.

भल्या पहाटेच सोपानाला जाग आली. उठून बसून हात जोडून त्यानं देवाचं स्मरण केलं आणि चेहऱ्यावरून हात फिरवून डोळे उघडून आसपास पाहिलं. अंथरलेल्या फाटक्या गोधडीकडे नजर जाताच तो दचकला. तिथे एक पांढऱ्याशुभ्र फुलांची माळ होती. सोपानाला रात्रीचं स्वप्न आठवलं. ती सरस्वतीमाता आठवली. तिच्या हातात अशीच अशीच, नव्हे हीच पांढऱ्या फुलांची माळ होती आणि आता तीच माळ सोपानाच्या अंथरुणाजवळ होती. म्हणजे... म्हणजे याचा अर्थ ते... ते स्वप्न नव्हतं तर? ते सत्य होतं. म्हणजे ती सरस्वतीमाता खरंच इथं आपल्याला भेटायला आली होती? हे विलक्षण सत्य, की सत्याचा आभास? सोपानानं ती पांढऱ्याशुभ्र फुलांची माळ उचलली. तिला छानसा मंद सुगंध येत होता. ताजी, टवटवीत असलेली ती फुलांची माळ खरंच स्वर्गीय भासत होती. ती माळ हातात घेऊन सोपाना तिच्याकडे एकटक पाहत राहिला. ही असली फुलं इथं आसपास असलेली त्यानं पाहिली नव्हती. आपण ती माळ बनवल्याचं तर त्याला आठवत

नव्हतं. म्हणजे नक्कीच ती माळ त्या शारदामातेच्या हातातली होती आणि तिनं तिचा कृपाप्रसाद म्हणून ती आपल्याला दिलेली आहे, याचीही त्याला खात्री पटली आणि त्याचबरोबर आपण जे काही करतोय, जे काही लिहितोय, ते नक्कीच काहीतरी चांगलं आहे, अभिजात आहे आणि नागर जनांना, बहुजनांना उपयुक्त ठरणारं आहे आणि हे सगळे लक्षात आल्यावर सोपानाला अतीव समाधान वाटलं. त्याच आनंदात तो उठला. सरासरा अंगण लोटलं. तोच गंगानं आवाज दिला. ''आलोऽ गं!'' म्हणत सोपान गोठ्यात गेला. त्यानं गोठाही लोटला. गोमय जमा केलं. त्याच्या गोवऱ्या लावल्या. विहिरीचं पाणी शेंदलं, अंघोळ केली आणि अंगणात तुळशीवृंदावनाजवळ गेला. तिथं पाणी शिंपडलं. चार रानफुलं तोडून त्यानं आईच्या चरणमुद्रांवर ठेवली आणि पद्मासन घालून श्लोकपठणाला बसला. सगळं म्हणून झालं आणि गंगाच्या हंबरण्यानं सोपाना भानावर आला. गंगा जोरजोरात हंबरत होती. सोपानाला वाटलं तिला भूक लागलीय. त्यानं तिला चारा-पाणी केले; पण तरीही ती हंबरत राहिली आणि काही क्षणांतच सोपानाला तिच्या हंबरण्याचं कारण समजलं, तेव्हा त्याच्या आनंदाला पारावार राहिला नाही. निवृत्तीदादा आला होता. साक्षात निवृत्तीदादा समोर उभा होता. सोपानानं त्याला पाहिलं आणि धावत जाऊन त्याच्या चरणांवर मस्तक टेकवलं. निवृत्तीदादाच्या चेहऱ्यावरही सोपानाला बघून आनंद पसरला. त्यानं सोपानाला उचलून कवटाळलं. छातीशी धरलं. काही क्षण दोघे भाऊ एकमेकांच्या मिठीत विसावले. दादाच्या मिठीत सोपान विरघळून जात होता. दुधात खडीसाखरेचा खडा विरघळावा तसा. निवृत्तीदादा मात्र सोपानाला थोपटत राहिला. सोपाना सिद्धबेटावर यायला निघाला, तेव्हा निवृत्तीदादाला वाटलं होतं, की आपल्या हृदयाची एक बाजू कोणीतरी काढून घेऊन जातंय. आता सोपानाला मिठीत घेतल्यावर मात्र आपलं हृदय पूर्णत्वाला पोहोचलंय, असं वाटून निवृत्तीदादानं विचारलं, ''सोपाना, बाळा कसा आहेस?'' सोपानानं हसून उत्तर दिलं ''दादा, तुमच्या आशीर्वादानं मी उत्तम आहे!'' तोच निवृत्तीदादानं बरोबर आलेल्या व्यक्तीची ओळख करून दिली. ''सोपाना, यांना भेट. हे नाथपंथातले ज्येष्ठ योगी स्वामी माधवनाथ. यांनाही गहिनीनाथांनी अनुग्रह दिला आहे.'' निवृत्तीदादाचं बोलणं ऐकून सोपानानं त्यांच्याही चरणांवर मस्तक टेकवलं. ''आयुष्यमान भव। यशस्वी भव।'' त्यांनी आशिर्वाद दिला. सोपानानं दोघांना हाताला धरून पर्णकुटीजवळ आणलं. दोघांना तुळशीवृंदावनाजवळ बसवलं. निवृत्तीदादा प्रसन्न मुद्रेनं भवताल न्याहाळत होता. त्याचं लक्ष गोठ्याकडे गेलं आणि गोठ्यात गाय बघून त्याला नवल वाटलं. त्यानं एकदा निरखून बघितलं, आणि म्हणाला ''सोपाना, अरे ही तर गंगा! होय! खात्रीनं गंगाच! तिच्या कपाळावरचं ते त्रिदलच सांगतंय; पण सोपाना, ही इथं कशी?'' निवृत्तीदादानीही गंगाला ओळखल्याचं बघून सोपानाला आनंद झाला.

"होय दादा! ही गंगाच आहे. अरे मी इथं आल्यापासून मला रोज गाईच्या हंबरण्याचा आवाज ऐकू यायचा. एक दिवस मी अंदाजानं हाळी घातली. तर ती इथं धावत आली. दादा, मला ती पूर्णपणे आठवत नव्हती; पण अंधूकशी आठवण होती माझ्या मनात; पण दादा आता मात्र मला ही सोबत छान लाभलीय. त्याशिवाय दूध आणि गोमयही! गंगा इथं आली आणि मला माझ्या कार्याला गोपालकृष्णाचा आशीर्वाद मिळाल्यासारखं झालं!'' सोपानाचं बोलणं ऐकून निवृत्तीदादा प्रसन्न हसला, तर माधवनाथ म्हणाले, "खरं आहे सोपानदेव, या गाईचं इथं पुन्हा येणं, म्हणजे त्या गोपालकृष्णाचा आशीर्वादच आहे हा! तुमच्या कार्याला मिळालेलं हे सैद्धान्तिक पाठबळ आहे!'' निवृत्तीदादानंही माधवनाथांच्या म्हणण्याला दुजोरा दिला. सोपान उठला लोटकीतून थंडगार पाणी घेऊन आला. निवृत्तीदादांनी पाण्याकडे बघून प्रश्नार्थक मुद्रा केली, तर सोपानानं विहिरीकडे संकेत केला. चेहऱ्यावर पाणी मारून घेऊन दोघं पाणी प्यायले. सोपान तत्परतेनं उठला. गोठ्यात गेला. गंगेच्या पाठीवर थोपटलं आणि धार काढायला बसला. गंगेच्या आचळातून दुधाच्या मुक्त धारा ओघळू लागल्या. सोपानानं दूध दुसऱ्या लोटकीत भरलं. पर्णकुटीत गेला. दोन पर्णावली घेऊन आला. मुक्तीनं बांधून दिलेल्या दशम्या काढून त्यानं त्या दशम्या आणि दूध त्या दोघांसमोर ठेवलं. निवृत्तीदादाला अतिशय आनंद झाला. सोपाना हे सगळं आणेपर्यंत त्याची नजर भवतालचा परिसर न्याहाळत होती. सोपानानं आवार नीटनेटका ठेवला होता. जिथं-तिथं मानवी स्पर्श जाणवत होता. वृंदावनाजवळ उमटलेल्या आईच्या पावलांच्या ठशांवर फुलं वाहिलेली दिसत होती. निवृत्तीदादाला समाधान वाटलं. दशमीचा एक घास दुधात कालवून दादानं तो सोपानाला भरवला. अमृताची गोडी होती त्या घासाला. दोघांचं पोट भरलं. माधवनाथ वामकुक्षी घेऊ लागले. सोपानानं आपलं लिखाण काढलं आणि निवृत्तीदादासमोर ठेवलं. आज्ञाधारक विद्यार्थ्यासारखा त्याच्या बाजूला उभा राहिला. सोपानाच्या चेहऱ्यावर उत्सुकता दाटून आली होती. डोळ्यांत होती प्रतीक्षा, कान आसुसले होते. तर पाठ आतुर झाली होती. निवृत्तीदादानं प्रसन्न मनानं ते हस्तलिखित घेतलं आणि एकापाठोपाठ एक पानं त्यानं वाचायला सुरुवात केली. वाचता-वाचता किती वेळ गेला कुणास ठाऊक? पण सगळेच्या सगळे, म्हणजे नऊ अध्याय वाचून झाल्यावर निवृत्तीदादानं मान वर केली. सोपानाचं लक्ष त्याच्या चेहऱ्याकडे होतं. निवृत्तीदादाच्या चेहऱ्यावरून प्रसन्नता ओसंडत होती. डोळ्यांतलं पाणी गालांवरून ओघळत होतं आणि त्यात होतं अपेक्षापूर्तीचं समाधान. ओठांवरून प्रसन्न हसू ओघळत होतं. त्यात होतं धाकट्या भावाचं कौतुक आणि त्याच्या मुखातून शब्द उमटले, "शाब्बास सोपाना, शाब्बास! तू माझा शिष्य आहेस, याचा मला अभिमान वाटतोय आणि तू माझा धाकटा भाऊ आहेस, याबद्दल मी स्वतःला भाग्यवान समजतो. सोपाना, अत्यंत नेमक्या आणि

चपखल शब्दांत आणि त्याहीपेक्षा महत्त्वाचं म्हणजे सुबोध, सोप्या नागर मराठीत तू या नऊ अध्यायांतला गीतार्थ उभा केला आहेस. सोपाना, माता सरस्वती तुझ्यावर प्रसन्न आहे; पण मायबोली मराठीही तुझी सदैव ॠणी राहील, इतकं हे मोलाचं कार्य तू करतो आहेस. सोपाना अशाच प्रतिभेनं पुढचे अध्याय लिही आणि हा संकल्प सिद्ध कर.'' निवृत्तीदादा बोलत होता आणि आपण कृतार्थ होतो आहोत, धन्यता पावतो आहोत, ही सोपानाची भावना त्याच्या ओघळणाऱ्या अश्रूंतून प्रतीत होत होती. तो अवघा भवताल याला साक्षी होता.

२१

त्या एकाच दिवशी या दोन्ही आनंददायी घटना घडल्या आणि सोपानाचा उत्साह अनावर झाला. त्या दिवशी संध्याकाळपर्यंत थांबून निवृत्तीदादा आणि माधवनाथ परत गेले. तो दिवस सोपानाला प्रचंड उत्साह देणारा ठरला. रात्री सोपाना निजला, तोच मुळी अतीव आनंदात आणि उद्यापासून जास्तीत जास्त लिखाण करण्याचा संकल्प सोडूनच आणि खरोखर भल्या पहाटे अगदी ब्राह्ममूहूर्ताच्या आधी आपले सडा-संमार्जनाचं काम आटोपून स्नान करून सोपाना लिहायला बसला, तेव्हा झुंजूमुंजू झालं होतं. पूर्व क्षितिजावर उजळलेली आभा सोपानाला प्रकाश द्यायला पुरेशी होती. सोपान लिहायला बसला. आता दहावा अध्याय लिहायचा होता.

भूय एव महाबाहो शृ मे परमं वच:।
यत्तेऽहं प्रीयमाणाय वक्ष्यामि हितकाम्यया।। १०:१

अर्जुनाच्या मनातला प्रश्न भगवंत त्याच्या मनातल्या शंकांचं निरसन करताहेत आणि आपलं अस्तित्व किती सर्वव्यापी, सर्वसाक्षी आहे, ते सांगताहेत. सोपानानं लिहिलं,

श्रीकृष्ण म्हणती अर्जुन। हे ऐक परम वचन।
तू सुखसंतोष होऊन। ते सांगेन तुझ्या हितालागी।।

आणि यानंतर भगवंतांनी जे सांगितलं, ते म्हणजे त्यांच्या सर्वसमावेशकत्वाचा, सर्वव्यापकत्वाचा, सर्वभूती परमेश्वर या वचनाचा साक्षात पुरावा होता. आपलं सर्वव्यापी अस्तित्व सांगताना भगवान श्रीकृष्ण म्हणतात,

अहमात्मा गुडाकेशा सर्वभूताशयस्थित:।
अहमादिश्च मध्यं च भूतानामन्त एव च।। १०:२०

आणि भगवान श्रीकृष्णाचं हे सर्वव्याची अस्तित्व दाखवण्यासाठी सोपानानं लिहिलं,

तरी अर्जुना अवधारी। मी आत्मा सर्वभूत शरीरी।

आदि मध्य निर्धारी। सर्व भूतांसि अंत मीच जाण।।

उत्पती-स्थिती-लय या तिन्ही अवस्था माझ्याच अस्तित्वाशी निगडित आहेत. भगवंतांचं हे वचन वाचून सोपाना स्तिमित झाला. संपूर्ण दहावा अध्याय भगवंतांचं हे सर्वव्यापी आस्तित्व सांगणाराच आहे. सोपानानं दहावा अध्याय संपवला, तेव्हा सूर्यनारायण चांगला वर आला होता. सोपानानं मान वर केलेली बघून गंगानं हंबरून आपल्याला भूक लागल्याचं सांगितलं. सोपाना उठला, तिला चारा-पाणी करून पुन्हा लिहायला बसला. आता अकरावा अध्याय लिहायचा होता. या अध्यायात भगवान श्रीकृष्णाचं विराटरूप दर्शन होतं. सोपान उत्साहानं लिहायला बसला.

पश्य मे पार्थ रूपाणि शतशोऽथ सहस्रशः।

नानाविधानी दिव्यानि नानावर्णाकृतीनिच।११:५

आपल्या विराटरूपाबद्दल भगवान श्रीकृष्ण अर्जुनाला सांगताहेत,

श्रीकृष्ण म्हणती पार्था रूप पाहे। ते शतसहस्र व्यापक आहे।

न वर्णविची सोये। नाना आकृति असती तथा।

भगवान श्रीकृष्णांनी अर्जुनाला सूचना दिली. माझं विराटरूप तू साध्या चक्षूनं पाहू शकणार नाहीस, म्हणून तुला दिव्यदृष्टी देतो, असं अभिवचन दिलं. संजयाला तर दिव्यदृष्टी होतीच. त्यानं भगवंतांचं हे रूप पाहिलं आणि धृतराष्ट्राला सांगितलं,

अनेकवक्त्रनयनमनकाद्भतेदर्शनम् ।

अनेक दिव्याभरणं दिव्यानेकोद्यतायुधम् ।११.१०

दिव्यमाल्याम्बरधरं दिव्यगंधानुलेपनम् ।

सर्वाश्चर्यमयं देवमनन्तं विश्वतोमुखम् ।।११.११

भगवान श्रीकृष्णाचं हे दिव्य विराटरूप! त्याचं वर्णन लिहिताना सोपाना रोमांचित होत होता.

अनेक नयने मुखे अनेके। अद्‌भुत रूप देखे।

दिव्य भरणे दीप्ती अनेके। आयुधे जयामाजि।।

दिव्य माळा पितांबर धारण। दिव्य गंधाचे असे लेपण।

सर्व अपूर्व पाहता गहन। दशदिशा माजी सन्मुख।।

प्रत्येक रूपाचं, प्रत्येक तेजाचं, प्रत्येक शक्तीचं, प्रत्येक आयुधाचं वर्णन करताना सोपान रोमांचित होत होता. भारावून जात होता. क्षणभर त्याला वाटलं, अर्जुन किती भाग्यशाली. त्याला भगवंताचं हे विराटरूप पाहायला मिळालं आणि मग त्याच्या मनात आलं, आपणही किती भाग्यशाली त्या विराटरूपाचं वर्णन आपल्याला करता आलं. अकरावा अध्याय लिहून झाल्यावर सोपान काही क्षण स्तब्ध बसून राहिला. लेखणी थांबली होती. आणि सोपानाच्या नजरेसमोर परमेश्वराचं ते विराट रूप उभं राहिलं. भव्य, दिव्य, अतिविशाल, चराचराला व्यापून राहिलेलं

ते विराटदर्शन. सोपान त्या दर्शनापुढे अति अति लीन झाला. नतमस्तक झाला. काही क्षण असेच गेले आणि बाराव्या अध्यायाकडे तो वळला. अर्जुन विचारतो आहे –

एवं सततयुक्ता ये भक्तास्त्वां पर्युपासते।
ये चाप्यक्षर मव्यक्तं तेषां के योगवित्तमाः।।१२:१

सोपानाने लिहिलं –

तू ईश्वर म्हणोनि करी भजन। एकाक्षर अव्यक्त ऐसे जाणोन।
तरी दोहोमाजी श्रेष्ठ कवण। ते सांग मजप्रति।।

आणि अर्जुनाच्या या प्रश्नाला भगवान श्रीकृष्णांनी उत्तर दिलं –

मय्यावेश्य मनो ये मां नित्ययुक्ता उपासते।
श्रद्धया परयोपेतास्ते मे युक्ततमा मताः।।१२.२

आणि सोपानानं लिहिलं –

माझ्या ठायी मन नेमून। श्रद्धापूर्वक नित्य करी भजन।
तो भक्त मज पावे जाण। निश्चयेसी।।

भगवंतांनी दिलेलं हे आश्वासनं सामान्य माणसाला स्वच्छ दिलासा देणारं, श्रद्धेनं दोन हस्त आणि एक मस्तक या सामग्रीसह केलेलं भजन हेच मला आवडतं, असं सांगून भगवंतांनी देव हा भावाचा भुकेला आणि भक्तीचा तहानेला आहे, हेच सत्य दाखवून दिलं. सोपाना प्रसन्न झाला आणि तेराव्या अध्यायाकडे वळला. या अध्यायातही भगवंतांनी भक्त आणि भगवंत यांच्यातलं निर्व्याज, पण श्रद्धेचं नातं सांगितलं आहे.

ज्योतिषामपि तज्ज्योतिस्तमसः परमुच्यते।
ज्ञान ज्ञेयं ज्ञानगम्यं हृदि सर्वस्य विष्ठितम्।। १३:१७
इति क्षेत्रं तथा ज्ञान ज्ञेयंचोक्तं समासतः।
मद्भक्त एतद्विज्ञाय मृद्भावायोपपद्यते।। १३:१८

आणि सोपानानं लिहिलं...

जे ज्योतीमध्ये ज्योती। अज्ञान हा परम बोलती।
ज्ञानगम्य ज्ञान यज्ञ म्हणती। सर्व हृदयी व्यापुनी असे।।
ऐसे क्षेत्र आणि ज्ञान। ज्ञेये सांगितले साक्षेपे करून।
हे माझा भक्त जो जाण। माझा प्रसाद तो पावे।।

आणि अशा भक्तांसाठी भगवंतांनी परमगतीचा मार्ग सांगितला –

क्षेत्रक्षेत्रज्ञयोरेवमन्तरं ज्ञानचक्षुषा।
भूतप्रकृतिमोक्षं च ये विदुर्यान्ति ते परम्। १३:३४

आणि याचा अनुवाद सोपानानं लिहिला –

ऐसे क्षेत्र क्षेत्रज्ञाचे भेद। जो देखे ज्ञानचक्षु करूनि शुद्ध।

पंचभूते आणि प्रकृति क्षोभ। जाणोनि बद्ध तो परम गति पावे।।

भगवंतांचं भक्तांवरचं प्रेम, भक्तांच्या कल्याणाचा त्यांनी केलेला विचार, भक्ताच्या उत्तम गतीची त्यांनी वाहिलेली चिंता बघून सोपान गहिरवला. खरंच भगवंत हे भक्तासाठी इतकं काही करतात. म्हणूनच ते भगवंत ठरतात. सोपानाला वाटून गेलं.

आता मात्र सूर्य माध्यान्हीला ओलांडून गेला होता. सोपानाला भूकही लागली होती. त्यानं चूल पेटवली. चुलीवर खिचडी शिजायला ठेवली. गंगाचं दूध काढण्यासाठी लोटकी घेऊन गेला. त्याची वाटच पाहत असल्यासारखी गंगा जणू थांबली होती. तिनं सोपानाला आलेलं पाहिलं आणि तिच्या आचळातून दुधाच्या धारा लागल्या. सोपानानं तिच्या माथ्यावर मायेनं हात फिरवला आणि धार काढून दूध लोटकीत भरून घेतलं. एवढं होईपर्यंत खिचडी शिजत आली होती. गरम खिचडी आणि ताजं दूध. त्याला ते अन्न अमृतासारखं लागलं. अमृतासारखं अन्न त्याच्या पोटात गेलं होतं; पण गेले कित्येक दिवस आपण गीतामृतात न्हातो आहोत, म्हणजे अक्षरश: न्हातो आहोत, त्याच्या मनात आलं. आणि त्याच आनंदात त्यानं चौदावा अध्याय लिहायला घेतला. ही अवघी सृष्टी, हे अवघं चराचर म्हणजे, परमेश्वर आणि प्रकृती यांच्या समर्पणाचा साक्षेपी आविष्कार आहे. म्हणूनच सत्त्व, रज, तम या गुणांनी युक्त अशी ही सृष्टी आहे; पण म्हणूनच ज्ञानाचं महत्त्व अधिक आहे, असं भगवंतांनी इथं सांगितलं,

मम योनिर्महद्ब्रह्म तस्मिन्गर्भं दधाम्यहम् : ।
संभव: सर्वभूतानां ततो भवति भारत।। १४:३

सृष्टीच्या उगमाचं हे रहस्य सोपानानं जाणलं आणि लिहिलं –

प्रकृति माझे गर्भी ध्यान स्थान। तेथे करी मी बीजारोपण।
तेथूनि सर्व भूतांचे जनन। होतसे गा भारता।।

सृष्टीच्या उत्पत्तीचा हा आगळा सिद्धान्त भगवान श्रीकृष्णांनी मांडला आणि सोपान भारावला. उत्पत्ती-स्थिती-लय या जिवाच्या तीन अवस्था जरी असल्या, तरी त्याच्या उत्पत्तीचं हे रहस्य प्रत्यक्ष भगवंतांनी असं सांगितलं. आणि त्याच प्रमाण सांगितलं सत्त्व, रज, तम या त्रिगुणांचंही रहस्य –

रजस्तमश्चाभिभूय सत्त्वं भवति भारत।
रज: सत्त्वं तमश्चैव तम: सत्त्वं रजस्तथा।। १४:१०

आणि सोपानानं लिहिलं –

रज तमाते पराभऊन। सत्त्वगुण वाढे गा जाण।
रज होय सत्त्व तम सोडून। सत्त्व रजासी तम होय।।

आणि या साऱ्या रहस्याचा उलगडा करून भगवान श्रीकृष्ण शेवटी म्हणतात,

ब्रह्मणो हि प्रातिष्ठाहममृतस्याव्ययस्य च।
शाश्वतस्य च धर्मस्य सुखस्थौकान्तिस्यच।। १४:२७

आणि याचा अनुवाद सोपानानं लिहिला –

अविनाशिया मोक्षाची। सदावर्तमान धर्माची।
एकांत सुख ब्रह्माची। मीच असे परम।

भगवंतांनी असं सांगितलं आणि त्या ईश्वराची विशाल व्यापकता बघून सोपान स्तिमित झाला आणि त्यानं पंधरावा अध्याय लिहायला घेतला.

ऊर्ध्वमूलमध:शाखमश्वत्थं प्राहुरव्ययम्
छन्दासि यस्य पर्णानि यस्तं वेद स वेदवित्।। १५:१

इथं भगवान कृष्ण एका वेगळ्याच वृक्षाचं उदाहरण देऊन ज्ञानाचं महत्त्व समजावून सांगताहेत. याचा अनुवाद सोपानानं लिहिला तो असा –

ऊर्ध्व मूळ आहे ज्या वृक्षाचे। अध:शाखा विस्तार ज्याचे।
सत्य छेद वेदरूप तयाचे। परी त्याते जाणे तो चि ज्ञानी।।

आणि याचा विस्तार करून ज्ञानाचं महत्त्व सांगून शेवटी भगवंत म्हणतात.

यस्मात्क्षरमतीतोऽहमक्षरादपि चोत्तम:।
अतोऽस्मि लोके वेदे च प्रथित: पुरुषोत्तम:।। १५:१८

आणि सोपानानं याचा चपखल अनुवाद केला, तो असा –

या कारणे मी क्षराहून ही अतीत। अक्षराहूनि उत्तम म्हणिजेत।
मी वेदा आणि लोकांत। पुरुषोत्तम नाम ऐसे मज।। १५:१८

भगवान श्रीकृष्णांची दिव्य प्रतिभा, त्यांची समजावून सांगण्याची कला आणि मानवकल्याणार्थ केलेला उपदेश या त्रिदर्शनानं सोपाना भारावून गेला. सोळावा अध्याय मात्र त्याला जरा वेगळा वाटला. यात मानवाचे गुण आणि अवगुण दोन्ही सांगितले होतेच आणि गुण हे देव सापेक्ष, तर अवगुण हे दानव सापेक्ष, अशी मीमांसाही केली होती.

तेज:क्षमा धृति: शौचमद्रोहो नातिमानिता।
भवन्ति सम्पदं दैवीमभिजातस्य भारत।। १६:३

मानव्याचे गुण सांगताना मग सोपनानं अनुवाद असा केला –

सत्त्व क्षमा युक्त बुद्धि। द्रोहे साभिमान नाही चित्ती।
हे जयाची दैवसंपत्ति। अस्थित जाणावा।।

आणि मग अवगुणांचं मूळ, मानवाचं अकल्याण, मानव्याचा नाश करणारं, त्याला देव बनवण्याऐवजी दानव, असुर बनवणारे अवगुण सांगताना श्री भगवान श्रीकृष्ण अर्जुनाला म्हणाले,

त्रिविध नरकस्येदं द्वारं नाशनमात्मन:।

काम: क्रोधस्तथा लोभस्तस्मादेतत्त्रयं त्यजेत। १६:२१

आणि याचा अनुवाद करताना सोपानानं लिहिलं –

आत्मयासी नासावया कारणे। द्वारे असती तीन।
काम क्रोध लोभ जाण। हे तिन्ही त्यजावे।।

आणि शेवटी भगवान अर्जुनाला सांगतात –

तस्माच्छास्त्रं प्रमाणं ते कार्याकार्य व्यवस्थितौ।
ज्ञात्वा शास्त्रविधानोक्तं कर्म कर्तुमिहार्हसि।। १६:२४

सोपानानं याचा नेमका अनुवाद असा केला –

या कारणे पार्था। शास्त्रारें वर्तता।
बाध नाही कर्म आचरतां। शास्त्राधारे करुनियां।।

'खरंच! भगवान श्रीकृष्णानं मानव कल्याणाचा किती बारकाईनं, किती साक्षेपानं विचार केला होता?' सोपानाच्या मनात आलं आणि भगवान श्रीकृष्णाचे हे मानवकल्याणाचे विचार नागर जनांपर्यंत पोहोचवण्याचं भाग्य आपल्याला लाभलं आहे, हे आपलं पूर्वसंचिताचं फळच आहे, अशी त्याच्या मनानं ग्वाही दिली. याच आनंदात त्यानं सतरावा अध्याय अनुवाद करायला घेतला आणि तो थक्क झाला. या अध्यायात श्री भगवान श्रीकृष्णांनी सात्त्विक, राजसी आणि तामसी व्यक्तीचे गुण, लक्षण, विचार, सवयी, आचार यांचं समृद्ध आणि समर्पक असं विवेचन केलं होतं. सोपानाला हा अध्याय खूप आवडला. भगवान श्रीकृष्ण अर्जुनाला सांगताहेत -

अफलाकाङ्क्षिभिर्यज्ञो विधिदृष्टो य इज्यते।
यष्टव्यमेवेति मन: समाधाय स सात्त्विक:।। १७:११
अभिसन्धाय तु फले दम्भार्थमपि चैव यत।
इज्यते भरतश्रेष्ठ तं यज्ञं विद्धी राजसम्।। १७:१२
विधिहीनमसृष्टान्नं मन्त्रहीनम दक्षिणम्।
श्रद्धाविरहितं यज्ञं तामसं परिचक्षते।। १७:१३

भगवान श्रीकृष्णांनी सत्त्व, रज, तम या गुणांची केलेली मीमांसा लक्षणीय अशीच होती. सोपानाला स्वत:लाही ती अतिशय आवडली. या श्लोकांचा अनुवाद करताना त्यानं लिहिलं –

वेद शास्त्री देखिलें ते करी। तो यज्ञफळाची इच्छा न धरी।
विहित म्हणोनि करी। तो समधिस्त सात्त्विक।।
दंभास्तव करणे। मनी फळ इच्छिणे।
ते भारता ऐसे भजणे। तो राजस जाणावा।।
वेदशास्त्र विरहित। मंत्र दक्षिणारहित।
श्रद्धा नाही आणि करीत। तो तामस बोलिजे।।

आणि या अध्यायाच्या शेवटी भगवान अर्जुनाला समजावतात –

अश्रद्धया हुतं दत्तं तपस्तप्तं कृतं च यत्।
असा दित्युच्यते पार्थ न च तत्प्रेत्य नो इह।। १७:२८

आणि सोपानानंही या अध्यायाचा शेवटही असा केला –

श्रद्धा नसता होम दान। तप आणि कर्म कारण।
आसक्त शब्द जाण। इहलोकी परलोकी नव्हे बरवे।।

सतरावा अध्याय संपला आणि दिवसही मावळला. अंग अवघडून गेलं होतं. सोपानानं उठून उभं राहून अंग हलकं केलं. सभोवती नजर फिरवली. सूर्य पश्चिम क्षितिजापार टेकला होता. अवघा पश्चिमरंग सोनेरी झाला होता. जणू सुवर्णाचा रस कुणीतरी तिथं ओतला असावा. सोपानानं लिखाण चाळलं आणि त्याला नवल वाटलं. आपल्या हातून एवढं सारं लिहून झालं? कदाचित निवृत्तीदादा येऊन गेल्याचा आणि त्यानं शाबासकी दिल्याचा हा परिणाम असावा. खरंच! एखाद्याला एखादं चांगलं काम करण्यासाठी उद्युक्त करणं, हीसुद्धा एक कला आहे आणि गुरू म्हणून आणि मोठा भाऊ म्हणून निवृत्तीदादाला ते छान जमतं. म्हणूनच आपल्या सर्वांच्या हातून असं कालातीत कार्य घडू शकलं. सोपानानं लिखाणाची पानं गोळा केली. नीट लावून ठेवली. ती चोपडी उचलून पर्णकुटीत एका बाजूला ठेवली आणि जेवणाच्या सिद्धतेला लागला. तोच गंगानं हंबरून आपल्याकडे त्याचं लक्ष वेधलं. ''आलो आलो गं गंगामाई!'' असा तिला प्रतिसाद देत सोपाना उठला. गोठ्यात गेला. तिला चारा घातला, पाणी ठेवलं, क्षणभर तिच्याकडे स्नेहार्द्र नजरेनं पाहिलं आणि तो पुन्हा चुलीजवळ आला. कालच्या गोवऱ्या चांगल्या वाळल्या होत्या. त्यानं चूल पेटवली. डाळ-तांदळाची खिचडी शिजायला टाकली. त्यात आसपासची उगवलेली भाजी खुडून घातली. थोडं सैंधव घातलं आणि तुळशीवृंदावनाजवळ येऊन बसला. आता सूर्य पुरता मावळला होता. अंधार दाटून आला होता. चुलीतले निखारे तेजाळ प्रकाश बाहेर फेकत होते. गार वारं सुटलं होतं. तुळशीवृंदावनाजवळ लावलेली ठावक्याची वात थरथरत होती. त्या मंद प्रकाशात झाडांच्या सावल्या हलत होत्या. त्यांच्या हालचालींमुळे वातावरणात सजीवता जाणवत होती. त्या सावल्या बघून सोपानाला एक प्रसंग आठवला. आई-बाबा गेल्यावरचा हा प्रसंग.

आळंदीच्या त्या झोपडीत एके दिवशी बरीच रात्र झाली, तरी निवृत्तीदादा आणि ज्ञानादादा घरी परतले नव्हते. त्या दिवशी ते कोरडा शिधा आणण्यासाठी शेजारच्या गावात गेले होते. अंधार पडला, तरी ते आले नव्हते. लहानसा सोपाना चिमुरड्या मुक्ताला घेऊन अंगणात त्यांची वाट बघत बसला होता. अंधारी रात्र होती; पण चंद्राचा प्रकाशही होता. परसदारी असलेल्या शेवग्याच्या झाडाच्या फांद्यांच्या सावल्या समोरच्या अंगणात पडत होता. त्या सारवलेल्या अंगणात त्या हलणाऱ्या सावल्या

भीतिदायक वाटत होत्या. चिमुरडी मुक्ता खूप घाबरली होती. शेवग्याची पानं सावलीत बोटांसारखी दिसत होती. सोपानाला बिलगून मुक्ता बसली होती. अधूनमधून त्या सावल्यांकडे बोट दाखवून, "दादा, ते काय आहे? ते असं का दिसतंय? असं का हलतंय?" असं घाबऱ्या स्वरात विचारत होती आणि स्वत: मनातून घाबरलेला लहानगा सोपान वरकरणी धीटपणाचा आव आणून तिला धीर देत होता. त्याला समजत होतं की, त्या झाडाच्या सावल्या आहेत; पण हे चिमुकल्या मुक्ताला कसं समजावून सांगावं त्याला समजत नव्हतं. आपल्याला बिलगून बसलेल्या मुक्ताच्या पाठीवरून हात फिरवत धीर देत होता आणि तिला कसं समजावून सांगावं, याचा विचार करत होता. कुठूनतरी दोघं भाऊ येताना दिसतील, म्हणून इकडेतिकडे पाहत होता. अधूनमधून मुक्तानं घाबऱ्या-घाबऱ्या विचारलेल्या प्रश्नाला जमेल तशी उत्तरं देत होता. इकडेतिकडे पाहता-पाहता त्याला अचानक एक युक्ती सुचली. तो मुक्ताला म्हणाला, "मुक्ते, तुला सावल्यांची भीती वाटते ना? बघ आता मी तुझी भीती कशी घालवतो ते!" असं म्हणून सोपान उठला. मुक्तीला बाजूला केलं. तिथं झोपडीच्या दाराशी असलेली दोन मातीची गाडगी घेतली आणि जिथं शेवग्याच्या झाडाची सावली पडत होती, तिच्या अनुरोधानं तो शेवग्याच्या झाडाखाली जाऊन उभा राहिला आणि मुक्ताला म्हणाला, "मुक्ते इकडे माझ्याकडे बघ आणि नंतर त्या सावलीकडे बघ." मुक्तानं त्याच्याकडे पाहिले, तर सोपान चेहऱ्याच्या दोन्ही बाजूला दोन गाडगी लावून उभा होता. मग मुक्तानं जिथं सावली पडली होती, तिकडे पाहिलं, तर तिथे त्या सावलीत तिला तीन मस्तकं असलेल्या देवासारखी सावली दिसली आणि तिची भीती कुठल्या कुठं पळाली. त्या सावलीत दिसणाऱ्या चित्र-विचित्र आकृत्या नाहीशा होऊन तिथं दत्तात्रय देवासारखी मूर्ती असावी तशी सावली दिसली आणि मुक्ता भीती जाऊन खुदकन हसली. सोपानानं दोन्ही गाडगी काढून होती तिथं ठेवली आणि मुक्ताजववळ येऊन तोही तिच्या हसण्यात सामील झाली. अंगणात पडलेल्या झाडांच्या हलणाऱ्या सावल्या बघून सोपानाला तो प्रसंग आठवला आणि आताही त्याच्या ओठांवर स्मित उमटलं.

खिचडी शिजली असावी. तिचा मंद गंध त्याला आला आणि त्याची भूक चाळवली. सोपानानं बघितलं. खिचडीही शिजली होती आणि चूलही विझली होती. त्यानं पर्णावलीवर खिचडी वाढून घेतली. उरलेली खिचडी गंगाला घातली. आपण योजलेलं काम आता आटोक्यात आलंय म्हणून का होईना; पण आजची खिचडी सोपानाला खूप स्वादिष्ट लागली. पोटात अन्न गेलं, तसं त्याच्या डोळ्यांवर झापड आली. तुळशीवृंदावनाजवळ पथारी अंथरून तो आडवा झाला. आकाशातल्या चांदण्या मोजता-मोजता त्याला झोप कधी लागली, ते समजलंच नाही. वृंदावनाजवळ ठावकं शांत झालं, तेव्हा सोपान गाढ झोपला होता; मात्र त्या गाढ झोपेतही त्याला

प्रश्न विचारणारा अर्जुन आणि त्याच्या प्रश्नांची उत्तरं देणारे, त्याला समजावून सांगणारे आणि त्याच बरोबर सर्वसामान्य माणसासाठी जीवनाचा आणि त्याचबरोबर मृत्यूचाही अर्थ सांगणारे भगवान श्रीकृष्ण त्याच्या नजरेसमोर उभे राहत होते. सोपाना असा सगळा-सगळा भगवद्गीतामय झाला होता. जणू भगवद्गीतेचा लाडका पुत्रच. सोपाना पहाटेच उठला. रोजची कामं केली. गंगेला चारा घातला. तिची धार काढली. विहिरीवर स्नान केलं. आईच्या चरणमुद्रांची पूजा केली आणि लिखाणाचं साहित्य काढलं. आज तो अगदी उत्तेजित झाला होता. आज श्रीमद्भगवद्गीतेचा अठरावा, म्हणजे शेवटचा अध्याय लिहायचा होता. मग लिखाण पूर्ण होणार होतं. संकल्प सिद्धीला जाणार होता. मग हे सगळं लिखाण घेऊन आळंदीला परतायचं होतं. मुक्तीला, ज्ञानादादाला सगळं सांगायचं, दाखवायचं होतं आणि निवृत्तीदादाला पुढचे अध्याय दाखवायचे होते. सोपान उत्तेजित झाला होता. त्यानं एक वेळा गोपालकृष्णाचं स्मरण केलं. त्याला मनोमन वंदन केलं आणि गीतेचा अठरावा अध्याय उघडला. अर्जुनानं भगवान श्रीकृष्णाला जो प्रश्न विचारला होता, तो खरोखरच सर्वसामान्य माणसाच्या मनात सतत उभा राहणाराच होता. अर्जुनानं विचारलं होतं...

संन्यासस्य महाबाहो तत्त्वमिच्छामि वेदितुम्।
त्यागस्य च हृषीकेश पृथक्केशिनिषूदन।। १८:१

अर्जुनानं जे विचारलं त्याचा अनुवाद सोपानानं असा केला...

अर्जुन म्हणे जी नारायण। मी इच्छितो जी तत्त्वलक्षण।।
त्याग आणि संन्यास कवण। हे वेगळे करुनी सांगावे मज।।

खरंच! त्याग आणि संन्यास यातला भेद कोणता? हा सामान्य माणसाच्या मनात रुंजी घालणारा प्रश्न अर्जुनानं विचारला आणि भगवंतांनी त्याला उत्तर दिलं, तेही समर्पक. भगवंत म्हणाले...

काम्यानां कर्मणां न्यासं संन्यासं कवयो विदुः।
सर्वकर्मफलत्यागं प्राहुस्त्यागं विचक्षणाः।। १८:२

सोपानानंही याचा अगदी चपखल शब्दांत अनुवाद केला.

देव म्हणे अर्जुना परियेसी। जो कामनेसहित टाकी कर्मासी।
तया म्हणती संन्यासी। योगीजन महानुभाव।। १८:२

सोपाना पुढे वाचत गेला आणि लिहीत गेला. त्याग आणि संन्यास, या दोन्हींची परिभाषा सांगताना भगवंतांनी हे सगळं इतकं सोपं करून सांगितलं होतं, की ते लिहिताना आणि त्याचा अनुवाद करताना सोपानालाही ते खूप सोपं गेलं.

ज्ञान ज्ञेयं परिज्ञाता त्रिविधा कर्मचोदना।
करणं कर्म कर्तेति त्रिविधः कर्मसङ्ग्रहः ।। १८:१८
ज्ञान कर्म च कर्ता च त्रिधैव गुणभेदतः।

प्रोच्यते गुणसंख्याने यथावच्छृण तान्यपि।। १८:१९

भगवान श्रीकृष्णांनी ज्ञान, ज्ञाता, कर्म, कर्ता यांचं मानवी जीवनातलं महत्त्व उलगडून सांगितलं आणि सोपानानं नीट समजावून घेऊन लिहिलं...

ज्ञान ज्ञय आणि ज्ञाता। कर्म कारण आणि कर्ता।
ध्येय ध्यान आणि ध्याता। हा संग्रह कर्माचा।।
ज्ञान कर्म आणि कर्ता! हे वेगळाले भेद गुणावे देखा।
तेथे त्रिगुणाचि असे संख्या। तेथे बोलिजे ते ऐक।।

भगवान श्रीकृष्णांनी अर्जुनाला सावध केलं सत्य-असत्य, कर्म-अकर्म, धर्म-अधर्म, सत्त्व-रज-तम, पाप-पुण्य काम-क्रोध-लोभ, अशा एक ना अनेक संज्ञांच्या संदर्भात विस्तारानं माहिती सांगितली. अर्जुनाचा भ्रम आणि संभ्रम दूर केला. हे सगळं ऐकल्यावर अर्जुन म्हणाल -

नष्टो मोहः स्मृतिर्लब्धा त्वत्प्रसादान्मयाच्युत। १८:७३
स्थितोऽस्मि गतसंदेहः करिष्ये वचनं तव।। १८:७३

अर्जुनाची ही कबुली म्हणजे सत्याचा, धर्माचा विजयच होता. अर्जुनाच्या मनातला संदेह जाऊन त्याला ज्ञान प्राप्त झाल्याचीच ती खूण होती. सोपानानं लिहिलं –

गेला मोह म्हणे पार्थ। तुमचेनि प्रसादे जालो सावचित्त।
संदेह फिटला निभ्रांत। करीन वचन स्वामी तुझे।।

आणि आत्तापर्यंत आपल्या दिव्यदृष्टीनं हे सर्व बघणाऱ्या संजयानं जणू धृतराष्ट्रांकडे कबुलीच दिली की –

यत्र योगेश्वरः कृष्णो यत्र पार्थो धनुर्धरः।
तत्र श्रीर्विजयो भूतिर्ध्रुवा नीतिर्मतिर्मम।। १८:७८

आणि अत्यंत आनंदानं, उत्साहानं आणि उल्लासानं सोपानानं याचा अनुवाद केला –

जेथे श्रीकृष्ण योगेश्वरू। दुसरा असे पार्थ धनुर्धरू।
तेथे श्री आणि विजयाचा पडिभरू। हे दोन्ही अचळ असती।।

गीतार्थ संपला होता. पूर्ण लिहून झाला होता. आता याच्या संपूर्णतेचं, याच्या पठणाचं फळ लिहायचं होतं. सोपानानं लिहिलं–

तेणे किरिटसी बोध जाला। परब्रह्मी मिळणी मिळाला।
आणि सकळही लोका मार्ग सापडला। भवसागर तरावया।।

आणि सोपानानं शेवटी लिहिलं...

शुद्धाशुद्ध तरी कोणी। करावी गीतेची घोकणी।
तेणे संतोषे चक्रपाणी। कर्मबंधने तोडील।।

या गीतेच्या वाचनाचं फळ सोपानानं लिहिलं आणि लेखणी खाली ठेवून भगवद्‌गीतेवर माथा टेकवला. आपल्या हातून हा संकल्प सिद्धीस नेताना काही चुकलं असेल, काही राहून गेलं असेल, काही अगोचरपणा झाला असेल, तर त्याबद्दल भगवान श्रीकृष्णाची क्षमा मागितली. श्रीमद्‌गीता देवतेची क्षमा मागितली आणि काही क्षण तो तसाच बसून राहिला. मनात असंख्य भावनांचा कल्लोळ घेऊन. संकल्प सिद्धीस नेण्यासाठी कृपाप्रसाद दिल्याबद्दल त्या ईश्वराचे आभार, संकल्पाची पूर्तता झाल्याचं समाधान, आपल्या हातून काहीतरी लोककल्याणाचं कार्य घडल्याची सार्थकता, झालेलं लिखाण निवृत्तीदादा, ज्ञानादादा आणि विशेष करून मुक्ताला दाखवण्याची आतुरता, या लिखाणासाठी गुरू निवृत्तीनाथांची मान्यता मिळवण्याबाबतची अधीरता, या लिखाणाबद्दल त्यांचं मत ऐकण्याबद्दलची उत्सुकता, मुक्तीच्या डोळ्यांतलं कौतुक पाहण्यासाठीची हुरहुर आणि हे पाहायला आई-बाबा नसल्याची खंत, अशी अनेक भावनांची आवर्तनं त्याच्या मनात वादळ उठवत राहिली आणि म्हणूनच सोपाना शांत, अविचल, नि:स्तब्ध बसून राहिला. मनातल्या भावनांच्या वादळांवर नियंत्रण करण्याचा, त्या वादळांना सामान्य करण्याचा प्रयत्न करत.

दुसरे दिवशी सकाळी सोपानानं जायची तयारी केली. आपलं जे काही थोडंसं सामान होतं, ते आवरलं. आपलं लिखाणाचं बाड घेतलं. झाडाच्या चार वाळक्या फांद्या तोडून पर्णकुटीच्या दाराला लावल्या. एकदा आईच्या चरणमुद्रांवर मस्तक टेकवून नमस्कार केला. क्षणभर त्याचे डोळे पाण्यानं भरले आणि त्याच्या डोळ्यांतले अश्रूंचे थेंब त्या चरणमुद्रांवर पडले. क्षणभर त्या चरणमुद्रा थरथरल्याचा त्याला भास झाला. त्या चरणमुद्रांचा निरोप घेताना त्याला गलबलल्यासारखं झालं. त्या पर्णकुटीतून आपलं थोडसं सामान जमा करतानाही त्याचे डोळे भरून येत होते. 'इथं आई बसायची, इथं बाबा बसायचे, इथं आपण सगळी जेवायला बसायचो, आई आपल्याला आणि मुक्ताला इथंच बसून भरवायची. बाबा इथं बसून भगवद्‌गीतेचं पठण करायचे. आई इथं बसायची आणि आपण तिच्या मांडीवर डोकं टेकवून निजायचो. आई आपल्याला थोपटायची. अंगाई म्हणायची.' त्या पर्णकुटीतल्या त्या प्रत्येक ठिकाणी सोपाना स्पर्श करत होता आणि त्या त्या ठिकाणाहून आईचा आणि बाबांचा स्पर्श अनुभवत होता. कोणत्याही क्षणी, अगदी कोणत्याही क्षणी आई इथं येईल आणि आपल्या केसातून हात फिरवत म्हणेल 'दमलं का माझं बाळ?' कोणत्याही क्षणी, अगदी कोणत्याही क्षणी बाबा इथं येतील आणि म्हणतील, "ऐकलंत का मुक्ताच्या आई. अहो सोपनानं आज गीतेचा १२वा अध्याय एकाच बैठकीत संपूर्ण मुखोद्‌गत केला! आज त्याला एक बत्तासा जास्त द्या!" कोणत्याही क्षणी, अगदी कोणत्याही क्षणी ही पर्णकुटी पुन्हा हसायला, बोलायला लागेल. आई-बाबांचे सजीव अस्तित्व

इथं जाणवायला लागेल. सोपान व्याकूळ झाला. डोळ्यांतून अश्रूंच्या धारा लागल्या. गळ्यात हुंदका दाटून आला. श्वास कोंडतोय की काय, असं वाटायला लागलं. सोपाना तिथंच फतकल मारून बसला. आई-बाबांच्या अनंत आठवणींनी त्याच्या भोवती फेर धरला आणि सोपान हुंदके देऊन रडू लागला. किती वेळ गेला कुणास ठाऊक. सोपानाला गंगाच्या हंबरण्याचा आवाज आला. तो सावध झाला. निग्रहानं डोळ्यांतलं पाणी पुसून तो उठला. गोठ्यात गेला. त्यानं पाहिलं. गंगा त्याच्याकडेच बघत होती आणि तिच्याही नितळ डोळ्यांत पाणी भरलं होतं. सोपानाला पुन्हा भरून आलं आणि न राहवून त्यानं गंगाच्या गळ्याला मिठी मारली. गंगाला काय वाटलं कुणास ठाऊक. तीही वासराच्या मायेनं त्याला चाटू लागली आणि कष्टानं, श्रमानं रखरखीत झालेला आपल्या आईचाच हात आपल्यावरून फिरतोय, असं सोपानाला वाटलं. आता सोपान सावरला. आपण आळंदीला परत जाऊ; पण या गंगाचं काय करायचं? ती इतकी वर्षं कुठे होती? अचानक ती कुठून आली? हे काहीच माहीत नव्हतं. सोपानाला विचार पडला. 'बघू काय होतंय ते!' असं म्हणून त्यानं एकदा गंगाच्या पाठीवरून मायेनं हात फिरवला. नावालाच बांधलेली तिची दोरी सोडली आणि आपलं गोळा केलेलं सामान घेऊन सोपान निघाला. पाठोपाठ गंगाही निघाली. वातावरण खरंतर प्रसन्न होतं; पण का कुणास ठाऊक सोपानाला ते उदास वाटलं. एकीकडे त्याचं मन भावंडांकडे ओढ घेत होतं, तर एकीकडे सिद्धबेटावरचं हे शांत एकांताचं वातावरण त्याला आवडलं होतं. सोपानाची पावलं सावकाश पडत होती; पण मन मात्र कधी इकडे, तर कधी तिकडे धावत होतं. अर्धा रस्ता उतरून झाला. वाटेत भोजलिंगकाकांचं घर होते. काका आता नव्हते; पण त्यांची मुलं होती भोजलिंगकाकांचा मुलगा विष्णू दाराशी उभा होता. सोपानाला बघून तो पुढे आला आणि त्याच्या बरोबर गंगाला बघून त्याला आश्चर्यच वाटलं. "अरे, ही गाय तुम्हाला कुठं सापडली? लयी दिस झाले मी शोधतोय तिला? तुम्ही इट्ठलपंतांचा मुलगा नव्हं? मग बराबर! ही गाय त्यांचीच हुती. हितनं जाताना आबानकडे देऊन गेले व्हते. आता तुम्ही पर्णकुटीत राहत व्हता ना? तवाच ती तिकडे गेली असणार! मला वाटलं वाघरानं खाल्ली की काय?" विष्णू चांगलाच बडबडा होता; पण त्याच्या बोलण्यामुळे एक झालं, की गंगा कुठून आली? कशी आली? कुठं होती? याचा तर ठावठिकाणा लागलाच; पण तिचं काय करायचं? हाही सोपानापुढचा प्रश्न सुटला. सोपानानं काही न बोलता गंगाची दोरी विष्णूकडे दिली. एकदा तिच्या पाठीवरून प्रेमानं हात फिरवला. त्याचे डोळे पाण्यानं भरले. तिचेही डोळे पाण्यानं भरले होते. मागच्या काही दिवसांत सोपानाला तिची आणि तिला सोपानाची सवय झाली होती. लळा लागला होता. विष्णूचा निरोप घेऊन सोपान निघाला. आता जंगलवाट संपली होती. वस्ती दिसू लागली होती. मग मात्र सोपानाला सगळ्यांना

भेटण्याची ओढ लागली. त्याची पावलं भरभर पडू लागली. सोपान आळंदीला पोहोचला, तेव्हा मध्यान्ह उलटून गेली होती. गावचा रस्ता सामसूम होता. लोक जेवण करून वामकुक्षी घेत असावेत. झपझप चालत सोपाना झोपडीजवळ पोहोचला. अंगणातही शांतता होती. 'घरात कुणीच कसं नाही?' असा विचार करत सोपान अंगण ओलांडून आत आला. तर समोर मुक्ता "अगंबाई? सोपानदादा आलास तू?" असं डोळे विस्फारून विचारात मुक्तानं सोपानाला मिठीच घातली. कौतुकानं तिचे गाल ओढत, नाकाचा शेंडा चिमटीत पकडून हलवत सोपान म्हणाला, "होय गं आजीबाई! मी आलो!" आणि मग कित्येक दिवसांनी भेटलेली ती बहीण-भाऊ अतीव आनंदानं एकमेकांशी बोलत बसले. इतकं की, आपण जेवलेलो नाही, हेही त्या दोघांच्याही लक्षात आलं नाही. लक्षात आलं, तेव्हा संध्याकाळ होत आली होती.

२२

संध्याकाळ झाली. निवृत्तीदादा आणि ज्ञानादादा घरी परतले. सोपानाला परतलेला पाहून त्या दोघांना अतिशय आनंद झाला. ज्ञानादादानं सोपानाला मिठीच मारली. त्याच्या गालांवरून हात फिरवत ज्ञानादादा प्रेमानं म्हणाला, "सोपाना आलास? किती दिवसांनी बघतोय तुला? वाळलास रे! पोटापाण्याचे हाल करून घेतलेस ना? सोपाना, तू किती दिवस गेला होतास रे? तू नव्हतास, तर माझं चित्त कशातच लागत नव्हतं बघ! आणि या मुक्तीनं तर जेवणच सोडलं होतं बघ. सारखं आपलं सोपानदादा जेवला असेल का? त्यानं दशमी खाल्ली असेल का? त्यानं लाह्या खाल्ल्या असतील का? तू तिकडे राहून वाळलास आणि ही इकडे राहून वाळली!" ज्ञानादादा आपुलकीनं बोलत होता. त्याच्या स्वरातून सोपानाबद्दल काळजी, माया, प्रेम ओसंडत होतं. निवृत्तीदादा दोघांकडे स्नेहार्द्र नजरेनं बघत होता. ज्ञानादादानं मिठी सोडवली आणि सोपान पुढे झाला. त्यानं निवृत्तीदादाच्या चरणांवर मस्तक ठेवलं. निवृत्तीदादानं त्याला उठवलं आणि छातीशी धरलं. कितीतरी वेळ, कितीतरी वेळ दोघं जण एकमेकांच्या मिठीत होती. दोघांच्याही नकळत दोघांच्याही डोळ्यांतून अश्रू ओघळत होते. एकमेकांचे खांदे भिजवत होते. ज्ञानादादा आणि मुक्ता त्या दोघांच्या भेटीचा तो कौतुक सोहळा अनिमिष नेत्रानं न्याहाळत होते. ती भेट खरंच अप्रुपाची होती. कौतुकाची होती. ती भेट दोघा भावांची होती. ती भेट गुरू-शिष्याची होती. ती भेट जिवा-शिवाची होती. ती भेट बाप-मुलाची होती. ती भेट देव-भक्ताची होती. यातून त्यांना सावध केलं मुक्तानं, म्हणाली, "ज्ञानादादा चल! आपण दोघं जेवण करून घेऊ. या दोघांचं पोट आनंदानं भरलं असेल. होय ना रे सोपानदादा?" तिचा प्रश्न ऐकून दोघंही सावध झाली. एकमेकांच्या मिठीतून बाजूला झाली. निवृत्तीनं सोपानाचे डोळे पुसले. म्हणाला, "सोपाना, चल बाबा! आपण आधी जेवण करू आणि नंतर बोलत बसू. नाहीतर ही मुक्ता आपल्यासाठी जेवण शिल्लक ठेवणार नाही. चल बाबा!" निवृत्तीदादाचं बोलणं ऐकून सगळी हसली आणि गोलाकार पर्णावली मांडून जेवायला बसली. आज मुक्तानं हुग्गी केली होती. पानांत हुग्गी

बघून निवृत्तीदादा म्हणाला, “अरे वा! आज सोपान आलाय म्हणून गोडाधोडाचं जेवण वाटतं! मजा आहे बुवा एका माणसाची! आज काय लाडका भाऊ आलाय! सोपाना, आज तुझ्यामुळे आम्हालाही गोडाचं जेवण मिळतंय बरं का?” निवृत्तीदादाच्या या बोलण्याला दुजोरा देत ज्ञानादादा म्हणाला, “होय रे बाबा सोपाना! तू आलास म्हणून हे गोड जेवण बरं! तू नव्हतास, तर आम्ही कोरडी भाकरी, कधी कण्या, कधी पानगे असंच खात होतो बघ!” दोघांनीही मुक्ताला चिडवून घेतलं; पण त्यांचं ऐकून गप्प बसेल ती मुक्ता कसली? तिने लगेचच उत्तर दिलं, “बरं झालं ज्ञानादादा, तू सुचवलंस ते! आता उद्यापासून तेच करेन बरं!” या बोलण्यावर सगळी खळखळून हसली. आज कितीतरी दिवसांनी, कितीतरी दिवसांनी त्या झोपडीत असं मोकळंढाकळं हास्य पसरलं होतं! आणि ते बघायला, अनुभवायला चंद्राची किरणं झोपडीच्या छतातून चक्क आत आली होती.

जेवणं झाली. तिघं भाऊ बाहेर अंगणात येऊन बसले. मुक्तानं शेणगोळा फिरवला आणि तीही अंगणात आली. ती आल्याचं पाहून ज्ञानादादा म्हणाला, “हं! सोपाना बोल आता! सभेचे अध्यक्ष आले आहेत. आता सगळं सांग. तू आधीच बोलला असतास, तर त्यांच्या नाकावर राग आला असता. होय ना अध्यक्ष महाराज?” ज्ञानादादानं मुक्ताकडे बघून विचारलं! मुक्तानं फणकाऱ्यानं मान वळवली. तिच्या आविर्भावाकडे कौतुकानं बघत सोपान म्हणाला, “अध्यक्ष महाराज, पामराला अनुमती द्यावी!” मग मात्र राग मुक्तीच्या नाकावर मावेना. तिचा चेहरा बघून निवृत्तीदादानं मध्ये हस्तक्षेप केला. “अरे ज्ञाना, सोपान, का रे छळताय तिला? अरे, आपल्या तिघांची लाडकी बहीण आहे ती! आता थोडीशी तोऱ्याची असली म्हणून काय झालं? हो किनई गं मुक्ते?” निवृत्तीदादानंही असा चिमटा काढल्यावर पुन्हा त्या अंगणात हास्याचं चांदणं पसरलं! सगळ्यांना हातानं थांबवत ज्ञानादादा म्हणाला, “ए आता पुरे हं! सोपाना तू सांग बाबा! आणि हे बघ, तुला निवृत्तीदादा भेटायला आला, तिथपर्यंतच आम्हाला माहीत आहे. आता त्यानंतर, त्याच्यापुढे काय झालं ते सांग! पण आणखी एक गोष्ट सोपाना, ती गंगा गाय, ती आपलीच ना? आपली गंगा गाय तुला कुठं आणि कशी भेटली? ते मात्र आम्हाला ऐकायचं आहे. हो ना मुक्ता?” आता मुक्ता खुलली. “खरंच रे सोपानदादा? मला ती गंगा गाय आठवत नाही; पण आपण इथं आल्यावर आई कधीतरी काहीतरी सांगायची तिच्याबद्दल! पण सोपानदादा ती अचूक तुझ्याकडे कशी आली?” मुक्ताच्या स्वरात आणि निवृत्ती-ज्ञानादादाच्या डोळ्यांत उत्सुकता होती. सोपानानं सांगायला सुरुवात केली. त्या सिद्धबेटावर गेल्यापासून ते तिथून परत येईपर्यंतच्या साऱ्या इत्थंभूत घटना त्यानं सविस्तर सांगितल्या. गंगा गायीविषयी सांगताना त्याचा गळा भरून आला. तिची सजीव सोबत, सिद्धबेटावरच्या त्या एकाकी एकांतात तिच्या वास्तव्यानं मिळालेला

दिलासा, तिचा लागलेला लळा, तिचं दूध देणं, गोमयाचा चूल पेटवण्यासाठी झालेला उपयोग आणि परत येताना तिला भोजलिंगकाकांकडे सोडून येताना आलेला गहिवर, हे सांगताना सोपान आताही गहिवरला. त्याचा गहिवर बघून सगळेच गहिरवले. सगळ्यांच्याच डोळ्यांत पाणी भरलं. गोष्टी झाल्या, तेव्हा चंद्र माथ्यावर होता. निवृत्तीदादानं जणू हे संमेलन संपवलं. म्हणाला, ''सोपाना, तुझी भागवतावरची टीका उद्या शांतपणे आणि विस्तारानं पाहू! आता मध्यान्ह रात्र झाली आहे. आता निजू या.'' निवृत्तीदादाचं बोलणं ऐकून सगळे निजायला उठले. सोपानाला मात्र बराच वेळ नीज आली नाही. सिद्धबेटावरच्या त्या प्रशांत, चांदण्या रात्रीची शीतल आठवण त्याला झोपू देत नव्हती. काही वेळाने हवेत गारवा आला. मग सोपानाला झोप लागली.

दुसरे दिवशी मात्र निवृत्तीदादा आणि ज्ञानादादा सोपानाचे लिखाण घेऊन बसले. चिकित्सक वृत्तीनं, अभ्यासू बुद्धीनं, गुरूच्या नजरेनं निवृत्तीदादा ते लिखाण तपासत होता. श्रीमद्भगवद्गीतेवर ती समश्लोकी टीका होती. अत्यंत सोप्या नागर मराठीत, कोणत्याही उत्प्रेक्षा अलंकाराच्या मोहात न पडता, कोणतंही सविस्तर विश्लेषण न करता भागवताचा एक श्लोक आणि त्याचा सुबोध मराठीत केलेला ओवीबद्ध अनुवाद, असं त्या लिखाणाचं नेमकं, नेटकं आणि शब्दाबरहुकूम स्वरूप होतं. निवृत्तीदादाला सोपानाच्या तेज बुद्धीचं कौतुक वाटलं. मितभाषी, काहीशा अबोल, कमी बोलणाऱ्या, नेमकं बोलणाऱ्या सोपानाच्या व्यक्तिमत्त्वाप्रमाणं, स्वभावाप्रमाणंच ते लिखाण मितशब्दांचं आणि नेमकं होतं. विश्लेषणाचा लवलेशही नव्हता; टाकोटाक शब्दानुवाद तर होताच; पण कुठंही गीतेच्या अर्थाला, अर्थवाहीपणाला, अन्वयार्थाला यत्किंचितही धक्का लागला नव्हता. भगवान श्रीकृष्णांनी सांगितलेलं गीतेतलं सगळं ज्ञान, सगळं विज्ञान, सगळं अध्यात्म, सगळा योग तसाच्या तसा नागर मराठीत उतरला होता. एखाद्या महान तेजस्वी, संस्कृत महापंडितानं आपल्या लेकराचा हट्ट पुरवण्यासाठी महापंडिताचा वेष उतरवावा आणि एखाद्या साध्या नागर भूमीपुत्राचा वेष धारण करावा आणि तरीही त्याचं तेज, त्याची विद्वत्ता त्यातही लपून राहू नये, उलट ती त्या विरोधाभास निर्माण करणाऱ्या पोशाखात अधिक उठून दिसावी, तसं भगवद्गीतेचं अवघं सौंदर्य या सुबोध नागर मराठीत असं उठून दिसत होतं. तर भल्या पहाटे सूर्यबिंबानं पूर्व क्षितिजावर यावं, पाहावं, तर अवघी सृष्टी धुक्याच्या पटलात अवगुंठीत झालेली. तरीही पूर्व क्षितिज दूर असलं तरी प्रकाशमान दिसावं आणि धुक्याचा पटल विरल विरल होऊ लागला की ते सूर्यबिंब अधिक देखणं, अधिक जवळचं दिसावं तसं भगवद्गीतेचं अवघं तत्त्वज्ञान नागर मराठीत, सोप्या नागर मराठीत, असं अधिक देखणं, अधिक जवळचं वाटत होतं. लखाखणाऱ्या तेजस्वी रत्नाची आभा प्रकाशमान व्हावी, त्यावर नजर खिळून राहावी आणि त्या

झळाळणाऱ्या रत्नाला सुवर्णाचं कोंदण मिळालं, की ती आभा आपल्या नजरेच्या लक्षात यावी, आवाक्यात यावी, त्याची सुबकता आणखी वाढून त्या रत्नाचं तेज नजरेला सहन व्हावं तसं त्या सुबोध, सोप्या मराठीत, त्या नागर मराठीत नटलेलं ते महान तत्त्वज्ञान आपल्या तळपत्या तेजाला सुलभपणाचं कोंदण लावून असं अधिक देखणं, अधिक जवळचं वाटत होतं. श्रीमद्भगवद्गीतेतला संस्कृतातला शब्दन्‌शब्द नागर मराठीमध्ये शब्दबद्ध होऊन भक्ताला सामोरा जात होता. त्याला अलगद कवेत घेत होता. त्याला हृदयाशी धरत होता. इतका तो सोपा, सहज आणि जवळचा वाटत होता. वाचता वाचता निवृत्तीदादाची जणू समाधी लागली. भगवद्गीता सांगणारा श्रीकृष्ण हा वेदान्ती तत्त्ववेत्ता आणि योगसामर्थी होता; पण सोपानाच्या लिखाणातला श्रीकृष्ण नुसताच वेदान्ती किंवा नुसताच तत्त्ववेत्ता नव्हता, तर ते तत्त्वज्ञान बालगोपालांना समजावून सांगणारा गोपालकृष्ण होता तो. त्या भावसमाधीत निवृत्तीदादानं ते लिखाण पूर्ण वाचून काढलं. वाचून संपलं, तेव्हा निवृत्तीदादाच्या अंगाला थरथर सुटली होती. डोळे पाण्यानं काठोकाठ भरले होते, नव्हे गालांवर अश्रू ओघळत होते; पण त्याला भान नव्हतं. सोपानाचं ते लिखाण छातीशी कवटाळून निवृत्तीदादा मूकपणे अश्रू ढाळत होता आणि सोपान आणि मुक्ता हे दृश्य अनिमिष नेत्रांनी बघत होती. निवृत्तीदादाच्या डोळ्यांतून वाहणाऱ्या त्या अश्रूंत भावनांचा कल्लोळ होता. काय नव्हतं त्यात? आपल्या धाकट्या भावाबद्दलचा अभिमान, त्याच्याविषयीची अपरंपारा माया, त्यानं केलेल्या कामाबद्दलची आस्था, त्याच्या कामगिरीबद्दलचं कौतुक, तो आपला शिष्य असण्याबद्दलची सार्थकता, आपण त्याचा गुरू असण्यातली धन्यता, हे बघायला आपले आई-बाबा नसल्याची खंत, आपण त्याचं हवं तेवढं कौतुक करू शकत नसल्याचा खेद आणि कदाचित – कदाचित आई-बाबांच्या मागे या हिऱ्याला पैलू पाडण्यात आपण कुठंतरी कमी पडलो की काय, ही वेदना, अशा अनेक भावनांची आवर्तनं निवृत्तीदादाच्या मनात पिंगा घालत होती. त्या वादळाच्या खुणा त्याच्या चेहऱ्यावर उमटल्या होत्या. सोपानानं त्या वाचल्या आणि तो निवृत्तीदादासमोर बसला.

आर्त आवाजात त्यानं साद घातली. "दादा!" त्या हाकेनं निवृत्तीदादा भानावर आला. त्यानं पाणी भरल्या नजरेनं सोपानाकडे पाहिलं, आणि "सोपानाऽऽ! माझा सोपानाऽ! माझा लाडका सोपानऽऽ!" एवढंच तो बोलू शकला. मुक्तीनंही भरल्या डोळ्यांनी हे दृश्य पाहिलं. ती काही बोलली नाही. मुकाट आत गेली. मीठ-मोहरी घेऊन आली. निवृत्तीदादाच्या हातात दिली. निवृत्तीदादा उभा राहिला आणि डोळ्यांतल्या अश्रूंना साक्षीला ठेवून त्यानं सोपानाची दृष्ट काढली. नेमकं त्याच वेळी हे अप्रूप बघायला झाडाच्या पानांचा आडोसा बाजूला करून सूर्याची किरणं तिथं उतरली. सोपानाच्या चेहऱ्यावर क्षणभर रेंगाळून त्यांनीही सोपानाची दृष्ट काढली. दादानं

स्वत: दृष्ट काढली आणि सोपान अवघा थरारला. आपला शरीरातला अणुरेणू धन्यता पावतो आहे, असं त्याला वाटलं. आपल्या आयुष्याचं, अवघ्या आयुष्याचं सार्थक झालं आहे आणि आता या क्षणी आपल्या जीवनाची सांगता व्हावी, असं क्षणभर त्याला वाटून गेलं. तोच त्याच्या डोळ्याला पाण्याचा स्पर्श झाला. डोळ्यांतून वाहणाऱ्या गरम पाण्यापेक्षा तो स्पर्श शीतल होता. त्यानं डोळे उघडले. मुक्ता त्याच्या डोळ्याला पाणी लावत होती. आता निवृत्तीदादा भानावर आला. म्हणाला, "सोपाना, ज्ञानेशाची ज्ञानदेवी, तशी ही माझ्या सोपानाची सोपानदेवी! तुझ्या अलौकिक बुद्धीची आणि मनाच्या प्रेमळतेची साक्ष! सोपाना, तुझ्यासारखा शिष्य पावून मी धन्य झालो. धन्य झालो सोपाना, मी धन्य झालो!" नंतर कितीतरी वेळ सोपान निवृत्तीदादाच्या मिठीत विसावला होता.

दोघांना भान आलं, ते ज्ञानादादाच्या हाकेनं! ज्ञानादादाला समोर बघून निवृत्ती म्हणाला, "ज्ञानेशा, तुझी ज्ञानदेवी आणि या सोपानाची सोपानदेवी! माझ्या दोन शिष्यांच्या अलौकिक बुद्धिमत्तेचा हा साक्षात्कार आहे. माझ्या दोन्ही धाकट्या भावांच्या अभिजात प्रतिभेचा हा आविष्कार आहे. मी धन्य आहे. कृतार्थ आहे. ज्ञानेशा, तू एकदा ही सोपानदेवी वाच! सोपानाचं प्रतिभेचे स्फुल्लिंग त्यात जितकं तेजाळ आहे, तितकंच बहुजनांविषयीचं मायाळू मनही त्यात आहे. नेमके शब्द, नेटकी शब्दरचना, चपखल ठरणारा अर्थ, सुबोध भाषा, याचा उत्तम आविष्कार यात आहे!" निवृत्तीदादाला किती बोलू आणि किती नको असं झालं होतं. ज्ञानेशानं ते ओळखलं म्हणाला, "दादा! ही सोपानदेवी मी तर आजच वाचणार आहे; पण नामयालाही सांगतो वाचायला. तोच तिचं खरं रसग्रहण करू शकेल!" निवृत्तीदादालाही ती कल्पना आवडली. त्यानं संमती देताच ज्ञानादादा थांबलाच नाही. त्यानं सोपानदेवीचं ते बाड उचललं आणि तो लगेचच संतमंडळींच्यात गेलादेखील. निवृत्तीदादाही त्याच्या पाठोपाठ बाहेर पडला. या सगळ्या प्रसंगानं भारलेला, कौतुकानं भारावलेला सोपान मात्र कितीतरी वेळ, कितीतरी वेळ तसाच उभा होता. त्याच्या कानांत एकच शब्द गुंजत होता. 'सोपानदेवी... सोपानदेवी... सोपानदेवी!!!'

संध्याकाळ झाली आणि ज्ञानादादा संतमंडळींना घेऊन आला. त्या सगळ्यांनी मिळून सोपानदेवी वाचली होती आणि सोपानाचं कौतुक करायला आली होती. ज्ञानादादाच्या सभोवती हा संतमंडळींचा गोतावळा सतत असायचा. ज्ञानादादाची कीर्ती आता सर्वदूर पसरली होती. संत-महंत, जोगी-बैरागी, शेतकरी-कामकरी, वारकरी-धारकरी, बाया-बापड्या, लेकी-सुना, म्हातारे-कोतारे सगळ्याच्या गळ्यांतला तो लाडका ताईत बनला होता आणि सगळ्यांच्या मुखातून त्याचे अभंग, ओव्या मोठ्या प्रेमानं आणि आदरानं गाईल्या जात होत्या. सगळीकडे 'ज्ञानदेव म्हणे',

'ज्ञाना म्हणे' ऐकायला येत होतं आणि ज्ञानादादा आता सगळ्यांची माउली बनला होता. 'ज्ञानेश्वर माउली, ज्ञानोबा माउली' अशा संबोधनातून त्याच्या विषयीचा लोकांच्या मनांतला आदर, प्रेम व्यक्त होत असे. संतमंडळी तर सतत त्याच्या आवतीभवती असत. ही सगळी संतमंडळी ज्ञानादादाबरोबर घरी आली होती. जनाबाई पुढे झाल्या आणि त्यांनी सोपानाची अलाबला घेतली. म्हणाल्या,

ब्रह्म सोपान तो झाला! भक्ता आनंद वर्तला।
सोपानदेव करिता जप। समूळ नासे त्रिविध ताप।
सोपानदेव धरिता ध्याने। पुन: जन्मा नाही येणे।।

सगळी संतमंडळी सोपानाच्या भवती जमली. ''सोपानकाका, किती चपखल अनुवाद केलाय तुम्ही गीतेचा!'' नामदेव म्हणाले, ''सोपानकाका, तुमच्या स्वभावाला शोभेल, असंच तुम्ही मोजकंच, पण अर्थवाही लिहिलंय.'' सावता माळीने शाबासकी दिली, तर गोरोबाकाकांनी सोपानाला उचलून घेतलं आणि खांद्यावर बसवून अंगणात चांगल्या दोन-चारदा फेऱ्या मारल्या, तर चोखोबांनी सोपानाच्या पायांवर डोकं तर ठेवलंच; पण त्यांच्या पुढे झुकून त्यांना मानाचा जोहार घातला. सोपान संकोचून गेला. खाली मान घालून उभा राहिला. तोच ज्ञानादादानं त्याला मिठीत घेतलं. पाठीवर थोपटलं आणि त्याला सामोरा धरून म्हणाला, ''सोपाना, वाचली, तुझी सोपानदेवी वाचली. तुझा मितभाषी स्वभाव, तुझी बुद्धीची सखोलता, तुझ्या कल्पनेची भरारी, तुझ्या विचारांची झेप आणि तुझं शब्दांवरचं सामर्थ्य, सगळं बघून मी थक्क झालो सोपाना. सोपाना, अरे हे शब्द तुला शरण आहेत रे! तू म्हणशील तसे, तू म्हणशील तिथे आणि तू म्हणशील तेव्हा ते शब्द तुझ्या मनाप्रमाणे वागतात. तुला हवे त्या ठिकाणी येऊन बसतात. सोपान तुझी ही शब्दांवरची हुकूमत विलक्षण आहे बघ. सोपाना, तू आता सर्वार्थानं परिपूर्ण झालास बघ आणि मला याच गोष्टीचा अत्यानंद झालाय. आता मी माझे काही संकल्प सिद्धीस न्यायला मोकळा झालो.'' असं म्हणत ज्ञानादादानं पुन्हा सोपानाला मिठीत घेतलं. तिथं जमलेला अवघा संतपरिवार या दोन भावांची, या दोन पुण्यवान जिवांची, या दोन महान आत्म्यांची ही भेट डोळे भरून बघत होता. अगदी शब्दश: डोळे भरून...

संध्याकाळी पुन्हा चारी भावंडं बोलत बसली. आता या मधल्या काही दिवसांत काय काय घडून गेलं. ते सांगण्याची वेळ निवृत्तीदादा, ज्ञानादादा आणि मुक्तीची होती. आता ते तिघं बोलत होते आणि सोपान ऐकत होता. ज्ञानदेवीनंतर ज्ञानादादाने अमृतानुभव नावाचा ग्रंथ लिहला होताच, अनेक ठिकाणी प्रवास करून त्यानं कीर्तनं-संकीर्तनं केली होती. उद्‌बोधन केलं होतं. प्रबोधन केलं होतं. त्याची कीर्ती, त्याचा बोलबाला पंचक्रोशीत पसरला होता. त्याचं श्रेष्ठत्व, त्याची महानता, त्याचा

मोठेपणा अवघ्या परिसराला समजला होता. पंचक्रोशीनं त्याला माउली म्हणून माथ्यावर घेतलं होतं आणि निवृत्तीनाथ, ज्ञानेश्वर, सोपान आणि मुक्ता ही चौघे जण आता समाजाची दैवतं झाली होती. चातुर्वर्णानी ग्रासलेला समाज मागे पडून जातिभेद न मानणारा, वारकरी धर्मानं वागणारा नवीन समाज उदयाला येत होता. जाती-धर्म-पंथ-भेद विरहित महाराष्ट्राचं एक नवीन चित्र प्रत्यक्षात आकाराला येत होते. निवृत्ती-ज्ञानेशाचं एकसंध महाराष्ट्राचं स्वप्न साकारत होतं. हे सगळं सगळं मधल्या काही दिवसांत घडून गेलं होतं. लोकांची सकाळ ज्ञानादादाच्या ओवी-अभंगात उजाडत होती. लोकांची संध्याकाळही ज्ञानादादाच्या ओवी-अभंगानं मावळत होती. ज्ञानादादानं पुन:स्थापित केलेला वारकरी धर्म अठरापगड जाती-धर्मांचे वारकरी आपल्यात सामावून घेऊन, खांद्यावर भगवी पताका घेऊन, अवघ्या महाराष्ट्रभर दिमाखानं मिरवत होता. आता सूर्य उगवत होता ज्ञानेशाच्या शब्दानं, मावळत होता ज्ञानेशाच्या आज्ञेनं, असं पंचक्रोशीतल्या अवघ्या चराचरावर ज्ञानेशाचं गारूड होतं. हे सगळं ऐकून सोपानाचं काळीज सुपाएवढं झालं. आपल्या भावाचा त्याला अतिशय अभिमान वाटला आणि अशा महान भावाचा आपण भाऊ असल्याबद्दलची धन्यताही त्याला वाटली आणि एवढं अलौकिक कार्य केलेल्या ज्ञानादादानं आपलं इतकं कौतुक करावं, याचंही त्याला अप्रूप वाटलं. लहानपणीच अनाथ झालेला एक लहानसा अवघ्या परिसराची आई बनतो, माउली बनतो आणि तो आपला दादा आहे, या भावनेनेच सोपान रोमांचित झाला.

सकाळी चौघं जण सगळं आवरून काहीबाही बोलत बसले होते. तोच संतमंडळींच्या पुढाकारात गावकरी बाहेर जमले. गलका ऐकून ज्ञानादादा बाहेर आला. त्याच्या चरणांवर डोके टेकवून सगळ्यांनी नमस्कार केला. मनाला वाटलेला संकोच ज्ञानादादाच्या चेहऱ्यावर स्पष्ट दिसत होता. ''नामया, काय काढलंय आज? सकाळीच सगळ्यांना घेऊन आलास तो?'' ज्ञानादादानं विचारलं.

''माउली सोपानदेवी पालखीतून न्यावी, असा सगळ्यांचा आग्रह आहे. म्हणून आम्ही इथं जमलो आहोत!'' नामदेवांनी येण्याचं प्रयोजन सांगितलं. ''स्तुत्य! सर्वथा स्तुत्य आहे नामदेवा! सोपानदेवीचं आगमन वाजत-गाजतच झालं पाहिजे. निवृत्तीदादा, सोपाना, बघा रे, ही मंडळी काय म्हणाहेत?'' ज्ञानादादाच्या हाकेनं दोघंही बाहेर आली. त्या दोघांनाही सर्वांनी नमस्कार केला. निवृत्तीदादानं विचारलं, ''ज्ञानेशा, काय रे? काय म्हणताहेत ही मंडळी?'' आता गोरोबाकाका पुढे झाले. ''गुरुमाउली, सोपानकाकांनी लिहिलेली सोपानदेवी पालखीतून वाजत-गाजत न्यावी, या मनसुब्यानं हितं आलोय देवा!'' सोपाना संकोचला, तर निवृत्तीदादा प्रसन्न हसला. ''उत्तम मनसुबा आहे मंडळी! माझं पूर्ण अनुमोदन आहे या कार्याला. आम्ही सगळीच या उपक्रमात सामील होऊ! तुम्ही तयारीला लागा!'' निवृत्तीदादाचा होकार मिळताच

सगळ्या मंडळींना उत्साह आला; पण सोपाना खूपच संकोचला. तो खाली मान घालून पुटपुटला, "छे: छे:! कशाला ही मिरवणूक? एवढा मी कुणी मोठा नाही आणि मी जे लिहिलंय, ते तर अगदी साधं आहे. ते काही एवढं महान नाही. तुम्ही सगळी जण उगीचच माझं कौतुक करता आहात झालं!" सोपानाच्या चेहऱ्यावर अतिसंकोच होता. नजर खाली वळलेली होती. त्याच्या या आक्षेपाला परस्पर उत्तर दिलं ते बाहेर आलेल्या मुक्तानं, "सोपानदादा, तू केलेलं काम महान आहे की लहान आहे, ते इतरांना ठरवू दे! त्याचं मूल्यमापन तू करू नकोस. ते करण्यासाठी इथं निवृत्तीदादा आहे. ज्ञानादादा आहे. नामदेव, गोरोबाकाकांसारखी संतमंडळी आहेत आणि ही सगळी जाणती आहेत. होय ना ज्ञानादादा?" मुक्तानं आपल्या म्हणण्यासाठी ज्ञानादादाची साक्ष काढली आणि "अगदी योग्य बोललीस मुक्ते!" अशी शाबासकी देऊन ज्ञानादादानं ती दिलीसुद्धा. मग मात्र सोपाना गप्प बसला. जमलेल्या लोकांच्यात आनंद पसरला. उत्साह संचारला आणि ठरलं! सोपानदेवी पालखीतून वाजत- गाजत न्यायची. आनंदानं मंडळी तयारीला लागली; पण सोपानाचा संकोच कमी झाला नाही. उलट वाढला. तो कासावीस झाला. निवृत्तीच्या ते लक्षात आलं. त्यानं विचारलं, "सोपाना, काय झाले रे? तू असा अस्वस्थ का? तुला आवडलं नाही का?" सोपान क्षणभर शांत राहिला. मग म्हणाला, "दादा! खरं सांगू? हे सोपानदेवीचं लिखाण मी स्वान्त सुखाय केलं आहे रे! जरी ते बहुजनांसाठी केलेलं असलं, तरीही ते मी माझ्या समाधानासाठी केलंय दादा! असा प्रचार आणि प्रसार व्हावा म्हणून नव्हे!" सोपानाची कासाविशी त्याच्या शब्दाशब्दांतून व्यक्त होत होती; पण त्याच्या या मतासाठी निवृत्तीकडे उत्तर होतंच! आणि त्यानं ते दिलंही! म्हणाला, "सोपाना, सोपानदेवी तू स्वत:साठी, स्वत:च्या समाधानासाठी लिहिलीस हे खरं आहे; पण त्यामुळे इतरांचंही आपसूक समाधान होत असेल तर? सोपाना, प्रत्येक खऱ्या कलाकाराची प्रत्येक कलाकृती ही स्वान्त सुखायच असते. पण त्या कलाकृतीमुळे इतरांनाही आनंद होतोच की! मग त्यांचा तो आनंद हिरावून घेण्याचा कुणालाही अधिकार नाही, कारण तो आनंद मिळवणं, ही सर्वस्वी त्यांची स्वत:ची वैयक्तिक बाब आहे. बरं तू जे लिहिलंयस ते सर्वमान्य, लोकप्रिय श्रीमद्‌भगवद्‌गीतेवर आहे आणि भगवद्‌गीता ही कुणा एकाची नव्हे, तर संस्कृतीची संपत्ती आहे. तू जर तुझी स्वत:ची जीवनगाथा लिहिली असतीस आणि ती इतरांनी वाचू नये, अशी तुझी इच्छा असेल, तर ती रास्त आहे. योग्य आहे, कारण ते सर्वस्वी तुझ्या स्वत:च्या मालकीचं आहे; पण सोपाना, एक लक्षात ठेव. संस्कृती सिद्ध करणारी कोणतीही गोष्ट, ही कदापि कुण्या एकाच्या मालकीची असत नाही. ती सर्वांच्यासाठी असते. म्हणूनच जर भगवद्‌गीता सर्वांसाठी आहे, तर ज्ञानदेवीही सर्वांसाठी आहे आणि सोपानदेवीही सर्वांसाठी आहे आणि त्या सोपानदेवीसाठी

कुणाला काही करण्यात आनंद वाटत असेल, तर त्यांचा आनंद हिरावून घेणारे आपण कोण सोपाना?'' निवृत्तीदादाच्या या प्रश्नाला सोपानाकडे उत्तर नव्हतं आणि निवृत्तीदादाचं सयुक्तिक असलेलं हे बोलणं खोडून काढणंही त्याला शक्य नव्हतं. सोपान काहीच बोलला नाही. पुन्हा निवृत्तीदादाच म्हणाला, ''सोपाना, आता असा सचिंत बसू नकोस. तुझी सोपानदेवी आता लोकांच्या हृदयापर्यंत पोहोचेल. एक प्रकारे अनवधानानं का होईना, हे समाजप्रबोधनच आहे तेव्हा सगळ्या चिंता सोड आणि हसतमुखानं आणि आनंदानं या लोकमान्यतेला सामोरा जा!'' निवृत्तीदादाचं बोलणं ऐकून सोपानाच्या मनावरचं सगळं मळभ दूर झालं आणि त्याच्या चेहऱ्यावर प्रसन्न हास्य उमटलं. ते बघून निवृत्तीदादाही समाधान पावला.

मध्यान्ह टळून गेली. सायंकाळही झाली आणि ज्ञानादादा घरी परतला. तो परतला ते आनंदाने उमललेला चेहरा घेऊनच. ''दादा, निवृत्तीदादा, उद्या सकाळी पालखी काढायची असं ठरलंय. सगळी व्यवस्था झालीय. उद्या सोपानदेवी पालखीत असेल, पालखी संतांच्या खांद्यावर असेल आणि सोपानदेवी साऱ्या आळंदी नगरीतून फिरेल. निवृत्तीदादा, माझं एकेक काम पूर्ण होत चाललंय. माझं एकेक स्वप्न साकार होत चाललंय.'' ज्ञानादादाचा आनंद नुसता ओसंडून वाहत होता. त्याच्या आनंदाची लागण सर्वांनाच झाली आणि मोगऱ्याच्या सुगंधासारखा तो आनंद घरभर दरवळला. तो आनंद उशाला घेऊनच सगळी झोपली. सोपानही निजला आणि एका स्वप्नाने त्याला अस्वस्थ केलं. काय असेल त्या स्वप्नाचा अर्थ? काय होतं त्या स्वप्नात असं, ज्यामुळे सोपान एवढा अस्वस्थ झाला.

स्वप्नात सोपानाने पाहिलं विठ्ठलाचे सुबक, देखणं मंदिर. मंदिराचं गर्भागृह. त्यात स्वत: विठ्ठल, ज्ञानादादा आणि सोपान. स्वत: ज्ञानादादा विठ्ठलाशी बोलतोय. त्यानं सोपानाचा हात धरलाय आणि सोपानाचा हात विठ्ठलाच्या हातात देत ज्ञानादादा विठ्ठलाला सांगतोय, ''विठुराया, हा माझा लाडका धाकटा भाऊ सोपान. याला मी तुझ्यावर सोपवतोय. याचा हात तुझ्या हातात देतोय. आजपासून तूच याला सांभाळ. आता मला माझं ध्येय सिद्धीस न्यायचं आहे. म्हणूनच याला तुझ्यावर सोपवतोय!'' सोपान खडबडून जागा झाला. चंद्राचे किरण कवडसे बनून त्या झोपडीत पिंगा घालत होते. त्या प्रकाशात सोपानानं पाहिलं निवृत्तीदादा, ज्ञानादादा, मुक्ता तिघंही जण शांत झोपली होती. छे: हे कसलं स्वप्न? सोपानानं मनातले प्रश्न झटकले आणि तो पुन्हा निजला.

सकाळी सगळी आन्हिकं उरकून होतायत, तोच अंगणात मंडळी जमली. ढोल-ताशे वाजू लागले. सजवलेली पालखी आणली गेली. टाळ-मृदुंगाच्या ठेक्यावर लोकांनी ताल धरला होता. ''विठ्ठल विठ्ठल जय हरी विठ्ठल, विठ्ठल विठ्ठल जय हरी विठ्ठल.'' चौघं भावंडं त्यांना सामोरी गेली. जमलेल्या सगळ्यांनी चौघा जणांच्या

नावाचा जयजयकार केला. अंगणातूनच चौघांना दंडवत घातले. सोपान एका बाजूला उभा होता. निवृत्ती-ज्ञानेश्वर पुन्हा झोपडीत आले. गोपाळकृष्णासमोर ठेवलेली सोपानदेवी त्यांनी उचलली. एकवार तिच्यावर मस्तक टेकवलं आणि दोघं जण तो ग्रंथ घेऊन अंगणात आले. नामदेव पुढे झाले. त्यांनी लाल रंगाचं रेशमी कापड अंथरलं. त्यावर सोपानदेवी ठेवली. त्या लाल रेशमी वस्त्रात ती बांधली. नामदेवांनी ती माथ्यावर ठेवली आणि नाचत नाचत ते पालखीपर्यंत आले. मोठ्या आदरानं त्यांनी तो ग्रंथ पालखीत ठेवला. निवृत्तीदादा, ज्ञानादादानं त्या ग्रंथाची पूजा केली आणि निवृत्तीदादा पुढे आणि ज्ञानादादा मागे, अशी दोघांनी पालखी उचलली. पुन्हा एकवार जयजयकार झाला. मुक्तानं सोपानाचा हात धरला आणि अंगणात एका बाजूला संकोचून उभ्या असलेल्या सोपानाला ती पालखीजवळ घेऊन गेली. सोपाना पालखी जवळ जाऊन उभा राहिला होता खरं; पण त्याला काहीच दिसत नव्हतं. डोळे पाण्यानं भरले होते. सगळं दृश्य अंधूक झालं होतं. कानांवर फक्त विठुनामाचा गजर ऐकू येत होता आणि मधूनच सोपानकाका हे नाव. त्यानं डोळे पुसले. निवृत्तीदादा आणि ज्ञानादादा पालखीचे भोई झाले होते जणू आणि त्या पालखीत मोठ्या दिमाखानं विराजमान होती सोपानदेवी. सोपानानं डोळे पुसून हे दृश्य एकदा डोळे भरून पाहिलं. हृदयात उतरवलं. मनात कोरलं, काळजात ठसवलं आणि पुन्हा त्याचे डोळे भरून आले आणि मग मात्र त्या डोळ्यांनी त्याचं ऐकलंच नाही. पुन्हा पुन्हा भरून येतच राहिले, कितीही पुसले तरी.

पालखीची नगर प्रदक्षिणा झाली. पालखीच्या मार्गावर सडे घातले जात होते. ठिकठिकाणी फुलांची उधळण होत होती. आरती ओवाळली जात होती. जयजयकार होत होता. विठुनामाचा गजर होत होता. सगळे गाव जणू रस्त्यावर आले होते. टाळ-मृदुंगाच्या तालावर ठेका धरून वैष्णव नाचत होते. नगर प्रदक्षिणा करून पालखी मंदिरात आली. मंदिराचे आवर फुलून गेले होते. आज नामदेव कीर्तन करणार होते आणि त्याच कीर्तनात ज्ञानेश्वर माउली आणि सोपानकाका म्हणजे एक जण श्वास आणि दुसरा उच्छ्वास कसा आहे, हेही सांगणार होते. लोक उत्सुकतेनं ऐकायला बसली. नामदेवांनी कीर्तन सुरू केलं. ''ज्ञानेश्वर माउली म्हणजे नाम आणि सोपानकाका म्हणजे जप. ज्ञानेश्वर माउली म्हणजे फूल आणि सोपानकाका म्हणजे सुगंध. माउली म्हणजे अर्थ आणि सोपानकाका म्हणजे अन्वय. माउली म्हणजे नेत्र आणि सोपानकाका म्हणजे दृष्टी, म्हणूनच जिवा-शिवाचे अद्वैत सांगताना माउली म्हणते...

पै मेघाचेनि मुखी निवडला। समुद्रु का वोघी पडिला।
तो मागुता जैसा आला। आपण पेयां।।
तेवि पिंडाचेनी मिषें। पदी पद प्रवेशे।

ते एकत्व होय तैसे। पंडुकुमारा।।
आता दुजे हन होते। की एकचि हे आइते।
ऐसिये विवंचने पुरते। उरेचि ना।।
गगनी गगन लया जाये। ऐसे जें काही आहे।
ते अनुभवे जो होये। तो होऊनि ठाके।।
आणि हेच अद्वैत सांगताना, असाच दृष्टान्त देताना सोपानकाका म्हणतात...
सागरीचे तोय। जगा निवारित।
मागुते भरत। पूर्णपणे।।
तैसे आम्ही दास। तुझ माजी उदास।
तू आमचा निवास। सर्व देवा।।
तुजमाजी विरो। सुख दु:ख विसरो।
तुझ्या नामे तरो। येची जन्मी।।
सोपान निकट। बोलोनि सरळ।
तुष्टला गोपाळ। अभय देत।।

आणि म्हणूनच हे दोघं जण म्हणजे ईश्वराचे दोन्ही नेत्र आहेत. जे अत्यंत
प्रेमानं, मायेनं आणि वात्सल्यानं आपल्याकडे पाहत आहेत.'' विठुनामाचा गजर
करून कीर्तन संपलं. पालखी पुन्हा घराच्या अंगणात आली. पुन्हा एकदा निवृत्तीदादानं
आणि ज्ञानादादानं मोठ्या आदराने सोपानदेवी पालखीतून उचलली आणि
गोपालकृष्णासमोर आणून ठेवली. चौघांचा जयजयकार आणि विठुनामाचा गजर
करत लोक घरी गेले. दिवस मावळला होता आजचा सगळा दिवस असा धामधुमीचा
आणि आनंदाचा गेला होता. सगळ्यांचे चेहरे आनंदाने भारले होते. त्या आनंदात
कुणीच जेवलं नाही. सगळ्यांचीच पोटं आनंदानं भरली होती. त्या आनंदात झोपही
लवकर लागली. अगदी सोपानालासुद्धा; पण आजही पुन्हा त्याला तेच स्वप्न
पडलं! तो दचकून जागा झाला. सगळी शांत झोपली होती. उद्या सकाळी निवृत्तीदादाला
आणि ज्ञानादादाला हे स्वप्न सांगायचं आणि त्याचा अर्थ विचारायचा असं मनाशी
ठरवून सोपान पुन्हा निजला.

सकाळी सोपानाला लवकर जाग आली नाही आणि जाग आली, तेव्हा
निवृत्तीदादा आणि ज्ञानादादा काहीतरी बोलत होते. निवृत्तीदादा काहीतरी सांगून
ज्ञानादादाची समजूत काढत होता आणि ज्ञानादादा खाली मान घालून बसला होता.
सोपानाला समजेना, की नक्की काय चाललंय? मुक्ताचा कानोसा घ्यावा, म्हणून
त्यानं मान वळवून चुलीकडे पाहिलं, तर मुक्ती डोळे पुसत होती. तिला रडताना
बघून सोपाना चटकन उठून बसला. निवृत्ती-ज्ञानादादाकडे एक कटाक्ष टाकून
सोपाना तडक मुक्ताकडे गेला. तिच्या खांद्यावर हात ठेवून त्यानं विचारलं, ''मुक्ता,

काय झालं गं! का रडते आहेस?'' त्याचं ते प्रेमानं विचारणं ऐकून मुक्तीला आणखीच हुंदका फुटला. सोपानाच्या खांद्यावर मान टाकून ती हुंदके देऊन रडायला लागली. सोपानानं तिचा आवेग जाऊ दिला. काही न बोलता तिला थोपटत राहिला. काही क्षणानं मुक्ता सावरली. सोपानाच्या खांद्यावरून मान उचलून त्याच्या समोर बसली आणि भिजल्या डोळ्यांनी त्याच्याकडे पाहत भिजल्या आवाजात म्हणाली, ''सोपानदादा, ज्ञानादादा... ज्ञानादादा... आपला ज्ञानादादा संजीवन समाधी घेणार आहे!'' तिचं बोलणं ऐकून आपल्या कानांत कोणीतरी तप्त शीशाचा रस ओतला आहे, असं सोपानाला वाटलं. ''काऽऽऽय? काय म्हणालीस तू?'' सोपानानं ओरडून विचारलं. तो इतक्या मोठ्या आवाजात ओरडला, की त्याचा आवाज बाहेर निवृत्ती-ज्ञानेशाला ऐकू आला. तोच आवाजापाठोपाठ सोपान तीरासारखा बाहेर आला. निवृत्ती-ज्ञानादादासमोर जाऊन उभा राहिला आणि ज्ञानेशाकडे भिजल्या डोळ्यांनी एकटक पाहत तीव्र स्वरात त्यानं विचारलं, ''ज्ञानादादा, ज्ञानादादा, माउली, मुक्ता... मुक्ता... काय सांगते... आहे ते... ते... खरं आहे? तू... तू... संजीवनी समाधी घेणार आहेस?'' ज्ञानादादाचा चेहरा नेहमीसारखा प्रसन्न, शांत होता. त्याच शांतपणानं त्यानं उत्तर दिलं, ''होय सोपाना! मुक्तानं जे सांगितलं आणि तू जे ऐकलंस ते सत्य आहे. मला माझ्या मनानं तसा आदेश दिला आहे. माझं जीवितकार्य पूर्णत्वाला गेलं आहे. म्हणून मी समाधी घेण्याचा निश्चय केला आहे सोपाना. माझे सगळे संकल्प सिद्धीस गेले आहेत. सगळी उद्दिष्टं पूर्ण झाली आहेत. म्हणूनच मी हा निश्चय केला आहे.'' ज्ञानादादाने शांतपणे सांगितलं. सोपानानं निवृत्तीदादाकडे पाहिलं. म्हणाला, ''निवृत्तीदादा, हा काय म्हणतोय? हे... हे तुला मान्य आहे? तू याला अनुमती दिली आहेस?'' सोपानाचा आवाज आता रडवेला झाला होता. निवृत्तीदादानं निराशेनं मान हलवली. म्हणाला, ''सोपाना, वाहणारा वारा कुणाच्या अनुमतीची प्रतीक्षा करत नाही. त्याला कुणी अनुमती द्यायची? सागराच्या उधाणलेल्या लाटेला कुणाची अनुमती लागत नाही. तिला कुणी अनुमती द्यायची? सोपाना, ज्ञानेश्वर स्वयंसिद्ध आहे. स्वयंभू आहे. सूर्याच्या प्रकाशकिरणांना जशी कुणी अनुमती द्यावी लागत नाही. तसंच ज्ञानेशाचं आहे. सोपाना, मी त्याला अडवण्याचा खूप प्रयत्न केला; पण व्यर्थ! त्याचा निश्चय झाला आहे आणि तुला माहीत आहे, ज्ञानेश्वर कधी निश्चयापासून ढळत नाही. कितीही अप्रिय असलं, तरी हे सत्य आपल्याला स्वीकारायला हवं सोपाना! त्याचा निश्चय अटळ आहे. कदाचित हाच ईश्वराचा आदेश असेल!'' निवृत्तीदादा दुःखानं भिजलेल्या स्वरात म्हणाला आणि सोपानाचा धीर खचला. त्यानं ज्ञानादादाच्या पायांवर लोळण घेतली. हुंदके देऊन तो रडू लागला; पण ज्ञानादादा शांत होता. त्यानं सोपानाला उठवून छातीशी धरलं. कितीतरी वेळ तो सोपानाला थोपटत होता. जणू आपल्या

स्पर्शातून आपलं म्हणणं त्याला पटवून देत होता आणि अखेर तेच खरं ठरलं. सगळ्यांची समजूत काढून आपल्या निश्चयापासून तसूभरही न ढळता ज्ञानादादा समाधिस्थ झाला आणि त्या इंद्रायणीच्या काठावर ज्ञानादादाच्या आठवणींना आपल्या अश्रूंनी अभिषेक घालत सोपाना आक्रोश करत होता.

२३

तिन्हीसांज संपली. उदास पावलानं रात्र आली. अंधारानं आपले हात-पाय पसरले. सोपान अजूनही इंद्रायणीच्या घाटावरच बसला होता. इंद्रायणीच्या पाण्यावर उठणाऱ्या तरंगात तो त्याच्या ज्ञानादादाला शोधत होता. रात्र आणखी पुढे सरकली. आता इंद्रायणीवरही अंधार पसरला. दोन दिवसांवर अमावस्या आली होती. आज कार्तिक वद्य त्रयोदशी. ज्ञानादादानं संजीवन समाधी घेतली. खरंतर आता दु:खाचे दिवस पार संपले होते. दिवाळी नुकतीच झाली होती. या चौघांच्या वास्तव्यानं पुनीत झालेल्या आळंदी नगरातील लोकांनी सगळ्या नगरात पणत्या प्रज्वलित केल्या होत्या. प्रत्येक घरातल्या भगिनींनी या तिघांना ओवाळलं होतं. फराळाची, लाडू, बर्फीची रेलचेल होती. दीपावली अशी अवघी आनंदात गेली होती आणि त्यानंतर ज्ञानादादानं घेतलेल्या संजीवन समाधीमुळे सगळा अंधकार पसरला होता. राहून-राहून सोपानाला ज्ञानादादाची आठवण येत होती आणि अचानक एखादी विद्युल्लता चमकून जावी, तसं त्याला झालं. त्याला पडणाऱ्या त्या स्वप्नाचा अर्थ आता त्याच्या लक्षात आला. स्वप्नातली घटना प्रत्यक्षात घडली होती. ज्ञानादादाच्या समाधी मार्गावर स्वत: विठ्ठल-रुक्मिणी उभे होते. सोपानाच्या खांद्याभोवती हात घालून ज्ञानादादा त्याची समजूत घालत होता. चालता-चालता त्याला प्रेमानं समजावत होता. समोर विठ्ठलाला उभा पाहिल्यावर ज्ञानादादानं सोपानाचा हात विठ्ठलाच्या हातात दिला आणि विठ्ठलाला म्हणाला, ''विठुराया, हा माझा लाडका धाकटा भाऊ सोपान. याला मी तुझ्यावर सोपवतो आहे. आता तूच त्याचा पाठीराखा आहेस. तूच याला सांभाळायचं आहेस. तू मला तसं वचन दे. म्हणजे माझा संकल्प मला सिद्धीस नेता येईल.'' ज्ञानादादाचं बोलणं ऐकून विठुरायानं त्याच्या हातावर थोपटलं होतं, आणि सोपानाला हृदयाशी धरलं होतं. त्या वेळी होत असलेल्या दु:खाच्या आवेगात सोपानाच्या ते लक्षात आलं नाही; पण आता दु:खाचा डोंगर कोसळून गेला होता. आता तीव्र वेदना मागे उरल्या होता आणि मनाचा भोवरा ज्ञानादादाभोवती, त्याच्या आठवणींभोवती पिंगा घालत होता. म्हणून ते स्वप्न

सोपानाला आता आठवलं आणि त्या स्वप्नाचा अर्थही आत्ताच उमगला. आपल्याला पांडुरंगाच्या हाती सोपवून, त्याच्याकडून तसं अभिवचन घेऊन, ज्ञानादादा समाधिस्थ झाला होता. सोपानाला पुन्हा उमाळा आला. पुन्हा हुंदके देऊन तो रडायला लागला. डोळ्यांतले पाणी उदक होऊन इंद्रायणीत अर्पण केलं जात होतं. सोपान कितीतरी वेळ तिथंच दु:ख करत बसला होता.

रात्र पुढे सरकतच होती. मध्यान्ह रात्र होत आली. सोपानाचं सर्वांग हुंदक्यांनी गदगदत होतं. त्याच्या खांद्यावर कुणाचा तरी हात पडला. मायेनं निथळणारा तो स्पर्श! कदाचित... कदाचित आपलं दु:ख बघून ज्ञानादादा... ज्ञानादादा परत आला असावा. सोपाना झटक्यात मागे वळला. ओथंबलेले डोळे आणि काळवंडलेला चेहरा घेऊन नामदेव उभे होते. त्यांना समोर पाहिलं आणि सोपानाला पुन्हा गहिवरून आलं. बसल्या जागेवरून नामदेवांच्या कमरेला मिठी घालून सोपाना पुन्हा आकांत करायला लागला. नामदेवांनाही उमाळा आवरेना. तेही हुंदके द्यायला लागले; पण वयानं काहीसे प्रौढ असलेले नामदेव लवकर सावध झाले. आपण इथे कशासाठी आलो होतो, याचं त्यांना भान आलं. त्यांनी धोतराच्या सोग्यानं डोळे पुसले. चेहरा खसाखसा पुसला. इंद्रायणीचं पाणी चेहऱ्यावर मारून घेतले. खाकरून घसा मोकळा केला आणि म्हणाले, ''सोपानदेव, सोपानकाका, घरी चला! गारठा वाढायला लागलाय. मध्यान्ह रात्र झाली आहे. घरी चला. निवृत्तीदादा आणि मुक्ताई तुमची वाट पाहत बसले आहेत. घरी चला!'' बोलता बोलता नामदेवांचाही गळा पुन्हा भरून आला. ''नाही नामदेवा! ज्ञानादादाशिवाय घरी मी कसा येऊ? त्याला घेतल्याशिवाय मी घरी जाणार नाही. मला घरी जाववणार नाही. ज्या घरी ज्ञानादादा नाही. तिथं मी तरी जाऊन काय करू? नामदेवा, मी घरी जाणार नाही. मला घरी जायचं नाही. मला इथंच बसून राहायचं आहे. ज्ञानादादाच्या शेजारी!'' सोपाना नामदेवाच्या मिठीत स्फुंदत होता; पण आता नामदेव पुरते सावरले होते. डोळे पुन्हा पुन्हा भरून येत होते; पण आता काय केलं पाहिजे, याचं त्यांना व्यवस्थित भान होतं. ते शांतपणे सोपानाच्या पाठीवर थोपटत राहिले. न बोलता त्यांना मूक सांत्वना देत राहिले. काही क्षण असेच गेले. नामदेव सोपानाला म्हणाले, ''सोपानकाका, माउलीनं समाधी का घेतली; हे मी तुम्हाला समजावून सांगणं योग्य नाही; पण तरीही सांगतो सोपानकाका...

नश्वर हा देह। साधका साधनी।
एक तत्त्व धरुनि। तत्त्व बोध।।
देहावचेनि मापे। पावे एक वृत्ती।
जीव शीव समरसा। ऐक्य झाले।।

असं तुम्हीच ना सांगितलं आहे शिवाय

शरीर निर्मळ। वासना टवाळ
का रे बरळ। भक्तिविण।
पृथ्वी आप तेज। वायू आणि व्योम
पंचभूत सम। वर्ततसे।।

हेही तुम्हाला माहीत आहे आणि सोपानकाका, हा परमार्थ काय असेल तो असो, पण घरी मुक्ताईला सांभाळणारं कोणी नाही आणि तुमच्याशिवाय ते काम कोणीच करू शकत नाही. यातला अर्थ लक्षात घ्या. मुक्ताईचे अश्रू आम्हा कुणालाच बघवत नाहीत. निदान तिच्यासाठी तरी घरी चला. चला सोपानकाका घरी चला!'' नामदेवांचं बोलणं ऐकून मात्र सोपान सावरला. 'अरे, आपल्या दु:खात आपल्याला मुक्तीचा विसर पडला. खरंच तिला आपल्याशिवाय कुणीच सांभाळू शकत नाही, हे खरंच आहे. आता ज्ञानादादा तर गेला; पण मला मुक्तीसाठी तरी घरी गेलं पाहिजे. ती पार कोलमडून गेली असेल. नाही. नाही मला घरी गेलंच पाहिजे. मला घरी गेलंच पाहिजे.' सोपानाच्या मनात मुक्तीचा विचार आला आणि इतका वेळ ज्ञानादादाच्या आठवणीनं व्याकूळ झालेला, लहान बालकासारखा टाहो फोडणारा, हुंदके देऊन रडणारा सोपान आता एकदम प्रौढ झाला. जणू मोठा झाला. समंजस झाला. त्यानं उत्तरीयानं आपले अश्रू पुसले. इंद्रायणीचे पाणी सपासपा चेहऱ्यावर मारून घेतलं. त्या शीतल, मायेच्या स्पर्शानं त्याला थोडं बरं वाटलं. एकवार इंद्रायणीला नमस्कार केला आणि नामदेवाचा हात धरून तो थेट घरी आला.

घराभोवती अजून बरीच गर्दी जमा होती. मध्यरात्र उलटून गेली, तरी सगळी संतमंडळी, काही गावकरी अंगणात उभे होते. प्रत्येकाचे डोळे पाण्यानं भरलेले होते. त्या सगळ्यांच्या मध्ये निवृत्तीदादा गंभीर मुद्रेनं बसला होता. ''सोपानकाका आले. सोपानकाका आले.'' लोकांच्यात कुजबुज झाली. सोपान पुढे झाला. निवृत्तीदादानं त्याच्याकडे पाहिलं. दादा गंभीर होता. त्याच्या डोळ्यांत आसवांची दाटी होती; पण त्याचं भावंडातलं मोठेपण, त्याचं गुरुस्थान अश्रूंना ओघळायची अनुमती देत नव्हते. निवृत्तीदादाची आणि सोपानाची नजरभेट झाली. त्याच्या नजरेतलं कारुण्य बघून सोपानाला वाटलं, हा असा गांभीर्याचा मुखवटा धारण करून बसलाय, त्यापेक्षा ढसाढसा रडला तर बरं होईल. सोपानाशी नजरभेट झाल्यावर मात्र निवृत्तीदादाच्या डोक्यांतून एक अश्रू ओघळला. त्या अश्रूतच काळजी भरली होती, मुक्ताची. त्या अश्रूची आज्ञा शिरसावंद्य मानून सोपाना तीरासारखा आत, घरात धावला. घरात गोपालकृष्णाच्या मूर्तीसमोर मुक्ता बसली होती. घायाळ पाखरासारखी, विद्ध पक्षिणीसारखी, ''मुक्ताऽऽऽ!'' सोपानानं हाक मारली आणि तो धावत तिच्या जवळ गेला. दुसऱ्या क्षणाला, एखाद्या लहान बालकासारखी, जखमी पिलासारखी मुक्ता त्याच्या मिठीत कोसळली. तिचं सर्वांग थरथरत होतं. अंगाला कंप सुटला होता. हुंदके देऊन देऊन

तिला घुसमटायला होत होतं. श्वास अडकत होता. आवाज कोंडत होता. तिच्या तोंडून शब्दच काय, पण हुंदकाही फुटत नव्हता. क्षणभर तिला जणू ग्लानी आली आणि दुसऱ्याच क्षणी सोपानाच्या कुशीत रडणाऱ्या मुक्ताने टाहो फोडला. "सोपानदादाऽऽऽ! आपला ज्ञानादादाऽऽऽ ज्ञानादादाऽऽ!!!" सोपान काही बोलला नाही. तिला हृदयाशी कवटाळून तो तिच्या पाठीवर थोपटत राहिला. काही न बोलता, मूकपणे. आपल्या मनातली सगळी माया, काळजातलं सगळं वात्सल्य, उरातली सगळी ममता, हृदयातलं सगळं प्रेम त्या थोपटणाऱ्या हातात एकवटून. निःशब्दपणे, मनातले कढ तोंडावाटे बाहेर न पडू देता, डोळ्यांतून वाहणाऱ्या पाण्यातून त्याला वाट देत, सोपाना मुक्ताला थोपटत राहिला आणि नंतर कितीतरी वेळ, कितीतरी वेळ मुक्ता सोपानाच्या कुशीत रडत राहिली. कितीतरी वेळ...

दुसरे दिवशीचा सूर्यही उदासपणे उगवला. ज्ञानादादा आपल्यात नाही, हा विचारच सहन होत नव्हता. कुणीच कुणाशी बोलत नव्हते; पण आता निवृत्तीदादा सावरला होता. सकाळी उठून त्याने आपला योगाभ्यासही केला, पण घरात कुणाचीच चाहूल लागत नव्हती. ना सोपनाची, ना मुक्ताची. निवृत्तीदादानं सगळीकडे फिरून बघितलं. हाका मारल्या; पण कुणीच ओ दिली नाही. तो परसदारी गेला. शेवग्याखाली बघितलं; पण तिथंही कुणीच नव्हतं. गोपालकृष्ण त्या देव्हाऱ्यात एकटाच म्लान मुद्रेनं उभा होता. अंगणही ओकंबोकं होतं. त्यावर सडाही मारलेला नव्हता. निवृत्तीदादा पुन्हा आत आला. सोपान-मुक्ता आतही नव्हते. त्यांची अंथरुणंही तशीच होती. तशीच, म्हणजे विना सुरकुती. त्यावर कुणी निजले असल्याचं किंचितही चिन्ह तिथं दिसत नव्हतं. निवृत्तीदादाच्या काळजात चर्र झाले. हे खरं होतं, की ज्ञानेश्वराच्या समाधीनंतर दुःख अनावर झालेल्या लोकांना घरी परतायला मध्यान्ह रात्र उलटून गेली होती. हेही खरं होतं की, सोपान आणि मुक्ता विद्ध पाखरांसारखी एकमेकाला बिलगून बसली होती आणि हेही खरं होते, की त्या दोघांची समजूत घालण्यात निवृत्तीदादाला यश आलं नव्हतं आणि हेही खरं होतं, की ज्ञानेशानं घेतलेल्या संजीवन समाधीनंतर मनाला झालेलं दुःख, विचारांना झालेल्या यातना, काळजाला पडलेली भेग, हृदयाच्या झालेल्या चिंधड्या, डोळ्यांतून अविरत वाहणारे अश्रू, मोठ्या भावाआधी धाकट्या भावानं आयुष्य संपवावं, याचे झालेले क्लेश आणि ज्ञानेशाच्या समाधीमुळे सैरभैर झालेल्या लोकसागराला आवरण्यासाठी करावी लागलेली धडपड, या सगळ्यामुळे निवृत्तीदादालाही काही वेळ लागलेली गाढ झोप. निवृत्तीदादाच्या काळजात गलबललं. रात्रीच्या दुसऱ्या प्रहरापर्यंत तरी आपण टक्क जागे होतो आणि त्यानंतर काही क्षण, काही क्षणच आपल्याला निद्रा लागली आणि तेवढ्यात ही पोरं कुठं गेली? घायाळ पाखरासारखी दोघंजण जखमी आहेत, विद्ध आहेत, मनानं कोलमडलेली आहेत, हृदयानं विसकटलेली आहेत.

ज्ञानेशाच्या विरहामुळे निरातिशय दुःखी आहेत आणि मनाच्या अशा विसकटलेल्या अवस्थेत ही पोरं कुठं गेली असतील? या दोघांनी अजाणतेपणानं काहीतरी भलतंसलतं तर केलं नसेल ना? निवृत्तीदादाचं काळीज या शंकेनं पोखरून निघालं. मनात कुशंकांचं काहूर उठलं. क्षणभर काही कळेना, काही सुचेना, मन बधिर झाले. बुद्धी सैरभैर झाली. जाणिवांची जणू शुद्ध हरपली. काळजात भीतीनं घर केलं आणि याच सैरभैर अवस्थेत निवृत्तीदादानं आर्त आवाजात नामदेवांना हाक मारली. ''नामदेवऽऽ नामदेवा, नामया, अरे... अरे सोपान... सोपान आणि मुक्ता कुठं दिसत नाहीत. पोरं कुठंच नाहीत. कुठं... कुठं गेली असतील?'' निवृत्तीदादाचा आवाज कापत होता. शरीराला थरथर सुटली होती. काळजात कालवाकालव होत होती. अभद्र शंका मनाला कुरतडत होत्या आणि ज्ञानेशाच्या समाधीनंतरही स्वतःला मोठ्या खंबीरपणे सावरणाऱ्या निवृत्तीदादाच्या डोळ्यांतून घळाघळा अश्रू ओघळत होते.

नामदेवांना निवृत्तीदादाची ती घायाळ अवस्था बघवेना आणि राहवेनाही. ते काही न बोलता उठले आणि निवृत्तीदादाचा हात धरून त्याला घेऊन निघाले. ठिकठिकाणी पाहत चौकशी करत दोघे गंगेच्या घाटावर आले. इंद्रायणीचा घाट खरंतर गर्दीने फुलला होता. पाणी भरायला, स्नान करायला, अर्घ्य द्यायला, पूजा करायला, या ना त्या कारणानं बरेच स्त्री-पुरुष घाटावर होते; पण त्यात नेहमीचा उत्साह नव्हता. सगळ्यांचे सगळे दैनंदिन कामकाज मूकपणे चालले होते. जणू अवघं गाव मूक बनलं होतं. निवृत्तीदादाची आणि नामदेवांची भिरभिरती नजर घाटावर प्रत्येक ठिकाणी फिरत होती; पण सोपान आणि मुक्ता त्यात नव्हते. तिथं नव्हते. मग ही पोरं कुठं गेली असतील? निवृत्तीदादाच्या मनात भयशंकांचं वादळ उठलं. 'ज्ञानेशावरच्या प्रेमापोटी या दोघांनीही काहीतरी वेडेपणा केला नसेल?' निवृत्तीदादाची नामदेवांच्या हातावरची पकड घट्ट झाली. त्यानं नामदेवांचा हात खेचला आणि त्या घाटावरच्या गर्दीतून त्याला बाहेर खेचत तो झपझप चालू लागला. त्याच्या चालीत इतके झपाटलेपण होतं, की तो चालताना श्वास घेतोय की नाही, असं नामदेवांना वाटलं. त्याच झपाटलेल्या चालीनं दोघं जण ज्ञानेशाच्या समाधिस्थळी आले. समाधी परिसरात नीरव शांतता होती. जमिनीवर फुलांचा सडा होता. त्या सुकलेल्या फुलांचाही मंद सुगंध हवेत दरवळत होता. जणू त्या शांततेला वाचा फोडत होता. क्षणभर तिथं स्तब्ध उभा राहून निवृत्तीदादानं कानोसा घेतला. त्या नीरव शांततेला छेद देत एक बारीकसा आवाज त्यांच्या कानांवर पडला. त्या आवाजाच्या रोखानं ते दोघं निघाले. अजानवृक्षाच्या पाठीमागे पोहोचले आणि तिथं नजर जाताच निवृत्तीदादाचा स्वतःच्या डोळ्यांवर आणि कानांवर विश्वास बसेना. सोपान-मुक्ता तिथं बसले होते आणि रडत रडत कुणाशीतरी बोलत होते आणि असं बोलत होते, जणू तिसरा कुणीतरी त्यांना उत्तरच देत होता. सोपान म्हणत होता,

"तुझ्या पावलांवर पाऊल टाकून मी चालत आलो. तुझ्या पावलांचे ठसे, तुझ्या चरणमुद्रा माझ्यासाठी दीपस्तंभाचं, मार्गदर्शकाचं काम करायच्या आणि मी त्या बरहुकूम चालायचो; पण आता त्या पाऊलखुणाच दिसत नाहीत, तर मी चालणार कसा आणि कुठून? संजीवन समाधी घेऊन तू परमार्थाचं सर्वोच्च शिखर गाठलंस; पण आम्ही पांगळे झालो. पाय गेले म्हणून नव्हे, तर वाटा संपल्या म्हणून! आमच्या वाटा संपल्या आहेत. खरंच आमच्या वाटा संपल्या आहेत!" सोपानाचा स्वर कातर झाला होता. त्याच्या डोळ्यांतून घळाघळा पाणी वाहत होतं. तरीपण डोळ्यांत एक आस होती, प्रतीक्षा होती. सोपानाने घुसमटून एक हुंदका दिला.

तोच मुक्ता म्हणाली, "आई-बाबा म्हणजे काय, हे कळायच्या आधीच ते मला सोडून गेले. तुम्हा तिघांच्यामुळे ती उणीव मला कधीच भासली नाही; पण आता एक पोकळी जाणवते आहे. निर्वात पोकळी. जिथं आधाराचं अस्तित्व नाही, जिथं मायेचं प्राणतत्त्व नाही. जिथं ममतेची ऊर्जा नाही. अशी निर्वात पोकळी. इतके दिवस तुझ्या अस्तित्वानं भरलेली; पण आता...? आता तू नाहीस! म्हणजे पायाखाली जमीनही नाही आणि माथ्यावर आकाशही नाही. आज आम्ही खरे निराधार झालो आहोत. निराधार!" सोपान-मुक्ताचं ते बोलणं, त्यांना कुणीतरी प्रत्युत्तर देतेय, प्रतिसाद देतेय, असा त्या दोघांचा आविर्भाव! निवृत्तीदादाच्या काळजात चर्र झाले! तो धावतच त्या दोघांजवळ गेला. त्या दोघांना मिठीत घेऊन स्फुंदत म्हणाला, "नाही, नाही सोपान मुक्ता! मी... मी आहे ना? हा... हा तुमचा दादा, निवृत्तीदादा... आहे ना? माझा आधार नाहीसा झाला म्हणून काय झालं? मी तुमचा आधार बनेन ना! चला बाळांनो, घरी चला! चला घरी!" निवृत्तीदादाच्या स्पर्शानं सोपान-मुक्ताला आणखीच रडू आलं. रडत-रडत मुक्ता म्हणाली, "दादा, आम्ही दोघं इथं बसून ज्ञानादादाला सगळं सांगत होतो. तो आतून सगळं सगळं ऐकत होता. आम्ही त्याला बाहेर येण्यासाठी खूप विनवलं! हट्ट धरला; पण तो आला नाही. तो आला नाहीऽऽ!" मुक्तीला रडू अनावर झाले! तिचे डोळे पुसत निवृत्तीदादा म्हणाला, "मुक्ते, समाधिस्थ झालेला ज्ञानेश्वर पुन्हा या मर्त्य लोकात प्रवेश करेल, असं तुला वाटतं? आणि समजा तो परत आलाच, तर प्राणभयानं तो परतला असं होईल आणि ते तुला चालेल? सोपाना, संजीवन समाधी घेऊन परमार्थाचं शिखर ज्यानं गाठलं, तोच ज्ञानेश्वर पुन्हा या ऐहिक मार्गात परतलेला तुला चालेल? नाही ना? तेव्हा आता ज्ञानेश्वराला मागे ओढण्याचा प्रयत्न करू नका. उलट त्याची पारमार्थिक वाटचाल सुखेनैव व्हावी, म्हणून तुम्ही स्वत:ला आवरा, सावरा, तरच त्याच्या भवतीचे हे मायेचे पाश तुटतील. तुमचा ज्ञानादादा हा आत्मानुभवी होता. म्हणूनच त्यानं भक्तीतील प्रेमसुखाचा, मुक्तीतील आत्मसुखाचा आणि समाधीतल्या संजीवकाचा अनुभव घेतलाय. त्याच्या बरोबरच्या आत्तापर्यंतच्या सहवासानं, सहचार्यानं तुम्हीही

सहानुभव घ्यायला हवा. नव्हे तो तुम्हाला यायला हवा. तेव्हा आता हे दु:ख आवरा. ज्ञानेश्वराचे सहानुभवी व्हा आणि घरी चला. ज्ञानदेवाची ओवी तुमची वाट पाहत आहे. प्रतीक्षा करते आहे. चला घरी!'' निवृत्तीदादाचा शब्दन्‌शब्द सोपान-मुक्ताच्या अंतर्मनात गंगेच्या शीतल धारेसारखं प्रोक्षण करत होता. ज्ञानादादाच्या वियोगानं काळजात उठलेला दाह, मनात उसळलेला आगीचा डोंब आणि हृदयाला जाळणारा लाव्हा त्या शीतल शब्दांच्या सिंचनाने शांतवत होता. सांत्वनीत होत होता. सोपानानं मोठ्या निग्रहाने डोळे पुसले. त्याच निश्चयाने मिठीतून स्वत:ला सोडवून घेत दोघंही दृढनिश्चयानं उभी राहिली. एकवार मागं वळून त्या अजानवृक्षाकडे नजर टाकून एकमेकांचा हात धरून काहीही न बोलता दोघे झपझप चालत निघाली. मागोमाग निवृत्तीदादा होता. त्यानं एक क्षण भरल्या डोळ्यानं अजानवृक्षाकडे पाहिलं आणि डोळ्यांतून ओघळणारं पाणी तसंच वाहत ठेवून तोही चालायला लागला. एकमेकांचा हात धरून चालत असलेल्या सोपान-मुक्ताकडे बघताना नामदेवांच्या मात्र मनात प्रश्न उभा राहिला, 'ही पोरं मोठी झाली की पोरकी झाली?' या प्रश्नाचं न मिळणारं उत्तर शोधत नामदेवही त्या तिघांच्या पाठोपाठ चालू लागले.

त्यानंतर मात्र सोपान आणि मुक्तानं डोळ्यांतून पाणी काढलं नाही. तरीही त्यानंतर दोघांच्या चेहऱ्यांवर हसू काही उमटले नाही. सोपान आधीच काहीसा अबोल, शांत, संयमी. आता तर तो आणखीच अबोल झाला. खरंतर त्याला एरवीही एकांतात बसायला आवडायचं. तसा तो एकांतप्रियही होता. आता तर या मन:स्थितीत एकांतात बसायला त्याला बरंच वाटलं असतं; पण एकांतात कुठंतरी जाऊन शांतपणे बसावं, असा विचार त्याचं मन करायला लागलं, की त्याच्या नजरेसमोर मुक्ताचा चेहरा उभा राही. रडवेली झालेली, केविलवाणी दिसणारी, ज्ञानादादाच्या समाधिस्थ होण्यामुळे घायाळ झालेली मुक्ता. तिचा विचार मनात आला, की मग दूर कुठंतरी जाऊन एकांतात बसण्याचा त्याचा विचार बारगळायचा आणि तो पुन्हा मुक्ताची काळजी करायला लागायचा. तिच्या आवतीभोवती राहायचा. काहीतरी बोलून, विचारून तिला बोलतं करायचा प्रयत्न करायचा. मुक्तीलाही त्याची ही आस्था, काळजी कळून यायची. तीही मग आपला रडवेला चेहरा पुसून शांततेचा मुखवटा धारण करायची. त्याच्या प्रश्नांना उत्तरं द्यायची. खोटा-खोटा उत्साह दाखवायची. सोपान आणि मुक्ता ज्ञानादादाच्या समाधी घेण्यानं अधिक पोरकी झालेली; पण एकमेकांना तसं न दाखवता अशी एकमेकांना जपताना पाहून निवृत्तीदादाला मात्र गलबलून यायचं. एवढा खंबीर मनाचा निवृत्तीदादा! ज्ञानेशानं समाधी घेतली, तरी त्यानं आपल्या मनावर संयम ठेवला होता; पण या दोघांना असं एकमेकांसाठी खोटे-खोटे मुखवटे घालून वावरताना पाहून त्याचे डोळे सतत पाझरायचे. ज्ञानादादाला समाधी घेऊन आठ दिवस झाले होते; पण कुणाच्याही

काळजातलं दु:ख तसूभरही कमी झालं नव्हतं. नामदेवादि संतमंडळी रोज निवृत्तीदादाकडे यायची. सोपानाला, मुक्ताला भेटायची. काहीबाही बोलायची. काही विचारायची. ती सगळी मंडळी आली, की विषय निघायचा तो ज्ञानादादाचाच; पण तरीही काही काळ त्यात मन रमायचं. ज्ञानादादा, ज्ञानेश्वरी, अमृतानुभव, चांगदेव पासष्टी अशा ज्ञानादादाच्या ग्रंथांबद्दल बोललं जायचं. काहीतरी चर्चा व्हायच्या. काही वेळ मग बरं वाटायचं. त्या सगळ्यांच्या सहवासात ज्ञानादादा आपल्या सोबत, आपल्यामध्ये असल्याचा आभास व्हायचा. मनातल्या दु:खाचा, ज्ञानादादा नसल्याच्या वस्तुस्थितीचा काही काळ विसर पडायचा. तरी दिवसभर थांबून सूर्य मावळतीकडे झुकला, की संतांचा तो मेळा परत फिरायचा आणि मग पुन्हा ते रिकामं अंगण, ज्ञानादादाची नेहमीची बसण्याची जागा, त्याचा आठव हे सारं सारं अंगावर यायचं आणि मन पुन्हा दु:खी व्हायचं, एक उदासवाणी, अस्वस्थ करणारी अवकळा साऱ्या घरभर पसरायची आणि पुन्हा काळीज कुरतडायची. आपल्या मनावर, हृदयावर, विचारांवर, आचारांवर, उच्चारांवर, वैखरी, वाणीवर ज्ञानादादा किती व्यापक आणि सखोल ठसा उमटवून गेला आहे याची जाणीव अगदी पदोपदी नव्हे, क्षणोक्षणी नव्हे, प्रत्येक श्वासागणिक होत होती. पण आता एवढंच झालं होतं की, नामदेवादि संतमंडळी आली, की काही चर्चा होत काही विचारांची देवाण-घेवाण होई, काही प्रश्न-उत्तरं होत, काही मतमतांतरं होत. याचा परिणाम मात्र रात्री एकांतात, ज्ञानादादाच्या आठवणींना किंचित विचारांची झालर लागण्यात झाला.

एक दिवस असंच झालं. सगळी संतमंडळी अंगणात जमली होती. विषय होता ज्ञानादादाच; पण आज चर्चेचा मुख्य विषय होता संजीवन समाधी. जो तो संजीवन समाधीबद्दलच बोलत होता. ती घेणं किती कठीण आहे, सिद्धयोगी असल्याशिवाय ते कुणालाच जमत नाही. असं जो तो आपापलं मत मांडत होता. ही सगळी समाधीबद्दलची चर्चा ऐकत चोखोबाचा शेजारी केरबा एका बाजूला बसला होता. ज्ञानेश्वर माउलीचा भक्त असलेला, चोखोबाच्या भक्तीला सलाम करणारा केरबा, तरीही भक्ती, भक्तिप्रामाण्य, योग, योगसिद्धी, अध्यात्म, परमार्थ यांपासून कोसो दूर होता. इतका वेळ या सगळ्या संतांच्यात चाललेली समाधी, संजीवन समाधी याची चाललेली सगळी चर्चा त्याच्या डोक्यावरून जात होती. ज्ञानेश्वर माउली सर्वांचा निरोप घेऊन त्या गुहेत गेली आणि मग सगळी धाय मोकलून रडायला लागली, एवढंच त्याला समजलं होतं. आता या सगळ्यांची त्याच विषयावर चर्चा चाललेली बघून त्याला राहवेना. तरीपण एवढ्या मोठ्या माणसांच्यात आपण मध्येच कसं बोलायचं, बोलावं की नाही, या विचारात हरवलेला केरबा स्वत:च्या नकळत बोलून गेला, "महाराजा हो! मला माफी करा! पर हे संजीवन समाधी असं तुम्ही सारखं म्हणतायसा? हे संजीवन समाधी म्हंजी नक्की काय हाय? आनी

ज्ञानोबा माउलीनं ही काय ती संजीवन समाधी घेतल्यावर तुम्ही समदे रडत का हुतात? आता समाधीतनं उठल्यावर माउली यील की परत! त्यात इक्तं दु:ख करण्यासारखं काय हाय?'' केरबा निरागसपणे बोलत होता. त्याला कसं समजावून सांगावं, हे कोणालाच समजत नव्हतं. नामदेवांनी तो प्रयत्न केला. म्हणाले, ''केरबा! अहो केरबा. संजीवन समाधी घेणं म्हणजे त्या परमात्म्यात स्वत:ला विलीन करणं! ज्ञानोबा माउलीनं संजीवन समाधी घेतली आहे. आता माउली कधीच परत येणार नाही. त्यांनी आपला निरोप घेतला आहे. कायमचा! या नश्वर शरीराला त्यांनी ईश्वराच्या चरणांवर समर्पित केले आहे. आता माउली कधीच परतणार नाही. माउली आपल्याला कायमची सोडून गेली आहे. ते शुभदर्शन आपल्याला आता कधीच होणार नाही!'' बोलता बोलता नामदेवांचे डोळे भरून आले. सगळेच गहिवरले. केरबाच्या चेहऱ्यावर भीती पसरली. डोळ्यांत पाणी भरलं. थरथरत्या आवाजात तो म्हणाला, ''म्हंजी... म्हंजी ज्ञानोबा माउलीनं त्या गुहेत आत जाऊन जीव-बीव दिला की काय? अरं माझ्या कर्माऽऽ! माउली तुम्ही असं का हो केलंत? आम्हाला समद्यांना सोडून कशापायी गेलात? कशापायी असा जीव दिलातऽऽ?'' केरबाने गहिवर घातला. त्याला कसं शांत करावं, कुणालाच कळेना! चोखोबा, जनाबाई त्याची समजूत घालू लागले. जनाबाई म्हणाल्या, ''केरबा! आवरा स्वत:ला. माउलीनं घालून दिलेल्या मार्गावरून आपण चाललो, तर माउली आपल्याबरोबरच आहे, असं होईल ना? मग आता दु:ख करू नका आणि माउलीच्या समाधीला जीव देण्याचा अर्थ लावू नका. जीव तोच देतो, ज्याला स्वत:चं आयुष्य नकोसं झालेलं असतं! अत्यंत समृद्ध असं भक्तीचं साम्राज्य ज्यांनी उभं केलं, त्या माउलीला स्वत:चा जीव नकोसा कसा होईल? आपल्याला परमेश्वरानं जे काम नेमून दिलं होतं, ते पूर्ण झालं, म्हणूनच माउलीने समाधी घेतलीय!'' जनाबाईंनी बोलता-बोलता डोळ्यांतून ओघळणारं पाणी पदरानं पुसलं. ''व्हयं; पण काही झाले तरी जीव गेलाच ना? माउली आपल्याला सोडून गेली, हे शेवटी खरं हाय ना?'' म्हणत केरबा रडू लागला. मग स्वत:चे डोळे स्वत:च पुसून म्हणाला, ''सोपानकाका, ही समाधी घेत्यात म्हंजी नक्की काय करत्यात हो? काय हिरीत उडी न्हायी, काय फास न्हायी, काय ईख प्यायलं न्यायी. आनी तरीपण प्राण सोडायचा म्हंजी काय? सोपानकाका, आमा अडाण्यांना जरा समजावून सांगा की संजीवन समाधी म्हंजी काय? सोपानकाका खरं सांगू? हे तुमचे आठ-दहा संत सोडले, तर आमाला कुणालाच ते कळल्याले न्हायी. त्यास्नीतरी नीट कळल्याचं हाय का न्हायी कुणाल दखल? सोपानकाका, माउलीनं समाधी, आपले संजीवन समाधी घेतली म्हंजी नक्की काय केलं? आम्हा अज्ञानी माणसांना उलगडून सांगा महाराजा! आमची एवढी प्रार्थना ऐकाच महाराजा!'' केरबा हात जोडून विनवत होता. त्याच्या डोळ्यांत

अजिजी होती आणि उत्सुकताही!

दोन-चार संतमंडळी सोडली, तर इतर सगळ्यांच्याच डोळ्यांत सोपानाला ती उत्सुकता दिसली. त्यानं निवृत्तीदादाकडे पाहिलं. निवृत्तीदादा म्हणाला, ''सांग सोपाना सांग! संजीवन समाधी म्हणजे काय, हे यांना समजेल, अशा शब्दांत समजावून सांग. विषय सोपा करून सांगण्यात, तो नागर भाषेत सांगण्यात तुझी हातोटी आहे. तेव्हा तूच हे चांगलं सांगू शकशील. जरूर सांग!'' निवृत्तीदादाची अनुमती मिळताच समोर बसलेल्या सगळ्यांच्या चेहऱ्यावर आनंद पसरला. आता सोपानकाका आपल्याला हे संजीवन समाधीचं शास्त्र आपल्याला समजेल असं नक्की समजावून सांगतील, असा विश्वास त्यांच्या चेहऱ्यावर पसरला; पण आता संध्यासमय झाला होता. संध्यापठण करायचं होतं. सोपानानं नामदेवांकडे पाहिलं. नामदेवांनी त्याचे डोळे वाचले. मान झुकवून त्यांनी होकार दिला आणि जमलेल्या सगळ्या मंडळींना उद्देशून ते म्हणाले, ''लोकहो! आता संध्याकाळ झाली आहे. तेव्हा संजीवन समाधीबद्दल सोपानकाका उद्या सांगतील. आता आपल्याला सगळ्यांनाच घरी जायचं आहे. तेव्हा आपण उद्याच आपल्या मनातील शंका निरसून घेऊ. आता माउलीचा गजर करू या. विठूनामाचा गजर करू या. 'रामकृष्ण हरी'चा थोडा वेळ जप करू या. माउलीचं पसायदान म्हणू या आणि आपापल्या घरी जाऊ या. चला आता गजर करू या. विठ्ठल-विठ्ठल, विठ्ठल-विठ्ठलऽऽऽ!'' नामदेवांनी गजर सुरू केला. सगळ्यांनी त्यात सूर मिसळला, मंडळी आपापल्या घरी गेली, ती दुसऱ्या दिवशीची उत्सुकता मनात ठेवूनच.

दुसऱ्या दिवशी मंडळी अनावर उत्सुकतेने जमणार होती. त्या रात्री कशी कोण जाणे सोपानालाही शांत झोप लागली. नाहीतर इतके दिवस रात्र खायला उठायची. अंधार गिळायला उठायचा. ज्ञानादादा नसल्याची जाणीव काळीज कुरतडायची; पण आज कशी कोण जाणे शांत-शांत झोप लागली आणि जाग आणि नीज याच्या सीमारेषेवर असताना सोपानाला ज्ञानादादा दिसला. त्याच्या चेहऱ्यावर तेच प्रसन्न हास्य होते. डोळे तसेच वात्सल्य उधळत होते. ''ज्ञानादादाऽऽ!'' सोपानानं भारावून हाक मारली. ''सोपाना, उद्या तू संजीवन समाधीबद्दलचं शास्त्र लोकांना सांगणार आहेस ना? सोपाना, हे फार मोठं कार्य तू करतो आहेस. अरे, अज्ञान दूर करणं, हेच तर आपल्या सगळ्यांच्या जीविताचं उद्दिष्ट आहे ना? सोपाना, तुझ्या सोपानदेवीनं त्या उद्दिष्टप्रत गोपूर गाठलाच आहे. आता संजीवन समाधीचं शास्त्र सांगून तू त्यावर कळस चढवतो आहेस. तूही तुझं जीवितकार्य अंतिम चरणापर्यंत नेलंस सोपाना. उद्या त्यावर पूर्णविराम चढेल. गुरुबंधू, धाकटा भाऊ म्हणून मला तुझा अभिमान वाटतो सोपाना, अभिमान वाटतो!'' बोलता बोलता ज्ञानादादा अंतर्धान पावला. सोपान क्षणभर उठून बसला. आपण बघितलं, ऐकलं, ते स्वप्न की सत्य, याचा

निर्णय त्याला घेता येईना; पण ज्ञानादादा दिसला, भेटला, बोलला हे समाधान अपूर्व होतं. त्याच आनंदात सोपान पुन्हा निजला. मध्यरात्र होती. चंद्र माथ्यावर होता. रात्रीला लवकर परतण्याची घाई होती, कारण पहाटेला लवकर यायचं होतं. सोपानकाकांचं बोलणं, संजीवन समाधीचं शास्त्र ऐकायचं होतं. सगळ्यांनाच त्याची प्रतीक्षा होती. अगदी चराचरालासुद्धा!

२४

आज कितीतरी दिवसांनी अशी चांगली सकाळ उजाडली होती. कितीतरी दिवसांनी सोपान पहाटेच उठला होता. पठणाला बसला होता. त्यानं योगाभ्यासही केला आणि आज कितीतरी दिवसांनी तिघं जण एकत्र जेवायला बसले. तरीही आपल्या तिघांबरोबर ज्ञानादादाचं चौथं पान ठेवायला मुक्ती विसरली नव्हती. त्या रिकाम्या जागेकडे बघून तिघांच्याही मनात कालवलं क्षणभर! पण तिघांनीही मनाला आवरलं, अश्रूंना बांध घातला आणि इतर काही विषयांवर बोलत तिघं जेवायला लागली. आपण सगळे जण आपापल्या मनातलं दु:ख लपवून चेहऱ्यावर मुखवटा धारण केला आहे, हे तिघांनाही माहीत होते. या लपवाछपवीला वाचा फोडली मुक्तानं. म्हणाली, ''निवृत्तीदादा, सोपानदादा, आता ज्ञानादादा आपल्यात नाही, ही वस्तुस्थिती कठोरपणे स्वीकारणं, हेच आपल्यासारख्या योगिजनांचं लक्षण आहे. तो आपल्यात आहेही आणि नाहीही! त्याच्या नसण्यानं त्याचं असणं आणखीच गहिरं झालेलं आहे; पण त्याच्या नसण्याचीच सवय आपल्याला होणं गरजेचं आहे. अर्थात, ती सवयसुद्धा फार काळ करून घ्यावी लागणार नाही म्हणा! अर्थात, ऐहिक लोकातून निवृत्त होऊन ज्ञानाचा सोपान चढल्याशिवाय मुक्ती मिळत नाही! खरं ना दादा? तेव्हा आपण या ऐहिक लोकात आहोत, तोवर इथले यम-नियम आपल्याला पाळले पाहिजेत ना? सोपान्दादा आणखी थोडं दूध घे. तुला संध्याकाळी बराच वेळ बोलायचं आहे!'' असं म्हणत आईच्या मायेनं मुक्तानं विषय संपवला. प्रत्येक विषयाला वात्सल्याची झालर जोडण्याचं, त्याचबरोबर पारमार्थिक तत्त्वाकडे नेण्याचं तिचं कौशल्य बघून निवृत्तीदादाला मुक्तीचं कौतुक वाटलं, तर ज्या रडूबाई मुक्तीला आपण सांभाळत होतो तीच मुक्ता आता आईच्या मायेनं आपला सांभाळ करते आहे, हे बघून सोपानालाही तिचं कौतुक वाटल्याशिवाय राहिलं नाही. जेवणं झाली; पण तिघांची मनं आता शांत होती. त्यात दु:खाचा कल्लोळ नव्हता, वियोगाची वेदना नव्हती, विरहाची खंत नव्हती, की ताटातुटीचं भय नव्हतं. कदाचित... कदाचित ज्ञानादादाच्या समाधीला आता तीन आठवडे झाले होते.

काळानं त्या दु:खावेगावर आपला लेप चढवला होता. म्हणूनही असेल; पण तिघंही विलक्षण शांत होती.

मध्यान्ह उलटली. सूर्य कलला आणि एकेक जण जमायला सुरुवात झाली हस्ते-परहस्ते, मुखे-परमुखे आज सोपानकाका संजीवन समाधीचं शास्त्र, संजीवन समाधीचं रहस्य उलगडून सांगणार आहेत, ही बातमी पसरलीच होती. ज्ञानोबा माउलीनं संजीवन समाधी घेतली, हे पंचक्रोशीत माहीत झालं होतं. माउलीच्या जाण्याबरोबरच त्यांनी घेतलेल्या संजीवन समाधीबद्दल लोकांना अपार उत्सुकता होती. नुसतीच उत्सुकता नव्हती, तर त्याबद्दल लोकांत अनेक वदंता होत्या. तर्क-वितर्कापेक्षा कुतर्कच रचले जात होते. मग त्यात, स्वत:चा श्वास कोंडून ठेवून प्राण जाईपर्यंत सोडायचा नाही इथपासून ते गुहेत जाऊन तिथल्या शिळेवर मस्तक आपटून जीव द्यायचा, सापाकडून दंश करून घ्यायचा, जीभ कापून घ्यायची, गळ्याची विशिष्ट शीर दाबायची इथपर्यंत कुतर्कांची मजल होती; पण संजीवन समाधी म्हणजे नक्की काय, ते कुणालाच माहीत नव्हतं. नामदेवादि संतमंडळीसुद्धा ती हटयोगाची एक परिपूर्ण अवस्था आहे, या पलीकडे काहीच जाणून नव्हते. त्यामुळेच सोपानकाका संजीवन समाधीचं रहस्य उलगडणार आहेत, हे समजल्यावर अर्धी पंचक्रोशी तिथं जमा झाली. खरंतर ज्ञानोबा माउलीनं ज्ञानेश्वरीच्या सहाव्या अध्यायात याचा विस्तारानं उलगडा केलेला होता; पण तरीही त्यातली कौतुकाची मराठी सामान्य नागर जनांच्या आकलनापलीकडची होती. तशातच सोपानाची भाषा सोपी, नागर मराठी, त्यातच बोलणं अत्यंत संयमित, आदरपूर्ण आणि नेमकं आणि मोजकं, जनसागर न जमता, तरच नवल.

डोळ्यांत मावणार नाही, इतकी उदंड गर्दी झाली. सोपानानं निवृत्तीदादाच्या चरणांवर मस्तक ठेवून वंदन केलं. ज्ञानेश्वरीच्या समोरही तो नतमस्तक झाला. एकवार ज्ञानादादाच्या मोत्यासारख्या सुंदर हस्ताक्षरातला तो ग्रंथराज अलगद उचलून त्यानं मस्तकाला लावला. क्षणभर, क्षणभर त्याला वाटलं, की ज्ञानादादाचा हात आपल्या मस्तकावरून फिरतोय. गालांवरून ओघळू पाहणारा अश्रू परतवून लावत त्यानं तो ग्रंथराज खाली ठेवला. मान वळवून मुक्ताकडे पाहिलं. तिच्याही नजरेत तोच भाव होता. किंचित मान झुकवून तिनं दादाला नमस्कारही केला आणि अनुमतीही दिली जणू. सोपाना व्यासपीठाकडे वळला. एकवार त्यानं मंदिराच्या प्रांगणात नजर टाकली. आळंदीतल्या विठ्ठल मंदिराचं ते प्रांगण गर्दीनं नुसतं ओसंडलं होतं. सोपानानं व्यासपीठासमोर मस्तक टेकवून नमस्कार केला आणि वीरासन घालून तो व्यासपीठावर बसला. एकवार हात जोडून, डोळे मिटून त्यानं गोपालकृष्णाचं स्मरण केलं. मनश्चक्षूनं ज्ञानादादाला बघून त्याला नमस्कार केला. निवृत्तीदादाकडे बघून मस्तक झुकवलं, नामदेवादि संतांना वंदन केलं आणि सोपानानं

बोलायला सुरुवात केली. शब्द सोपे, वाणी मधुर, भाषा कुणालाही समजेल अशी आणि समजावून सांगणं तर इतकं सोपं, की लहान मुलाला कळावं. अगदी सामान्यातल्या सामान्य बुद्धीच्या, अज्ञानी, निरक्षर माणसाला समजेल, अशा पद्धतीनं संवाद साधत सोपान बोलत होता.

''माय-पित्यांनो, मी विठ्ठलपंत-रुक्मिणीमातेचा पुत्र, निवृत्तीदादा आणि ज्ञानादादाचा धाकटा भाऊ आणि गुरू निवृत्तीनाथांचा शिष्य सोपानदेव आज तुम्हाला या सर्वांच्या आशीर्वादाच्या पाठबळावर नाथपंथातील हटयोगातल्या संजीवन समाधीचं शास्त्र आणि रहस्य उलगडून सांगण्याचा प्रयत्न करणार आहे. माझ्या दादानं, म्हणजे ज्ञानेश्वर माउलीनं संजीवन समाधी घेतली. तत्पूर्वी ज्ञानदेवीच्या सहाव्या अध्यायात ही माहिती विस्तारानं आली आहे. तीच मी तुम्हाला समजावून सांगतो. त्यानं स्वत:ला पंचमहातेजांच्या स्वाधीन करून समर्पण केलं. त्याबद्दलच मी आता सांगणार आहे. त्याचा आरंभ संजीवन समाधीच्या साधनेला योग्य स्थान कोणतं, यापासून करू या. जिथं ही साधना करायची, तो भूभाग पवित्र, शुद्ध असावा. तिथं देवतांची वस्ती असावी. संतांचं वास्तव्य असावं. त्या स्थानाजवळून सहज जरी गेला, तरी नास्तिकालादेखील साधना करावी, असं वाटेल आणि ते रमणीय स्थान पाहून तो घरी जायचं विसरेल, असं ते स्थान असावं. तिथं शुद्ध जलाचे स्रोत असावेत. मधुर फळं देणारी वृक्षराजी असावी. जवळच एखादा मठ किंवा आश्रम असावा. शक्यतो नीरव शांतता असावी. दृष्टिक्षेपात एखादं शिवालय असावं. विशेष करून त्या ठिकाणी एकांतात बसून साधना करता यावी आणि मन एकाग्रचित्त आणि शांत व्हावं. समाधिस्थान असं असावं महानुभावो.

''आता आपण पाहू या की, अशा समाधिस्थानावर समाधी घेण्यास बसण्यासाठी आसन कसं असावं. आधी सांगितल्याप्रमाणं रमणीय असं ठिकाण शोधून तिथली एखादी उत्तम जागा, जी फार उंच नसेल, फार खोल नसेल, जी चढ-उताराची नसून थोडीशी समतल, म्हणजे सपाट असेल. अशी जागा बैठकीसाठी सुनिश्चित करावी. नंतर त्या जागेची साफ-सफाई करून तेथे पाणी शिंपडून ती जागा पवित्र करावी. नंतर त्या जागेवर अग्रासहित असलेले कोवळे दर्भ पसरावेत. त्यावर शुद्ध केलेलं कृष्णाजिन घालून, म्हणजे मृगाजिन घालून त्यावर धूतवस्त्राची घडी अंथरावी. असं आसन बनवावं. हे आसन जमिनीपासून फार उंच नसावं. ज्यामुळे शरीर हलेल आणि फार खाली नसावं, ज्यामुळे खडे टोचतील किंवा किडे-मुंग्या त्यावर चढतील. असं स्थान आणि असं आसन बनवून त्यावर बसून मन एकाग्र करावं आणि सद्‌गुरूंचं विनम्रपणे स्मरण करून आत्मानंदाकडे वाटचाल सुरू करावी. सद्‌गुरूचं एकाग्रचित्तानं स्मरण केलं असता अष्टसात्त्विक भाव दाटून येतात. अहंकार, लोभ, मोह, इत्यादींचा विसर पडू लागतो. बाह्य गोष्टींकडे धावणाऱ्या इंद्रियांना लगाम बसतो आणि मन

हळूहळू अंतर्मनाकडे, अंत:करणाकडे वळू लागतं.

"श्रोतेहो, आता सर्वांत महत्त्वाचं म्हणजे अशा आसनावर कशा स्थितीत बसावं? कोणती योगमुद्रा धारण करावी? मंडळी, याबाबत काही मतांतरं आहेत. तथापि नाथपंथानं हटयोगाद्वारे सांगितलेली योगमुद्रा अशी आहे. सर्वप्रथम पोटऱ्या मांड्यास लावून आसन घालावं. दोन्ही पायांच्या टाचा वर कराव्यात व शरीराला आधार असणाऱ्या कमरबंधाखाली असणाऱ्या नितंबाखाली दोन्ही टाचा घट्ट व स्थिर कराव्यात. या टाचांचा स्पर्श दोन्ही नितंबांना जोडणाऱ्या शिवणीजवळ गुदस्थानाजवळ व्हावा, असं पाहावं. त्यानंतर उजव्या पायाची टाच खाली घालावी व टाचेनं शिवणीचा मध्यभाग दाबावा. म्हणजे साहजिकच उजव्या पायावर डावा पाय बसतो. तिथं गुदद्वार आणि शिश्न यांच्या मध्ये असलेल्या चार बोट जागेमध्ये, बरोबर मध्यात म्हणजे वर दीड बोट जागा सोडून मध्ये जी एक बोट जागा राहते तिथं उजव्या पायाच्या टाचेच्या वरच्या टोकानं आपलं शरीर घट्ट तोलून धरावं. शरीर उचललेलं न कळेल, अशा तऱ्हेनं पाठीचा खालचा भाग उचलावा आणि त्याच प्रकारे दोन्ही घोटे उचलून धरावेत. अशा प्रकारे मग अवघं शरीर घोट्याच्या माथ्यावर आधारशिवाय सिद्ध राहतं. हे सगळं मूळ बंधाचं लक्षण आहे. यालाच नागर जन किंवा योगाभ्यासी 'वज्रासन' असं म्हणतात. अशा प्रकारे कमरबंध, नितंब आणि गुदद्वार यावर वज्रासनाची मुद्रा पडते आणि अपानवायू बाहेर पडण्याचा मार्ग बंद होऊन तो अपानवायू वर-वर सरकू लागतो.

"श्रोतेहो, वज्रासनात या स्थितीत बसल्यानंतर डाव्या पायावर दोन्ही हात द्रोणाकार करून ठेवावेत. त्यामुळे साहजिकच दोन्ही खांदे वर चढतात आणि उंचावलेल्या या दोन्ही खांद्यांमध्ये आपलं मस्तक स्थिर आणि घट्ट राहतं. मग डोळ्यांच्या पापण्या हळूहळू मिटू लागतात आणि दृष्टी अंतर्यामी होऊ लागते. नजर आतल्या आतच राहते. आता आपली दृष्टी चोहोबाजूला धाव घेत नाही. कंठ संकुचित होत जातो. हनुवटी कंठाच्या हाडावर घट्ट बसते. तिच्या बळकटीनं छातीवर दाब येतो. गळ्याची घाटी दिसेनाशी आणि अशा प्रकारे हनुवटीचा गळ्यावर जो बंध निर्माण होतो त्याला 'जालंधर बंध' असं म्हणतात. पोट खपाटीला जाऊन छोटं होतं. हृदय आतल्या आत विकसित होतं. यामुळे 'स्वाधिष्ठान चक्राच्या' वरच्या बाजूला आणि नाभीच्या खालच्या बाजूला जो बंध पडतो, त्याला 'वोढियाणा बंध' असं म्हणतात."

सोपान काही क्षण थांबला. आपण जे सांगतो, बोलतो आहोत, ते समोर बसलेल्यांना कितपत समजतंय, असा त्याला प्रश्न पडला. त्यानं तो प्रश्न उच्चारलाही; पण त्याची कारणमीमांसा मात्र सोपानाच्या मृदू स्वभावाला साजेशीच होती. सोपानानं विचारलं, "माय-बापहो! मी जे काही सांगण्याचा, समजावून देण्याचा प्रयत्न करतो

आहे, त्याचं तुम्हाला सर्वांना आकलन होतंय का? नाही नाही! तुमच्या आकलनशक्तीबद्दल माझा आक्षेपही नाही आणि मला शंकाही नाही; पण तुम्हा सर्वांना हे समजावून सांगण्यात मीच कुठंतरी कमी पडतोय, अपुरा पडतोय, असं मला वाटतंय. या अवघड, कठीण विषयाचं तुम्हाला पूर्ण आकलन करून देताना माझीच बुद्धी, माझी अध्यापना, माझंच ज्ञान अधुरं आहे, अपूर्ण आहे, असं मला वाटतंय. नामदेवा, मी पूर्ण प्रयत्न करतो आहे, यावर तुम्ही विश्वास ठेवाल ना? निवृत्तीदादा, मी कुठं कमी पडतोय का रे?'' सोपानानं अगदी व्याकूळपणे विचारलं. तोच मुक्ता म्हणाली, ''नाही नाही सोपानदादा, मला आणि जनाबाईंना समजतंय, म्हणजे सगळ्यांना समजतंय. होय ना जनाबाई?'' मुक्तानं जनाबाईंची साक्ष काढली. जनाबाईंनी डोईवरचा पदर सावरला. हात जोडून नमस्कार केला आणि म्हणाल्या...

''वाचे म्हणता सोपान! प्राप्त वैकुंठचि जाण।
सोपानदेव करिता जप। समूळ नासे त्रिविधताप।
सोपानदेव धरिता ध्याने। पुन्हा जन्मा नाही येणे।
दासी जनी तल्लीन झाली। सोपानचरणी विनटली।।''

जनाबाईंचा अभंग ऐकून सगळ्यांनाच आनंद झाला. सोपानाच्याही मुद्रेवर प्रसन्न हास्य उमटलं. तोच मुक्ता म्हणाली, ''समजलं दादा तुला? मी जनाबाईंची साक्ष का काढली ते?'' मुक्ताचं बोलणं संपलं आणि चोखोबा उभे राहिले. हात जोडून म्हणाले, ''सोपानकाका, समदं समजलंय; पर हे स्वाधिष्ठान चक्र काय आहे? आणि ते कुठं असतं? तेवढं सांगा!'' चोखोबाच्या या बोलण्यावर सगळ्यांच्याच माना डोलल्या. निवृत्तीदादा म्हणाला, ''बरोबर आहे चोखोबा तुमचं! स्वाधिष्ठान चक्र म्हणजे काय, हे समजल्याशिवाय पुढे जाताच येणार नाही. सोपाना, आधी चोखोबांच्या शंकेचं निरसन कर. कारण ती प्रतिनिधिक शंका आहे!'' निवृत्तीदादानंही निर्वाळा दिल्यावर सोपानाला उत्साह आला. त्यानं पुढची माहिती सांगायला सुरुवात केली, ''श्रोतेहो! ऐका आता. आपल्या देहामध्ये तीन चक्र अधिष्ठित असतात. त्यातलं पहिलं 'सूर्य चक्र'! हे सूर्य चक्र आपल्या छातीच्या पिंजऱ्याच्या तळाला, बरगड्यांच्या मध्ये एक पोकळी असते, तिथं सूर्य चक्र असतं. तर या सूर्य चक्राच्या खाली आणि नाभीच्या वर हे स्वाधिष्ठान चक्र असतं आणि या स्वाधिष्ठान चक्राखाली, नाभीच्या वरच; पण नाभीजवळ मणिपूर चक्र असतं. या तीन चक्रांद्वारे शरीराला ऊर्जा, प्राणतत्त्व आणि आत्मबोध यांचं ज्ञान होतं, तर जालंधर बंधामुळे वोढियाणा बंध निर्माण होतो. जो स्वाधिष्ठान चक्रामुळे होतो. यामुळे मन शांत शांत होतं. तहान-भुकेची जाणीव कमी-कमी होत जाते. अडवलेला अपानवायू विलक्षण गतीनं उलटा माघारी फिरतो आणि मणिपूर चक्राला धडका मारू लागतो. पोटात असलेली घाण, अनेक विषारी वायू, उत्सर्जनाचे पदार्थ शरीराबाहेर वावटळीप्रमाणं

टाकतो. कफ, वात, पित्त यांना नामशेष करतो. देहात असलेली ऊर्जा, हाडांत असलेली मज्जा ओरपून बाहेर काढतो. शरीरातले पृथ्वी आणि पाण्याचे अंश एकत्रित करतो. त्याच वेळी दुसरीकडे वज्रासनामुळे निर्माण झालेली ऊर्जा, कुंडलिनी नावाच्या प्राणशक्तीला जागृत करते. ही कुंडलिनी म्हणजे नाभी चक्राजवळ साडेतीन वेढ्यांचं वेटोळं असलेली ऊर्जेची विद्युतरेखाच. वज्रासनामुळे ती चिमटली जाते आणि जागृत होते. जागृत झालेली ही कुंडलिनी आपलं वेटोळे सोडत नाभिस्थानाजवळच्या स्वाधिष्ठान चक्रावर उमटते. अनेक दिवसांची निद्रिस्त कुंडलिनी तहान-भुकेने वखवखलेली असते. ती शरीरातील सगळे वायू, सगळे मांसल भाग, पेशी, शक्तिरस, रक्त, मांस, मेद, अस्थी, मज्जा व शुक्र हे सर्व धातू खाऊन- पिऊन टाकते. अशा प्रकारे जलतत्त्वाचे, पृथ्वीतत्त्वाचे निर्माण झालेले शरीरातील सर्व भाग ती स्वाहा करते आणि तृप्त होऊन सुषुम्नेजवळ, म्हणजे मज्जारज्जू जवळ स्थिर होते. नाडीची गती बंद पडते, शरीरातील अपान, व्यान, उदान, समान, नाग, कूर्म, कृकल, देवदत्त आणि धनंजय हे नऊ प्रकारचे वायू नष्ट होतात. त्यामुळे तहान-भूक, उत्सर्जन वगैरे शरीराचे धर्म नाहीसे होतात. ईडा आणि पिंगळा या दोन नाड्या एक होतात. हृदय स्थानाची ब्रह्म ग्रंथी, कंठस्थानाची विष्णु ग्रंथी आणि भ्रूमध्यस्थानी असलेली रुद्र ग्रंथी या तिन्ही गाठी सुटतात. तसेच मूलाधार, स्वाधिष्ठान, मणिपूर, अनाहत, विशुद्ध आणि आज्ञा या चक्रांचे पदर वेगवेगळे होतात. डाव्या नाकपुडीतून वाहणारा चंद्र वायू आणि उजव्या नाकपुडीतून वाहणारा सूर्य वायू लोप पावतो. शरीरातली सगळी ऊर्जा, सगळे प्राणतत्त्व तेज रूपानं कुंडलिनीत प्रवेश करते आणि सुषुम्नेत जाते. याच वेळी कुंडलिनीनं उत्सर्जित केलेले अमृत, जे वरच्या बाजूला साठलेलं असतं, ते कलतं होऊन कुंडलिनीच्या मुखात पडतं आणि शरीराच्या सर्वांगात तो अमृतरस पाझरू लागतो आणि योग्याचा देह अत्यंत तेजस्वी होतो; पण तो देह पृथ्वी आणि पाण्याचा अंश नाहीसा झाल्यामुळे वायूसमान हलका होतो आणि तो योगी पंचतत्त्वात विहार करू शकतो. आता कुंडलिनी अनाहत चक्रात प्रवेश करते. तिथं अनाहत ध्वनी सुरू होतो आणि त्या अनाहत ध्वनीतून ओंकाराची अनेक रूपं, अनेक आवर्तन उमटतात आणि कुंडलिनी शक्तीचं रूप, शक्ती मध्येच लय पावते. ज्या वेळी कुंडलिनीचं तेज लोप पावतं, त्या वेळी पंचमहाभूतांचं स्वरूप लय पावतं. मंडळी देहानेच देहातील पंचमहाभूतांचा नाश करणं, हे आदिनाथ संप्रदायाचं वर्मही आहे आणि मर्मही आहे. अशा सिद्ध योग्याला अणिमा, महिमा, लघिमा, गरिमा, प्राप्ती, प्राकाम्य, ईशत्व, वशित्व इ. सिद्धी प्राप्त होतात, परंतु महत्त्वाचं असं की, देहातच पंचमहाभूतं विलीन होतात आणि पंचतहाभूतांत देह विलीन होतो आणि मग वायुरूपात राहिलेली कुंडलिनी जालंधर बंधाचे उल्लंघन करून, अंती ककार असणाऱ्या कृकाटिकेच्या तालुस्थानाचा भेद करून, मूर्धान्याकाशाच्या

पहाडावर प्रवेश करून, ओंकाराच्या पाठीवर पाय देऊन पश्यंती वाणीला मागे टाकून ब्रह्मरंध्रात विलीन होते आणि ब्रह्मरूप होते. मंडळी, इथं संजीवन समाधी पूर्ण होते. निवृत्तीदादानं मला शिकवलेलं, ज्ञानादादानं मला सांगितलेलं योगाभ्यासाचं शास्त्र, संजीवन समाधीचं रहस्य माझ्या बुद्धी- मतीला जे पटलं ते तुम्हाला सांगितलं. मला जसं कळलं तसं! आणि मला जेवढं आणि ज्याप्रमाणे सांगता आलं, तसं तुमच्यापर्यंत ते पोहोचवण्याचा मी प्रयत्न केला. ज्ञानादादानं माझ्यासाठी जे काम राखून ठेवलं होतं. ते मी माझ्या परीने पूर्ण करायचा प्रयत्न केला आहे. काही चुकलंमाकलं असेल, तर पोर समजून माफ करा!'' सोपानानं बोलणं संपवलं. तो स्तब्ध बसला. काही क्षण तिथं नीरव शांतता पसरली.

सोपान सांगत होता संजीवन समाधीबद्दल; पण त्याच्या आवाजातले माधुर्य, बोलण्यातला गोडवा, मोजक्या शब्दांत सांगण्याची हातोटी, सुलभ-सोपी भाषा आणि संजीवन समाधीची माहिती, हे सगळं ऐकताना समोर बसलेल्या सगळ्यांची मात्र भावसमाधी लागली होती. इतकी, की त्यातून कुणी जागं व्हायचं नावच घेईना. प्रथम भानावर आला तो निवृत्तीदादा. सोपान हात जोडून डोळे मिटून बसला होता. निवृत्तीदादा उठला. व्यासपीठाजवळ गेला आणि व्यासपीठावर बसलेल्या सोपानाला त्यानं आवेगानं मिठी घातली. सोपान बोलत असताना त्याच्याकडेच अवधान असणाऱ्या लोकांचं निवृत्तीदादाकडे तोपर्यंत लक्षच नव्हतं. असतं, तर त्यांना कळलं असतं, की निवृत्तीदादाच्या डोळ्यांतून अश्रूंचा पूर वाहतो आहे आणि अनिर्बंध वाहणाऱ्या त्या अश्रूंनी त्याचं उत्तरीय भिजवलं आहे आणि त्या अश्रूंतून वाहत होती, ज्ञानेशाच्या वियोगाची वेदना, त्याच्या नसण्याचं, विरहाचं दुःख, त्याच्या स्मृतींचे कढ, सोपानाची अस्खलित वाणी, सोपी भाषा, प्रवाही बोलणं याबद्दलचं कौतुक, धाकट्या भावाबद्दलचा अभिमान, आपण त्याचा गुरू असण्यातली सार्थकता. निवृत्तीदादानं मिठी घातली आणि त्या अश्रूंनी सोपानाला हे सगळं सगळं कथन केलं. दादाच्या मिठीनंच जणू सोपानाला जाग आली आणि दादाच्या मिठीत त्यानं दिलेल्या हुंदक्यानं बाकीच्यांना.

सगळा श्रोतृवर्ग भानावर आला, सावध झाला आणि सोपानाची अलाबला घ्यायला, त्याला शाबासकी द्यायला, त्याचं कवतिक करायला आणि त्याच्या चरणांवर डोकं टेकायला एकच गर्दी उसळली. आता लोक माउलीचा जयजयकार करत होते आणि सोपानाचापण! ज्ञानेश्वर माउली प्रत्यक्ष ज्ञानसूर्य असेल, तर ही भावंडं म्हणजे त्या ज्ञानसूर्यातून ओसंडणारी तेजाची वलयं होती. प्रकाशाची तेजस्वी किरणं होती. भले ज्ञानेश्वर माउलीनं समाधी घेतली असेल; पण आपल्यासाठी, जनकल्याणासाठी सोपानकाकांसारखा धाकटा भाऊ, जणू त्याचं प्रतिबिंबच आपल्यासोबत आहे, या भावनेनं लोकांना धन्यता वाटली. ही धन्यता घेऊनच लोक घरी गेले. ही

धन्यता पंचमहाभूतांत पसरली. अवघ्या चराचरात पसरली. ही धन्यता मनाशी घेऊनच मग तो भास्कर अस्तंगत झाला. एक ज्ञानसूर्य अस्तंगत झाला होता; पण हा ज्ञानचंद्र आपल्यासोबत आहे, हे सांगण्याची आता सगळ्यांना गडबड झाली जणू. म्हणूनच पक्षिगणही लवकर घरट्याकडे परतले. रात्रही लवकरच आली आणि सर्वांना हे सांगण्यासाठीच सगळीकडे पसरली.

त्यानंतर कितीतरी दिवस सोपानाचं हे संकीर्तन लोकांच्या मनांवर अधिराज्य गाजवत होतं. प्रत्येकाच्या नजरेत कौतुक होतं. धन्यता होती. पूजनीय भाव होता. वंदन होतं आणि सार्थकताही होती. निवृत्तीदादाही त्या दिवसापासून प्रसन्नचित्त होता. ज्ञानेश्वर नसल्याची हुरहुर थोडीशी कमी झाली होती. खरंतर निवृत्तीदादालाच ज्ञानेशाची फार, म्हणजे फार सवय होती. कुठंही असले, तरी दोघंच असायचे, कारण सोपान एकतर लहान होता आणि मुक्ताची जबाबदारी त्याच्यावर होती. त्यामुळे निवृत्तीदादा आणि ज्ञानादादा म्हणजे श्वास आणि उच्छ्वासच जणू. म्हणूनच ज्ञानेशाचं नसणं निवृत्तीदादाला फार फार जाणवत होतं. तो चेहऱ्यावरून, वागण्यावरून तसं दाखवत नव्हता; पण अंतर्यामी तो खूप खिन्न असायचा. अर्थात सोपान-मुक्ता हे जाणून होती; पण परवाच्या सोपानाच्या संकीर्तनानंतर मात्र निवृत्तीदादा प्रसन्नचित्त दिसत होता. कदाचित ज्ञानेशाचं नसणं त्यानं स्वीकारलं असावं किंवा अशा प्रगल्भ सोपानात त्याला ज्ञानेश्वर दिसत असावा. मुक्ताची मानसिक अवस्था निवृत्तीदादापेक्षा वेगळी नव्हती. आता सोपानही थोडासा स्वस्थ चित्त झाला होता. आता तर नामदेवादि संतमंडळी रोजच जमत असत. त्या सगळ्यांच्या बोलण्यात एकच विषय असायचा. तो म्हणजे संजीवन समाधी आणि त्या संपूर्ण क्रियेचं, शास्त्राचं सोपानानं केलेलं विश्लेषण. त्या विश्लेषणातून सर्वांचं झालेलं शंकानिरसन, त्यांच्या मनातल्या अनेक चित्रविचित्र कल्पनांचे झालेलं निराकरण, सोपानाचं नेमकं आणि मधुर बोलणं, त्याची सुबोध, सोपी भाषा, मुद्देसूद विचार मांडण्याची हातोटी. आधीच सोपान या सगळ्यांचा अत्यंत लाडका होता. त्यातच ज्ञानोबा माउलीच्या संजीवन समाधीनंतर तर त्या ज्ञानसूर्याच्या जागी आता हा ज्ञानचंद्रच त्यांच्या समोर होता. म्हणूनच आता सोपानाकाकाच त्या सगळ्यांचा हृदयस्थ बनला होता. म्हणूनच संतांची ही मांदियाळी या अंगणात जमत होती.

त्या दिवशीही असंच झालं. विषय होता तोच, ज्ञानोबा माउलीच्या संजीवन समाधीचा. नामदेव म्हणाले, ''माउलीनं समाधी घेतली, त्यांच्यासारखा संतयोगी पुन्हा होणे नाही!'' नामदेवांच्या डोळ्यांच्या कडा ओलावल्या होत्या. तोच धागा पकडून जनाबाई म्हणाल्या, ''माझा ज्ञानोबा, म्हणजे सगळ्यांचीच माउली होता. सगळ्यांनाच पोटाशी धरून त्यानं आपलं आईपण जपलं होतं!'' जनाबाईनं पदरानं

डोळे पुसले, तोच चोखोबांनी विचारलं. "सोपानकाका एक विचारू? समाधी घेण्यापूर्वी माउलीनं सांगितलं होतं, की या पृथ्वीतलावरचं माझं जीवितकार्य संपलंय, तेव्हा मी इथं राहून काय करू? मी संजीवन समाधी घेतो आहे! मग सोपानकाका, मला एक सांगा हे ठरवलं कुणी? हे कुणी सांगितलं, की त्यांचं जीवितकार्य आता पूर्ण झालंय म्हणून! नामदेव महाराज, मी येडा-बागडा, अडाणी; पण मला आपलं उगीच वाटून राहिलं, की माउलीनं इतक्यातच समाधी घ्यायला नको होती. अवघं वीसावर एक म्हंजे एकवीस वर्षांचं त्यांचं वय. अजून पुढे बक्कळ काय काय करता आलं असतं! लोकानला, आमच्यासारख्या अडाण्यानला, समाजाला त्यांची अजून गरज होती. आत्ताशी कुठं लोकानला त्यांची योग्यता कळली होती. आता कुठं लोकांच्या हृदयात त्यांनी जागा मिळवली होती. आत्ताशी कुठं समाजाला ते हवेहवेसे वाटत होते. मग असं असताना हे कुणी ठरवलं, की त्यांचं काम पूर्ण झालंय?" चोखोबा पुन्हा पुन्हा तोच तोच मुद्दा मांडत होते; पण कुणीच या प्रश्नाचे उत्तर दिलं नाही. अगदी निवृत्तीदादानंही नाही. कारण या प्रश्नाचं उत्तर देणं म्हणजे एक नवीन अध्यायाला सुरुवात करणं आणि एका नवीन वेदनेला आमंत्रण देणं होतं; पण ते झालंच.

"या प्रश्नाचं उत्तर मी देतो चोखोबा!" सोपान उद्गारला आणि निवृत्तीदादाच्या काळजात चर्र झाले. चोखोबा मात्र उत्तर ऐकण्यासाठी सरसावून बसले. "ऐका चोखोबा! तुम्ही म्हणता ते अगदी बरोबर आहे, की ज्ञानादादानं आता समाधी घ्यायला नको होती. कारण आता कुठं लोकांना, समाजाला त्याची योग्यता कळली होती, समजली होती आणि आता कुठं त्यानं लोकांच्या हृदयात स्थान मिळवलं होतं. ज्ञानादादा तेव्हाही आणि अजूनही लोकांना हवाहवासा होता; पण चोखोबा, आपण लोकांना हवेहवेसे असतो, तेव्हाच या जीवनाचा त्याग करणं योग्य नाही का? लोकांना नकोसं झाल्यावर केवळ मरण येत नाही म्हणून जगत राहण्यात काय अर्थ आहे? खरं ना? आणि लोकांना, लोकांसाठी ज्ञानाचे दरवाजे उघडे करण्याचं काम दादानं केलंच आहे ना? आता त्या कवाडातून जाऊन अगदी आपणहून जाऊन ज्ञान संपादन करायचं, की असंच अज्ञानी राहायचं, हा सर्वस्वी लोकांचा, समाजाचा प्रश्न आहे चोखोबा! त्याचं असं आहे चोखोबा आता लोकांना ज्ञान मिळवायचं असेल, तर स्वत: सिद्ध व्हावं लागेल आणि तेच योग्य आहे. हे ज्ञानादादा ओळखून होता. आता संजीवन समाधी न घेता तो लोकांना उपदेशपर, बोधप्रद असं ज्ञानदान करत राहिला असता, तर लोकांना हातानं घास भरवण्यासारखं झालं असतं. लोकही मग तसेच घास खात राहिले असते. त्यांना तशी सवय लागली असती आणि ज्ञानसंपादन करण्यासाठी करावी लागणारी धडपड, तपश्चर्या, प्रयत्न, विचारमंथन, चर्चा-संवाद यातलं कुणीच

काही केलं नसतं. म्हणूनच समाजाला ज्ञान म्हणजे काय, त्याची झलक दाखवून, समाजाला, समाजातल्या लोकांना ज्ञानसंपादन करण्यासाठी उद्युक्त करून ज्ञानादादानं आपलं जीवितकार्य पूर्ण केलं आणि तो समाधिस्थ झाला. आता प्रश्न राहिला हे कुणी ठरवलं हा? चोखोबा, हे देवानंच ठरवलं. कधीच, आमच्या जन्माच्या आधीच. जीवितकार्य पूर्णत्वास गेल्यावर अवतार कार्याची समाप्ती करायची, असं सांगूनच आम्हाला जन्माला घातलंय. फक्त ज्ञानादादालाच नव्हे, तर निवृत्तीदादाला, मला आणि मुक्ताईलासुद्धा. नामदेवा, मी खरं तेच बोलतोय ना? आणि मी बोलतोय ते बरोबरच आहे ना? उचितच आहे ना? नामदेवा, तुम्ही विठोबाचा सखा. तुम्हाला याची प्रचिती आलीच असेल! आली आहे ना?'' सोपानानं चोखोबांच्या सगळ्या प्रश्नांची उत्तरं दिली. त्यांच्या मनातल्या सगळ्या शंकाचं निरसन केलं. पण त्याच्या शेवटच्या काही वाक्यांनी सगळीच अस्वस्थ झाली आणि सगळ्यात शेवटी त्यानं नामदेवांना जो प्रश्न विचारला, तो ऐकून नामदेव तर कासावीस झालेच; पण निवृत्तीदादाच्या काळजात मात्र कळ उठली. सोपानानं नामदेवांना प्रश्न विचारला; पण त्या प्रश्नाचं उत्तर द्यायला नामदेव धजावले नाहीत. ते मान खाली घालून, नजर खाली वळवून बसले. त्यांच्याही नकळत त्यांच्या डोळ्यांतून अश्रू ओघळायला लागले. नामदेवांचे अश्रू बघून सगळीच धास्तावले; पण कुणालाच उलगडा होईना. सोपानाच्या प्रश्नाचा आणि नामदेवांच्या अश्रूंचा. शेवटी मुक्तानं त्यात हस्तक्षेप केला. इतका वेळ मुक्ता शांत होती, अगदी शांत; पण आता सगळीच शांत बसली होती; पण अस्वस्थ होती.

ती शांतता नव्हती, ती स्मशानशांतता होती. मुक्तानं हस्तक्षेप करून त्या स्मशानशांततेचा भंग केला. म्हणाली, ''नामदेवकाका, तुमच्या डोळ्यांत अश्रू का? आणि सोपानदादाच्या प्रश्नाचं तुम्ही उत्तर दिलं नाहीत? तुम्हाला कशाची आणि कशी प्रचिती आली आहे, ते सांगा ना? नामदेवकाका, तुम्ही पांडुरंगाचे लाडके भक्त आहात. त्याचे जिवलग आहात. परमार्थातला तुमचा अधिकारही मोठा आहे. मग हे अश्रू का? ही मुकी वेदना का? जे सत्य आहे, ते कधीही न बदलणारं आहे नामदेवकाका! अगदी तुम्ही सांगितलं नाहीत तरी! मग सांगूनच द्या ना!'' मुक्ताचा स्वर स्थिर, शांत आणि ठाम होता. तिच्या नजरेतही एक निर्धार होता. मनाचं संतुलन उत्तम होतं. अवघी पंधरा-सोळा वर्षांची असेल. वयाची कोवळीक चेहऱ्यावर दिसत होती. शरीराच्या प्रगल्भतेपेक्षा मनाची प्रगल्भता अधिक होती. निसर्गाच्या दानापेक्षा आत्मभान मोठं होतं. पंधरा-सोळा वर्षांची ती मुक्ता समंजस, तत्त्वचिंतक, आत्मभानानं परिपूर्ण आणि परमार्थाच्या मार्गावर अधिकार असणारी योगिनीच भासत होती. अनन्यभावानं नामदेव तिला शरण गेले. त्यांनी तिच्या शब्दांपुढे मान झुकवली. तिचा शब्द शिरसावंद्य मानला. एक नजर त्यांनी निवृत्तीदादाकडे टाकली. त्याच्याही

नजरेत आदेश होताच. चेहऱ्यावर वेदना होती; पण नजरेत मात्र तोच आदेश होता. नामदेव समजले. ही चार भावंडं म्हणजे एकाच सूत्रानं बांधलेले, एका स्रोतानं भारलेले, एकाच विचारानं भरलेले आणि ज्ञानसंपन्नेतच्या एकाच पातळीवर असलेले ज्ञानामृताचे कलश आहेत. तेजाचे स्रोत आहेत. जणू ब्रह्मा, विष्णू, महेश आणि आदिमाया. नामदेवांनी स्वत:ला सावरलं. उपरण्यानं डोळे पुसले. चेहरा पुसला. एकवार सोपानाकडे पाहिलं. सोपानाचे डोळे तेजाने चमकत होते. चेहऱ्यावर सहस्ररश्मीचं तेज पसरलं होतं. चेहऱ्याभोवती त्याच तेजाची प्रभावळ दिसत होती. नामदेवांनी घसा खाकरला. आवाज मोकळा केला आणि बोलायला सुरुवात केली, "निवृत्तीनाथ, सोपानकाका आणि मुक्ताई तुम्ही तिघंही धन्य आहात. माउलीनं समाधी घेऊन आज सत्तावीस दिवस झाले. माउलीच्या समाधी वेळी आपण सगळे हजर होतो. माउलीनं समाधिमार्गावरून जाताना सोपानकाकांचा हात पांडुरंगाच्या हातात दिला होता आणि सांभाळ कर म्हणून सांगितलं होतं. त्याचा अर्थही वेगळाच होता. दोन दिवसांपूर्वी पांडुरंग माझ्या स्वप्नात आला आणि... आणि!!" नामदेवांना पुढे बोलवेना. "आणि काय नामदेवा? अडखळू नका! सगळं काही पूर्ण सांगा!" निवृत्तीदादानं आदेश दिला. मग मात्र नामदेवांना धीर आला. नव्हे त्यांनी धीर एकवटला आणि पुन्हा बोलायला सुरुवात केली. "पांडुरंगानं मला एक आज्ञा केली आहे. ती आज्ञा म्हणजेच माउलीनं पांडुरंगाला याचा 'सांभाळ कर' असं जे सांगितलं, त्याचा अर्थ आहे; पण ती पांडुरंगाची आज्ञा म्हणजे आपल्या सगळ्यांवर वज्राघात आहे. ती आज्ञा पाळली, तर सर्वत्र अंधकाराशिवाय काहीच नाही. आधीच आपल्या ज्ञानेश्वर माउलीनं समाधी घेतल्यामुळे ज्ञानसूर्याचा अस्त झाला आहे आणि अंधकार पसरू पाहतो आहे. तरीही एक ज्ञानचंद्र त्या अंधकाराला छेद देण्याचं काम करतोय. पांडुरंगाची ती आज्ञा पाळणं, म्हणजे त्या ज्ञानचंद्राचाही अस्त आहे. मी-मी किती पापी, किती करंटा आहे, की हे सगळं करण्याचं माझ्याच नशिबी यावं!" असं म्हणत नामदेव पुन्हा अश्रू ढाळू लागले. मग मात्र सगळी अस्वस्थ झाली, कासावीस झाली. 'नामदेवांसारख्या श्रेष्ठ भक्ताची ही स्थिती, तर मग आपलं काय होणार?' या विचारानं सगळी घायाळ झाली. ते बघून सोपान म्हणाला, "नामदेव, अहो उत्पत्ती-स्थिती-लय, हा तर सृष्टीचा नियम आहे आणि प्रत्यक्ष परमेश्वरालाही त्याचं पालन करावं लागतं. मग आपण तर काय सामान्य माणसं! तेव्हा त्या पांडुरंगाचा आदेश काय आहे, ते सांगा बघू लवकर. या चांगल्या माणसांच्या सहनशीलतेचा अंत बघू नका. सांगा!" नामदेवांनी सोपानाकडे पाहिलं. खरेच! केवढी स्थितप्रज्ञता? सोपानाकडे बघून मात्र त्यांना धीर आला. म्हणाले, "सोपानकाकांचा आदेश शिरसावंद्य मानून मी सांगतो. मंडळी ऐका. हृदयाचा दगड आणि मनाचा कातळ करून ऐका. विठ्ठलानं मला आदेश दिला आहे -

देव म्हणे नामया। मार्गशीर्ष गाठा।।
जावे सासवडा। उत्सवासि।।
सोपानासी आम्ही। दिधले वचन
चला अवघे जण। समुदाय।।!''

नामदेवांनी देवाचा आदेश सांगितला आणि चेहरा झाकून घेतला. गोरोबांकाकांनी मात्र सगळ्यांच्या मनांतली शंका विचारली, ''देवा जावे सासवडा? सासवडला जायचं? कशासाठी देवा? आणि तिथं कसला उत्सव होणार आहे? देवा, आम्हा अडाण्यांना समजंल, असं काय तरी सांगा की!'' गोरोबाकाकांच्या या बोलण्यावर सगळ्यांनी माना डोलावल्या. खरंच होतं ते! नामदेवांनी पांडुरंगाचा आदेश सांगितला खरं; पण त्याचा अर्थ कुणालाच कळला नाही आणि त्यांना कुणालाच काहीच कळलेलं नाही, हे त्या सर्वांच्या चेहऱ्यांवरून स्पष्ट दिसत होतं. सगळ्यांचे चेहरे मोठे कोडं, न सुटणारं कोडं पडल्यासारखे झाले होते. सोपानाच्या चेहऱ्यावर स्मित उमटलं म्हणाला, ''नामदेवा, तुम्ही जरा थांबा. आता या सगळ्यांना मी समजावून सांगतो. मंडळी, प्रत्यक्ष विठ्ठलानं तुम्हा सर्वांना सासवडला जावा, असा आदेश दिला आहे, कारण मी सासवडला जाणार आहे. नामदेवांना आदेश मिळण्याआधीच आमच्या मनाचा आम्हाला आदेश मिळाला आहे. मंडळी, मार्गशीर्ष वद्य त्रयोदशीच्या दिवशी सासवड इथं हा विठ्ठलपंत-रुक्मिणी आईचा कनिष्ठ पुत्र, निवृत्तीनाथांचा धाकटा भाऊ आणि शिष्य आणि ज्ञानेश्वर माउलीचा धाकटा भाऊ सोपानदेव समाधी घेणार आहे!'' सोपानानं सांगितलं आणि कडाडून वीज अंगावर कोसळावी, तसं सर्वांना झालं. काही क्षण सगळ्यांचं भान हरपलं. तिथं जणू स्मशान शांतता पसरली. जेव्हा भानावर आले, तेव्हा त्यांना दुःख आवरेना. काही जण तिथंच गडाबडा लोळायला लागले. काही जण कपाळ बडवून शोक करायला लागले. काही जण मातीवर डोकं आपटून रडू लागले, तर चोखोबा, गोरोबाकाका, जनाबाई यांनी सोपानाकडे धाव घेतली. त्याचे पाय पकडून त्याला विनवणी करायला लागले. माउलीच्या समाधीचा आघात नुकताच त्यांनी सोसला होता. ती जखम अजून पुरती भरली नव्हती. तोच त्यांच्यावर हा दुसरा आघात होता. जनाबाईंना तर हुंदके आवरेनात. रडत-रडतच त्या म्हणाल्या, ''अरे सोपानकाका, पोरा, तूसुद्धा आम्हाला सोडून जाणार? अरे माउली आम्हाला सोडून गेली, ते दुःख आम्ही कसंतरी सहन केलं; पर आता तू पण? अरे आम्ही आता बघायचं कुणाकडे? आईनं टाकलं, बापानं मारलं आणि पावसानं झोडलं, तर सांगायचं कुणाला? तुम्ही आम्हाला पोरकं करून जाणार काय? विठ्ठला-पांडुरंगा, ही काय वेळ आणलीस तू आमच्यावर?'' म्हणत जनाबाईंनी गहिवर घातला. कुणी कुणाला आवरायचं, हेच कळेना; पण यातही निवृत्तीदादा, सोपान आणि मुक्ता तिघंही शांत होते. तटस्थ होते. स्थितप्रज्ञ

होते. मुक्ता उठली. तिनं जनाबाईंना आधार दिला. त्यांना शांतवलं. त्यांच्या डोळ्यांतून ओघळणारं पाणी पुसलं. निवृत्तीदादानं चोखोबा, गोरोबांना शांत केलं.

सोपान नामदेवांजवळ गेला. नामदेवांना म्हणाला, "नामदेव, ज्ञानादादा समाधिस्थ झाला, तेव्हा तुम्हीच मला सावरलं होतंत आणि आता तुम्हीच असं गलितगात्र झालात, तर या सगळ्यांनाच नव्हे, तर मला धीर कोण देणार? नामदेवा, ज्ञानादादाइतकी योग्यता माझी नाही. त्याच्याइतकी स्थितप्रज्ञताही माझ्यात नाही; पण माझंही जीवितकार्य पूर्णत्वाला गेलं आहे. तेव्हा आता मलाही या नश्वर जीविताची इच्छा उरली नाही. नामदेवा, सासवड इथं समाधी घेण्याची माझी इच्छा आहे. पांडुरंगाचाही तसाच आदेश आहे आणि निवृत्तीदादाचीही ती आज्ञा आहे. तेव्हा नामदेवा, सासवडला प्रस्थान करण्याची तयारी करा. आपण उद्याच ब्राह्ममुहूर्तावर सासवडला जाण्यासाठी निघणार आहोत." सोपानाचा प्रत्येक शब्द नामदेवांच्या हृदयावर घाव घालत होता; पण सोपानकाकाही माउलीप्रमाणेच 'निश्चयाचा महामेरू' आहेत, हे नामदेव जाणून होते. डबडबल्या डोळ्यांनी, अस्वस्थ मनानं, लटपटत्या शरीरानं आणि थरथरत्या पायांनी ते उठले. त्यांनी लुळी पडलेली जीभ तशीच तोंडात ठेवून मूकपणे मान डोलावली. जाण्यासाठी दोन पावलं टाकली. पुन्हा मागे वळले. सोपानाच्या जवळ गेले. अगदी जवळ आणि थरथरत्या आवाजात, गहिवरल्या स्वरांत, रडवेल्या शब्दांत त्यांनी हळूच विचारलं, "सोपानकाका, माउली समाधिस्थ झाली, तेव्हा मुक्ताईला तुम्ही सावरलंत. आवरलंत, शांतवलंत. आता तुम्ही... मग मुक्ताईला कोण... कोण आवरणार?" नामदेवांच्या आवाजातून ओथंबून वाहणाऱ्या काळजीला बघून सोपानाच्या चेहऱ्यावर स्मित उमटलं. तोही त्याच कुजबुजत्या स्वरात म्हणाला, "नामदेवा, तुमची काळजी मला समजते; पण मुक्ता...? मुक्ता तर कधीची मुक्त झालीय! अगदी दादा समाधिस्थ झाल्यानंतर. तिची मला आता काळजी नाहीये. ती फक्त माझ्या मुक्तीसाठी थांबलीय. नामदेवा, तुम्हीच आता स्वत:ला आवरा. आपल्याला उद्याच प्रस्थान करायचं आहे. सासवडला कऱ्हेचं पठार आमची प्रतीक्षा करतंय. कऱ्हेचं पाणी आमची प्रतीक्षा करतंय." म्हणत सोपान उठला, नामदेवादि मंडळींना नमस्कार करून कुटीत गेला. तो गेला, त्या दिशेकडे नामदेव पाहतच राहिले. या ईश्वरी अवतारांचा सहवास मिळाला, म्हणून आपण सुदैवी, की यांना समाधिस्थानी आपल्याला न्यावं लागलं, म्हणून आपण दुर्दैवी, या प्रश्नाचं उत्तर शोधत राहिले.

२५

दुसऱ्या दिवशीची पहाट. अजून झुंजूमुंजूही झालं नव्हतं; पण सासवडच्या रस्त्यावरून माणसांचे तांडेच्या तांडे चालले होते. कर्णोपकर्णी सोपानकाका समाधी घेणार, ही गोष्ट वाऱ्यासारखी पंचक्रोशीत पसरली होती. माउलीच्या समाधीच्या दुःखातून लोक अजून सावरले नव्हतेच, तोच सोपानदेवांच्या समाधीची वार्ता समजली आणि लोकांच्या मनाच्या जखमेवरची खपली पुन्हा निघाली. खरंतर पहाट नेहमीसारखीच होती; पण आज वारा ही वार्ता दशदिशांना सांगण्यासाठीच जणू वाहत होता. धुक्याचा पडदा लपेटून धरणी बसली होती; पण ते धुकं म्हणजे देवगणांचे अश्रू असावेत, असं वाटत होतं. धरणीचा ओलसर स्पर्श तिच्या मनात उसळलेल्या दुःखावेगाची जाणीव करून देत होता आणि आज फुलांनाही कळत नव्हतं, की दवबिंदू खारे कसे? त्यांना कुठं माहीत होतं, की ते दवबिंदू नसून सृष्टीच्या डोळ्यांतले अश्रूंचे थेंब आहेत म्हणून! पहाटेची नीरव शांतता बैलांच्या गळ्यातल्या घुंगरांनी छेदली जात होतीच होती; पण सासवडच्या त्या रस्त्यावरून झपझप चालणाऱ्या लोकांच्या पायरवानंसुद्धा त्या शांततेला ग्रहण लागत होतं आणि त्यातच लोकांत चाललेली चर्चा, हळहळ, हुरहुर, खंत, आश्चर्य, दुःख या साऱ्या भाव-भावनांचा गलका. ती शांतता कोलाहलात न बदलती, तर नवल!

आधीच धुकं, त्यात बैलांच्या आणि माणसांच्या चालण्याच्या वेगामुळे उडणारी माती, त्यातच ओली जमीन आणि मनमुक्त वाहणारा गार वारा. जणू, जणू सगळ्यांनाच गडबड झाली होती सासवडला पोहोचण्याची. आळंदीचा वारा सर्वांच्या पुढे जाऊन सासवडला जणू ही बातमी देणार होता. त्याच्यापाठोपाठ लोक चालले होते. त्यांच्या तोंडात माउलीचे अभंग होते. सोपानकाकांचा हरिपाठ होता आणि 'रामकृष्णहरी'चा जप होता. सासवड आळंदीपासून सुमारे पंचवीस कोसांवरचे गाव. वाटेत ठिकठिकाणी लहान-मोठी गावं होती. वाड्या-वस्त्या होत्या. सासवडला चाललेल्या या लोकांच्या तांड्याला त्या लहान-मोठ्या वाड्या-वस्त्यांतून माणसं येऊन मिळत होती. तांडा फुगत होता. टाळ-मृदुंगाच्या गजरानं अवघा आसमंत

निनादत होता. सोपानकाकांचा समाधी सोहळा याचि देही याचि डोळा बघण्यासाठी अवघी सृष्टी सासवडला धाव घेत होती.

नामदेवांनी आपली मुलं नारा-विठा-म्हादा यांना आधीच पुढे पाठवलं होतं. काल रात्रीच त्यांनी आणखी दहा जण बरोबर घेऊन आळंदी सोडली होती. पुढे जाऊन समाधिस्थानाची साफ-सफाई, स्वच्छता इतर व्यवस्था लावण्यासाठी ती मंडळी आधीच गेली होती. नामदेवादि संतमंडळी अंगणात जमली. सोपानाला रात्री शांत झोप लागली. निश्चिंत मनानं, स्थिर चित्तानं तो शांतपणे निजला होता. त्याच्या शेजारी, त्याच्या अंगावर हात टाकून मुक्ता निजली होती. अगदी शांत; पण तिनं जणू सोपानाला धरून ठेवलं होतं आणि आता आपली त्याची ताटातूट होणार नाही, या निश्चिंत भावनेनं ती शांत निजली होती. जागा होता तो एकटा निवृत्तीदादा. या निजलेल्या दोघांकडे तो अनिमिष नेत्रानं एकटक बघत होता. जणू या काळजाच्या तुकड्यांना डोळ्यांत, मनात, हृदयात साठवून घेत होता. ज्ञानेशानं संजीवन समाधी घेतली, त्याला अजून एक महिना पूर्ण व्हायचा होता. उद्या होईल आणि आता त्याच दिवशी, एक महिन्याने सोपान समाधी घेणार आणि नंतर मुक्ता. होय! ज्ञानेशाच्या समाधीनंतर दोघांनीही तो निश्चय केला होता आणि निवृत्तीदादाला सांगितला होता. घडणारं टळणार नव्हतंच! हेच तर संचित होतं! पण निवृत्तीदादाला स्वतःच्या नशिबाबद्दल खंत वाटत होती. धाकट्या तीन भावंडांनी या जगाचा, इहलोकाचा निरोप घेतल्यानंतरच तो स्वतःच्या आयुष्याचा विचार करायला मोकळा होता. हे विधिलिखित होतं. विधीचं विधान होतं; पण तरीही सृष्टीचं चक्र उलट्या गतीनं फिरत होतं. निदान निवृत्तीदादाच्या बाबतीत तरी. निवृत्तीदादाच्या डोळ्यांतून आसवं ओघळत होती. आत्ताच, फक्त या क्षणीच तो आसवं ढाळू शकत होता. उद्या त्याला ते शक्य नव्हतं. उलट गंभीर मुद्रेनं, प्रसन्नतेचा मुखवटा धारण करून सोपानाला निरोप द्यावा लागणार होता. निवृत्तीदादाला हुंदका फुटला. तो आवरून त्यानं शांत निजलेल्या सोपानाच्या केसातून हात फिरवला. त्या स्पर्शानं सोपान जागा झाला. क्षणभर त्याला वाटलं आईचाच हात केसातून फिरतोय. त्यानं डोळे उघडले. निवृत्तीदादा त्याच्याजवळ बसला होता. सोपनानं उठून पाहिलं, तर मुक्तीचा हात त्याच्या अंगावर होता. सोपानाच्या ओठांवर हसू उमटलं आणि त्याच वेळी डोळ्यांत पाणी! त्यानं अलगद मुक्तीचा हात बाजूला केला आणि उठून बसला. निवृत्तीदादाचे वाहणारे डोळे पुसले आणि म्हणाला, "दादा, तू... तूसुद्धा?" निवृत्तीदादाने सोपानाचा हात धरला. म्हणाला, "सोपाना, आधी ज्ञानेशा, आता तू आणि नंतर मुक्ता. मी तुमच्याहून थोरला; पण ही उलटी गंगा वाहताना बघून माझं काळीज जळतंय रे! सोपाना, मीपण माणूसच आहे ना? थोरला दादा म्हणून, गुरू म्हणून, निवृत्तीनाथ म्हणून स्थितप्रज्ञतेचा मुखवटा मी किती वेळ आणि कितीदा धारण करू रे? म्हणून

आता या एकांतात तो मुखवटा काढून मी अश्रू ढाळतो आहे. सोपाना, मला रडू दे! पोटभर रडू दे! आज आता तू माझा दादा हो, तू मोठा हो, थोरला हो!'' असे म्हणत सोपानाच्या खांद्यावर मान टेकवून निवृत्तीदादा हुंदके देऊ लागला. सोपान काहीच न बोलता त्याच्या पाठीवरून हात फिरवत राहिला, थोपटत राहिला. काही क्षण असेच गेले. निवृत्तीदादाचा आवेग ओसरला. सोपानाच्या मिठीतून बाजूला होत स्वत:ला सावरत त्याने डोळे पुसले. सोपानाच्या डोळ्यांतूनही अश्रू ओघळत होते; पण चेहरा मात्र प्रसन्न होता. निवृत्तीदादानं सोपानाचे डोळे पुसले. त्याच्या मस्तकाचं एकदा अवघ्राण केलं. सोपानाच्या चेहऱ्यावरचं हास्य बघून मात्र त्याला नवल वाटलं, ''सोपान, का रे बाळा? असा हसतोस का? की दादाला रडताना बघून तुला गंमत वाटली!'' निवृत्तीनं विचारलंच! ''नाही दादा, तसं नाही; पण एक पूर्वीचा प्रसंग आठवला. त्या वेळी मी देवाकडे जे मागितलं होतं, ते आठवलं आणि त्याची आज पूर्तता झालेली बघून मला हसू आलं!'' सोपानाने खुलासा केला. त्या दोघांचं बोलणं ऐकून मुक्ता उठून बसली होती. ''कोणता प्रसंग दादा? सांग ना?'' तिनं आग्रह केला. क्षणभर सोपान भूतकाळात रमत म्हणाला, ''दादा, तुला आठवतंय एक दिवस तू आणि ज्ञानादादा अक्कांनी दिलेल्या लाह्या, पोहे, गूळ असं घेऊन जंगलात वनभोजनाला गेले होतात. मी आणि मुक्ता लहान म्हणून आम्हाला दोघांना तुम्ही नेलं नव्हतंत. तेव्हा मला खूप इच्छा होती तुमच्याबरोबर यायची. मी खूप त्रागा केला; पण तुम्ही नेलंच नाहीत. मग मात्र मी गोपालकृष्णासमोर रडत बसलो. एवढ्यात चिमुरडी मुक्ता म्हणाली, ''दादा, तुला काय हवंय ते या गोपालकृष्णाला माग, म्हणजे तो देईल बघ!'' मला बरं वाटलं. मी गोपालकृष्णाजवळ हट्ट धरला, की मी लहान आहे म्हणून मला दादानं नेलं नाही. एक दिवस तरी मला मोठा कर! आणि आज इतक्या वर्षांनी गोपालकृष्णानं माझा तो हट्ट पुरा केला. ते बघून मला हसू आलं दादा!'' सोपानानं सांगितलेला प्रसंग ऐकून दोघांच्याही ओठांवर हसू उमटलं, तेव्हा शुक्राची चांदणी लखलखत होती.

तिघंही उठली. आपलं सगळं आवरून दैनंदिन योगाभ्यास केला. मुक्तीनं सोपानाला तेल लावून स्नान घातलं. त्याला ओवाळलं. आता निघायचं होतं. या पर्णकुटीचा, या झोपडीचा, या जागेचा निरोप घ्यायचा होता. अनंत आठवणी इथे गुंफल्या होत्या. इथं आपण पाठांतराला बसत असू. इथं ज्ञानादादा बसायचा. इथं आपण सगळी जण जेवायला बसत असू. इथंच आपल्याला निवृत्तीदादानं शिष्य म्हणून स्वीकारलं. इथंच आपण मुक्ताबरोबर खेळलो. बागडलो. हसलो आणि रडलोसुद्धा. ती एकेक जागा, झोपडीचा तो एकेक कोपरा सोपानाला सगळा भूतकाळ सांगत होता. एकेक गोष्ट, एकेक आठवण, एकेक क्षण जागा करत होता. सोपानाच्याही नकळत त्याचे डोळे भरून आले; पण डोळ्यांत साठलेलं ते पाणी

त्यानं गालांवर ओघळू दिलं नाही. तो गोपालकृष्णासमोर उभा होता. धीरगंभीर स्थितप्रज्ञ, शांत. त्या गोपालकृष्णासमोर त्यानं हात जोडले. डोळे मिटले. त्याची मन:पूर्वक प्रार्थना केली. निवृत्तीदादाच्या चरणांवर डोकं टेकवलं. निवृत्तीदादानं खांद्याला धरून त्याला उठवलं. मिठीत घेतलं. म्हणाला, "सोपाना, काय आशीर्वाद देऊ रे तुला?" सोपाना क्षणभर काहीच बोलला नाही. मग म्हणाला, "दादा, देणारच असलास, तर धैर्य दे! मनोबल दे! शक्ती दे!" सोपानाच्या गालावरून हात फिरवत निवृत्तीदादा म्हणाला, "सोपाना, अरे जे माझ्यापेक्षा तुझ्याकडे जास्त आहे. तेच माझ्याकडे काय मागतोयस? तो गोपालकृष्ण तुझ्या पाठीशी सदैव राहील!" निवृत्तीदादाच्या मिठीतून स्वत:ला सोडवून घेत सोपान मुक्ताकडे वळला. तिच्या हातात दह्याची वाटी होती. डोळ्यांत गंगा. सोपान म्हणाला, "मुक्ते, अगं हे भलतंच काय करते आहेस? दही-साखर त्याच्या हातावर घालतात, ज्यानं लवकर यावं असं वाटतं! मुक्ते, मी समाधी घ्यायला चाललोय, सरपण आणायला नाही. हे दही-साखर माझ्या हातावर घालायला कशाला आणलंस? वेडी कुठली?" मुक्ता हातात दह्याची वाटी घेऊन तशीच उभी होती. डोळ्यांतून ओघळणारं पाणी तसंच वाहू देत मुक्ता म्हणाली, "सोपानदादा, दही-साखर मी आणलंय तुझ्यासाठी हे खरं! पण ते तुझ्या हातावर घालण्यासाठी नाही. दादा, तू संजीवन समाधी घेण्यासाठी निघाला आहेस, हे मला माहीत आहे! हे दही-साखर तू माझ्या हातावर घालायचं आहेस! म्हणजे मी... मी लवकर तुमच्याकडे, म्हणजे ज्ञानादादाकडे आणि तुझ्याकडे लवकर येईन. त्यासाठी हे दही-साखर तू माझ्या हातावर घालायचं आहेस. घालतोस ना?" सोपानासमोर दही-साखरेची वाटी धरून मुक्तानं विचारलं! निश्चयाचा महामेरू निवृत्तीदादा, स्थितप्रज्ञ असणारा सोपान दोघंही मुक्तीचं हे रूप बघून अवाक झाले. काही न बोलता दोघांनी तिला मिठीत घेतलं; पण रडत कुणीच नव्हते. काही क्षण असं एकमेकांच्या कुशीत आई-बाबांची माया, त्यांचं वात्सल्य अनुभवून तिघांनी मिठी सोडली. सोपानानं बाजूला ठेवलेली दही-साखरेची वाटी उचलली आणि त्यातलं दही-साखर मुक्ताच्या हातावर घातलं. क्षणभर तिच्या डोळ्यांत खोलवर बघितलं. तिथं त्याला फक्त आणि फक्त दिसला निश्चय. सोपानाच्या चेहऱ्यावर एक प्रसन्न स्मित उमटलं. आता त्याला मुक्ताची काळजी नव्हती. आता तो निश्चिंत मनानं समाधी घेणार होता. त्यानं निवृत्तीदादाकडे बघितलं. निवृत्तीदादा पुढे झाला. त्यानं सोपानाचा हात धरला आणि झोपडीच्या कवाडाकडे पावलं टाकली.

या तिघांना बोलावण्यासाठी झोपडीच्या दाराशी आलेल्या नामदेवांनी घडलेला हा सगळा प्रसंग आपल्या डोळ्यांनी बघितला आणि कानांनं ऐकला, तरीही नामदेवांना मात्र हा प्रसंग आपण प्रत्यक्षात पाहतो आहोत की स्वप्नात, याचाच

उलगडा होत नव्हता. ही चार भावंडं या भूतलावरचीच आहेत की नाही, याबद्दल त्यांना नेहमीच शंका वाटायची. तशीच ती आजही वाटत होती. बघता-बघता त्यांना एकदम अंधूक-अंधूक दिसायला लागलं. धुकं खाली उतरलं म्हणून, की त्यांच्या डोळ्यांत पाणी साठलं म्हणून, या प्रश्नाचं उत्तर त्यांना देता आलं नाही.

घराच्या अंगणात पुष्कळ मंडळी जमली होती. तिघं जण बाहेर येताच जमलेल्या मंडळींनी सोपानाचा जयकार केला. त्या सगळ्यांना हात जोडून नमस्कार करून सोपानानं एक वेळ मान मागे वळवून घराकडे नजर टाकली. ती पर्णकुटी डोळे भरून पाहिली. एकवार मान झुकवून त्या आश्रयगृहाला वंदन केलं आणि ठामपणे पाऊल उचललं. सगळीच निघाली. सासवडला तिथं कऱ्हेचं पठार सोपानाची वाट बघत होतं. नामदेवांनी डोळे पुसले. त्यांच्या मुखातून शब्द उमटत होते –

"आवडीचे मागे प्रवृत्तिचे नेघे। नाममार्गें वळगे निघे राया।।
नाम परब्रह्म नाम परब्रह्म। नित्य रामनाम जपीजेसू।।
अंतरिच्यामुखे बाहिरीलिया वेखें। परब्रह्म सुखे जप तुसे।।
सोपान निवांत रामनाम मुखांत। नेणे दुजी मात हरिवीण।।"

'रामकृष्ण हरी, रामकृष्ण हरी'चा गजर होत होता. त्या पहाटेच्या नीरव शांततेत हा गजर आकाशाला गवसणी घालू पाहत होता. जणू सोपानाच्या संजीवन समाधीची बातमी आकाशापर्यंत पोहोचवायची होती. टाळ-मृदुंगाच्या साथी-सोबतीनं जनाबाई गात होत्या –

"सोपानाची ऐसी मूर्ती। विश्वकर्मा ब्रह्म म्हणती।।
ऐसे बोले पुराणात। सृष्टीकर्ता जो भगवंत।।
जनी म्हणे हा सोपान। ब्रह्मा अवतरला पूर्ण।"

चोखोबा, सेना, गोरोबाकाका, सावता सगळीच जण भारावली होती. गहिवरली होती. प्रत्येकाच्या काळजात कळ उठत होती आणि ती वेदना शब्द बनून बाहेर पडत होती. सेना गात होते –

"चुके जन्ममरण चौऱ्याऐंशी। चारी मुक्ती होती दासी।।
येऊनी चरणासि लागती। ज्याच्या नामें मुखासी।।
तो हा सोपान विधान। याचे करिता नामस्मरण।
सेना विनवी कर जोडून। जाती जळून महादोष।।"

सगळे गात होते. वेदना शब्दांतून मांडत होते. नामदेव हे सगळं पाहत होते. ऐकत होते. पुढे निवृत्तीनाथ, सोपानदेव आणि मुक्ताई चालत होते. मुक्ताईनं सोपानदादाचा हात घट्ट धरला होता; पण त्याच्या पावलांबरोबर तिचीही पावलं ठामपणे पडत होती. नामदेवांना आठवलं, मुक्ताईचे आणि सोपानाचे असलेले

गुळपीठ. मुक्ता कायम म्हणायची...

"तात आणि माता। गेलात येथून।
तेव्हा आम्ही लहान। पांडुरंगा।।
निवृत्ती ज्ञानेश्वर। कोरान्नांचे अन्न।
सांभाळी सोपान। मजलागी।"

सोपानदेवांना समाधी घेण्याचा निश्चय करताना मुक्ताची काळजी वाटली नसेल? क्षणभर नामदेवांच्या मनात आलं, पण लगेच त्यांना तो दही-साखरेचा प्रसंग आठवला आणि सोपानदेव निश्चिंत मनानं समाधी का घेत आहेत, या प्रश्नाचं उत्तर त्यांना गवसलं.

मंडळी निघाली. वाटेत ठिकठिकाणी लोक गर्दी करत होते. सोपानदेवांच्या, निवृत्ती-मुक्ताच्या पायांवर डोकं ठेवण्यासाठी, त्यांचे जवळून-लांबून जसं मिळेल तसं दर्शन घेण्यासाठी लोक धडपडत होते. ज्ञानोबा माउलीपाठोपाठ सोपानदेव समाधी घेणार, ही वार्ता पंचक्रोशीत पसरली होती आणि लोकांच्या झुंडीच्या झुंडी सासवडच्या रस्त्याला लागल्या होत्या. नामदेव, गोरोबा, सावता, सेना, जनाबाई, चोखोबा, परीसा अशी अनेक संतमंडळी सोपानदेवांसोबत होती. नामदेवांनी आपल्याला झालेला सासवडसंबंधीचा विठ्ठलाचा दृष्टान्त सांगितल्यापासून या सगळ्यांच्या मनांत एकच प्रश्न होता, की सासवडच का? सगळी जण या प्रश्नाने चुळबुळत होती. शेवटी गोरोबाकाकांनी नामदेवांना विचारलंच, "नामदेव महाराज, सोपानकाका सासवडला का समाधी घेत आहेत? आपल्या ज्ञानोबा माउलीने जशी आळंदीला घेतली, तशीच सोपानकाका तिथं का, तिथंच का समाधी घेणार नाहीत? एकदम आळंदीपासून पंचवीस कोसांवर असलेले सासवड गाव त्यांनी का निवडलं?" गोराबाकाकांनी प्रश्न केला नामदेवांना; पण ऐकला मात्र मुक्तानं! नामदेव काही बोलायच्या आतच तिनं उत्तर दिलं, "गोरोबाकाका, थोडा वेळ वाट पाहा. तुम्हालाच नव्हे, तर सगळ्यांनाच हा प्रश्न पडलाय; पण दिवस कलेपर्यंत आपण सासवडला पोहोचू. तिथं गेल्यावर या प्रश्नाचं उत्तर तुम्हाला मिळेल. या प्रश्नाचं उत्तर तुम्हाला निवृत्तीदादा देईल!" मुक्तानं दिलेलं उत्तर ऐकून गोरोबाकाकांनी मान डोलावली आणि ते मुकाट चालायला लागले.

थोडं चालत, थोडे बैलगाड्यांतून असं करत-करत खरोखरच मंडळी दिवस कलेस्तोवर सासवडला पोहोचली. सासवड आळंदीसारखंच शांत आणि लहानसं गाव. आळंदीला इंद्रायणीचा आशीर्वाद, तर सासवडला कऱ्हा नदीचा. जणू आळंदीला गंगा तर सासवडला सरस्वती. एरवी शांत असणारं ते लहानसं गाव आज मात्र गजबजलं होतं. आसपासच्या परिसरातल्या, पंचक्रोशीतल्या लोकांच्या झुंडीच्या झुंडी आज सासवडला जमल्या होत्या.

'ज्ञानयोगी', 'ज्ञानसूर्य' म्हणून लोकांना माहीत असलेले ज्ञानेश्वर, संजीवन समाधीनंतर तर त्यांची कीर्ती आणखीच पसरली होती आणि आज त्याच ज्ञानेश्वरांचे धाकटे बंधू सोपानदेव सासवडला संजीवन समाधी घेणार आहेत, ही वार्ता समजल्यावर तर पंचक्रोशीतल्या लोकांचे पाय घरात, शेतात, कामावर ठरेनात. एरवी शांत आणि पुण्यापासून थोडेसं अलिप्त असलेलं सासवड आज एकदम गजबजून गेलं. सासवडला नदीच्या काठावर श्रीनागेश्वराचं पुरातन मंदिर होतं. त्या मंदिराच्या पाठीमागची जागा समाधिस्थळ म्हणून नक्की केली गेली होती. नागेश्वराच्या मंदिरासमोर विस्तीर्ण पटांगण होतं. सभोवती दाट झाडी होती. जमलेली सगळी मंडळी एकेक करून त्या पटांगणात जमत होती. तिथं जणू जत्राच भरली असावी, असं वाटत होतं; पण त्या सगळ्या गर्दीचा केंद्रबिंदू होता सोपान; पण तरीही रामकृष्ण हरीचा गजर आसमानाला भिडत होता. तिथून प्रतिध्वनित होऊन दशदिशा घुमत होता. कऱ्हेच्या पाण्यावर उतरत होता, आदळत होता. कऱ्हा नदीला हे सगळं जणू नवीन होतं. रामकृष्ण हरीच्या पाण्यावर आदळणाऱ्या ध्वनिस्पंदनानं कऱ्हा रोमांचली. तिच्या अंगांगावर शहारा उमटला. त्याचे तरंग झाले. तरंगांनी आपल्या लहरीतून तो नाद कऱ्हेच्या काठापर्यंत आणला. काठावरच्या वाळूनं त्याचं स्वागत केलं. त्याला गळामिठी घातली. तो नाद वाळूच्या कणा-कणातून शिरला आणि त्या कणा-कणातून झिरपत झिरपत शुद्ध होत, तो नाद पुन्हा त्या नागेश्वराच्या मंदिराच्या पटांगणात पोहोचला. आता तो नाद अधिक शुद्ध होता. अधिक चोख होता. पंचमहातेजांतून तावून सुलाखून आला होता. तो शुद्ध नाद पुन्हा तिथे जमलेल्या वारकऱ्यांनी, टाळकऱ्यांनी, कामकऱ्यांनी, शेतकऱ्यांनी उचलला आणि पुन्हा तो नाद, रामकृष्णहरीचा तो गजर आकाशगामी झाला. एक वर्तुळ पूर्ण झालं. एक आवर्तन पूर्ण झालं आणि अशी सहस्र आवर्तन होत राहिली आणि सासवडची अवघी माती, अवघं आकाश, अवघं क्षितिज त्या आवर्तनांनी भरून गेलं. मावळणाऱ्या सूर्यानंही त्या आवर्तनात स्वत:ला भिजवून घेतलं आणि हा आनंद रात्रीला सांगण्यासाठी तो पटकन अस्तंगत झाला.

दुसऱ्या दिवशीची सकाळ उजाडली, तीच मुळी या गजराच्या प्रतिध्वनीनं. निवृत्ती, सोपान, मुक्ता पहाटेच उठले होते. आजही तिघांनी योगाभ्यास केला. स्तोत्रपठण केलं आणि तिघं जण नागेश्वराच्या गर्भागारातून बाहेर आले. समूहाला सामोरी झाले. आज तर गर्दीचा महापूर लोटला होता. माणसं जास्त आहेत, की आपल्या पाण्यावरचे तरंग, याचा विचार करत भोगावती वाहत होती. भोगावतीचाच एक लहान अंश म्हणजे कऱ्हा. ती तर नागेश्वराच्या देवळाजवळून वाहत होती; पण सासवडला सुपीक करणारी ती भोगावती. माणसांचा हा महासागर तिनं प्रथमच पाहिला असावा. म्हणूनच तिला असा प्रश्न पडला. समुदायासमोर सोपान हात जोडून नतमस्तक होऊन उभा होता. निवृत्तीदादा तिथं आल्यावर त्यानं बाजूला

ठेवलेली सोपानदेवी उचलली आणि ती निवृत्तीदादाच्या समोर ठेवून त्याला नमस्कार केला. निवृत्तीदादानं त्याला उठवलं. छातीशी धरलं. त्याच्या मस्तकाचं अवघ्राण केले. सोपानाला मुक्तानं दादाच्या मिठीतून सोडवलं. निवृत्तीदादानं तो सोपानदेवी ग्रंथ उचलला. मस्तकाला लावला. मुक्ताच्या हातात दिला आणि समूहाला सामोरा होऊन त्यानं बोलायला सुरुवात केली –

''माय, बापहो! आज माझी अवस्था एखाद्या विद्ध, घायाळ पक्षिणीसारखी आहे. किंबहुना नेत्रहीन होणाऱ्या व्यक्तीसारखी आहे. ज्याचा एक नेत्र गेलेलाच आहे आणि दुसरा त्याच मार्गावर आहे. माझ्या ज्ञानेशानं बरोबर एक महिन्यापूर्वी म्हणजे कार्तिक वद्य त्रयोदशीला आळंदीला समाधी घेतली आणि माझा सोपान आज इथं सासवडला समाधी घेणार आहे. मंडळी, सासवड हे ठिकाण मोठं पुण्यश्लोक स्थान आहे. भोगावतीसारखी सरिता आणि कऱ्हासारखी सरस्वती इथं वाहते आहे. या कऱ्हा नदीचं हे पुण्यक्षेत्र. कऱ्हा म्हणजे झारी किंवा कलश किंवा झारीसारखे तोंड असलेला कलश. श्रीविष्णूच्या आज्ञेवरून, सृष्टिनिर्मितीचं ज्ञान प्राप्त व्हावं, म्हणून ब्रह्मदेवांनी इथं तपश्चर्येला आरंभ केला. ते हे पुण्यक्षेत्र. तप करत असताना ब्रह्मदेवाचा कऱ्हा, म्हणजे कलश धक्का लागून लवंडला. त्यातलं जलतीर्थ सांडलं, त्याचीच ही कऱ्हा नदी. म्हणून या पुण्यक्षेत्राला कऱ्हेचं पठार असंही म्हणतात. मंडळी, माझा सोपान, हा ब्रह्मदेवाचाच अवतार आहे. त्यानं आपल्या शांत, संयमी स्वभावाने आणि अलौकिक बुद्धिमत्तेनं ते सिद्धही केलं आहे. म्हणूनच जिथं ब्रह्मदेवानं तप केलं, तिथंच सोपान समाधी घेणार आहे. सासवड म्हणजे सात वाड्यांचं मिळून बनलेलं नगर. त्यात एक संवत्सर म्हणून मोठी वाडी होती. म्हणून याचं नाव संवत्सर नगर असंही आहे. या संवत्सर नगरातला इंद्रनील पर्वत, म्हणजे राम-रावण युद्धात लक्ष्मणाला मूर्च्छा आल्यावर हनुमान द्रोणागिरी पर्वत उचलून आणत असताना त्या पर्वतातला एक भाग निखळून इथं पडला, तो इंद्रनील पर्वत. या इंद्रनील पर्वतावरच्या गर्द वनराईत इंद्रानं, म्हणजे पुरंदरानंही तप केलं, म्हणून तो पुरंदर पर्वत. असा हा सगळा पुण्यशील भाग. असं हे पुण्यक्षेत्र, म्हणून सोपान इथं समाधी घेतोय. सोपानाच्या इथल्या वास्तव्यानं या सासवडची पुण्याई आणखी वाढणार आहे. वृद्धिंगत होणार आहे. सासवड मुळचं पुण्यक्षेत्र आहेच; पण ते आता तीर्थक्षेत्र होणार आहे.'' निवृत्तीदादा बोलत होता आणि 'सासवडलाच का?' या लोकांच्या मनात उद्‌भवलेल्या प्रश्नाचं उत्तर त्यांना मिळत होतं. निवृत्तीदादानं बोलणं थांबवलं. त्याची मुद्रा धीरगंभीर होती. डोळे काहीसे खिन्न होते; पण त्यात निर्धार होता. त्यानं सोपनाकडे पाहिलं. त्याच्या नजरेतला आदेश जाणून सोपान समुदायाला सामोरा झाला. हात जोडून, मस्तक झुकवून त्यानं एकवार वंदन केलं आणि बोलायला सुरुवात केली, ''माय, तातहो! माझ्या आई-वडिलांच्या माघारी निवृत्तीदादानं

केलेल्या मार्गदर्शनाप्रमाणे आणि ज्ञानादादाच्या पाऊल मुद्रांवरून मी माझ्या आयुष्याची वाटचाल केली. कष्टमय बालपणही पांडुरंगाच्या कृपेनं सुसह्य झालं. निवृत्तीदादा गुरू म्हणून लाभला. त्याने भक्तिमार्ग शिकवला. नाथपंथ सांगितला.

मी नेणे भक्ती नेणे त्या मुक्ती। तुझ्या नाथपंथी मार्गू मना।।
हेचि मज चाड न करी मी आशा। तुज हृषीकेशा चिंतीतसे।।
तूची माझे धन जोडी हे निजाची। जननी तू आमची जिवलगी।।
सोपान म्हणे तुजवीण न कळे। तुजमाजी सोहळे मने केले।।

दादाच माझा गुरू झाला. मार्गदर्शक झाला. माय-तात तर तो होताच; पण मोठा भाऊही होताच; पण तो गुरू झाला आणि त्यानं स्वत:बरोबर आमचंही जीवन बदललं. एवढा मोठा पारमार्थिक अधिकारी आम्हाला गुरू म्हणून लाभला. त्याच्यामुळेच व्यापक परमार्थबोधाची देणगी आम्हाला, म्हणजे मला आणि ज्ञानादादाला प्राप्त झाली आणि देह असूनही विदेही स्थितिजन्यता आम्हाला लाभली.

दुजेपणी ठाव द्वैत ते फेडिले। अद्वैत बिंबले तेजोमय।।
तेजोकार दिशा बिंबी बिंब एक। निवृत्तीने चोख दाखविले।।
निमाली वासना बुडाली भावना। गेली ते कल्पना ठाव नाही।।
सोपान नैश्वर परब्रह्म साचार। सेवितु अपार नाम घोटे।।

निवृत्तीदादासारखा गुरू लाभला, ज्ञानादादासारखा मार्गदर्शक लाभला आणि मुक्ताईसारखी बहीण लाभली. तिच्याबद्दल मी काय बोलू. ती चिमुरडी होती, मुक्ता होती, तेव्हा आम्ही तिचा सांभाळ केला; पण ती मोठी झाली आणि आता आमची सगळ्यांची ती मुक्ताई बनली. आता ती आमचा सांभाळ करते आहे. नामदेव, गोरोबाकाका, सावता, सेना, चोखोबा, जनाबाई यांच्यासारख्या विठ्ठलभक्तांचा सहवास लाभला आणि भक्तीची महती पावलोपावली कळत गेली. वारकरी संप्रदायाच्या प्रचाराच्या आणि प्रसाराच्या निमित्तानं भारतभर यात्रा झाली आणि माझं इवलसं अनुभवविश्व संपन्न झालं. या सगळ्यामुळे माझं जीवन, माझं अनुभवविश्व, माझं आयुष्य या साऱ्याचं सोनं झालं आणि त्या सोन्याला विठ्ठलभक्तीचा सुगंध लाभला.

उघडली दृष्टी इंद्रिया सकट। वैकुंठीची वाट पंढरी जाणा।।
दृष्टीभरे पाही विठ्ठल दैवत। पूर्ण मनोरथ विठ्ठलदेव।।
हाचि मार्ग सोपा जनासी उघड। विषयाचे जाड टाकीं परते।।
सोपान म्हणे गुंफसी सर्वथा। मग नव्हे उलथा भक्तीपंथे।।

या सगळ्यामुळे माझं जीवन उजळलं. मी धन्य आहे. कृतार्थ आहे. या सर्वांचा ऋणी आहे. आपलं जीवितकार्य पूर्ण झाल्यावर या नश्वर देहाचा त्याग करायचा, हा आदर्श वस्तुपाठ ज्ञानादादानं घालून दिला. मी आयुष्यभर त्याच्या चरणमुद्रांवरून

चालत आलो. जणू त्याची सावलीच बनून राहिलो. त्या ज्ञानसूर्याची सावली बनून राहण्यातही फार मोठं पुण्य होतं. ज्ञानादादानं समाधी घेऊन आम्हाला मार्ग दाखवला. त्याच मार्गावरून चालताना आज मला धन्यता वाटत आहे. सावली मूळ रूपाला सोडून राहत नाही. मीही राहणार नाही. मला आता अनुमती द्या. आज्ञा द्या. आदेश द्या. माझ्यावर राग धरू नका. काही चुकलं-माकलं असेल, तर ते लेकरू समजून पोटात घाला. माझा पांडुरंग मला बोलावतो आहे. मला आता निरोप द्या.'' सोपानानं बोलणं थांबवलं. हात जोडून, डोळे मिटून, मस्तक झुकवून तो उभा राहिला. क्षणभर त्या एवढ्या कल्लोळाच्या जागेत नीरव शांतता पसरली. इतकी नीरव, की एकमेकांचे श्वास एकमेकांना ऐकू यावेत. सोपाना समोर उभा होता खरं, पण लोकांना तो अंधूकच दिसत होता. डोळ्यांतून वाहणारं पाणी वारंवार पुसून लोक त्याचं निरागस, भाबडं रूप मनात साठवत होते.

सोपानाचा चेहरा एका आगळ्या तेजानं उजळला होता. हळूहळू त्या नीरव शांततेला छेद गेला. लोकांचे स्फुंदण्याचे, हुंदक्यांचे आवाज ऐकू येऊ लागले. संतमंडळींनी तर सोपानाच्या पायावर लोळण घेतली. जनाबाईंनी डोळ्याला पदर लावला. नामदेवांच्या डोळ्यांना तर अश्रूंची धार लागली होती. निवृत्तीदादा धीरगंभीरतेचा मुखवटा धारण करून उभा होता आणि लाख वेळा बजावूनही न ऐकता मुक्तीच्या डोळ्यांनी बंड पुकारलं होतं. नामदेव पुढे झाले. त्यांनी सोपानाच्या पायांवर लोळण घेतली. सोपानानं डोळे उघडले. वाकून त्यानं नामदेवांना उठवलं. दुसऱ्या क्षणाला नामदेवांनी सोपानाला घट्ट मिठी मारली. इतकी घट्ट, की जणू ती कुणी सोडवणं शक्य नव्हतं. जणू ते सोपानाला जाऊच देणार नव्हते. एका मिठीला इतके अर्थ असू शकतात? काय नव्हतं त्या मिठीत? सोपानाला अडवण्याची जिद्द, तो समाधी घेणार म्हणून होणाऱ्या वियोगाचं दुःख, आपण त्याला थांबवू शकत नाही म्हणून वाटणारी असहाय्यता, त्याच्या वियोगाची वेदना, एवढ्या लहान वयातली त्याची स्थितप्रज्ञता बघून वाटणारं कौतुक, त्याचा निरागस चेहरा बघून पोटातून तुटून येणारी माया, त्याच्या अलौकिक बुद्धिसामर्थ्याला केलेलं वंदन, या पुण्यात्म्याचा सहवास आपल्याला लाभला म्हणून वाटलेली धन्यता, आपल्यापेक्षा वयानं कितीतरी लहान असलेल्या या पोराला समाधी घेताना बघण्याचं करंटेपण आणि या सर्वांवर कळस, म्हणजे मनात अतिपूज्य भावना असल्यामुळे ज्ञानोबा माउलीला आपण अशी घट्ट मिठी मारू शकलो नाही, म्हणून आता त्या ज्ञानसूर्याचीच सावली असलेल्या सोपानाला आपण घट्ट मिठी मारतो आहोत, याची सार्थकता. एका मिठीमध्ये एवढ्या भावभावना सामावलेल्या असतात, हे नामदेवांनाही उमजलं नसेल; पण नामदेवांनी सोपानाला कडकडून मारलेली मिठी भिजलेल्या डोळ्यांनी बघणाऱ्या जनाबाईंना मात्र हे सगळे सगळे अर्थ समजले. त्या पुढे झाल्या. त्यांनी

नामदेवांची ती मिठी सोडवली. मग मात्र नामदेव भानावर आले. त्यांनी मनाचा निश्चय केला. मोठ्या निग्रहानं अश्रू पुसले. समुदायाला सामोरं होऊन त्यांनी गजर सुरू केला. ''राम-कृष्ण-हरी-राम-कृष्ण-हरी!'' समूहानं त्यांना साथ दिली, आणि तो गजर पुन्हा आकाशगामी झाला. पुन्हा आवर्तनं सुरू झाली.

दिवसाचा मध्यान्ह प्रहर सुरू झाला. भोजनाची सिद्धता झाली होती. सगळी जेवायला बसली. नामदेवांना दिसले पंक्तीमधून हिंडत विठ्ठल आणि राही-रखुमाई स्वत: वाढत होत्या. मंदिराच्या पारावर जिथं निवृत्ती, सोपान बसले होते. तिथं मुक्ताई सोपानाला घास भरवत होती. मनाच्या निश्चयाला न जुमानता तिच्या डोळ्यांतून अविरत अश्रू वाहत होते. मधूनच निवृत्तीदादाही सोपानाला घास भरवत होता. स्थिर चित्तानं, स्थिर नजरेनं आणि स्थिर बुद्धीनं सोपान घास घेत होता. पुन्हा पुन्हा भरून येणाऱ्या डोळ्यांना मनाच्या निग्रहानं कोरडे करत होता. जेवणं झाली. सूर्य माथ्यावर आला. बरोबर माथ्यावर. माणसांची पडणारी सावली त्यांच्या पायांत, पायांखाली पडून अदृश्य झाली होती. ते बघून निवृत्तीदादाच्या मनात आलं. 'सोपान स्वत:ला ज्ञानदेवाची सावली म्हणत होता. ज्ञानदेव, म्हणजे ज्ञानेश्वर, म्हणजे साक्षात ज्ञानसूर्य. ज्ञानसूर्याचा अस्त झाला होताच. मग त्याची सावली तरी मागे कशी राहणार? तीही आता अस्तंगत होणार होती. आता जशी लोकांची सावली त्यांच्या पायांशी अदृश्य झाली होती. तशीच सोपानाच्या समाधीनंतर ज्ञानसूर्याची सावलीही अस्तंगत होणार होती!'

''दादा चलायचं ना?'' भावसमाधीत मग्न झालेल्या निवृत्तीदादाच्या खांद्याला स्पर्श करून सोपानाने विचारलं. निवृत्तीदादा भानावर आला. त्यानं एकवार सोपानाच्या नजरेत खोलवर पाहिलं. त्या नजरेत दिसली त्याला अनावर उत्सुकता, अपार आनंद, अपरिमित धन्यता. क्षणभर निवृत्तीदादाच्या मनातच चलबिचल झाली. काय म्हणायचं याला? समाधी घ्यायला निघालाय की अंगणात खेळायला? इतकी स्थितप्रज्ञता? या कोवळ्या वयात? इतकी अपरंपार स्थिरचित्तता? मग मात्र निवृत्तीनं स्वत:ला सावरलं, आवरलं. त्यानं सोपानाचा हात धरला. दुसरा हात मुक्ताईनं धरला आणि नागेश्वराच्या मंदिरामागे निश्चित केलेल्या समाधिस्थानाकडे तिघंही पावलं टाकू लागले.

नामदेवांची चार मुलं म्हादा, विठा, नारा आणि गोंदा यांनी आणखी काही जणांना हाताशी धरून त्यांनी समाधिस्थान स्वच्छ केलं होतं. पाणी मारून गोमयानं सारवून निर्मळ केलं होतं. त्यावर दर्भाची बैठक तयार करून त्यावर मृगाजिन घातलं होतं. सभोवती सुगंधित फुलांच्या पाकळ्या पसरल्या होत्या. तुळशी, बुक्का, बेल, दर्भ, फुलं यांची पखरण केली होती. धूप, दीप, चंदन आणलं होतं. सोपानाच्या पाऊलवाटेवर गंध, अक्षता, फुलं यांच्या पायघड्या अंथरल्या जात होत्या. धिमी;

पण ठाम, निश्चयी पावलं टाकत सोपाना समाधिस्थळी चालला होता. वाटेत लोक फुलं उधळत होती. अक्षता उधळत होते. बाया-बापडे पायांवर लोटांगण घालत होते. त्याच्या चरणमुद्रांवरची धूळ मस्तकी लावून घेत होते. सोपान पुढे पुढे चालत होता. त्याची मुद्रा अत्यंत तेजस्वी दिसत होती. इतकी, की तेजाचा लोळच पुढे पुढे सरकतो आहे, असं वाटत होतं. आलं. समाधिस्थळ आलं.

सोपान क्षणभर थांबला. मागे वळला. मुक्ताईनं पंचारतीचं तबक त्याच्या हातात दिलं. सोपानानं गंध-अक्षता उधळून प्रथम आकाशाला ओवाळलं. मग धरणीला, मग नदीला, मग सूर्याला आणि मग वायूला. गंध-अक्षता उधळून, पंचारती ओवाळून त्यानं पंचमहाभूतांची पूजा केली. मस्तक झुकवून नमस्कार करून त्यांचा आशीर्वाद मागितला. नंतर सोपानानं निवृत्तीदादाच्या चरणाला गंध-अक्षता लावल्या. निवृत्तीदादाला गुरू म्हणून ओवाळलं. गुरूची पूजा केली. गुरूचरणांवर मस्तक टेकवून वंदन केलं. निवृत्तीदादानं त्याला उठवलं. सोपाना हात जोडून समोर उभा राहिला. म्हणाला, ‘‘गुरुमाउली, तुम्ही माझं जीवन धन्य केलंत. आता आशीर्वाद देऊन माझं संजीवन धन्य करा. परमात्म्यात विलीन होईपर्यंत माझं धैर्य कायम राहील, असा मला आशीर्वाद द्या!’’ निवृत्तीदादाचा धीरगंभीरतेचा मुखवटा गळून पडला. त्यानं आवेगानं सोपानाला मिठी मारली. त्याच्या मस्तकावर अक्षतांचं प्रोक्षण केलं आणि त्याच्या मस्तकावर हात ठेवून क्षणभर डोळे मिटले. आपल्या शरीरातली सगळी ऊर्जा आपल्या हातात एकवटली आणि ती सोपानाच्या मस्तकात सोडली. त्या ऊर्जेनं सोपानाच्या मस्तिष्कसंस्थेत प्रवेश केला. तो केलेला सोपानाला जाणवलं आणि तो निश्चिंत झाला. आता काहीही झालं, तरी त्याचं अवसान टिकणार होतं. धैर्य त्याची सोबत करणार होतं. आता ऋतुचक्रालाच काय, पण कलिकाळालाही तो दाद देणार नव्हता. सोपानाच्या चेहऱ्यावर ती निश्चिंतता उमटली. ती निवृत्तीदादानं वाचली आणि तो समाधान पावला. आता त्याचा शिष्य संजीवन समाधीसाठी सिद्ध झाला होता. मुक्ताई पुढे झाली. तिनं सोपानाच्या भालप्रदेशावर कुंकुमतिलक लावला. गंध-अक्षतांचं प्रोक्षण करून तिनं निरांजनानं त्याला ओवाळलं. ओवाळताना सोपानानं नजर समोर केली. निरांजनाच्या प्रकाशात त्याची आणि मुक्ताईची नजरभेट झाली. सोपानाच्या नजरेत निरोप होता, तर मुक्तीच्या नजरेत आश्वासन. सोपानाच्या नजरेत आमंत्रण होतं, तर मुक्तीच्या नजरेत त्या आमंत्रणाच्या पूर्ततेचं वचन. बघता-बघता एक निरोपाचा अश्रू सोपानाच्या डोळ्यांतून ओघळला. निरांजनाच्या ज्योतीची आभा त्या अश्रूवर पडली होती आणि त्या अश्रूतून ती ज्योत प्रतिबिंबित होऊन त्याचे किरण मुक्तीच्या चेहऱ्यावर पडले होते. किरण-कवडशांचा तो खेळ बघून सोपानाच्या चेहऱ्यावर स्मित उमटलं आणि मुक्तीच्यासुद्धा. सोपानानं एकवार मुक्तीच्या मस्तकावर थोपटलं. क्षणभर गहिवर येऊन मुक्ता त्याच्या कुशीत शिरली. मुसमुसली. जणू

पुन्हा लहान झाली. क्षणभरच त्या दोघांचं ते प्रेम, ते एकजीव असणं बघताना नामदेव, जनाबाई या मंडळींच्या डोळ्यांतून मात्र अश्रूंच्या धारा लागल्या होत्या. सोपानानं एक कटाक्ष निवृत्तीकडे टाकला. त्याच्या नजरेत अनुमती होती. सोपानानं समोर असलेल्या समुदायाला हात जोडून, मान झुकवून नमस्कार केला. अखेरचा. अगदी अखेरचा.

दुसऱ्या क्षणी समुदायाकडे पाठ करून तो समाधिस्थानाला समोरा झाला. निवृत्तीदादानं त्याचा हात धरला. नामदेव पुढे झाले. त्यांनी सोपानाचा दुसरा हात धरला आणि पायऱ्या उतरून ते त्याला समाधिस्थनापाशी घेऊन गेले. सोपानानं दोघांचेही हात सोडवले. एकवार दोघांची नजरभेट घेऊन नजरेनंच त्यांचा निरोप घेतला. समाधिस्थानाला मस्तक झुकवून वंदन केलं आणि समाधी घेण्यासाठी केलेल्या आसनावर तो पद्मासन घालून बसला. पद्मासनात बसून त्यानं एकवार उच्चारवानं ओंकार नाद केला. त्या ओंकारनादानं जणू चराचराचा गाभारा भरून गेला. त्या ओंकारनादाचे प्रतिध्वनी कितीतरी वेळ क्षितिजावर आदळत राहिले. तिथून कऱ्हेच्या पाण्यावर उतरले. त्या पाण्यातून तो ध्वनी खोल धरणीच्या गर्भात शिरला. तिथून सरकत तो इंद्रायणीत आला. इंद्रायणीत खळबळ माजली. त्या खळबळीचा कंप पुन्हा धरणीच्या गर्भात शिरला. जणू 'हे ज्ञानसूर्या तुझी सावली येत आहे. ज्ञानेशा, तुझा सोपान येतो आहे,' हा संदेशच तो ध्वनी देत होता. तो ओंकारनाद आकाशगामी झाला, तसं सोपानानं पद्मासन सोडलं. वज्रासन घातलं. त्यानं वज्रासन घातलेलं बघून निवृत्तीदादानं नामदेवांचा हात धरला आणि जडशीळ पावलानं त्यांना बरोबर घेऊन निवृत्तीदादा पायऱ्या चढून वर आला. नामदेवांचं तर सर्वांग थरथरत होतं. दोघंही वर आले. लोकांचे हुंदके अनावर झाले होते. निवृत्तीदादानं लोकांकडे एक कटाक्ष टाकला आणि बाजूला ठेवलेल्या शिळेला हात घातला. दोघं-चौघं पुढे झाले. त्यांनी ती शिळा उचलून त्या विवराच्या तोंडाशी लावली. ओंकाराचा ध्वनी अजूनही निनादत होता. निवृत्तीदादा बाजूला झाला. एका बाजूनं नामदेव आणि दुसऱ्या बाजूनं मुक्ता त्यांच्या कुशीत शिरली. निवृत्तीदादा त्यांना थोपटत राहिला. त्यांना थोपटता-थोपटता आपल्या डोळ्यांतून वाहणारे अश्रू पुसायचं भान त्याला राहिलं नाही. असह्य होऊन त्यानं आकाशाकडे नजर टाकली.

इतका वेळ निरभ्र आकाशात तळपणाऱ्या सूर्यासमोर एका चुकार काळा ढग आला होता. त्यानं सूर्याला झाकोळून टाकलं होतं. अंधारून आल्यासारखं झालं होतं. आता सूर्यही नव्हता आणि त्यामुळे कुणाचीच सावली नव्हती. अगदी तसं! ज्ञानसूर्यही नव्हता आणि त्याची सावलीही. नकळत अनवधानानं निवृत्तीदादा पुटपुटला. ते त्याचं पुटपुटणं त्याच्या कुशीत असलेल्या दोघांनीच ऐकलं. मुक्तीनं आणि नामदेवांनी. निवृत्तीदादा पुटपुटला होता, ''सोपान! माझा सोपान! ज्ञानसूर्याची सावली

असणारा माझा सोपान! ज्ञानसूर्याची सावली असणारा माझा सोपाना!'' ज्ञानसूर्याची सावली, ज्ञानसूर्यात विलीन झाली होती. पण एक गोष्ट मात्र निश्चित होती, त्या सूर्याइतकीच सत्य होती. या जगाच्या अंतापर्यंत तो ज्ञानसूर्य आपल्या तेजानं तळपणार होता आणि त्याच बरोबर त्या ज्ञानसूर्याची सावलीसुद्धा! होय! ज्ञानसूर्याची सावलीसुद्धा!!!

◆